AF747330

ഗ്രീൻ ബുക്സ്

കാറ്റ് പാർക്കുമിടം

സമർ യസ്ബക്

സിറിയൻ എഴുത്തുകാരി, പത്രപ്രവർത്തക. 1970ൽ സിറിയൻ തീരനഗരമായ ജബ്ലെയിൽ ജനനം. അറബിക് സാഹിത്യത്തിൽ സർവ്വകലാശാലാ പഠനം. സിറിയയിലെ ന്യൂനപക്ഷ സമൂഹമായ അലവി സമുദായാംഗം. നോവൽ, ചെറുകഥകൾ, സിനിമാ തിരക്കഥകൾ, ടെലിവിഷൻ നാടകങ്ങൾ, സിനിമാ നിരൂപണങ്ങൾ എന്നിവ എഴുതുന്നു. സിറിയൻ പണ്ഡിതനായ ആന്റൺ മഖ്ദെസിയെക്കുറിച്ച് ഡോക്യുമെന്ററി നിർമ്മിച്ചിട്ടുണ്ട്. ഫെമിനിസ്റ്റ് ഓൺലൈൻ മാഗസിനായ വിമൺ ഓഫ് സിറിയയുടെ പത്രാധിപരാണ്. കൃതികൾ: A Woman in the Crossfire: Diaries of the Syrian Revolution (2012), Cinnamon (2012), Salsal (2008), Tiflat as-Sama (Heavenly Girl)

ഡോ. എൻ. ഷംനാദ്: തിരുവനന്തപുരം യൂണിവേഴ്സിറ്റി കോളേജിലെ അറബി വിഭാഗം അദ്ധ്യാപകൻ. 2019ലെ ഖത്തർ ഗവൺമെന്റിന്റെ വിവർത്തനത്തിനുള്ള അന്തർദ്ദേശീയ പുരസ്കാരമായ Hamad Award for Translation & International Understanding ലഭിച്ചു. ആധുനിക അറബി എഴുത്തുകാരായ നജീബ് മഹ്ഫൂസ് (ഈജിപ്ത്), ഹുദാ ബറകാത്ത് (ലെബനോൺ), സിനാൻ അൻതൂൺ (ഇറാഖ്), സമർ യസ്ബക് (സിറിയ), ഖാലിദ് ഖലീഫ (സിറിയ), ഹബീബ് സാലിമി (ടുണീഷ്യ), യൂസുഫ് ഫാദിൽ (മൊറോക്കോ), റഷാ അദ്‌ലി (ഈജിപ്ത്) എന്നിവരുടെ പത്ത് അറബി നോവലുകളുടെ നേരിട്ടുള്ള മലയാള വിവർത്തനങ്ങൾ ഗ്രീൻ ബുക്സ് പ്രസിദ്ധീകരിച്ചിട്ടുണ്ട്.
ഇമെയിൽ : shamnadmail@gmail.com

ഗ്രീൻ ബുക്സ് പ്രസിദ്ധീകരിച്ച
ഗ്രന്ഥകർത്താവിന്റെ ഇതര കൃതികൾ

വ്രണിതപലായനങ്ങൾ
(അനുഭവം)

നീലമഷിപ്പേന
(നോവൽ)

നോവൽ

കാറ്റ് പാർക്കുമിടം

സമർ യസ്ബക്

അറബിയിൽനിന്നും നേരിട്ടുള്ള മലയാള വിവർത്തനം

ഡോ. എൻ. ഷംനാദ്

ഗ്രീൻബുക്സ്

green books private limited
gb building, civil lane road, ayyanthole,
thrissur- 680 003, kerala, ph: +91 487-2381066, 2381039
website: www.greenbooksindia.com
e-mail: info@greenbooksindia.com

branches:
thrissur 0487-2422515
thiruvananthapuram 0471-2335301
calicut 0495 4854662

original arabic title
مقام الرّيح
Maqâm al rîh
novel
by
samar yazbek

english
where the wind calls home

malayalam
kaattu parkkumidam

translated by
dr. n. shamnad

first published october 2023

منحة الترجمة
Translation Grant
صندوق منحة الشارقة للترجمة
Sharjah Translation Grant Fund

cover design : s. mahendra

printed in india
manipal technologies ltd

isbn : 978-81-19486-22-9

₹ 260.00
GBPL/1325/2023

മുഖക്കുറി

സമർ യസ്ബകിന്റെ സാഹിത്യജീവിതത്തിൽ രണ്ട് ദശകളുണ്ട്. 2011ൽ സിറിയയിൽ ബഷാർ അൽ അസദ് ഭരണകൂടത്തിനെതിരെയുള്ള ജനാധിപത്യ പ്രക്ഷോഭങ്ങൾ ആരംഭിക്കുന്നതിന് മുമ്പും ശേഷവുമുള്ള ഘട്ടങ്ങൾ. വ്യത്യസ്തമായ പ്രമേയ സമീപനങ്ങളാണ് ഈ എഴുത്തുകാരി സ്വീകരിച്ചിട്ടുള്ളത്. സമകാലിക സിറിയയിലെ സ്ത്രീജന്മങ്ങളുടെ കഥ പറയുന്ന നാല് നോവലുകൾ. കാറ്റ് പാർക്കുമിടം എന്ന നോവൽ പട്ടാളക്കാരുടെ കഥ പറയുന്നു. തികച്ചും വ്യത്യസ്തമായ പ്രമേയം. സിറിയയിലെ പട്ടാളജീവിതവും പ്രകൃതിയും യുദ്ധം നരകതുല്യമാക്കിയ മനുഷ്യരുടെ ദയനീയ ജീവിതവും ഷിയ സമൂഹത്തിൽ പരിവർത്തനം നടത്താനുള്ള ആഗ്രഹവുമാണ് ഈ നോവലിൽ പ്രത്യക്ഷമായി അവതരിപ്പിക്കുന്നത്. വ്രണിതപലായനങ്ങൾക്കും നീല മഷിപ്പേനയ്ക്കും ശേഷം സമർ യസ്ബകിന്റെ മൂന്നാമത്തെ നോവൽ പ്രസിദ്ധീകരിക്കാനായതിൽ ഗ്രീൻ ബുക്സിന് ഏറെ ചാരിതാർത്ഥ്യമുണ്ട്. ഡോ. എൻ. ഷംനാദ് അറബിയിൽനിന്ന് നേരിട്ട് വിവർത്തനം ചെയ്ത ഈ കൃതി വളരെ ആസ്വാദ്യകരവുമാണ്.

എഡിറ്റർ

ആമുഖം

സമകാലിക സിറിയൻ അറബി സാഹിത്യത്തിലെ വേറിട്ട ശബ്ദമാണ് സമർ യസ്ബകിന്റേത്. നോവലിസ്റ്റ്, ചെറുകഥാകൃത്ത്, പത്രപ്രവർത്തക, നിരൂപക, ചലച്ചിത്ര-ടെലിവിഷൻ ഡോക്യുമെന്ററി സംവിധായക, തിരക്കഥാകൃത്ത്, മനുഷ്യാവകാശ പ്രവർത്തക, ഫെമിനിസ്റ്റ്, പൊളിറ്റിക്കൽ ആക്ടിവിസ്റ്റ് എന്നിങ്ങനെയുള്ള ബഹുമുഖ വ്യക്തിത്വങ്ങൾക്ക് ഉടമയാണ് യസ്ബക്.

മെഡിറ്ററേനിയനിലെ സിറിയൻ തുറമുഖനഗരമായ ലത്താക്കിയയ്ക്കടുത്തുള്ള ജബ്ല പട്ടണത്തിലാണ് 1970ൽ സമർ യസ്ബക് ജനിക്കുന്നത്. 1999ൽ പ്രസിദ്ധീകരിക്കപ്പെട്ട 'ബാഖ ഖരീഫ് (Automn Flowers) എന്ന കഥാസമാഹാരമായിരുന്നു യസ്ബകിന്റെ ആദ്യകൃതി. അവരുടെ സാഹിത്യജീവിതത്തിലൂടെ കണ്ണോടിച്ചാൽ തികച്ചും വ്യത്യസ്തങ്ങളായ രണ്ട് ദശകൾ കാണാം. 2011ൽ സിറിയയിൽ ബഷാർ അൽ-അസദ് ഭരണകൂടത്തിനെതിരെയുള്ള ജനാധിപത്യ പ്രക്ഷോഭങ്ങളും ആഭ്യന്തരയുദ്ധവും ആരംഭിക്കുന്നതിന് മുമ്പും ശേഷവുമുള്ള രണ്ട് ഘട്ടങ്ങൾ. തീർത്തും വ്യത്യസ്തങ്ങളായ പ്രമേയസമീപനങ്ങളാണ് ഈ രണ്ട് ദശകളിലുമായി യസ്ബകിലെ എഴുത്തുകാരി സ്വീകരിച്ചിട്ടുള്ളത്.

സമകാലിക സിറിയയിലെ സ്ത്രീജന്മങ്ങളുടെ കഥ പറയുന്ന നാല് നോവലുകളാണ് ആഭ്യന്തരയുദ്ധത്തിന് മുമ്പ് യസ്ബകിന്റേതായി പുറത്തിറങ്ങിയ സാഹിത്യകൃതികൾ. 'തിഫ്ല അൽ-സമാ' (Heavenly Girl, 2002), 'സ്വൽസ്വാൽ' (Clay, 2005), 'റാഇഹ അൽ-ഖിർഫ' (Cinnamon, 2005), 'ലഹാമറായാ' (In her Mirrors, 2010) എന്നിവയാണ് ഈ നോവലുകൾ.

2011ൽ സിറിയയിൽ ജനാധിപത്യപ്രക്ഷോഭങ്ങൾ ആരംഭിച്ചതോടെ പ്രസിഡന്റിന്റെ സമുദായമായ അലവി ഷിയാ വിഭാഗത്തിൽപെട്ടയാളായിട്ടുകൂടിയും സമർ യസ്ബകും ആ വിപ്ലവത്തീയിലേക്ക് എടുത്തെറിയപ്പെട്ടു. സർക്കാർ വിരുദ്ധ പ്രക്ഷോഭങ്ങളിൽ പങ്കാളികളായതിന്റെ പേരിൽ രാജ്യദ്രോഹിയായി മുദ്ര കുത്തപ്പെടുകയും ഫ്രാൻസിലേക്ക് കുടിയേറേണ്ടിവരികയും ചെയ്തു. വിപ്ലവത്തിന്റെ നേർചിത്രങ്ങൾ വരച്ചുകാട്ടുന്ന കുറച്ച് കൃതികൾ ഇക്കാലത്ത് യസ്ബകിന്റേതായി പ്രസിദ്ധീകരിക്കപ്പെട്ടു. 2012ലെ അന്താരാഷ്ട്രാ ഹാരോൾഡ് പിന്റർ പുരസ്കാരം നേടിയ 'തഖാതുഅ് നീറാൻ (In the crossfire: Diaries of Syrian Revolution), 'ബവ്വാബ അർദ് അൽ-അദം' (The Crossing, 2015) എന്നിവയാണ് ഈ കൃതികളിൽ പ്രധാനം. സിറിയയിലെ രാഷ്ട്രീയ-സാമൂഹിക യാഥാർത്ഥ്യങ്ങൾക്ക് നേരെ തുറന്നുപിടിച്ച കണ്ണാടിയായിരുന്നു ഈ രണ്ട് നോൺ ഫിക്ഷൻ രചനകളും.

വിപ്ലവത്തിനുശേഷം സമർ യസ്ബകിന്റേതായി പ്രസിദ്ധീകരിക്കപ്പെട്ട രണ്ടു നോവലുകളാണ് 2017ൽ പുറത്തിറങ്ങിയ 'അൽ-മശ്ശാഅ' (The Walker)യും 2021ൽ അച്ചടിമഷി പുരണ്ട 'മഖാം അൽ-രീഹ്' (Where the wind calls home) എന്നിവ. തീർത്തും സവിശേഷരചനകൾ എന്നുതന്നെ പറയാവുന്ന ഈ രണ്ട് നോവലുകൾ തമ്മിൽ ഒട്ടേറെ സമാനതകളുണ്ട്. ഒരു പതിറ്റാണ്ട് മുമ്പെഴുതിയ കൃതികളിലേതുപോലെ രാഷ്ട്രീയം നേരിട്ട് പറയാതിരിക്കാനാണ് എഴുത്തുകാരി ഈ കൃതികളിലൂടെ ശ്രമിക്കുന്നത്. സമൂഹം മതിഭ്രമം ബാധിച്ചവരെന്ന് മുദ്ര കുത്തിയ കൗമാരക്കാരായ ഒരു പെൺകുട്ടിയുടെയും ആൺകുട്ടിയുടെയും കഥകളാണ് ഈ രണ്ട് നോവലുകളും പങ്കുവെക്കുന്നത്. യുദ്ധം നരകതുല്യമാക്കിയ മനുഷ്യരുടെ ദയനീയ ജീവിതം തന്നെയാണ് രണ്ടിലും വരച്ചുകാണിക്കുന്നത്.

സമർ യസ്ബകിന്റെ രണ്ട് കൃതികൾ ഗ്രീൻ ബുക്സ് പ്രസിദ്ധീകരിച്ചിട്ടുണ്ട്. The Crossingന്റെ മലയാള പരിഭാഷയായ 'വ്രണിത പലായനങ്ങൾ (ഹരിത സാവിത്രി, 2019), 'അൽ-മശ്ശാഅ'യുടെ വിവർത്തനമായ 'നീലമഷിപ്പേന' (2021). പാരീസിൽനിന്നും പ്രസിദ്ധീകരിക്കുന്ന

'വിമെൻ ഓഫ് സിറിയ' എന്ന മാഗസിന്റെ പത്രാധിപരാണ് സമർ യസ്ബക് നിലവിൽ.

സിറിയയിലെ ലത്താക്കിയൻ മലനിരകളിലൊന്നിന്റെ മുകളിൽ വ്യോമാക്രമണത്തിൽ പരിക്കേറ്റ് കിടക്കുന്ന പത്തൊമ്പത് വയസ്സുള്ള അലി എന്ന പട്ടാളക്കാരന്റെ കഥ യാണ് യസ്ബകിന്റെ ഏറ്റവും പുതിയ നോവലായ 'മഖാം അൽ-രീഹ്' (Where the wind calls home) പങ്കുവെക്കു ന്നത്. 'കാറ്റ് പാർക്കുമിടം' എന്ന ഈ പുസ്തകം നോവ ലിന്റെ അറബിയിൽനിന്നും നേരിട്ടുള്ള മലയാള വിവർത്തന മാണ്. സിറിയൻ സർക്കാരിനെതിരെ പൊരുതുന്ന പ്രതി പക്ഷ കലാപകാരികൾ കാട്ടിലെവിടെയോ ഒളിച്ചിരിക്കുന്നു വെന്ന വിവരം കിട്ടി തിരച്ചിൽ നടത്തുകയായിരുന്ന സൈന്യത്തിലെ പട്രോളിംഗ് സംഘത്തിൽ അംഗമായി രുന്നു അലി. എന്നാൽ തങ്ങളുടെതന്നെ സൈന്യത്തിന്റെ വിമാനം വർഷിച്ചൊരു ബോംബാക്രമണത്തിൽ ചിന്നി ച്ചിതറാനായിരുന്നു ആ പട്ടാളക്കാരുടെ യോഗം. അലി ഒഴികെയുള്ള സംഘാംഗങ്ങളെല്ലാം കൊല്ലപ്പെട്ടു. ഗുരു തരമായി പരിക്കേറ്റ് മലമുകളിൽ മരണം കാത്തുകിടക്കുക യാണ് അലി.

ഒരു പകലും രാത്രിയും നീളുന്ന വേദനാപർവ്വത്തി നിടയ്ക്ക് തന്റെ ജീവിതത്തിലെ വിവിധ അദ്ധ്യായങ്ങൾ അലിയുടെ ചിതറിയ ചിന്തകളിലേക്ക് തിരികെ എത്തുന്ന മായക്കാഴ്ചകളാണ് യസ്ബക് സർറിയലിസ്റ്റിക് രീതിയിൽ ചിത്രീകരിക്കുന്നത്. 'നീലമഷിപ്പേന'യിലെ റീമയുടേതു പോലെ അലിയുടേയും ജീവിതം മാറിമറിയുന്നത് ഒരു മിലിറ്ററി ചെക്പോസ്റ്റിൽ വച്ചാണ്. പട്ടാളത്തിൽ ചേർക്കാ നായി കൂലിപ്പട്ടാളക്കാർ തട്ടിക്കൊണ്ടുപോവുകയായിരുന്നു അലിയെ. റീമയെപ്പോലെ അലിയും വിചിത്രസ്വഭാവിയാണ്. രണ്ടുപേരെയും ഭ്രാന്തരെന്ന് വിളിക്കാനായിരുന്നു സമൂഹ ത്തിന് താല്പര്യം. എന്നാൽ ലോകം തങ്ങളോട് ഇത്ര ക്രൂരമായി പെരുമാറുന്നത് എന്തുകൊണ്ടാണെന്ന് തിരി ച്ചറിയാൻ സാധിക്കാത്ത നിഷ്കളങ്കരാണ് അലിയും റീമയും. നിർത്താതെ നടക്കാനാണ് റീമയ്ക്ക് ഇഷ്ടമെങ്കിൽ മല മുകളിലൂടെയും പൊന്തക്കാടിലൂടെയും ഓടിനടക്കാനായി രുന്നു അലിക്ക് കൊതി.

പ്രകൃതിയായിരുന്നു അവന്റെ ഏറ്റവും വലിയ കൂട്ട്. പെറ്റമ്മ നഹ്‌ലയാണെങ്കിലും ഹിമൈറൂന എന്ന വൃദ്ധയായിരുന്നു അവന്റെ പോറ്റമ്മ. 'മരത്തിന്റെ മകനാണ് നീ' എന്നാണ് ഹിമൈറൂന അലിയോട് എപ്പോഴും പറയാറുള്ളത്. നഹ്‌ലയുടെ മറ്റു മക്കളെപ്പോലെയേ അല്ല അലി. വീടിനരികിലെ ഓക്ക്മരത്തിലെ ഏറുമാടമാണ് അവന്റെ ലോകം. പിന്നെ ഗ്രാമത്തിലെ വിശുദ്ധനെ മറമാടിയിരിക്കുന്ന 'മഖാം' എന്നറിയപ്പെടുന്ന കുടീരത്തിനരികിലെ ഓക്കുമരവും അവന്റെ കൂട്ടായി മാറി. അവസാനം സ്ഫോടനത്തിൽ പരിക്കേറ്റ് കിടക്കുന്നതും മറ്റൊരു ഓക്ക് മരത്തിന് കീഴിൽ തന്നെയാണ്.

മരണം കാത്തുകിടക്കുന്നവന്റെ ചിതറിയ ഓർമ്മകളെപ്പോലെതന്നെ ഛിദ്രമായ ആഖ്യാനഘടനയാണ് യസ്ബക് നോവലിൽ സ്വീകരിച്ചിരിക്കുന്നത്. നോൺ ലീനിയർ ആഖ്യാനശൈലിയിൽ ഫ്ളാഷ് ബാക്കുകളും ഭാവിയും ഭൂതവും വർത്തമാനവും കൂടിക്കലർന്നൊരു കഥനരീതിയാണ് വായനക്കാരന് മുന്നിൽ തെളിയുന്നത്. പ്രാദേശിക ഭാഷയിലുള്ള ഏതാനും സംഭാഷണശകലങ്ങൾ ഒഴിച്ചു നിർത്തിയാൽ കഥാനായകന്റെ മനോഗതങ്ങൾ തന്നെയാണ് ആഖ്യാനത്തിന്റെ സിംഹഭാഗവും.

അലവി ഷിയാ സമൂഹത്തിൽ പരിവർത്തനം എന്ന യസ്ബകിന്റെ ഇഷ്ടവിഷയമാണ് ഈ നോവലിന്റെയും പ്രമേയം. ലത്താക്കിയൻ മലനിരകളിലെ ഗ്രാമങ്ങളിൽ കൊടിയ ദാരിദ്ര്യവും യുദ്ധപ്രഭുക്കന്മാരുടെ ചൂഷണങ്ങളും സഹിച്ച് നരകജീവിതം നയിക്കുന്ന ഒരു കൂട്ടം മനുഷ്യരുടെ കഥയാണ് 'മഖാം അൽ-രീഹ്'. തങ്ങളുടെ മക്കളെയും മണ്ണിനെയും രാജ്യത്തിനും അതിന്റെ പ്രസിഡന്റിന്റെ സ്വേച്ഛാധിപത്യത്തിനുമായി ബലി കൊടുക്കേണ്ടിവരുന്നൊരു ജനതയുടെ ദുരിതപർവ്വമാണ് യസ്ബക് വായനക്കാരുമായി പങ്കുവയ്ക്കുന്നത്.

അലിയെയും അവന് ചുറ്റുമുള്ള പേരുള്ളതും ഇല്ലാത്തതുമായ ഏതാനും മനുഷ്യരേയും ഒഴിച്ചുനിർത്തിയാൽ ഈ നോവൽ മുഴുവൻ പ്രകൃതിയുടേതാണ്. മരങ്ങളും ഏറുമാടവും കാറ്റും മേഘങ്ങളും മലമുകളിലെ തൂക്കാം

പാറയും പൊന്തക്കാടുകളും താഴ്വരയിലെ നാരകത്തോട്ട ങ്ങളും കാട്ടുപാതകളുമൊക്കെ അവയുടെ സകലമാന വന്യവും ഹൃദ്യവുമായ ഭാവങ്ങളിൽ പകർന്നാടുന്ന കാഴ്ച യാണ് യസ്ബക് വരച്ചുകാണിക്കുന്നത്. ചെരുപ്പുകളിടാതെ ചോരയൊലിക്കുന്ന വിണ്ടുകീറിയ പാദങ്ങളുമായി പൊന്ത ക്കാട്ടിനുള്ളിലൂടെ ഓടിനടക്കാൻ മാത്രം കൊതിച്ച അലി എന്ന കൗമാരക്കാരന്റെ ചെറിയ ലോകത്തേക്കാണ് വായന ക്കാരന് പോകേണ്ടത്. മരണത്തിന്റെ അഗാധഗർത്തത്തി ലേക്ക് വഴുതിവീഴാൻ പോകുന്നതിനിടയിലും ഓക്കുമര ത്തിന്റെ ശിഖരങ്ങളിലേക്ക് പറന്നുയരാൻ കൊതിക്കുന്ന അവന്റെ പ്രതീക്ഷയുടെ മനസ്സിലേക്ക്!

ഡോ. എൻ. ഷംനാദ്

ഒന്ന്

വെറുമൊരു ചെറിയ ഇല. പക്ഷേ ഉച്ചവെയിലായിരുന്നിട്ടും ഒട്ടിപ്പിടിച്ച കൺപീലികൾക്കിടയിലൂടെ അതിനെ നേരേചൊവ്വേ കാണാനേ കഴിയുന്നില്ല.

ഏതോ മരത്തിന്റെ ഇല തന്നെയായിരിക്കും. പച്ചനിറമുള്ള ഒരു ഇലക്കീറ്. വളരെ ബുദ്ധിമുട്ടി, സാവധാനം കൺപോളകൾ അനക്കുമ്പോൾ ഒരു തിരശ്ശീലകണക്കേ കൺമുന്നിൽ കാണാമതിനെ. മണ്ണ് പറ്റിപ്പിടിച്ച നീണ്ട കൺപീലികളെ സ്പർശിച്ചിരിക്കുന്ന ഇല. കണ്ണിൽ പതിച്ച മൃദുവായ മൺതരികൾ കാരണം വ്യക്തമായി കാണാനാകുന്നില്ല. കണ്ണ് നിറയെ അസഹ്യമായ പുകച്ചിലാണ്. കൺപോളകൾ ഒന്ന് അടച്ചുതുറന്നാൽ ഇടത്തേ കണ്ണിൻമുകളിലിരിക്കുന്ന ആ ഇല നിലത്തേക്ക് വീണുപോകും.

ആ ഇലതന്നെയാണ് ലോകം മുഴുവനുമെന്ന് തോന്നുന്നു. യാതൊരു ശബ്ദവുമില്ല, ഗന്ധവുമില്ല. മറ്റേ കണ്ണ് ഉണ്ടെന്നുതന്നെ തോന്നുന്നില്ല. താൻ ജീവനോടെ ഇരിക്കുകതന്നെയാണോ? ആകാം. സ്വന്തമായൊരു ദേഹമുണ്ടോ? ഉണ്ടെങ്കിൽ അതിപ്പോൾ എവിടെയാണ്? അപ്പോൾ പിന്നെ?

ജീവനോടെയുണ്ട് എന്ന തോന്നലിന് കറുത്ത വരകൾ മാത്രം കാണുന്ന, ഈ അരണ്ട വെളിച്ചം കാണുന്ന അല്പം സ്ഥലത്തിനപ്പുറം വലിപ്പമേയില്ല. ആ കാണുന്നത് സ്വന്തം കൺപീലികൾ തന്നെയാണോ, അതല്ല പേക്കിനാവുകളാണോ എന്നതൊന്നും കാര്യമാക്കുന്നതേയില്ല.

ഈ ഇരുൾ വൈകാതെ ഉള്ളിലേക്കും ആഴ്ന്നിറങ്ങുമായിരിക്കും. ആഴമേറിയ, അജ്ഞാതമായ ഏതോ ഒരിടത്തേക്ക് സാവധാനം കൂപ്പുകുത്തുകയാണ് താൻ. ഗുരുത്വാകർഷണം തന്നെ ഇല്ലാത്തതുപോലെ. ശിരസ് തൂങ്ങിയാടുന്നതുപോലെ. ആ കുഴിമാടത്തിലേക്ക് വീണത് താൻ തന്നെയായിരിക്കുമോ? ആ കാണുന്നത് സ്വന്തം ശവശരീരം തന്നെയാണോ? ആ ശിരസ്സും തന്റേതു തന്നെയായിരിക്കുമോ?

ഇല തെന്നിമാറിയതോടെ ഇപ്പോൾ ഒരു കണ്ണ് കാണാം. അത് എന്റെ കണ്ണ് തന്നെയാണ്. എന്നാൽ അത് വായുവിൽ ചുറ്റിത്തിരിയുകയാണെന്നു മാത്രം. ഏതോ ഒരു മൃതശരീരം കുഴിമാടത്തിലേക്ക് പതിക്കുന്നത് നോക്കിനിൽക്കുകയാണ് ആ കണ്ണ്. കാണാനാകാത്ത ഒരു ശവപ്പെട്ടിയിൽ കിടക്കുകയാണ് തന്റെ ശരീരം. അത് തന്റെ ശരീരമാണെന്നറിയാം. കുഴിമാടത്തിന് ഭയപ്പെടുത്താൻ മാത്രമുള്ള ആഴമില്ല. എന്നാൽ മണ്ണിട്ട് മൂടിക്കഴിഞ്ഞാൽ ശരീരം ദ്രവിച്ചുപോകാൻ ആവശ്യമുള്ള ആഴമുണ്ടുതാനും. വായുവിൽ കാണുന്നതാകട്ടെ, ഒരൊറ്റ കണ്ണിനെ മാത്രമാണ്.

കുഴിമാടത്തിനുചുറ്റും ഒരുപറ്റം മനുഷ്യരുടെ നിഴൽരൂപങ്ങളെ കാണുന്നുണ്ട്. ഗർത്തത്തിനുള്ളിൽ തൂങ്ങിയാടുന്നതായ തോന്നലിനു തന്നെ എന്തോ ഒരു മാധുര്യം. മണ്ണിന്റെ അടരുകളിൽ കെട്ടിപ്പിണഞ്ഞു കിടക്കുന്ന പുല്ലുകളുടെ മൃദുവായ വേരുകൾ കാണാം. വെളുത്ത, ഇടതൂർന്ന, മൃദുവായ വേരുകൾ. മൺവെട്ടികൊണ്ട് വെട്ടിയൊതുക്കിയ വേരുകൾ. അവയുടെ അഗ്രങ്ങളിൽനിന്ന് പ്രഭാതത്തിന്റെ ഗന്ധം മണക്കുന്നുണ്ട്. ഏതാനും മൺപുഴുക്കൾ ശവപ്പെട്ടിയുടെ അരികിലേക്ക് തെന്നിവീണു.

കൈയിലെടുത്ത് കളിക്കുന്നതിനിടെ അവയുടെ മൃദുവായ സ്പർശം അനുഭവിച്ചറിഞ്ഞിട്ടുള്ളത് ഓർമ്മയുണ്ട്. എന്നാൽ അത് എപ്പോഴാണെന്ന് ഓർമ്മ കിട്ടുന്നില്ല. പൂക്കളിൽ പരതി നടക്കുന്ന ഏതാനും പുഴുക്കളെ ശേഖരിച്ച് വലിയൊരു പാറയുടെ മുകളിൽ നിരത്തി നിർത്തി. അവരെ വച്ചൊരു ഓട്ടമത്സരം നടത്തുകയായിരുന്നോ താൻ? അറിയില്ല. എങ്കിലും ആ പുഴുക്കളുടെ പിടച്ചിൽ ഈ വീഴ്ചയ്ക്കിടയിലും നന്നായി ഓർമ്മ വരുന്നുണ്ട്. അത് നൽകുന്നത് ആശ്വാസം തന്നെയാണ്.

പതിയെ ആ കാഴ്ചയ്ക്ക് തെളിമയേറി വന്നു. വിശുദ്ധനെ മറമാടിയിരിക്കുന്ന കുടീരത്തിനരികിലുള്ള മഖ്ബറയും അവിടെയുള്ള കൂറ്റൻ വൃക്ഷവുമാണ് മുന്നിൽ തെളിയുന്നത്. താനിപ്പോഴും ഇവിടെത്തന്നെയാണ്. എവിടെ? അല്ലെങ്കിൽതന്നെ ഈ 'ഇവിടെ' എന്നു പറയുന്നത് എന്താണ്? അത് താൻ തന്നെയാണ്. വേറെയാരുമല്ല. എന്തും കാണുന്ന ആ കണ്ണിനെപ്പോലെ എനിക്കിപ്പോൾ എന്നെത്തന്നെ കാണാം.

മഖ്ബറയിൽ പുരുഷന്മാർക്ക് പിന്നിൽ കൂടിനിൽക്കുന്ന സ്ത്രീകളെ കാണുന്നുണ്ട്. വെള്ള ശിരോവസ്ത്രംകൊണ്ട് തല മറച്ചവർ. അവരിലൊരാൾ ശിരസ്സിലെ വെള്ള സ്കാർഫ് ഊരി എറിയുന്നതു കണ്ടു. അലറിവിളിച്ചുകൊണ്ട് പുരുഷന്മാരെ തള്ളിമാറ്റി മുന്നോട്ട് വരുവാൻ നോക്കുകയാണവർ. അത് ഉമ്മയായിരുന്നു. എന്നാൽ അവർ തന്റെ

ഉമ്മയാണെന്ന് എങ്ങനെയാണ് മനസ്സിലായത്? അവരുടെ രൂപം പക്ഷേ വ്യക്തമല്ല. അപ്പോൾ തനിക്കൊരു കുടുംബമുണ്ടെന്നർത്ഥം.

പ്രത്യേകിച്ച് ഒന്നും തോന്നുന്നതേയില്ല. ഒരു പക്ഷിയെപ്പോലെ ചുറ്റിപ്പറക്കുകയായിരുന്നു താൻ. പക്ഷിയല്ലെന്ന് അറിയാമെങ്കിലും ആളുകളെയെല്ലാം കാണാം. താൻ ശരിക്കുമൊരു കണ്ണ് മാത്രമായിരുന്നു. രണ്ടു കണ്ണുകൾപോലുമായിരുന്നില്ല. ത്രിമാനരൂപത്തിൽ വസ്തുക്കളെ കാണാൻ കഴിയുന്നൊരു കണ്ണ്. ഗ്രാമത്തിലെ മരിക്കുന്നവരെ അടക്കം ചെയ്യുന്ന മഖ്ബറയുടെ മുകളിൽ റാകിപ്പറക്കുന്നൊരു കണ്ണ്. അതേ, തന്റെ ഗ്രാമം തന്നെയാണത്.

ആ കുഴിമാടത്തിലേക്ക് ഇറക്കിവെക്കുന്ന ദേഹത്തെ കാണാം. ഏതോ ഒരു സ്ത്രീയുടെ തേങ്ങൽ കേൾക്കാം. കായികാഭ്യാസിയുടേതുപോലുള്ള അവരുടെ ചലനങ്ങളും രോഷം വന്നതുപോലുള്ള ഓട്ടവും കണ്ടപ്പോൾതന്നെ മനസ്സിലായി അത് ഉമ്മ തന്നെയാണെന്ന്. കുരവയിടുന്ന ശബ്ദം കേൾക്കാം. ആരോ വിലപിക്കുന്നു. വെടിയുതിർക്കുന്ന ഒച്ച. അടക്കിപ്പിടിച്ച സംസാരം. ശവമടക്ക് ചടങ്ങുകളിൽ ചിരപരിചിതമായ ഒച്ചകളാണിത്.

എന്നാൽ, പതിവുള്ള വിലാപമോ തേങ്ങലുകളോ അല്ല ഇപ്പോൾ കേൾക്കുന്നത്. ധരിച്ചിരിക്കുന്ന വസ്ത്രങ്ങൾ വലിച്ചുകീറുന്ന സ്ത്രീകളെയൊന്നും കാണുന്നില്ല. എന്നിട്ടും ആ ദൃശ്യം തീർത്തും അപരിചിതമാണെന്ന് തോന്നിയതേയില്ല. ഈ കാഴ്ചയും ശബ്ദങ്ങളും മുമ്പെപ്പോഴോ പരിചയമുണ്ടല്ലോ? പിന്നാലെ കേട്ട ബഹളമാകട്ടെ, അല്പം വ്യത്യസ്തമായാണ് അനുഭവപ്പെട്ടത്.

അതാ, നിൽക്കുന്നു വാപ്പ. നിറവയറുമായി ചാരെത്തന്നെയുണ്ട് വിധവയായ സഹോദരിയും. പക്ഷേ, കാഴ്ചയ്ക്ക് എന്തോ ഒരു മങ്ങൽ. ആളുകളുടെ ശിരസ്സുകൾക്കു മുകളിൽ ചുറ്റിപ്പറന്നുകൊണ്ടിരിക്കുന്നതിനാൽ മണ്ണിലേക്ക് ഇറങ്ങിച്ചെല്ലാനാകില്ല. വായുവിൽ റാകിപ്പറക്കുന്നൊരു കണ്ണാണ് താൻ. എങ്കിലും താഴേക്ക് ചെന്നേ തീരൂ. എന്നാലേ ആ മൃതശരീരം തന്റേതാണോ അതല്ല, സഹോദരന്റേതാണോ എന്നറിയാൻ പറ്റുകയുള്ളൂ.

ഒരു നിമിഷം പറക്കൽ നിർത്തി ഖബറിനുള്ളിൽ കിടക്കുന്നത് ആരാണെന്ന് മനസ്സിലാക്കാൻ ശ്രമിച്ചുനോക്കി. ആകാശത്തിൽ നിന്നും മറ്റാർക്കും കാണാനാകാത്തൊരു ചരടിൽ തൂങ്ങിക്കിടക്കുകയാണ് ഞാൻ. താഴേക്ക് നോക്കിയാൽ വലിയൊരു ആൾക്കൂട്ടത്തെ കാണാം. ശേഷം പല ദിക്കുകളിലേക്ക് ആടി നോക്കി. ആളുകൾ ചുണ്ടുകൾ അനക്കുന്നത് കാണാമെങ്കിലും എന്താണ് പറയുന്നതെന്ന് കേൾക്കാൻ വയ്യ. അലറി വിളിക്കണമെന്ന് മനസ്സ് കേണു.

താനിവിടെത്തന്നെയുണ്ട്. മരിച്ചിട്ടൊന്നുമില്ല. മരിക്കാൻ ആഗ്രഹിക്കുന്നതുമില്ല. തങ്ങൾ ആ കുഴിമാടത്തിലേക്ക് ഇറക്കിവച്ചത് ഏതോ മൃഗത്തിനെയാണെന്ന് അവരോട് പറയണം. അല്ലെങ്കിൽ താനല്ലാത്ത മറ്റേതോ അജ്ഞാതനായ വ്യക്തിയായിരിക്കും. പക്ഷേ, ആരും ഞാൻ പറയുന്നത് ശ്രദ്ധിക്കുന്നതേയില്ല.

പക്ഷേ, തനിക്ക് ഈ മൃതശരീരത്തെ അറിയാമല്ലോ. എന്നാൽ അത് സഹോദരന്റേതാണോ അതോ തന്റേതു തന്നെയാണോ എന്ന് വേർതിരിച്ചറിയാൻ മാത്രം സാധിക്കുന്നില്ല.

ചുറ്റുമൊന്ന് പാളി നോക്കി. അപ്പോൾ അതാ, ആകാശത്ത് നിന്നും കാണാച്ചരടുകളിൽ തൂങ്ങിയാടുന്ന വേറെയും മനുഷ്യരൂപങ്ങളെ കാണാം. അവരോരോരുത്തരും നോക്കുന്നത് ധാരാളം ശവക്കുഴികളിലേക്കാണ്. കടലിലേക്ക് എത്തിനോക്കുന്ന കുന്നിൻമുകളിൽ നിറയെ ശവക്കുഴികൾ. ഒരു നിമിഷം ശ്വാസം മുട്ടുന്നതുപോലെ തോന്നി. പെട്ടെന്നുതന്നെ ശ്രദ്ധിച്ചത് ഒരു കണ്ണിന് എങ്ങനെയാണ് ശ്വാസം മുട്ടുന്നത് എന്ന ചോദ്യമായിരുന്നു.

കുഴിമാടത്തിലേക്ക് നോക്കിനിൽക്കുന്നൊരു കണ്ണ് മാത്രമാണ് ഞാൻ. അവസാനം ഉമ്മ പാടുന്നത് കേൾക്കാമെന്നായിരിക്കുന്നു. ഇത് അവരുടെ ശബ്ദം തന്നെയാണ്. ചിലപ്പോൾ കേൾക്കുന്നത് അവരുടെ വിലാപമാണ്. അവർ നിലവിളിക്കുന്നത് കേൾക്കാം. തന്റെ പേരു പറഞ്ഞാണ് ഉമ്മ വിലപിക്കുന്നതെന്നും മനസ്സിലായി. പക്ഷേ, ഒന്നും കേൾക്കാൻ പറ്റുന്നില്ലല്ലോ?

ഉമ്മ തന്നെ വിളിച്ചതോടുകൂടി ശബ്ദം അപ്രത്യക്ഷമായിരിക്കുന്നു. ആകാശത്തേക്ക് നോക്കുമ്പോൾ ഉമ്മയ്ക്ക് അറിയാമായിരിക്കും താൻ അവരെ കാണുന്നുണ്ടെന്ന്. ഉമ്മയുടെ ശബ്ദം ഉയരുകയാണ്. അവർ എന്റെ പേര് ചൊല്ലി വിളിക്കുകയായിരിക്കും. അതിനർത്ഥം ഞാൻ മരിച്ചുകഴിഞ്ഞെന്നാണ്. അപ്പോൾ പിന്നെ ആത്മാവായിരിക്കും ആകാശത്തെ ചരടിൽ തൂങ്ങിയാടുന്നത്.

ചൂളമടിക്കണമെന്ന് തോന്നി. താനിവിടെ ഉണ്ടെന്ന് ഉമ്മ അറിയണമല്ലോ. പക്ഷേ ഞാൻ വെറുമൊരു കണ്ണ് മാത്രമല്ലേ? പണ്ട് ചെയ്യാറുള്ളതുപോലെ കരിങ്കിളിയുടെ ശബ്ദത്തിൽ ചൂളമടിക്കാനും സാധിക്കില്ല.

ശവപ്പെട്ടിയിൽ പുതപ്പിച്ചിരിക്കുന്ന രാജ്യത്തിന്റെ പതാക നന്നായി കാണാം. ചുവപ്പും വെളുപ്പും കറുപ്പും നിറങ്ങളിലുള്ള പതാക. മധ്യത്തിലായി രണ്ട് നക്ഷത്രങ്ങളുടെ രൂപവുമുണ്ട്. അവയുടെ നിറമെന്താണ്? അറിയില്ല. പിന്നെ കാണുന്നത് ഉമ്മയുടെ കൈകൾ ശവപ്പെട്ടിയിൽ അള്ളിപ്പിടിക്കുന്നതാണ്. പതാക വലിച്ചുമാറ്റുകയാണവർ.

ഉമ്മയുടെ വിണ്ടുകീറിയ വിരലുകൾ പടുകൂറ്റൻ യവനികകളായി മാറിയിരിക്കുന്നു. ആണി തറച്ചതുപോലെ ശവപ്പെട്ടിയിൽ അള്ളിപ്പിടിച്ചിരിക്കുകയാണ് അവരുടെ വിരലുകൾ.

പിന്നാലെ ശബ്ദവും നിറങ്ങളുമൊക്കെ അപ്രത്യക്ഷമായി. ഉമ്മയുടെ ദേഹം മാത്രം ശവപ്പെട്ടിയിൽ പറ്റിച്ചേർന്നു കിടക്കുന്നു. അന്നേരം മനസ്സിലായി താൻ മരിച്ചുപോയിട്ടില്ലെന്ന്. കാരണം കൺപോളകൾ ചലിപ്പിക്കാൻ സാധിച്ച, മരത്തിന്റെ ഇലയെ കാണാൻ കഴിഞ്ഞ ആ നിമിഷത്തിൽതന്നെ ഒരു കാര്യം മനസ്സിലായി. ആ കാണുന്ന മൃതദേഹം തന്റെ സഹോദരന്റേതായിരുന്നു. ആ കുഴിമാടത്തിലേക്ക് ഇറക്കിവയ്ക്കപ്പെട്ട ശരീരം തന്റേതായിരുന്നില്ല.

പതിയെ മറ്റേ കണ്ണ് കൂടി തുറന്നു. കണ്ണിൻമുകളിൽ പറ്റിപ്പിടിച്ചിരിക്കുകയായിരുന്ന ഇലത്തുണ്ട് വഴുതി താഴേക്ക് വീണിരിക്കുന്നുവെന്ന് ഉറപ്പായി. അതോടെ മുൻഭാഗത്തെ കാഴ്ച കുറച്ചുകൂടി വ്യക്തമായി. ഉടലിന് മുകളിൽ ശിരസ്സ് സുരക്ഷിതമായുണ്ടെന്ന് മനസ്സിലായി. പിന്നെ ഉടലെന്ന് തോന്നുന്ന ഭാഗത്തും കുറേയേറെ ഇലകൾ പറ്റിപ്പിടിച്ച് കിടപ്പുണ്ട്.

തല ഒരിക്കൽകൂടി ചലിപ്പിക്കാൻ കഴിഞ്ഞപ്പോഴാണ് ആ വൃക്ഷത്തെ കാണാനായത്. പടുകൂറ്റൻ മരം അകലെയാണെന്നാണ് തോന്നുന്നത്. എന്നാൽ വെറും മിഥ്യയാണെന്ന് തോന്നാൻ മാത്രം അകലെയാണെന്നും പറയുകവയ്യ. എന്തായാലും ആ മരമൊരു സ്വപ്നമോ പേക്കിനാവോ അല്ല.

കൃഷ്ണമണികൾ വികസിക്കുംവിധം കണ്ണുകൾ തുറന്നു നോക്കാൻ ശ്രമിച്ചപ്പോൾ കടുത്ത പ്രകാശം നേരിടാനാവാതെ പോയി. ജീവനോടെതന്നെ ഉണ്ടെന്നർത്ഥം. അല്പം മുമ്പ് വരെയും ഞാൻ ഇവിടെത്തന്നെ ഉണ്ടായിരുന്നു. ഈ 'അല്പം മുമ്പ്' എന്നു പറയുന്നത് കൃത്യമായി എപ്പോഴാണെന്ന് അറിയില്ലെന്നു മാത്രം. പക്ഷേ ഞാൻ ഇവിടെത്തന്നെയുണ്ട്.

മുകളിലേക്ക് നോക്കിയാൽ ആകാശം കാണാം. അഴുകിയതും മഞ്ഞയും ചാരനിറമാർന്നതുമായ ഇലകൾ ഉടൽമൂടിയിരിക്കുകയാണ്. ഇടത്തേ കണ്ണിന് മുകളിലൊരു പച്ചയില ഇരിപ്പുണ്ട്. ശബ്ദമൊന്നും കേൾക്കുന്നതേയില്ല. സമ്പൂർണ്ണ നിശ്ശബ്ദതയാണ് ചുറ്റും. അന്നേരമാണ് ചലിക്കാനേ സാധിക്കുന്നില്ലെന്ന് മനസ്സിലായത്. എന്തോ കത്തിക്കരിഞ്ഞ ഗന്ധം മണത്തറിയാം. കൈകൾ ഉണ്ടെന്ന് തോന്നുന്നു. അവയുടെ സ്പർശം തിരിച്ചറിയാം. പിന്നീടാണ് ഇലകൾ ഞെരിഞ്ഞമരുന്ന ശബ്ദം കേൾക്കാൻ സാധിച്ചത്.

ദുർബ്ബലമായൊരു ചലനത്തിലൂടെ ഉടലൊന്ന് അനക്കാൻ ശ്രമിച്ചു നോക്കി. മറ്റേ കണ്ണിന് കാണാനാകുമെന്ന് മനസ്സിലാക്കാൻ അത്

ധാരാളമായിരുന്നു. ആകാശത്ത് വിദൂരത്തുനിന്ന് നോക്കുന്നൊരാൾ എന്റെ ദേഹത്തേക്ക് നോക്കിയാൽ കാണുന്നത് മരത്തിന്റെ ഇലകളുടെയും ചില്ലകളുടെയും ഒരു കൂനയായിരിക്കും. മണ്ണും രക്തവും കലർന്ന മുഖംമൂടിക്കുള്ളിൽനിന്നും രണ്ട് കുഴികൾ മാത്രമായിരിക്കും കാണാനാകുക. കണ്ണിലെ വെളുത്ത നിറം മാത്രമായിരിക്കും കൂറ്റനൊരു മരം മാത്രമുള്ള കുന്നിൻമുകളിലെ വിജനമായ പ്രദേശത്ത് ഒരു മനുഷ്യശരീരം കിടക്കുന്നുണ്ടെന്നു തോന്നിപ്പിക്കുക.

ആ നിമിഷം വരെയും അവനറിയില്ലായിരുന്നു, താൻ ഇലകൾക്കും മണ്ണിനും ചില്ലകൾക്കുമടിയിൽ മൂടപ്പെട്ട അവസ്ഥയിലാണെന്ന്. ആകെ അറിയാവുന്നത് താനിപ്പോഴും ശ്വസിക്കുന്നുണ്ടെന്നതാണ്. രണ്ട് കണ്ണുകളും കൈകളുമുണ്ട്. ഹൃദയമിടിപ്പുകൾ കേൾക്കാം. ആഴത്തിലൊരു നെടുവീർപ്പിട്ടപ്പോൾ നെഞ്ചിലെ പേശികൾ അനങ്ങി. എന്തോ ഒരു കിറുകിറു ശബ്ദം പിന്നെയും കേട്ടു.

നിലത്ത് വീണുകിടക്കുകയാണവൻ. പക്ഷേ കാൽപാദങ്ങളുണ്ടെന്ന് തോന്നുന്നതേയില്ല. മുതുകിൽ ശൂലം കുത്തിക്കയറിയതുപോലെ. അതോ മഞ്ഞുകട്ടയായിരിക്കുമോ? പൊള്ളുന്ന വേദനയുണ്ട്. എന്താണെന്നറിയില്ല. എന്നാലതിന് എന്തോ ഒരു പശിമയുള്ളതുപോലെ. കോൺക്രീറ്റ് ചെയ്ത കുഴിക്കുള്ളിൽ പകുതി ദേഹം അകപ്പെട്ടുപോയതുപോലെ. എഴുന്നേൽക്കാൻ സാധിക്കുന്നില്ല. ഇപ്പോഴും ജീവനോടെ തന്നെയുണ്ടെന്ന് ഉറപ്പുവരുത്തുന്നതിനായി ഉടലിലൊന്ന് തൊട്ടുനോക്കണമെന്നുണ്ട്.

അടുത്തു നിൽക്കുന്ന വൃക്ഷമാണ് ആശയക്കുഴപ്പമുണ്ടാക്കുന്നത്. ഗ്രാമത്തിലെ വിശുദ്ധന്റെ കുടീരത്തിലെ വൃക്ഷമായിരിക്കാം ഇത്. ചിലപ്പോൾ തങ്ങളുടെ വീട്ടിലെ മരവുമാകാം. ചിലപ്പോൾ ആ കുഴിമാടത്തിൽ ഇറക്കിവെക്കുന്നതായി കണ്ടത് തന്നെത്തന്നെയായിരിക്കും. സഹോദരന്റെ മൃതശരീരം അടക്കം ചെയ്ത സംഭവം ഓർമ്മയുണ്ടെങ്കിലും വിഭ്രമചിന്തകൾ കാരണം ഒന്നും ഉറപ്പുവരുത്താനാകുന്നില്ല.

ബാല്യം മുതലേ തനിക്ക് പരിചയമുള്ള വൃക്ഷം തന്നെയായിരിക്കുമത്. കുറേനേരം സൂക്ഷിച്ചുനോക്കിയപ്പോൾ ഈ മരം യുദ്ധമുന്നണിയിൽ നേരത്തേ ഉണ്ടായിരുന്നല്ലോ എന്ന് തോന്നി. സൈനികരായ ഒരു കൂട്ടം സഹപ്രവർത്തകർക്കൊപ്പം തോക്കും തൂക്കി മാർച്ച് ചെയ്യുന്നതിനിടെ താൻ പതിവുപോലെ ഈ മരത്തിനു നേർക്ക് താല്പര്യത്തോടുകൂടി ഉറ്റുനോക്കിയിരുന്നതാണല്ലോ?

അഗാധതയുടെ ആലസ്യത്തിലേക്ക് കൂപ്പുകുത്തുന്ന നിമിഷങ്ങൾ ഏറെ പ്രിയങ്കരമായിരുന്നിട്ടും ഉടലൊന്ന് ചലിപ്പിക്കാൻതന്നെ തീരുമാനിച്ചു. ദേഹം ഒന്നുകൂടി കുടയാൻ നോക്കി. അപ്പോഴാണ് മനസ്സിലായത് ചലിക്കാൻപോലും സാധിക്കില്ലെന്ന്. നിശ്ശബ്ദത വല്ലാതെ

ഭയപ്പെടുത്തുന്നു. നെഞ്ചിടിക്കുന്ന ശബ്ദം മാത്രം ചെവിക്കല്ലുകൾ തുളച്ചുകയറുന്നതുമാതിരി കേൾക്കാം.

ഈ നിശ്ശബ്ദത എവിടെനിന്നായിരിക്കും ഉണ്ടാകുന്നത്? എവിടെപ്പോയിട്ടുണ്ടാകും പക്ഷികളുടെയും വൃക്ഷങ്ങളുടെയുമൊക്കെ ശബ്ദം? ഓരോ മരത്തിനുമുണ്ടാകും സ്വന്തമായൊരു ശബ്ദം പേറേണ്ട ബാധ്യത. കൂട്ടിന് ഉറ്റതോഴരായ പക്ഷികളുടെ ശബ്ദവുമുണ്ടാകും. ഇക്കാര്യം തന്നോട് പറഞ്ഞത് ആരാണ്?

മരത്തിന്റെ വലതുഭാഗത്തുനിന്ന് കട്ടിപ്പുക ഉയരുന്നത് കാണാം. ഇടതുഭാഗത്തേക്ക് നോട്ടം പായിച്ചതും അവിടെയും കണ്ടു എന്തോ കത്തിയാളുന്നത്. മാംസം കത്തുന്ന ഗന്ധം. കണ്ണുകൾ അടച്ചു പിടിച്ചു. പൊള്ളുന്ന പകലിന്റെ കാഠിന്യം കുറയ്ക്കുന്ന അന്തരീക്ഷമാണ് മലമുകളിലേത്. എന്നിട്ടും നെറ്റിപ്പുറത്തുകൂടി വിയർപ്പുതുള്ളികൾ ധാരധാരയായി പൊടിയുകയാണ്. അത് ഒലിച്ചിറങ്ങി കൺപോളകളാകെ നനഞ്ഞിരിക്കുന്നു. കണ്ണ് നീറുന്നു. കുറച്ചു നേരം ഒന്നും കാണാൻ കഴിഞ്ഞില്ല. ഒരു നിമിഷം ആഴത്തിൽ ശ്വാസം വലിച്ചുവിട്ടാലോ എന്നാലോചിച്ചു. വയറിനുള്ളിലെ പേശികളുടെ സാന്നിധ്യം തിരിച്ചറിയാൻ കഴിഞ്ഞാലോ?

വീണ്ടും ഉടൽ ചലിപ്പിക്കാൻ ശ്രമിച്ചു നോക്കി. ശ്വാസോച്ഛ്വാസം ചെയ്യുന്നതിനൊപ്പം നെഞ്ചിൻകൂട് ഉയർന്നുതാഴുകയാണ്. ഒപ്പം ചലിക്കുന്നത് ദേഹത്ത് വീണുകിടക്കുന്ന ഇലക്കൂമ്പാരം കൂടിയാണ്. ഉടൽ ചെറുതായൊന്ന് അനക്കാൻ സാധിക്കുന്നുണ്ട്. വളരെപ്പതിയെ ഒരു ഭാഗം ചലിപ്പിക്കാനായി. അതേ, ശരീരം അവസാനം ചലിക്കാൻ തുടങ്ങിയിരിക്കുന്നു. ദേഹം മറുവശത്തേക്ക് തള്ളിയാലോ എന്ന് ആലോചിച്ചപ്പോഴാണ് അവിടെ വല്ല ഗർത്തവുമുണ്ടായാലോ എന്ന് തോന്നിയത്. അതിന്റെ അരിക് അധികം ദൂരെയാകാനിടയില്ല.

എന്നിട്ടും വകവച്ചില്ല. ആമാശയത്തിനുള്ളിൽ നിന്നുണ്ടായ അടക്കാനാവാത്ത ശക്തി ഉപയോഗിച്ച് ദേഹത്തെ ചലിപ്പിക്കാൻ നോക്കി. അവസാനം ഒരു വശത്തേക്ക് വല്ലവിധേനയും തിരിയാനായി.

ഇപ്പോൾ മരത്തിന് അഭിമുഖമായാണ് ഉടൽ. നെഞ്ചിന് മുകളിൽ വീണുകിടന്ന ഇലകളും കൊമ്പുകളുമൊക്കെ തെന്നിമാറിയിരിക്കുന്നു. അപ്പോൾതന്നെയാണ് കടുത്ത വേദന അനുഭവപ്പെട്ടതും. എന്നാൽ അത് പ്രതീക്ഷയാണുണ്ടാക്കിയത്. തന്റെ അവയവങ്ങളെല്ലാം അതുപോലെത്തന്നെയുണ്ട്. കാരണം ഉച്ചി മുതൽ കാൽവിരലുകൾ വരെയാണ് വേദന തോന്നുന്നത്. അതിലൂടെ ശരീരം മുഴുവനുമുണ്ടെന്ന് മനസ്സിലാക്കാനാകുന്നു. ഇതെന്തായാലും തന്നെ സംബന്ധിച്ച് നല്ലൊരു കാര്യം തന്നെയാണ്.

മരത്തിന് നേർക്ക് നോക്കിയപ്പോൾ ചുള്ളിക്കമ്പുകൾ ഒടിയുന്നതും പൊട്ടുന്നതുമായ ശബ്ദം കേട്ടു. പിന്നെ വീണ്ടും നിശ്ശബ്ദത പടർന്നു. ഒപ്പം ആ ചിത്രവും കണ്ടു. താനും ഒപ്പമുള്ള മറ്റു സൈനികരും വായുവിൽ പൊങ്ങിത്തെറിക്കുന്ന ചിത്രം. ഒരു ബോംബ് പൊട്ടിത്തെറിക്കുകയാണ്.

ബോധം മറയുന്നതിനു മുമ്പ് പിന്നെയും ഉമ്മ വിലപിക്കുന്ന ശബ്ദം കേട്ടു. ‘‘മോനേ, അലീ...’’ എന്ന് വിളിക്കുകയാണവർ.

പിന്നീടാണ് മറ്റൊരു കാര്യംകൂടി മനസ്സിലായത്. അതും വളരെ വ്യക്തമായി. തന്റെ കണ്ണിൽനിന്ന് വീണ ആ പച്ച ഇലത്തുണ്ട് ഓക്കുമരത്തിന്റേതായിരുന്നു.

രണ്ട്

ഇരുളിലും മയക്കത്തിലും മന്ദതയോടെ മുങ്ങിത്താഴ്ന്നു കഴിഞ്ഞതും ആ ആലസ്യത്തിന്റെ പിടിയിൽനിന്നും ഏതോ ശബ്ദം പുറത്തേക്ക് കൊണ്ടുവന്നു. നിദ്രയെ തട്ടിയകറ്റിയ ആ ശബ്ദം തന്റെ പേര് വിളിക്കുകയാണ്. ശബ്ദം ഉയരാൻ തുടങ്ങിയതും ശിരസ്സ് ചലിപ്പിക്കാൻ നോക്കി. ചെവിക്കുള്ളിൽനിന്നും കടുത്ത സീൽക്കാരശബ്ദം കേൾക്കുന്നുണ്ട്.

ആകാശത്തിന് നീലനിറമാണിപ്പോൾ. അവിടവിടെയായി ഏതാനും മേഘക്കീറുകളെയും കാണാം. ഒന്നൊന്നായി അവ കണ്ണിൻ മുകളിലൂടെ കടന്നുപോകുന്നു. ഏതാനും ദിവസങ്ങൾക്കു മുമ്പ് അതിവേഗം കടന്നുപോകുന്ന കാർമേഘങ്ങളെ കണ്ടിരുന്നു. അഞ്ച് പട്ടാളക്കാരായിരുന്നു സംഘത്തിലുണ്ടായിരുന്നത്. എന്നാൽ കൂട്ടത്തിൽ തനിക്ക് മാത്രമായിരുന്നു മേഘങ്ങളുടെ സ്വഭാവത്തെയും അവയുടെ ഗതിമാറ്റത്തെയും കുറിച്ച് അറിവുണ്ടായിരുന്നത്. അവ എങ്ങനെ പ്രതീക്ഷകളെ ചതിക്കുമെന്നും എങ്ങനെ കീഴൊതുങ്ങുമെന്നും ഈറനണിയിക്കുമെന്നുമൊക്കെ തനിക്ക് നന്നായറിയാം.

വീടിന്റെ മട്ടുപ്പാവിൽ കയറി നിൽക്കുമ്പോൾ, മേഘങ്ങൾ എന്റെ കളിക്കളമായിരുന്നു. ദുർഘടമായ മലമ്പാതകളിൽ അവ കളിക്കൂട്ടുകാരാകും. എന്നാൽ ഇന്നീ കാണുന്ന മേഘങ്ങൾ തികച്ചും വ്യത്യസ്തമാണല്ലോ? ഒരേ സമയം അവ അരികത്തും അകലെയുമാണെന്ന് തോന്നുന്നു.

ഏതാനും ദിവസംമുമ്പ് ഒരു പരവതാനി കണക്കെ മേഘങ്ങൾ എന്നെ മൂടിയിരുന്നു. കൺപോളകളിൽ നനവ് പകർന്നു. കൈവിരലുകൾ നീട്ടി ഞാനവയെ പിടിച്ചിരുന്നു.

കൈയിലെ വിരലുകൾ എങ്ങനെയാണ് നീണ്ടുവളർന്നിരുന്നതെന്ന് സങ്കല്പിച്ചു നോക്കി. പൂമൊട്ടുകൾപോലെ വിടർന്ന് ശിഖരങ്ങളെപ്പോലെയാവുകയായിരുന്നു ആ മേഘക്കീറുകൾ. പിന്നീടവ

മലമുകളാകെ വലയം ചെയ്യും. അവയ്ക്കിടയിലേക്ക് തല നീട്ടിപ്പിടിക്കുന്നത് ഏറെ ഇഷ്ടമായിരുന്നു. വെള്ളത്തിൽ നീന്തിത്തുടിക്കുന്നവനെപ്പോലെയാണ് ഞാനവയുടെ വെൺമയിൽ പുളകിതനായിരുന്നത്. മഞ്ഞുകട്ടകളുപയോഗിച്ച് ചെയ്യുന്നതുപോലെ അവയിൽ മുഖമുരസും. കൈകൊണ്ട് പിടിക്കും. അവയ്ക്കുള്ളിലെ ശൂന്യതയിലേക്ക് വിരലുകൾ കടത്തിനോക്കും. അന്നേരം മനസ്സിലൊരു പുഞ്ചിരി വിടരും. ആ പുഞ്ചിരിയുടെ നിർമ്മലത നേരിൽ കാണാനുമാകും. സഹപ്രവർത്തകരായ സൈനികരുടെ മുന്നറിയിപ്പുകളൊന്നും വകവയ്ക്കാതെയായിരിക്കും ഞാൻ ആ മേഘക്കീറുകളിൽ മയങ്ങിപ്പോവുക. ഉള്ളിലവരെ പരിഹസിക്കുമ്പോൾ ഈ മേഘങ്ങളെക്കുറിച്ച് ഏറ്റവും നന്നായറിയുന്നയാൾ ഞാനാണല്ലോ എന്നോർക്കും. തോന്നലുകൾ എന്നെയൊരിക്കലും വഞ്ചിച്ചിട്ടേയില്ല.

മൂടൽമഞ്ഞുള്ള അന്തരീക്ഷത്തിൽ, അവർക്കൊപ്പം നിൽക്കുന്നതിനിടയിൽ, മഞ്ഞ് നിറഞ്ഞ വായു വായ്ക്കുള്ളിലേക്ക് ആവാഹിക്കും. സുഖകരമായൊരു മാധുര്യം തൊണ്ടയിൽ നിറയുമെന്ന ആത്മവിശ്വാസമായിരിക്കും അന്നേരം മനസ്സിലാകെ. അതുകാരണം സുന്ദരമായൊരു ഉറക്കവും ലഭിക്കും. തണുത്തുറഞ്ഞ രാത്രികളിൽ വീടിന്റെ മട്ടുപ്പാവിലും ഏറുമാടത്തിലുമൊക്കെ കഴിയുമ്പോൾ, ഞാനിപ്രകാരം ചെയ്യാറുണ്ടായിരുന്നു. പക്ഷേ ഇപ്പോൾ വീടിന്റെ മട്ടുപ്പാവിലോ ഏറുമാടത്തിലോ അല്ല. കഷണ്ടി കയറിയ ശിരസ്സു പോലുള്ള അപരിചിതമായ ഒരു മലമുകളിലാണ് താനിങ്ങനെ കിടക്കുന്നത്. മലമുകളിലാകട്ടെ, ഈ കൂറ്റൻവൃക്ഷവും പിന്നെ മണൽചാക്കുകൾ നിരത്തിയ തിട്ടയുമല്ലാതെ തീർത്തും തരിശായ ഭൂമിയാണ് ചുറ്റും കാണുന്നത്.

ഈ കാണുന്ന മേഘങ്ങൾക്ക് എനിക്കൊപ്പം ജീവിച്ച കാർമേഘങ്ങളുമായോ വെൺമേഘങ്ങളുമായോ സാമ്യവുമില്ല. അവയെ നല്ല പരിചയമാണുള്ളത്. ഗ്രാമത്തിലെ കാർമേഘങ്ങൾ താഴ്വരയിലേക്ക് ഒഴുകിയെത്തും. പിന്നെ പതുക്കെ ഉയരാൻ തുടങ്ങുന്നതു കണ്ടാൽ ഒരു വെള്ള നദിയാണെന്നേ തോന്നൂ. എന്നെ വലയം ചെയ്യുന്നതിനു മുമ്പ് അത് ലോകത്തെയാകെ മൂടിയെന്നു തോന്നും. അന്നേരം മറ്റൊന്നും കാണാനേയാകില്ല. മൂടൽമഞ്ഞിനും കാർമേഘത്തിനുമൊപ്പം ജീവിച്ചുപോകുന്നവരാണ് ഞങ്ങളുടെ ഗ്രാമത്തിലുള്ള മനുഷ്യർ. അവയ്ക്കിടയിൽപെട്ട് അപ്രത്യക്ഷരാകുന്നത് അവർക്ക് പതിവാണ്.

അലിക്കാണെങ്കിൽ മേഘങ്ങളുടെ ഒരു നദിതന്നെ സ്വന്തമായുണ്ട്. അവയൊരു നീണ്ട വാലായി രൂപം മാറും. ശേഷം അവ കൺമുന്നിൽ

കിടന്ന് പുളയും. കാട്ടിലെ കുറുക്കന്റെ വാലുപോലെയാണവ. ഏറു മാടത്തിൽ ചെന്ന് നിന്ന് ആ മേഘങ്ങൾ അപ്രത്യക്ഷമാകുന്നുവരെ അവൻ നോക്കിനിൽക്കും. അവിടെ നിന്ന് നോക്കിയാൽ താഴ്വരയും സമീപത്തെ മലമുകളുമൊക്കെ കാണാം. വെള്ളവാൽ പ്രത്യക്ഷപ്പെടുമ്പോൾ മേഘങ്ങൾക്ക് എന്താണ് ഇത്ര വൃത്തിയും തിളക്കവുമൊക്കെ? ആനന്ദംകൊണ്ട് തുള്ളിച്ചാടിപ്പോകുന്നതിനിടയിൽ, മേഘക്കീറുകൾ തന്നെ വലയം ചെയ്ത് കുന്നിൻമുകളിലേക്ക് ഉയർന്നുപൊങ്ങും. ഉമ്മയുടെ കമ്പിളിപ്പുതപ്പും ചുറ്റി ഇരിക്കുന്ന എന്നെ കാത്തിരിക്കുകയായിരിക്കും അവ.

അലിക്ക് തന്റേതായ ചില ലോകങ്ങളുണ്ട്. ഉള്ളിൽ കുടികൊള്ളുന്ന ആ ലോകങ്ങളെ കണ്ടുപിടിക്കാൻ ആർക്കും സാധിക്കില്ല. ഒറ്റയൊരാളുടെയും കൈകൾ നീണ്ടെത്താത്ത തന്റെ മാത്രമായ ലോകം. മരച്ചില്ലകൾക്ക് മുകളിൽ കയറി മണിക്കൂറുകളോളം നിൽക്കാൻ അവന് സാധിക്കും. ഒരു കൊറ്റിയെപ്പോലെ ഒറ്റക്കാലിൽനിന്ന്, തുറിച്ച കണ്ണുകളോടെ ആ മഹാതിശയത്തെ നോക്കിനിൽക്കുന്നതിനിടെ ഉറക്കെ പറഞ്ഞുപോകും:

‘‘എന്റെ പടച്ചോനേ... പടച്ചോനേ...’’

അന്നേരം തന്നെയാകും ആകാശം കറുത്തിരുളുന്നത്. എങ്കിലും ആ ഇരുളിനിടയിൽ കൂടി ആകാശത്തെ ഭൂമിയുമായി ബന്ധിപ്പിക്കുന്ന പ്രകാശത്തിന്റെ സ്തൂപങ്ങൾ പ്രത്യക്ഷമാകും. അവയെക്കണ്ടാൽ വെളിച്ചത്തിന്റെ പടുകൂറ്റൻ കയറുകളാണെന്നേ തോന്നൂ. അവയ്ക്ക് പിന്നാലെ പ്രത്യക്ഷപ്പെടുന്ന ഇരുണ്ട മേഘക്കീറുകളെ കാണാനായി ഞാൻ തല കുനിച്ചു നോക്കും. ശേഷം ആ മേഘങ്ങൾക്കും പ്രകാശസ്തൂപങ്ങൾക്കുമൊപ്പമായിരിക്കും എന്റെ യാത്ര. ഇരുണ്ടമേഘങ്ങൾ സ്ഥലംവിടുന്നതോടെ പിടിതരാതെ തെന്നിമാറുന്ന പ്രകാശത്തിനായി അവിടെ അരങ്ങൊരുങ്ങും. കെട്ടുപിണഞ്ഞ നിറങ്ങളുടെ ഉത്സവം തന്നെയായിരിക്കും പിന്നീട് കാണാനാകുക. വെള്ളയും ചാരവും നീലയും കറുപ്പും മഞ്ഞയുമൊക്കെ. തിരപോലെ ഇളകിമറിയുകയും കെട്ടുപിണയുകയുമൊക്കെ ചെയ്യുന്ന നിറങ്ങൾ. നിരന്തരമായ ചലനത്തിലൂടെ അവയുടെ രൂപം മാറിക്കൊണ്ടേയിരിക്കും. അന്നേരം തോന്നിപ്പോകും ഇതുതന്നെയാണ് സ്വർഗമെന്ന്. തന്നെ തീർത്തും കീഴടക്കുന്ന നിറങ്ങൾ!

പിന്നീടായിരിക്കും വിചിത്രമായ ജീവരൂപങ്ങളായി മേഘങ്ങൾ മാറുന്നത് കാണാനാകുക. ചിലപ്പോൾ ഒരു സ്ത്രീയുടെ മുഖം പോലെയാകും കാണുക. മരത്തിന്റെ ഉടലുമുണ്ടാകും. ശിഖരങ്ങളുടെ അറ്റങ്ങളിൽ ചെറിയ കാലുകൾ പ്രത്യക്ഷമാകും. പശുവിന്റെ കാലുകളുള്ളൊരു മരം നൂറുകണക്കിന് ചിത്രശലഭങ്ങൾ ചേർന്നുണ്ടായ

കൈകൾ. പക്ഷികളുടെ ശിരസ്സും കോലാടിന്റെ കൊമ്പുകളുമുള്ള രൂപങ്ങൾ. മരച്ചില്ലപോലുള്ള ചിറകുകളും മനുഷ്യന്റെ പാദങ്ങളുമുള്ളവ. ഇത്തരം അതിശയിപ്പിക്കുന്ന മേഘരൂപങ്ങൾ കൺമുന്നിൽ മാറിമറിഞ്ഞുകൊണ്ടേയിരിക്കും. പിന്നീടവ മഞ്ഞുകട്ടയും ധൂളികളുമായി ചിതറി അപ്രത്യക്ഷമാകുന്നതുവരെ ഞാൻ നോക്കി നിൽക്കും.

അന്നേരം മനസ്സിനുള്ളിൽ അടിത്തട്ട് കാണാനാകാത്തൊരു അഗാധഗർത്തമുണ്ടെന്ന തോന്നലുണ്ടാകും. എന്നാലത് ആനന്ദത്തിന്റേതാണോ ഭയത്തിന്റേതാണോ അതിശയത്തിന്റേതാണോ അതോ മറ്റു വല്ലതിന്റേതുമാണോ എന്നൊന്നും അറിയുകയുമില്ല. അന്നേരം മരച്ചില്ലകളിൽ നിന്നിറങ്ങി വെളിച്ചത്തിൽ നീരാടി ഞാൻ ചാഞ്ചാടി നടക്കും. നേരത്തെ കണ്ട ആ മേഘക്കീറുകളുടെ കൂട്ടത്തിലെ ഒരു കഷണം തന്നെയാണ് താനുമെന്ന് തോന്നും. ചിതറി അപ്രത്യക്ഷമായത് ശിരസ്സിനുള്ളിലെ എന്തോ ഒന്നാണ്. അത് ഇരുൾതന്നെയായിരുന്നുവെന്ന് അവനറിയാം. ഈ പടുകൂറ്റൻ മേഘപാളികളെപ്പോലെ തനിക്ക് ചുറ്റുമുള്ള സർവ്വതും അപ്രത്യക്ഷമാകുമെന്ന് നല്ല ബോധ്യവുമുണ്ട്. അത്തരം തിരോധാനമെന്തെന്ന് നല്ലതുപോലെയറിയാം. അവയെ മേഘങ്ങളുടെ പ്രവർത്തനംപോലെ എന്ന് പേരിട്ട് മനസ്സ് വിളിക്കാറുമുണ്ട്.

എന്നാൽ ഇന്നത്തെ മേഘങ്ങൾ അകന്നകന്നുപോവുകയാണല്ലോ. അവ തന്നെ രക്ഷിക്കാനായി വരികയേയില്ല. ആകാശയാത്ര പൂർത്തിയാക്കി അവ അപ്രത്യക്ഷമാവുകയാണ്. അതും എന്നെ തനിച്ചാക്കിയിട്ട്. അക്കൂട്ടത്തിൽ ഒരു മേഘക്കീറെങ്കിലും തന്റെയരികിൽ കൂടി കടന്നുവന്നിരുന്നുവെങ്കിലെന്ന് കൊതിച്ചുപോവുകയാണ് മനസ്സ്. എന്നാലതൊരു വേനൽക്കാലസ്വപ്നമായി മാറുകയേ ഉള്ളൂവെന്നാണ് തോന്നുന്നത്.

കത്തിജ്ജ്വലിച്ചു നിൽക്കുന്ന സൂര്യൻ കാരണം കൺപോളകൾ തുറക്കാനാകുന്നില്ല. കുറച്ച് കഷ്ടപ്പെട്ട് കണ്ണുകൾ തുറന്നപ്പോഴാകട്ടെ വെളിച്ചം കണ്ട് കണ്ണഞ്ചിച്ചുപോയി. നിശ്ശബ്ദതയ്ക്ക് സീൽക്കാരത്തിന്റെ ശബ്ദമുണ്ടെന്നാണ് തോന്നുന്നത്. തല ഉയർത്തിയശേഷം ആകാശത്തിനു നേരെ നോക്കാതെ അടുത്തുള്ള വൃക്ഷത്തിനു നേർക്ക് കണ്ണുതിരിച്ചു. സീൽക്കാരത്തെ ഭേദിക്കുന്ന സ്വരത്തിൽ തന്റെ പേര് വിളിക്കുന്ന ശബ്ദം കേൾക്കാം.

ഉടൽ പകുതി ഉയർത്തിയശേഷം തലനീട്ടി ഇലകളും മണ്ണും പൊടിയുമൊക്കെ കുടഞ്ഞു കളയുവാൻ ശ്രമിച്ചുനോക്കി. പിന്നെയും ആ പരുക്കൻ ഒച്ചയിൽ തന്റെ പേര് വിളിക്കുന്ന ശബ്ദം കേൾക്കുന്നു. അത് ഉമ്മയുടെ ശബ്ദമാണല്ലോ. ഒരു നിമിഷം തോന്നി തനിക്ക്

ഉമ്മയുടെ പേര് മറന്നുപോയെന്ന്. ഞാൻ അവരെ പേര് ചൊല്ലിയാണല്ലോ വിളിച്ചിരുന്നത്. ഭാരത്തോടെ തല തിരിച്ചുനോക്കി. അടുത്തെങ്ങാനും അവരെ കാണാൻ കഴിഞ്ഞാലോ. കാണുന്നതൊക്കെ ശരിക്കുമുള്ളതാണോ എന്നറിയാനായി നാവിൽ കടിച്ചുനോക്കി. വേദന വരുന്നുണ്ട് ഒപ്പം വായിൽ എന്തോ ഒരു ഉപ്പുരുചിയുമുണ്ട്.

‘‘അലീ...’’

ഇത്തവണ ശബ്ദം വളരെ വ്യക്തമായിത്തന്നെ കേട്ടു. കുറച്ച് സ്ത്രീകളുടെ ഒപ്പം നടന്നുവരികയായിരുന്നു ഉമ്മ എന്ന് ഓർമ്മയുണ്ട്. അവരുടെ നേർക്ക് ഉറ്റുനോക്കുകയായിരുന്നു ഞാൻ. തപ്പിത്തടഞ്ഞ് വീണ ഉമ്മയെ അയൽക്കാരികളായ സ്ത്രീകൾ എഴുന്നേൽക്കാൻ സഹായിക്കുന്നുണ്ട്. കറുത്ത വസ്ത്രങ്ങളണിഞ്ഞ സ്ത്രീകൾ പുരുഷന്മാർക്ക് പിന്നിൽനിന്ന് കുരവയിടുകയാണ്. നീണ്ടൊരു നിരയായി ഗ്രാമത്തിലെ പാതയിലൂടെ പതിയെ നീങ്ങുകയാണ് മുന്നിലെ പുരുഷന്മാർ. ഒരു ശവമഞ്ചവും പേറിയാണവരുടെ യാത്ര.

അതെ. ഇത്തവണ ആ ദൃശ്യം കൂടുതൽ വ്യക്തമായിത്തന്നെ കാണാം. മുന്നേ പോകുന്ന പുരുഷന്മാരുടെ സംഘത്തിന് പിറകേ പരിക്ഷീണയായ ഉമ്മയേയും താങ്ങിപ്പിടിച്ച് നടക്കുകയാണ് ഞാൻ.

ഇത് കുടുംബത്തിലെ രണ്ടാമത്തെ ശവസംസ്കാരച്ചടങ്ങാണ്. സഹോദരിയുടെ ഭർത്താവ് കൊല്ലപ്പെട്ടിട്ട് ഒരു മാസമായിട്ടേ ഉള്ളൂ. പക്ഷേ, അന്നത്തെ വിവരങ്ങൾ ഇപ്പോൾ നന്നായി ഓർമ്മ വരുന്നില്ല. എന്നാൽ ഈ ദിവസം വ്യക്തമായി ഇപ്പോൾ ഓർമ്മ വരുന്നു. അതൊരു സ്വപ്നമേയല്ല. സഹോദരന്റെ മൃതദേഹമായിരുന്നു അത്.

അതെ, സഹോദരന്റെ ശവസംസ്കാരച്ചടങ്ങാണ് ആ നടക്കുന്നത്. അതിനർത്ഥം താനിപ്പോഴും ജീവനോടെതന്നെ ഉണ്ടെന്നാണ്. കണ്ണുകൾ തുറക്കാൻ തുനിയുമ്പോൾ മഞ്ഞളിപ്പിക്കുന്ന പ്രകാശമൊരു യാഥാർത്ഥ്യം തന്നെയാണെന്ന് മനസ്സിലായി. താനിപ്പോഴും മണ്ണിനു മുകളിൽ തന്നെയാണെന്നർത്ഥം. ഇനിയും മരിച്ചിട്ടില്ല. ജീവനോടെയുള്ളതുകൊണ്ടാണ് തനിക്ക് ഈ ചിത്രങ്ങളൊക്കെയും കാണാനാകുന്നത്.

പുതിയ ഖബർസ്ഥാന് മുന്നിൽ സംഗമിച്ചിരിക്കുകയാണ് ഗ്രാമത്തിലുള്ളവർ. വിചിത്രമായ ഘടനകളിലുള്ള മഖ്ബറകളായിരുന്നു അക്കാലത്ത് ഗ്രാമത്തിൽ കണ്ടിരുന്നത്. ചിലത് എല്ലാവർക്കും സുപരിചിതമായ മഖ്ബറകളായിരുന്നെങ്കിൽ മറ്റു ചിലത് വളരെ ഗൂഢമായ ഇടങ്ങളായിരുന്നു. ഏതാനും മനുഷ്യരെ മാത്രം മറമാടാൻ സാധിക്കുന്ന മഖ്ബറകളും നൂറുകണക്കിന് ആളുകളെ ഒറ്റക്കുഴിയിൽ

അടക്കാൻ കഴിയുന്ന പടുകൂറ്റൻ മഖ്ബറകളും കണ്ടിട്ടുണ്ട്. പൂർണ്ണമായും കല്ലിൽ തീർത്തൊരു മഖ്ബറയുമുണ്ട് ഗ്രാമത്തിൽ. ആയിരക്കണക്കിന് വർഷം പഴക്കമുണ്ടത്രേ അതിന്.

പതിറ്റാണ്ടുകൾക്കു മുമ്പ് ഗ്രാമത്തിലുള്ളവർ വീടുകൾക്കരികിലായിരുന്നു തങ്ങളുടെ പരേതരെ മറ മാടിയിരുന്നത്. ഓരോ വീടിനോടും ചേർന്ന് ഒരു മഖ്ബറ കാണും. മലഞ്ചെരുവിലെ ആ ചെറു പ്രദേശത്ത് അവർ മരിച്ചുപോയവർക്കൊപ്പം കഴിഞ്ഞുവരികയായിരുന്നു.

ചെങ്കുത്തായ മലഞ്ചെരുവിൽ ഒരു മഖ്ബറയുണ്ട്. പണ്ട് നാട് കീഴടക്കാനെത്തിയ ഫ്രഞ്ച് പടയോട് പൊരുതിയ മൂന്ന് സിറിയൻ പോരാളികളെയായിരുന്നു അവിടെ അടക്കം ചെയ്തിരിക്കുന്നത്. അതുപോലെ തങ്ങളുടെ വീടിന്റെ എതിർഭാഗത്ത് മുപ്പതുവർഷം മുമ്പ് ഉയരമേറിയ മതിലുകളുള്ള ഒരു കൂറ്റൻ മാളിക പണിതിരുന്നു. അവിടെ തീർത്തും വ്യത്യസ്തമായൊരു മഖ്ബറയും ഉണ്ടായിരുന്നു. തന്റെ പിതാവിനെ അടക്കം ചെയ്തശേഷം മാളികയുടെ ഉടമ അവിടമൊരു ശവകുടീരമാക്കി മാറ്റാൻ നോക്കി. ഇനി മുതൽ ഗ്രാമത്തിലെ പുതിയ 'മഖാം' ഇവിടെയായിരിക്കുമെന്നും അയാൾ തന്റെ ആളുകളെ അറിയിച്ചു. പട്ടാളത്തിലെ വലിയ ഉദ്യോഗസ്ഥനായിരുന്ന അയാളെ ആളുകൾ 'സൈനിന്റെ പിതാവ്' എന്നർത്ഥത്തിൽ 'അബൂ സൈൻ' എന്നാണ് വിളിച്ചിരുന്നത്. വിശുദ്ധന്മാരെ അടക്കം ചെയ്യുന്ന കുടീരങ്ങളാണ് മഖാമുകൾ. അങ്ങനെയുള്ള ഒരു പുതിയ മഖാം പണിയാൻ ഇയാൾക്ക് എങ്ങനെ സാധിക്കുമെന്ന് അന്ന് ആളുകൾ അടക്കം പറഞ്ഞിരുന്നു. എന്നാലത് മറ്റൊരു കഥയാണ്. അതിനിപ്പോൾ വലിയ പ്രാധാന്യവുമില്ല. അവിടെയാരും അനുഗ്രഹം തേടി പോകാറുമില്ലായിരുന്നു.

സ്വന്തം പേര് തിരിച്ചറിയാനായിരിക്കുന്നു. ഉമ്മയുടെ രൂപവും ആ ശവമടക്കൽചടങ്ങും കൺമുന്നിൽ കാണാമിപ്പോൾ. തന്റെ പിതാവിനെ ഒരു വിശുദ്ധനാക്കി മാറ്റാനുള്ള തത്രപ്പാടിലായിരുന്നു മാളികയുടെ ഉടമസ്ഥനായ മനുഷ്യൻ എന്നതു മാത്രമായിരുന്നു ഇക്കാര്യത്തിൽ എനിക്കറിയാവുന്ന കാര്യം. ഈ കഥ പറഞ്ഞ് പരിഹസിച്ച് ചിരിക്കുന്ന ഗ്രാമീണരേയും കണ്ടിട്ടുണ്ട്. മറ്റു ചിലരാകട്ടെ, വിശുദ്ധന്മാരുടെ പദവിയിലേക്ക് ഉയരാൻ മാത്രമുള്ള സൽകർമ്മങ്ങൾ ആ പരേതനായ മനുഷ്യൻ ചെയ്തിരുന്നുവെന്ന് പറഞ്ഞ് നടന്നിരുന്നു.

അലിക്ക് അറിയാവുന്നത് ഇതാണ്. ദമാസ്കസിലുള്ള അബൂ സൈനിന്റെ അടുക്കലേക്ക് തന്റെ സഹോദരൻ പോയിരുന്നു. പട്ടാളത്തിൽ ചേരാൻ അവനെ സഹായിച്ചത് അയാളായിരുന്നു. ഒരു കാലത്ത്

ഗ്രാമത്തിൽ ഒരിഞ്ച് ഭൂമിപോലും സ്വന്തമായിട്ടില്ലായിരുന്ന വലിയ പട്ടാള ഉദ്യോഗസ്ഥനായിരുന്ന അബൂസൈൻ പിൽക്കാലത്ത് ഗ്രാമത്തിലെ മിക്ക സ്ഥലങ്ങളുടെയും ഉടമസ്ഥനായി മാറി. എന്നാൽ അതൊന്നും അലിയെ സംബന്ധിച്ച് വലിയ വിഷയമേയല്ല. മാളികയുടെ ഉടമസ്ഥനായ അബൂസൈനിനും അത് വലിയ കാര്യമായിരിക്കില്ല. കാരണം പാറക്കല്ലുകൾ നിറഞ്ഞ ഇവിടത്തെ മണ്ണിന് അയാൾ വലിയ ശ്രദ്ധയൊന്നും കൊടുത്തുകാണില്ല.

അരനൂറ്റാണ്ട് മുമ്പ് ഗ്രാമം ഉപേക്ഷിച്ച് പോയി ദമാസ്കസിൽ സ്ഥിരതാമസമാരംഭിച്ച ആളായിരുന്നു അബൂസൈൻ. പിന്നെ ഏതാനും വർഷങ്ങൾക്കു മുമ്പാണ് അയാൾ നാട്ടിൽ തിരിച്ചെത്തുന്നത്. പഴയകാല അംഗരക്ഷകനെന്ന പട്ടവുമായായിരുന്നു വരവ്. സിറിയൻസൈന്യത്തിൽ പുതുതലമുറ ഗാർഡുകളുടെ ആവിർഭാവത്തോടെ അയാളുടെ തലമുറയുടെ ആവശ്യമില്ലാതാവുകയായിരുന്നു. പഴയകാല ഗാർഡുകൾ പ്രവർത്തിച്ചിരുന്നത് പഴയ പ്രസിഡണ്ടായിരുന്ന 'ഫാദർ പ്രസിഡന്റി'ന്റെ കാലത്തായിരുന്നുവെന്ന് ഗ്രാമീണരിൽ പലർക്കുമറിയാം. മകനായ ഇപ്പോഴത്തെ പ്രസിഡണ്ട് അധികാരത്തിലെത്തിയതോടെ അവർക്ക് പണിയില്ലാതായി. രഹസ്യപ്പൊലീസ് സേവനത്തിൽനിന്നും തന്നെ പിരിച്ചുവിട്ട രീതിയോടെ അബൂസൈനിന് കടുത്ത അസംതൃപ്തി ഉണ്ടായിരുന്നു എന്നാണ് കേട്ടിട്ടുള്ളത്.

അയാൾ ശവസംസ്കാരചടങ്ങിൽ പങ്കെടുത്തിരുന്നില്ല. പകരം മകനായ സൈനിനെയാണ് അയച്ചത്. ആദ്യമായിട്ടാണ് ഞാനന്ന് ഈ സൈനിനെ നേരിൽ കാണുന്നത്. എന്തോ ഒരു പേടിയാണ് അന്നേരം തോന്നിയത്. ആ മുഹൂർത്തം ഇപ്പോഴും ഓർമ്മയുണ്ട്. വാപ്പ അയാളുടെ നേർക്ക് നോക്കിനിൽക്കുന്നതും കണ്ടു. നാട്ടിലെല്ലാവരും അയാളെ 'അൽ-സൈൻ' എന്നാണ് വിളിച്ചിരുന്നത്.

പിറകിൽ സ്ത്രീകളുടെ കൂട്ടത്തിൽ നിൽക്കുകയായിരുന്ന ഉമ്മയുടെ നേർക്ക് തിരിഞ്ഞുനോക്കി. നടത്തം തുടങ്ങിയിട്ട് നേരമേറെയായി. എന്നിട്ടും രക്തസാക്ഷികളുടെ ഖബർസ്ഥാനിലേക്കുള്ള വഴി അവസാനിക്കുന്നതേയില്ല. യുദ്ധം തുടങ്ങിയശേഷം കൊല്ലപ്പെടുന്ന സൈനികരെ മറ മാടാൻ മാത്രമായി പുതുതായി തുടങ്ങിയ ഖബർസ്ഥാനാണത്. ഗ്രാമത്തിലെ പ്രധാന മഖ്ബറ യുവാക്കളുടെയും ചെറുപ്പക്കാരുടെയും മൃതദേഹങ്ങൾകൊണ്ട് നിറഞ്ഞിരിക്കുകയാണ്. പുതുതായി ആരെയെങ്കിലും അടക്കം ചെയ്യാൻ അവിടെ ഇനി ഒരിഞ്ച് സ്ഥലംപോലും ബാക്കിയില്ല.

കടൽത്തീരത്തോട് ചേർന്ന ഈ കാണുന്ന മലനിരകളിലെയും താഴ്വരകളിലെയും മറ്റു ഗ്രാമങ്ങളുടെയും അവസ്ഥ ഇതുതന്നെയാണ്.

ഒരേ കാര്യം എല്ലായിടത്തും ആവർത്തിക്കുന്നു. എല്ലാ ഗ്രാമത്തിലും പുതിയ മഖ്ബറകൾ പ്രത്യക്ഷപ്പെടാൻ തുടങ്ങിയിരിക്കുന്നു. എല്ലാത്തിനും പേര് 'രക്തസാക്ഷികളുടെ ഖബർസ്ഥാൻ' എന്നായിരിക്കും.

മഴക്കോളുള്ള ആ ശൈത്യകാലദിനത്തിൽ വടക്ക്ദിക്കിലുള്ള മലമ്പാത കയറി രക്തസാക്ഷികളുടെ ഖബർസ്ഥാനിലേക്ക് നീങ്ങുകയാണ് ഗ്രാമത്തിലുള്ളവർ. തൊട്ടടുത്ത ഗ്രാമത്തിന് അഭിമുഖമായ ചെറിയൊരു വെളിമ്പ്രദേശത്തേക്കാണ് ആ വഴി ചെന്നവസാനിക്കുന്നത്. ഒരു കർഷകന്റെ കൈയിൽ നിന്നാണ് ഈ സ്ഥലം വാങ്ങുന്നത്. അയാളുടെ മകൻ വലിയൊരു ഉദ്യോഗസ്ഥനായി മാറിയ ആളാണ്. ഒരു മകൻ മാത്രമല്ല, എല്ലാ മക്കളും പ്രമാണിമാരാണിപ്പോൾ. കറുത്ത കണ്ണാടിയുള്ള ആഡംബരകാറുകളിലല്ലാതെ അവരെയാരെയും കാണാനേ കഴിയില്ല. ഉദ്യോഗസ്ഥനായ മകനെ 'സുരക്ഷാ ഉദ്യോഗസ്ഥൻ' എന്നാണ് ഗ്രാമീണർ വിളിക്കുന്നത്. പണ്ടേ ഗ്രാമം വിട്ടുപോയ അയാൾ ഇപ്പോൾ വയസ്സായതോടുകൂടി യുദ്ധത്തിനിടയിൽ തിരിച്ചെത്തിയിട്ടുണ്ട്.

പിന്നീടാണ് തന്റെ ഒരു കഷണം ഭൂമി യുദ്ധത്തിൽ രക്തസാക്ഷികളാകുന്നവരെ മറ മാടാൻ വേണ്ടി അയാൾ ദാനം ചെയ്യുന്നത്. അയാളും മക്കളുമൊക്കെ പിന്നാലെ കൂലിപ്പട്ടാളങ്ങളുടെ ഭാഗമായി. ഇത്തരം രഹസ്യസേനകൾ മലയിലും താഴ്വരയിലുമൊക്കെ വിചിത്രമായ രീതിയിൽ പ്രവർത്തിച്ചുകൊണ്ടിരിക്കുകയാണിപ്പോൾ. എന്നാൽ അയാളോ മക്കളോ ഞങ്ങളുടെ ശവസംസ്കാരച്ചടങ്ങിനെത്തിയിട്ടില്ല. ഗ്രാമങ്ങൾക്കിടയിൽ ചെക്ക്പോസ്റ്റുകൾ സ്ഥാപിക്കുന്നതിലും വാഹനങ്ങൾ നിർത്തി പരിശോധിക്കലും ആളുകളെ തടവിലാക്കലുമൊക്കെയായി പല കാര്യങ്ങളുടെ തിരക്കിലായിരിക്കും അവർ. തങ്ങളുടെ അയൽവാസികളിലൊരാളുടെ വാക്ക് കടമെടുത്താൽ പടച്ചവന് മാത്രമേ അറിയൂ അവർ എന്തൊക്കെയാണ് ചെയ്തുകൊണ്ടിരിക്കുന്നതെന്ന്.

ഗ്രാമത്തിലുള്ളവർ ഒന്നടങ്കം ഒരു വിവാഹഘോഷയാത്രയിലെന്ന വണ്ണം ശവമഞ്ചത്തിന് പിന്നാലെ നീങ്ങുകയാണ്. സ്ത്രീകളുടെ കുരവയിടലും പുരുഷന്മാർ വെടിയുതിർക്കുന്നതുമൊക്കെ കേൾക്കാം. സഹോദരന്റെ പട്ടാളയൂണിറ്റിന്റെ ചുമതലക്കാരനായ ഉദ്യോഗസ്ഥൻ സ്ഥലത്തെത്തി. ശേഷം രക്തസാക്ഷി പ്രസ്താവന വായിച്ചു. എന്നാൽ മൃതദേഹം കാണാനുള്ള അവസരം മാത്രം ഞങ്ങൾക്ക് തന്നില്ല. ചിന്നിച്ചിതറിയതും വികൃതമായി മാറിയതുമായ മൃതശരീരങ്ങൾ ബന്ധുക്കളെ കാണിക്കില്ലത്രെ. പെറുക്കിക്കൂട്ടിയ ശരീരഭാഗങ്ങൾ ശവപ്പെട്ടിക്കുള്ളിൽ വച്ചശേഷം മണ്ണ് നിറയ്ക്കുമത്രേ. ശേഷം ആശുപത്രിയിൽനിന്ന് രക്തസാക്ഷിയുടെ വീട്ടിലേക്കും മഖാമിന്റെ മുന്നിലേക്കും

കൊണ്ടുവരും. മരിച്ചവരെ സ്വന്തം വീടുകളിലേക്ക് കൊണ്ടുവന്നേ തീരൂ എന്നാണ് വിശ്വാസം. എങ്കിലേ പിന്നീടവർക്ക് സ്വന്തം വീടുകൾ സന്ദർശിക്കാനാവുകയുള്ളൂവത്രെ. ശവസംസ്കാരച്ചടങ്ങിനൊപ്പം ആത്മാവ് കൂടി സഞ്ചരിക്കുമെന്നാണ് വിശ്വാസം.

എന്നാൽ അന്നത്തെ ദിവസം സഹോദരന്റെ ശവപ്പെട്ടിയുമായി അവർ നേരേ പോയത് ഖബർസ്ഥാനിലേക്കായിരുന്നു. അവന്റെ മൃത ദേഹമെന്ന് പറയാൻ ഏതാനും ശരീരഭാഗങ്ങൾ മാത്രമേ ബാക്കി കിട്ടിയിട്ടുള്ളൂ എന്നാണ് ഗ്രാമത്തിലുള്ളവർ അടക്കം പറഞ്ഞത്. അതുകൊണ്ടാണത്രേ നേരേ അടക്കം ചെയ്യുന്നയിടത്തേക്ക് പോകാൻ കമാന്റിംഗ് ഓഫീസർ ഉത്തരവിട്ടത്.

തളർന്ന് വീണുപോയ ഉമ്മ പിടഞ്ഞെഴുന്നേറ്റു. ഗ്രാമത്തിലെ ചെറുപ്പക്കാർ ചുമന്നുകൊണ്ടുവരുന്ന ശവപ്പെട്ടിയിലേക്ക് ഉറ്റുനോക്കുക യാണവർ. സ്വന്തം മകനെ അവസാനമായൊരു നോക്കുകണ്ട് യാത്ര പറയാൻ അനുവദിക്കണേയെന്ന് അവർ യാചിച്ചുനോക്കി. എന്നാൽ ദൈവത്തോട് മാപ്പപേക്ഷിച്ചുകൊണ്ട് ആളുകൾ തലവെട്ടിച്ചതേയുള്ളൂ. അവർ ഉമ്മയുടെ വാക്കുകൾക്ക് ഒരു പ്രാധാന്യവും നൽകിയില്ല. ഒപ്പമുള്ള സ്ത്രീകളാകട്ടെ ഉമ്മയുടെ ചുമലിൽ തഴുകിക്കൊണ്ട് കുരവ യിടലും വിലാപവും തുടർന്നതേയുള്ളൂ. ഒരുമാസം മുമ്പ് തന്റെ ഭർ ത്താവ് മരിച്ചപ്പോൾ എങ്ങനെയായിരുന്നോ അതേ വികാരത്തോടെ നടക്കുകയാണ് വിധവയായ സഹോദരി. ഇരുപത്തിയഞ്ച് വയസ്സു പോലും തികയാത്ത അവൾ ഒരു കൈയിൽ സഹോദരന്റെ ചിത്രവും മറുകൈയിൽ തന്റെ കുഞ്ഞിനെയും പിടിച്ചുകൊണ്ട് മനോബല ത്തോടുകൂടി നടക്കുകയാണ്. ചാരത്തുതന്നെ ഇളയ സഹോദരിയു മുണ്ട്.

കുടുംബത്തിലെ മൂത്ത പുത്രന്റെ ശവമഞ്ചത്തിന് പിന്നിൽ ഒരു മിച്ച് കൂടിയിരിക്കുകയാണ് ആ കുടുംബത്തിലെ അംഗങ്ങൾ. ഏവ രുടെയും മനസ്സ് മറ്റേതോ ലോകത്താണ്. ഇടയ്ക്കിടെ ഭീതിയോടെ തിരഞ്ഞു നോക്കുന്നുണ്ടവർ. അലിയുടെയും അവസ്ഥ അവരുടേ തുപോലെ തന്നെയായിരുന്നു.

സഹോദരന്റെ ശവപ്പെട്ടിയിലേക്ക് നോക്കിനിൽക്കുകയാണെന്ന കാര്യം ഒരു നിമിഷം മറന്നുപോയി. ചുറ്റും നടക്കുന്നതൊക്കെയും മറന്നുപോയി. സഹോദരന്റെ മുഖവും ചുറ്റും നിന്ന് കരയുന്ന കണ്ണുകളേയുമൊക്കെ മറന്നു. അലറിക്കരയുന്ന ഒരു സ്ത്രീയോട് സൈനിന്റെ കൂട്ടാളികളിലൊരാൾ കയർത്ത് സംസാരിക്കുന്നത് കണ്ടു. നിലവിളിക്കാതെ കുരവയിടാനാണ് അയാൾ കല്പിച്ചത്. കാരണം ഈ മൃതദേഹം രാജ്യത്തിനായി ജീവൻ ഹോമിച്ച പുതുമാരന്റേ താണ്. ഭീതിയോടെ അയാൾക്ക് നേരെ നോക്കുന്ന ആ സ്ത്രീയുടെ

മുഖം കണ്ടു. ആ മുഖഭാവങ്ങളാകെ മാറിയിരിക്കുന്നു. കണ്ണുനീർ തുടച്ചുകൊണ്ട് നിർത്താതെ കുരവയിടാൻ തുടങ്ങി ആ സ്ത്രീ. അതിനിടയിലും ഉമ്മയുടെ വിലാപമാണ് കാതിൽ വന്നലച്ചുകൊണ്ടിരുന്നത്.

''എന്നെ ഉപേക്ഷിച്ച് എവിടേക്കാണ് പോയത് പൊന്നുമോനേ നീ...''

ശവമഞ്ചത്തിന് പിന്നാലെ ഞാൻ നീങ്ങുന്നത് നല്ലതുപോലെ ഓർമ്മ വരുന്നു. ഗ്രാമത്തിലെ ശൈഖ് കൈപിടിച്ച് വലിക്കുന്നുണ്ട്. ഖബർസ്ഥാനിലേക്ക് പ്രവേശിച്ചുകഴിഞ്ഞു. അതാ ആ കുഴിമാടം തനിക്ക് കാണാം. ഇതെന്തായാലും സ്വപ്നമല്ല. കുഴിയുടെ രൂപവും മണ്ണിന്റെ അടരുകളും പുഴുക്കളുമൊക്കെ പഴയതുപോലെതന്നെ. കുഴിമാടത്തിലേക്ക് ശവപ്പെട്ടി ഇറക്കിവെക്കാൻ ശ്രമിക്കുകയാണ് ഗ്രാമീണർ. ചുറ്റും ചിനാർമരങ്ങളും ഓക്ക്മരങ്ങളും കാണാം. ഖബർസ്ഥാന് ചുറ്റും ശ്രദ്ധയോടെ നിരത്തിയ കൽമതിലുമുണ്ട്. ചുറ്റും ധാരാളംപേരെ അടക്കം ചെയ്ത കുഴികൾ. സഹോദരിയുടെ ഭർത്താവിനെ അടക്കം ചെയ്യാൻ വന്നപ്പോൾ ഇത്രയേറെ ഖബറുകൾ കണ്ടിരുന്നില്ല.

ഈ കുഴിമാടം കാണുമ്പോൾ ഞാൻ മരിച്ചിട്ടില്ലെന്ന കാര്യം ഒരിക്കൽകൂടി ബോധ്യമായി. പിന്നീടാണ് പുരുഷന്മാർക്കിടയിൽ ചുവന്ന തലമുടിയുള്ള ആ സ്ത്രീയെ കാണുന്നത്. തനിക്കവരെ അറിയാമല്ലോ എന്ന് മനസ്സ് പറയുന്നു. പക്ഷേ കൂടുതലായൊന്നും ഓർമ്മ വരുന്നില്ല. അവരുടെ മുഖം അവ്യക്തമായേ കാണാനായുള്ളൂ. പക്ഷേ, ആ അലങ്കോലമായ, പാറിപ്പറക്കുന്ന ചുവന്ന തലമുടിയും നീളമേറിയ വസ്ത്രവുമൊക്കെ തനിക്ക് പരിചയമുണ്ട്. സൈൻ നിൽക്കുന്ന സ്ഥലത്തേക്ക് തിക്കിത്തിരക്കിയെത്താൻ ശ്രമിക്കുകയാണവർ. ഈ സൈനിനെ നേരിൽ കാണാനാകുമെന്നോ സംസാരിക്കാനാകുമെന്നോ സ്വപ്നം കണ്ടിട്ടുപോലുമില്ലായിരുന്നു. ആ സൈനാണ് തന്റെ കൂട്ടാളികളുടെ ഒപ്പം നിൽക്കുന്നതായി നേരിട്ട് കാണുന്നത്.

തോക്കുകളുമായി ഒപ്പം നിൽക്കുന്നവർ പട്ടാളക്കാരൊന്നുമല്ല. ഖബർസ്ഥാനിലെത്തിയതും അവർ ആകാശത്തേക്ക് തുരുതുരാ വെടിയുതിർക്കുന്നത് കണ്ട അലി ആകെ വിരണ്ടുപോയി. ഒരു വർഷം മുമ്പായിരുന്നു ഈ സംഭവമെന്നാണ് തോന്നുന്നത്. ഇപ്പോൾ കൃത്യമായി ഓർമ്മ വരുന്നില്ല. താഴ്വരയിൽ ജോലിക്ക് പോയശേഷം ഞാനും വാപ്പയും തിരികെ എത്തുമ്പോൾ വീട്ടിൽനിന്ന് നിലവിളിയുയരുന്നുണ്ടായിരുന്നു. സഹോദരൻ വീട്ടിലില്ലെന്ന് അറിയാമായിരുന്നു. മറ്റു പല ചിന്തകളും തല തകർത്തുകൊണ്ടിരുന്നു. രണ്ടു

മുറി മാത്രമുള്ള ആ വീട് പെട്ടെന്നാണ് സർവ്വയിടത്തു നിന്നുമായെത്തിയ അയൽവാസികളെക്കൊണ്ട് നിറഞ്ഞത്. തിന്നാനും കുടിക്കാനുമുള്ള ആഹാരവസ്തുക്കളുമായി വന്ന അവർ കരയാനും വിലപിക്കാനും തുടങ്ങി.

ഓരോരുത്തർക്കും പറയാനുണ്ടായിരുന്നത് തങ്ങളുടെ കുടുംബങ്ങളിൽ നിന്നും കൊല്ലപ്പെട്ട ആൺകുട്ടികളെ സംബന്ധിച്ചായിരുന്നു. ഉമ്മയാകട്ടെ, പരിഭ്രമത്തോടെ ചുറ്റും നോക്കിയിരുന്നതേയുള്ളൂ.

മൃതദേഹം അടക്കം ചെയ്യുന്ന ചടങ്ങിനിടയിൽ അലിയുടെ കണ്ണുകൾ ഉമ്മയെത്തന്നെ ഉറ്റുനോക്കുകയായിരുന്നു. ശവപ്പെട്ടിയുടെ സമീപത്ത് എത്താനായി പുരുഷന്മാർക്കിടയിലേക്ക് തള്ളിക്കയറാൻ ശ്രമിക്കുകയാണവർ. പക്ഷേ, സാധിച്ചില്ല. ഇതിനിടയിലാണ് ചുവന്ന തലമുടിയുള്ള വൃദ്ധയെ കാണുന്നത്. സൈനിന്റെ കൂട്ടാളികളിൽ പെട്ടൊരുത്തൻ അവരുടെ കൈയിൽ പിടിച്ചുവലിച്ച് ഖബറിന് ചുറ്റും കൂടിനിൽക്കുന്ന പുരുഷന്മാരുടെ അരികിൽനിന്നും ദൂരേയ്ക്ക് കൊണ്ടുപോയി.

രാഷ്ട്രത്തിന്റെ പതാക പുതപ്പിച്ച ശവപ്പെട്ടിയിൽ തഴുകിക്കൊണ്ടിരിക്കുകയാണ് വാപ്പ. മനോഹരമായ തിളക്കമേറിയ പതാക. സ്വർണ്ണ ഇഴകൾകൊണ്ട് അരികുകൾ ചിത്രത്തുന്നൽ ചെയ്ത പതാകയിലൂടെ തഴുകിക്കൊണ്ടിരിക്കുകയാണ് വാപ്പയുടെ വിരലുകൾ. അപ്പോഴും ആളുകളെ തള്ളിമാറ്റി മുന്നോട്ട്പോകാൻ ശ്രമിച്ചുകൊണ്ടേയിരുന്നു ഉമ്മ.

"കരയൂ... നഹ്‌ലാ... കരയൂ."

കൂടെയുള്ള സ്ത്രീകളിലൊരാൾ അവരോട് പറയുന്നത് കേട്ടു. അപ്പോൾ ഉമ്മയുടെ പേര് നഹ്‌ലയെന്നാണ്. അതേ, ഇപ്പോൾ ഓർമ്മ വരുന്നു. പക്ഷേ ഉമ്മ കരയുന്നതേയില്ല. അപ്പോഴാണ് ചുവന്ന തലമുടിയുള്ള വൃദ്ധ നിലത്തേക്ക് വീണത്. അന്നേരം തന്നെയാണ് അവർ ആരാണെന്ന് എനിക്ക് ഓർമ്മ വന്നതും.

വൃക്ഷത്തിന് നേർക്ക് ഉറ്റുനോക്കി മലർന്ന് കിടക്കുന്ന ഈ നിമിഷം എനിക്ക് മനസ്സിലായി ആ വൃദ്ധ ഹിമൈറൂനയാണെന്ന്. ഇലകൾ കുടഞ്ഞെറിയാൻ നോക്കിയപ്പോൾ എന്തോ കലപില ശബ്ദം കേട്ടു. എനിക്കിപ്പോൾ ആ ശവക്കുഴിയുടെ ചിത്രം പൂർണമായി കാണാം. ഞാനല്ല മരിച്ചതെന്ന് വീണ്ടും ഉറപ്പാകുന്നു. ഖബറിനരികിലേക്ക് മുന്നേറിയ ഹിമൈറൂന ശവപ്പെട്ടിയിൽ തൊടാൻ ശ്രമിക്കുകയാണ്. മണ്ണിൽ മറമാടാൻ പോകുന്ന ചെറുപ്പക്കാരന് നേരിട്ട് വിടപറഞ്ഞേ തീരൂവെന്ന വാശിയിലാണ് അവരെന്ന് തോന്നുന്നു. എന്നാൽ ഓരോ തവണയും അവരെ ഖബറിനരികിൽ നിന്നും പിടിച്ചുവലിച്ച്

മാറ്റിക്കൊണ്ട് ശപിക്കുകയും അസഭ്യം പറയുകയുമാണ് ആളുകൾ. ശവമടക്ക് നടത്താൻ തുനിയുന്ന പുരുഷന്മാർക്കിടയിലേക്ക് സ്ത്രീകൾ തിക്കിത്തിരക്കിച്ചെല്ലരുതെന്ന് അവരോട് പറയുകയാണ് ആളുകൾ.

“എന്താണീ കാണിക്കുന്നത്. ആണുങ്ങളെ അടക്കം ചെയ്യുന്നിടത്ത് നിങ്ങൾക്കിങ്ങനെ കയറിച്ചെല്ലാനാകില്ല.”

എന്നാൽ ആളുകൾ പറഞ്ഞ ആ വാചകം ആവർത്തിച്ചു പറഞ്ഞുകൊണ്ട് നിലത്തേക്ക് കാർക്കിച്ചു തുപ്പുകയാണ് ഹിമൈറൂന ചെയ്തത്. അവർക്ക് ആളുകളുടെ ശകാരമൊന്നും ഒരു പ്രശ്നമേയായിരുന്നില്ല. തുരത്തിയോടിക്കാൻ നോക്കിയിട്ടും അവർ പിന്നെയും ആളുകൾക്കിടയിലേക്ക് നുഴഞ്ഞുകയറാൻ ശ്രമിച്ചുകൊണ്ടേയിരുന്നു. ഉമ്മയുടെ വസ്ത്രത്തിൽ പിടിച്ചുകൊണ്ട് അവർ മുന്നോട്ട് നീങ്ങി. ചുറ്റുംനിന്ന മറ്റു സ്ത്രീകളുടെ പിടിയിൽനിന്ന് കുതറിമാറാനും നോക്കി. പക്ഷേ, മുന്നിലുണ്ടായിരുന്ന പുരുഷന്മാരുടേത് ശക്തമായ നിരയായിരുന്നു. അടുത്തടുത്ത് ചേർന്നു നിൽക്കുന്ന അവർ ശൈഖ് ഖുർആൻ പാരായണം ചെയ്യുന്നത് കേട്ടുനിൽക്കുകയാണ്. തങ്ങൾക്ക് അധികം പരിചയമില്ലാത്ത, ഗ്രാമത്തിലെ, ചെറുപ്പക്കാരന്റെ ആത്മശാന്തിക്കായാണ് പ്രാർത്ഥന.

പട്ടാളത്തിൽ ചേരുന്നതിന് മുമ്പ് തങ്ങളുടെ കൃഷിഭൂമികളിൽ കൂലിപ്പണിക്കാരനായി ജോലി ചെയ്തിട്ടുള്ളതിനാൽ അവനെ ചിലർക്കൊക്കെ പരിചയമുണ്ട്. എന്നിട്ടും മേഘാവൃതമായ ഈ തണുത്തുറഞ്ഞ അന്തരീക്ഷത്തിലും മൃതദേഹത്തെ അനുഗമിക്കുക എന്നത് അനിവാര്യമായ കാര്യമായാണ് കരുതപ്പെടുന്നത്. കാരണം തങ്ങളെല്ലാവരും അഭിമുഖീകരിച്ചുകൊണ്ടിരിക്കുന്നത് ഒരേതരം ദുരന്തത്തെയാണ്. ഇന്നല്ലെങ്കിൽ നാളെ തങ്ങൾക്കും സ്വന്തം പുത്രന്മാരെ നഷ്ടമാകാൻ പോവുകയാണ്. രക്തസാക്ഷിയായ ഈ ചെറുപ്പക്കാരനും കുടുംബവും തങ്ങളെ സംബന്ധിച്ച് തീർത്തും അദൃശ്യജന്മങ്ങൾ തന്നെയായിരുന്നുവെന്ന് ചിലർ പറയുന്നുണ്ടായിരുന്നു. കൂലിപ്പണിക്കാരായ മനുഷ്യരായിരുന്നു അവർ. മതാഘോഷവേളകളിൽ പാവങ്ങളായ കുടുംബങ്ങൾക്ക് മാംസം വിതരണം ചെയ്യുന്നതിനിടെ ലഭിക്കുന്ന ഓഹരിയുടെ കാര്യമോർത്ത് മാത്രമായിരിക്കും അവർ മറ്റുള്ളവർക്ക് അഭിവാദ്യങ്ങൾ നേരുന്നതുതന്നെ.

ഈ ചടങ്ങുകൾ ഒന്ന് വേഗം അവസാനിക്കുവാൻ കാത്തിരിക്കുകയാണവർ. വീടുകളിൽ മടങ്ങി എത്തിയിട്ട് വേണം തങ്ങളുടെ ജീവനോടെയുള്ള മക്കൾക്ക് ഭക്ഷണം നൽകാൻ. അതിനാൽ തന്നെ ഹിമൈറൂന എന്ന് വിളിക്കപ്പെടുന്ന ജരാനര ബാധിച്ച വൃദ്ധയുടെ വാക്കുകൾ കേട്ടുനിൽക്കാനുള്ള സമയമൊന്നും അവർക്കില്ല.

ഇതിനിടയിലാണ് ഈ ചെറുപ്പക്കാരൻ രാഷ്ട്രത്തിന്റെ പ്രസിഡന്റിനായി ജീവൻ ബലികഴിപ്പിച്ചയാളാണെന്ന് പ്രഖ്യാപിച്ചുകൊണ്ട് പ്രസിഡന്റിന്റെ ചിത്രം ഉയർത്തിക്കാട്ടിയത്. അപ്പോഴേക്കും മറ്റൊരാൾ ഇടപെട്ടു. രാഷ്ട്രത്തിനായി ജീവൻ കൊടുത്തയാളാണ് ഈ ചെറുപ്പക്കാരൻ. പിന്നാലെ ശൈഖിന്റെ വാക്കുകളും കേട്ടു.

‘‘പടച്ചവന് തന്നെയാണ് സർവ്വസ്തുതികളും. മരണമെത്തുന്ന നേരത്ത് ഇത്തരം കാര്യങ്ങളൊന്നും പറയേണ്ട കാര്യമില്ല യുവാക്കളേ. ദൈവം ഇയാളുടെ ആത്മാവിന് ശാന്തി നൽകട്ടെ.’’

ഈ ശൈഖിന്റെ അരികത്തുതന്നെ വേറൊരു പുതിയ ശൈഖ് കൂടി നിൽപ്പുണ്ട്. സൈനിന്റെ കൂട്ടാളികളിലൊരാളായ ഇയാൾക്ക് പക്ഷേ ഗ്രാമത്തിലെ ശൈഖിന് ലഭിക്കുന്ന ആദരവൊന്നും കിട്ടുന്നില്ലായിരുന്നു. എങ്കിലും ആളുകൾക്ക് അയാളെ ഭയമായിരുന്നു.

ഗ്രാമത്തിലെ ശൈഖ് സംസാരിച്ചുകഴിഞ്ഞ ഉടനെ സൈനിന്റെ പുതിയ ശൈഖ് ഇടപെട്ടു.

‘‘നാമെല്ലാവരും പ്രസിഡന്റിനും രാഷ്ട്രത്തിനുമായി ജീവൻ ത്യജിക്കുവാൻ സന്നദ്ധരാണ്.’’

അടുത്തനിമിഷം ആയുധധാരിയായ ഒരാൾ ഗ്രാമത്തിലെ ശൈഖിന്റെ അരികിലേക്ക് ചെന്ന് ചെവിയിലെന്തോ പിറുപിറുത്തു. അതുകേട്ട് കഴിഞ്ഞതും ശൈഖിന്റെ മുഖം മഞ്ഞളിച്ചുപോയി.

പിന്നാലെ വെടിപൊട്ടി. കലാഷ് നിക്കോവ് യന്ത്രത്തോക്കുകൾ ആകാശത്തേക്ക് വെടിയുതിർക്കാൻ തുടങ്ങിയതും ആളുകൾ നടുങ്ങിപ്പോയി. സ്ത്രീകളിൽ ചിലർ കുരവയിടാനും തുടങ്ങി. വെടിയുണ്ടയുടെ ശബ്ദത്തിനൊപ്പം ആൾക്കൂട്ടം തിരമാലപോലെ ആടിയുലഞ്ഞുകൊണ്ടിരുന്നു. രക്തസാക്ഷികളായ തങ്ങളുടെ മക്കളുടെ പേരുകൾ പറയുകയാണ് സ്ത്രീകളിൽ ചിലർ. പരലോകത്തുള്ള തങ്ങളുടെ മക്കൾക്ക് ആശംസകളും സ്നേഹവും കൈമാറുവാൻ പരേതനായ എന്റെ സഹോദരനോട് ആവശ്യപ്പെടുകയാണവർ. അതേ, രക്തസാക്ഷികളുടെ പേരുകളാണ് എങ്ങുനിന്നും ഉയർന്നു കേൾക്കുന്നത്. ഒപ്പം ആളുകളുടെ നെടുവീർപ്പുകളും കേൾക്കാം. ഓരോ പേരിനൊപ്പവും വെടിയുണ്ടകൾ വർഷിക്കപ്പെട്ടുകൊണ്ടേയിരുന്നു.

ഈ തിരക്കിനിടയിലാണ് പുരുഷന്മാരുടെ കാലുകൾക്കിടയിലൂടെ ഉമ്മയും ഹിമൈറുനയും നുഴഞ്ഞുകയറിയത്. നിമിഷങ്ങൾക്കുള്ളിൽ ഉമ്മ ശവപ്പെട്ടിയുടെ മുന്നിലെത്തി. പുരുഷന്മാരുടെ ശ്രദ്ധയൊക്കെ ആകാശത്തിലേക്ക് ഉതിർക്കുന്ന വെടിയുണ്ടകളിലേക്കും ചുറ്റുമുള്ള യുവാക്കളുടെ അലർച്ചകളിലേക്കും ഒക്കെയായിരുന്നു.

‘‘രക്തസാക്ഷിയെ ആനയിക്കൂ. ഇന്ന് ഈ രക്തസാക്ഷിയുടെ വിവാഹദിനമാണ്. അവനെ സ്വാഗതം ചെയ്താലും...’’

സ്ത്രീകൾ കുരവയിട്ടുകൊണ്ടേയിരുന്നു. ഭൂമിക്ക് അതിന്റെ സ്വത്തായ മനുഷ്യനെ തിരിച്ചേല്പിക്കാൻ നേരമായിരിക്കുന്നുവെന്ന് ആരോ അലറി വിളിച്ചു.

ഇതിനിടയിലാണ് നഹ്‌ല മകന്റെ ശവപ്പെട്ടിയുടെ അരികിലെത്തുന്നത്.

‘‘എനിക്കെന്റെ മോനെ കാണണം. അവന്റെ മണമൊന്നറിയാനായെങ്കിലും എന്നെ അനുവദിക്കൂ.’’

ശബ്ദം കേട്ട് ഏവരും അന്തം വിട്ടുപോയി. ശവപ്പെട്ടിയുടെ മുകളിലേക്ക് വീണ് അതിനെ ആശ്ലേഷിക്കുകയാണ് ഉമ്മ. സർവ്വശക്തിയുമെടുത്ത് അള്ളിപ്പിടിച്ചിരിക്കുകയാണവർ. മഴ പെയ്യുന്നത് നിന്നിരിക്കുന്നു. ഉമ്മയുടെ ശരീരം ശവപ്പെട്ടിക്ക് മുകളിൽ ആണി തറച്ചതുപോലെ കിടക്കുകയാണ്. അവരെ അതിൽനിന്നും അടർത്തിമാറ്റുവാൻ ഒരു ശക്തിക്കുമാകില്ല. പതാക വഴുതി കുഴിയിലേക്ക് വീണിരിക്കുന്നു. പലകയിൽ പറ്റിച്ചേർന്ന് കിടന്നുകൊണ്ട് പെട്ടി തുറക്കാൻ ശ്രമിക്കുകയാണ് ഉമ്മ. ആളുകൾ ഓടിയടുത്തെത്തി അവരെ പിടിച്ചുമാറ്റാൻ നോക്കി. എന്നാൽ ഉമ്മ കുതറിമാറിയതേയുള്ളൂ. ഞാനാകട്ടെ ഉമ്മയെത്തന്നെ ഉറ്റുനോക്കി നിന്നതല്ലാതെ അവരെ പിടിച്ചുമാറ്റാൻ വാപ്പയെയോ മറ്റുള്ളവരെയോ സഹായിച്ചതേയില്ല.

അതേ... ആ ദൃശ്യം അതു തന്നെയായിരുന്നു. അത് സഹോദരന്റെ മൃതദേഹം തന്നെയാണ്. പിന്നെ ഓർമ്മ വന്നത് ഉമ്മ ശവപ്പെട്ടിയോടൊപ്പം കുഴിയിലേക്ക് വീഴുന്ന കാഴ്ചയാണ്. അങ്ങേയറ്റം അപമാനകരമായ കാര്യമാണ് സംഭവിച്ചിരിക്കുന്നത്. മരിച്ചവരെ മറമാടുന്ന കുഴിക്കരികിലേക്ക് പുരുഷന്മാർക്കൊപ്പം പോകുന്നത് തടയുന്ന ഗ്രാമത്തിലെ ആചാരങ്ങളുടെ ലംഘനമാണിത്.

ആദ്യം ഉമ്മയാണ് കുഴിയിലേക്ക് വഴുതിവീണത്. പിന്നാലെ അവരുടെ മുകളിലേക്കാണ് ശവപ്പെട്ടി പതിച്ചത്. ആണിയടിച്ച് അടച്ച് വച്ചിരുന്നതിനാൽ പെട്ടി തുറക്കാൻ ഉമ്മയ്ക്ക് സാധിച്ചിരുന്നില്ല. വീണ്ടും നിശ്ശബ്ദത പരന്നു. ഉമ്മ സ്വന്തം ദേഹം കുഴിച്ചുമൂടിയതുപോലെയാണ് കണ്ടുനിന്നവർക്ക് തോന്നിയത്. ഉമ്മയുടെ ഒരു ശബ്ദവും കേൾക്കാനായില്ല. തേങ്ങലോ, ചിലമ്പൽ ശബ്ദമോ ഒന്നും കേട്ടില്ല. മുകളിൽ നിൽക്കുന്ന ആളുകളുടെ ഒച്ചപ്പാടും ബഹളവും ഉമ്മയ്ക്ക് കേൾക്കാമിപ്പോൾ.

ശവപ്പെട്ടിയുടെ അടിയിൽപെട്ട് തന്റെ എല്ലുകൾ നുറുങ്ങുന്നതുപോലെയാണ് അവർക്ക് തോന്നിയത്. കണ്ണുകൾ തുറന്നതും കണ്ടത്

പുരുഷന്മാരുടെ കൈകൾ നീണ്ടുവരുന്നതാണ്. തന്നെ കുഴിയിൽ നിന്നും പുറത്തു കടത്താനാണ് അവരുടെ ശ്രമം. തുറിച്ച കണ്ണു കളോടെ ഉമ്മയെത്തന്നെ നോക്കിനിന്നതല്ലാതെ അലി സഹായി ക്കാനായി അരികിലേക്ക് ചെന്നതേയില്ല! ഉമ്മയെ ശവക്കുഴിയിൽ നിന്നും പിടിച്ചുകയറ്റാൻ ശ്രമിക്കുന്ന പുരുഷന്മാരുടെ നേർക്ക് അന്തം വിട്ട് നോക്കിനിൽക്കുകയാണവൻ. അവസാനം സ്വന്തം മകനോട് യാത്ര പറയുവാൻ ഉമ്മയ്ക്ക് സാധിച്ചിരിക്കുന്നു. മണ്ണിന്റെ ഗന്ധം മാത്രമേ മണത്തറിയാനായുള്ളൂ എന്നൊരു കുറവേയുള്ളൂ. മതത്തിന്റെ നിയമങ്ങളെയും മൃതദേഹത്തിന്റെ പവിത്രതയെയും ബഹുമാനി ക്കാത്ത പെണ്ണൊരുത്തിയെ പുരുഷന്മാർ ശപിക്കുന്നത് കേൾക്കാം.

എന്നാൽ ഹിമൈറൂന ശപിച്ചതും ചീത്ത പറഞ്ഞതും ഇതേ പുരുഷന്മാരെത്തന്നെയായിരുന്നു. 'വൃത്തികെട്ടവന്മാരേ' എന്ന് വിളിച്ച് അധിക്ഷേപിച്ചു. സ്വന്തം മകനോട് യാത്ര പറയാൻ ഈ പാവപ്പെട്ട സ്ത്രീയെ അനുവദിക്കാത്തതെന്തെന്ന് ചോദിക്കുകയാണ് വൃദ്ധ. ഇതു കേട്ടതും സൈനിന്റെ ഒച്ചകേട്ടു. വൃദ്ധയോട് വായടയ്ക്കാനും ഖബറിനരികിൽനിന്നും ദൂരേയ്ക്ക് പോകാനും ആവശ്യപ്പെടുകയാണ യാൾ. ''നീ പോടാ വൃത്തികെട്ടവനേ' എന്ന് പറഞ്ഞ് ഹിമൈറൂന സൈനിന്റെ മുഖത്തിന് നേർക്ക് കാർക്കിച്ചുതുപ്പി. അതോടെ അയാ ളുടെ കൂട്ടാളിയായ ഒരുത്തൻ വൃദ്ധയെ ശകാരിച്ചു. പിന്നെ തോക്ക്ചൂണ്ടി അവരെ ദൂരേയ്ക്ക് തള്ളിമാറ്റാൻ ശ്രമിച്ചു. സഹിക്കാനാകാതെ വൃദ്ധ ശവക്കുഴിക്കരികിൽ തളർന്നുവീണു. അപ്പോഴും കുഴിക്കുള്ളിൽ പെട്ടി യിൽ അള്ളിപ്പിടിച്ച് കിടക്കുകയായിരുന്നു നഹ്‌ല.

പുരുഷന്മാരെല്ലാവരും കൂടി ഉമ്മയെ ശവക്കുഴിയിൽനിന്നും പുറത്തേക്ക് വലിച്ചെടുത്തതും അലി അരികിലേക്ക് ചെന്നു. താങ്ങി പ്പിടിച്ചതും ഉമ്മ അവന്റെ കൈകളിലേക്ക് തളർന്നുവീണു. ഒരു കൈകൊണ്ട് അലി ഉമ്മയെ താങ്ങിപ്പിടിച്ചു. പിറകിലേക്ക് തിരിഞ്ഞു നോക്കുകയോ ചുറ്റും കൂടി നിൽക്കുന്നവരുടെ വാക്കുകൾ ശ്രദ്ധി ക്കുകയോ ചെയ്യാതെ അവൻ ഉമ്മയേയും കൊണ്ട് നടന്നു. അവരുടെ പിന്നാലെ ഇടറിയ കാലടികളോടെ, ഊന്നുവടിയും കുത്തിപ്പിടിച്ച് ഹിമൈറൂനയും വന്നു.

നഹ്‌ലയുടെ മുഖം വിളറി മഞ്ഞളിച്ചുകഴിഞ്ഞിരുന്നു. ചെളി പിടിച്ച് വസ്ത്രമാകെ കുതിർന്നിരിക്കുന്നു. കൈകാലുകൾ വിറയ്ക്കു ന്നുണ്ട്. ചുറ്റുമുള്ള ആണുങ്ങളും പെണ്ണുങ്ങളുമൊക്കെ ആ ഉമ്മയുടെ കാര്യം ശ്രദ്ധിക്കുന്നതേയില്ല. മരിച്ച ചെറുപ്പക്കാരനെയോർത്ത് ദുഃഖം കൂറുകയാണ് ഏവരും.

ഇതിനിടയിലാണ് ഉമ്മയേയും താങ്ങിപ്പിടിച്ച് നടന്നകലുന്ന അലി യുടെ നേർക്ക് സ്ത്രീകളിലൊരാൾ തിരിഞ്ഞുനോക്കുന്നത്. ഉമ്മയുടെ

പേര് ചൊല്ലി ആ സ്ത്രീ വിലപിച്ചു. അതോടെ ശവസംസ്കാരച്ചട ങ്ങിൽ പങ്കെടുക്കാതെ നടന്നകലുന്ന ഉമ്മയുടെയും അലിയുടെയും നേർക്ക് ആളുകൾ ഒന്നടങ്കം നോക്കി.

ആ ദിവസത്തെ ആളുകളുടെ മൊത്തം അരിശവും അവർ ഏറ്റു വാങ്ങുകയായിരുന്നു. 'ദുരന്തത്തിന്റെ തീവ്രത മനസ്സിലാകാതെ നടന്നകലുന്നോ? തിരിച്ചുവരൂ' എന്ന് ആളുകൾ അലറിവിളിച്ചു. പെട്ടെന്ന് അലി നടത്തം നിർത്തി. അപ്പോഴും ഒരു കൈയിൽ ഉമ്മയെ താങ്ങിപ്പിടിച്ചിരിക്കുകയായിരുന്നു അവൻ. ശേഷം അവൻ സർവ്വരു ടെയും മാതാപിതാക്കൾക്കുനേരെ ശാപവർഷം ചൊരിഞ്ഞു.

അന്നേരം ഇതാദ്യമായിട്ടായിരിക്കും അലിക്ക് ഉമ്മയുടെ കവിളു കളിൽ സ്പർശിക്കാനായി. വെയിലും തണുപ്പും കാരണം വിണ്ടു കീറിയ കവിളുകൾ. പരുപരുത്ത ആ ചുവന്ന ചർമ്മത്തിലും പിന്നെ മൂർച്ചയേറിയ മുള്ളുകൾ പോലെയുള്ള അരിമ്പാറകളിലും തൊട്ട കാര്യം ഓർത്തപ്പോഴാണ് അലിക്ക് തന്റെ കണ്ഠനാളത്തിൽ നിന്നു യരുന്ന ശബ്ദം കേൾക്കാനായത്. മരവിച്ച കണ്ണുകളോടെ ആകാശ ത്തേക്കുതന്നെ തുറിച്ചുനോക്കുകയായിരുന്നു അന്നേരമവൻ.

മൂന്ന്

കത്തിയമർന്നു നിൽക്കുന്ന സൂര്യരശ്മികൾക്ക് കീഴേ, ആ വൃക്ഷത്തിന് പിന്നിലായി, മറുഭാഗത്ത് എന്തോ ഒരു രൂപത്തെ കണ്ടു. ജീവനുള്ള വസ്തു തന്നെയാണോ? അതോ നിശ്ശബ്ദതയുടെ കാഠിന്യം കാരണം വെറുതേ തോന്നുന്നതോ? എന്റെയും സഹപട്ടാളക്കാരുടെയും നേരെ പതിച്ച ആ ബോംബിന്റെ തന്നെ ഇരയായ വല്ല ശത്രുവുമായിരിക്കുമോ?

തുരുമ്പാണോ? അതോ ഭീതിയുടെ രുചിയാണോ? തുരുമ്പിന്റെ രുചി ഭീതിയായി മാറുന്നത് ഇപ്പോഴാണ് അനുഭവിച്ചറിയുന്നത്. സ്ഫോടനത്തിന്റെ ഗന്ധം തന്നെയാണ് തുരുമ്പിന്റെ രുചിക്കും. ഇപ്പോഴിതാ ഞാനത് വായിൽ അനുഭവിച്ചറിയുന്നു.

നെഞ്ച് ഉഗ്രശബ്ദത്തോടെ മിടിക്കുന്നത് കേൾക്കാം. എതിർവശത്തുള്ള രൂപത്തെ നോക്കാനായി തല ഉയർത്തി. അപ്പോൾ കണ്ടത് ഞാൻ ചെയ്യുന്നതുപോലെത്തന്നെ ചെയ്യുകയാണ് ആ രൂപവും. അതോടെ ആഴത്തിൽ ശ്വാസം ഉള്ളിലേക്ക് ആവാഹിച്ചശേഷം കണ്ണുകൾ ഇറുക്കിയടച്ചു.

ഒരേയാകാശത്തിന് കീഴിൽ കഴിയുന്ന തന്റെയും ഈ അപരന്റെയും രൂപത്തെ ഓർത്തുനോക്കി. ദേഹത്ത് വീണുകിടക്കുന്ന ഉണങ്ങിയ ചുള്ളിക്കമ്പുകളും ഇലകളും മണ്ണും ചെളിയുമൊക്കെ കുടഞ്ഞുകളയാൻ ശ്രമിക്കുന്ന രണ്ടാളുകൾ. ഇരുവരും തലയുയർത്തി നോക്കുമ്പോൾ കാണുന്നത് മറ്റേയാളെയാണ്.

അങ്ങ് ദൂരെ കടലിന്റെ അനന്തമായ ചക്രവാളങ്ങൾ കാണാം. ഇത്തരം ചിത്രങ്ങൾ മനസ്സിൽ വരച്ച് ശീലമേറെയാണ്. കണ്ണുകൾ അടച്ചുപിടിച്ചപ്പോൾ വസ്തുക്കളെയെല്ലാം താൻ കാണുന്നത് മുകൾഭാഗത്ത് നിന്നാണെന്നു തോന്നി. ജനിച്ചുവീണതുതന്നെ ഒരു മലമുകളിലാണ്. താഴെയുള്ള വസ്തുക്കളിലേക്ക് നോക്കിയേ ശീലമുള്ളൂ. വീട്ടിനരികിലുള്ള മരത്തിന് മുകളിലേക്ക് കയറിയാൽ മുകളിൽ ആകാശമല്ലാതെ മറ്റൊന്നുമുണ്ടാകില്ല. ആ ആകാശത്തുനിന്ന്

നോക്കിയാൽ ഉമ്മയുടെ രൂപം എങ്ങനെയുണ്ടാകുമെന്ന് സങ്കല്പിച്ചു നോക്കിയിട്ടുണ്ട്. തന്റെ മരവും അതിലെ ഏറുമാടവും ഗ്രാമത്തിലെ നാട്ടുവഴികളും ഹിമൈറൂനയും താഴ്വരകളുമായി ബന്ധിക്കപ്പെട്ട് കിടക്കുന്ന മലനിരകളുമൊക്കെ എങ്ങനെയിരിക്കും? തനിക്കിപ്പോൾ ആ ദൃശ്യം സങ്കല്പിക്കാനാകും.

എതിർവശത്തുള്ള വസ്തു ചലിക്കുന്നുണ്ട്. എന്റെ നേരെ ഉറ്റു നോക്കി എന്റെ ചലനങ്ങൾ അതുപോലെ അനുകരിക്കുകയാണ്. എന്റെ തനിപ്പകർപ്പ് എന്നുതന്നെ പറയണം.

ആകാശത്ത് പക്ഷികളൊന്നും ഇല്ലല്ലോ? നല്ല വെയിലുള്ള വേനൽ ക്കാലത്തെ പകലിൽ പക്ഷികളൊക്കെയും എങ്ങോ അപ്രത്യക്ഷ മായത് തീർത്തും വിചിത്രം തന്നെയാണ്. ആയിരക്കണക്കിന് വർഷ ങ്ങളായി യുദ്ധങ്ങളും രക്തച്ചൊരിച്ചിലും കണ്ട് ശീലിച്ച ഈ മല നിരകൾ കടലിനരിക് വരെ ശാന്തമായി നീണ്ടുകിടക്കുകയാണ്. ഞങ്ങളുടെ കാര്യത്തിൽ സംഭവിച്ചത് സാധാരണ വിഷയമെന്നേ അവ കരുതൂ. പിഴവ് പറ്റി നിലത്തേക്ക് പതിക്കുന്ന ബോംബുകളൊന്നും ഈ പർവ്വതനിരകളെ ഭയപ്പെടുത്തില്ല. കുന്നിൻമുകളിലെ ഞങ്ങളുടെ പട്രോളിംഗ് സംഘത്തിന് മുകളിലേക്ക് വിമാനം വിക്ഷേപിച്ചത് അത്തരമൊരു ബോംബായിരുന്നില്ലേ?

സൈന്യത്തിന്റെ വിമാനം എന്തിനാണ് ആ ബോംബ് വർഷിച്ച തെന്ന് അലിക്ക് മനസ്സിലാകുന്നതേയില്ല. സംരക്ഷണം നൽകേണ്ട അതേ ആളുകൾ എങ്ങനെയാണ് തങ്ങൾക്കു നേരെ ബോംബ് വർഷി ക്കുന്നത്? ഇങ്ങനെയൊരു പിഴവ് സംഭവിക്കുന്നതെങ്ങനെയാണ്?

അനങ്ങാൻപോലും കഴിയുന്നില്ല. ചുറ്റുമുള്ള സർവ്വതും ആകെ അവ്യക്തവും ആശയക്കുഴപ്പവുമേ തരുന്നുള്ളൂ. ഒരു നിമിഷം ആലോ ചിച്ചപ്പോൾ തനിക്ക് പരിക്ക് പറ്റിയിരിക്കുകയാണല്ലോ എന്ന കാര്യം മനസ്സിൽ വീണ്ടുമെത്തി. പക്ഷേ മുറിവ് എവിടെയാണെന്ന് കാണാ നാകുന്നില്ല. ഞാൻ തനിച്ചാണിപ്പോൾ. കൂടെയുണ്ടായിരുന്ന മറ്റു പട്ടാളക്കാരൊക്കെയും മരിച്ചുകാണും. സ്ഫോടനത്തിൽ കത്തിയെരി ഞ്ഞിട്ടുണ്ടാകും. അല്ലെങ്കിൽ മറ്റേതെങ്കിലും തരത്തിൽ മരിച്ചിട്ടുണ്ടാകും. അവരെയൊരാളെപ്പോലും കാണാനില്ല. ആരുടെയും ഒരു ഞരക്കം പോലും കേൾക്കുന്നതുമില്ല.

അപ്പോൾ ഞാൻ തീർത്തും ഏകനാണിപ്പോൾ. പിന്നെ അരിക ത്തുള്ള ഈ വൃക്ഷത്തെ എനിക്കിപ്പോൾ മനപ്പാഠമാണെന്നുതന്നെ പറയണം. ഗ്രാമത്തിലെ മരങ്ങളുടെ ഘടനയെ സംബന്ധിച്ച് മന പ്പാഠമുള്ളതുപോലെതന്നെ. ഗ്രാമത്തിലെ വീട്ടിനരികിലെ മരത്തിന്റെ ഇരട്ടയാണെന്നേ തോന്നൂ ഈ വൃക്ഷത്തെ കണ്ടാൽ. പെട്ടെന്ന് മന സ്സിലൊരു പ്രകാശം നാമ്പിട്ടു. ഇതൊരു ശുഭസൂചന തന്നെയായി

കാണണം. ഈ വൃക്ഷം എന്നെ കാത്തുരക്ഷിക്കും. അക്കാര്യം എനിക്കറിയാം. വിശുദ്ധന്മാരുടെ കുടീരങ്ങൾക്കും അവിടേക്ക് അഭയം തേടിയെത്തുന്ന മനുഷ്യർക്കുമെല്ലാം തണലേകുന്നത് ഇത്തരം വൃക്ഷങ്ങളാണ്.

ഉടൽ പതിയെ ഒന്ന് ഉയർത്തി വലത്തേ കൈമുട്ടിലൂന്നി എഴുന്നേൽക്കാൻ ശ്രമിച്ചതേയുള്ളൂ. അപ്പോഴേക്കും വേദനകൊണ്ട് അലറിവിളിച്ചുപോയി. എന്നിട്ടും വീണ്ടും ശ്രമിച്ചുനോക്കി. അപ്പോഴാണ് എതിർവശത്തെ രൂപവും എന്നെപ്പോലെ എഴുന്നേൽക്കാൻ നോക്കുന്നതും അലറുന്നതും കണ്ടത്. ശേഷം എന്നെപ്പോലെ വഴുതിവീഴും. ആ നിലവിളിശബ്ദം കുന്നിൻമുകളിൽ പ്രതിധ്വനിക്കുന്നത് കേൾക്കാം. എതിർവശത്തെ രൂപത്തിന്റെ ചലനം എന്നെ ആകെ അസ്വസ്ഥനാക്കുകയാണ്.

ചിലപ്പോൾ അത് എന്റെതന്നെ നിഴലായിരിക്കുമെന്ന് തോന്നി. അതോ നമ്മുടേതിന് സമാന്തരമായ മറ്റൊരു ലോകത്തെ കാണുന്നതായിരിക്കുമോ? ഇനി സൂര്യന്റെ കണ്ണഞ്ചിപ്പിക്കുന്ന പ്രഭ കാരണം വെറുതെ തോന്നുന്നതാകുമോ? ചിലപ്പോൾ അത് ശരിക്കും ഏതെങ്കിലും രൂപം തന്നെയായിരിക്കും. ഞാൻ ചെയ്യുന്ന പ്രവൃത്തികളുടെ ആവർത്തനമാണ് എതിർഭാഗത്ത് ദൃശ്യമാകുന്നത്. മറ്റൊരാളുടെയോ സ്വന്തം നിഴലിന്റെയോ അല്ലെങ്കിൽ വിഭ്രാന്തിയുടെയോ അതുമല്ലെങ്കിൽ മറ്റു വല്ലതിന്റെയോ ചലനങ്ങൾ താൻ ആവർത്തിക്കുന്നതായിരിക്കുമോ?

ഒന്നുമങ്ങോട്ട് ഉറച്ചു വിശ്വസിക്കാനേ സാധിക്കുന്നില്ല. എന്നാൽ എന്നെ രക്ഷിക്കാൻ ആരെങ്കിലും വരുമെന്നുതന്നെ വിശ്വസിക്കുകയാണ്, കാത്തിരിക്കുകയാണ്. അധികസമയമൊന്നും കഴിഞ്ഞുപോയിട്ടില്ല. കാത്തിരുന്നപ്പോൾ ഒരു നൂറ്റാണ്ട് കടന്നുപോയെന്നൊക്കെ തോന്നി എന്നത് നേരാണ്. പക്ഷേ, ഏതാനും മണിക്കൂറേ ആയിട്ടുണ്ടാകൂ ഞാൻ ഇങ്ങനെ വീണുപോയിട്ട്.

എപ്പോഴാണ് ബോംബ് പതിച്ചത്? ഇല്ല, ഓർമ്മ വരുന്നില്ല. ഓർമ്മ പതിയെപ്പതിയെയേ തിരികെ കിട്ടൂ. ഈ മരത്തെയും പിന്നെ തന്റെ ജീവിതത്തിലെ മറ്റ് മരങ്ങളെയും ഓർമ്മയുണ്ട്. പിന്നെ ആ സ്ത്രീയെയും. അവരുടെ രൂപം ഇപ്പോൾ കൂടുതൽ വ്യക്തമായി കാണാം. കാലത്തിൽ ആണ്ടുപോയ ആ കണ്ണുകളുടെ നിറം ഓർമ്മയുണ്ട്. നരച്ച വെള്ളനിറം കണ്ടാൽ അന്ധയാണെന്നേ തോന്നൂ. എന്നാലവർ പൂർണ അന്ധയല്ലതാനും. തന്റെ വിറയാർന്ന വിരലുകൾ തലയിലേക്ക് ചൂണ്ടിക്കൊണ്ട് അവർ പറയും.

"ഇവിടെ... ഈ തലകൊണ്ട്... ഞാൻ കാണുന്നത് ഈ തലകൊണ്ടാണ്. കണ്ണുകൾ കൊണ്ടല്ല."

വിശുദ്ധന്റെ കുടീരമായ മഖാമിലെ വൃക്ഷമാണ് തന്റെ ഒരേയൊരു കൂട്ടുകാരിയെന്ന് പറഞ്ഞതും അവർ തന്നെയാണ്. തന്റെ കൂട്ടുകാരിയുടെ മകനായ എന്നെ അവർക്ക് വലിയ കാര്യമായിരുന്നു. എന്നാൽ ഗ്രാമത്തിലുള്ളവർ അവരുടെ ഈ ചിത്തഭ്രമം ബാധിച്ച വർത്തമാനങ്ങൾ കേൾക്കാതിരിക്കാൻ ബഹളം വെയ്ക്കുകയേ ഉള്ളൂ. കൂടെക്കൊണ്ട് നടക്കുന്ന കുട്ടിയായ എനിക്ക് ഭ്രാന്തിന്റെ കുറവ് മാത്രമേയുള്ളൂവെന്ന് ആളുകൾ പറയുമ്പോൾ ആ സ്ത്രീ കാർക്കിച്ചു തുപ്പും.

അലിക്കിപ്പോൾ നന്നായി ഓർമ്മ വരുന്നുണ്ട്, ഹിമൈറൂന തനിക്ക് മരങ്ങളുടെ കഥ പറഞ്ഞുതന്നിരുന്ന കാര്യം. നല്ലതുപോലെ ഓർത്തെടുത്തേ തീരൂ. ഇനി അധികനേരമില്ല. ബോധം വീണ്ടെടുത്ത് ഉടലൊന്ന് ചലിപ്പിച്ച് ജീവനോടെ ഇരിക്കുന്നുവെന്ന് തിരിച്ചറിഞ്ഞപ്പോഴേക്കും പകലിന്റെ പകുതി പിന്നിട്ടിരിക്കുന്നു. ഒപ്പം ഞാനാരാണെന്നും പേരെന്താണെന്നും ഉമ്മആരാണെന്നും അവരുടെ പേരെന്താണെന്നും അറിയാം. അതുപോലെ തന്നെയാണ് എനിക്കിപ്പോൾ ഹിമൈറൂനയേയും ഓർമ്മയുണ്ട്.

ദൈവികമായ ഒരു കരുതൽ എന്നെ പിന്തുടരുന്നുണ്ടാകും. അല്ലെങ്കിൽ ഈ വൃദ്ധയെക്കുറിച്ചുള്ള ചിന്ത മനസ്സിൽ നിറയില്ലായിരുന്നു. അവരുടെ കൈകളിൽ കിടന്നായിരുന്നല്ലോ ഞാൻ വളർന്നത്? വൃക്ഷങ്ങളുടെ ഭാഷ പഠിപ്പിച്ചു. കേട്ടുകേൾവികളിൽനിന്ന് വ്യത്യസ്തമായി, ഭൂമിയുടെ കെട്ടുറപ്പിനെ സംരക്ഷിക്കുന്നതും ഉൾക്കാമ്പിലുള്ള ആഴമേറിയൊരു ബിന്ദുവിലേക്ക് അതിനെ ബന്ധിപ്പിച്ച് നിർത്തുന്നതും വൃക്ഷങ്ങളാണെന്നാണ് ഹിമൈറൂന പറയാറുള്ളത്. നൂറുവർഷം ജീവിച്ചുതീർത്ത ഈ വൃദ്ധയെ പക്ഷേ നാട്ടുകാർ പരിഹസിക്കുന്നതായിരുന്നു പതിവ്. അവരാകട്ടെ, തന്റെ തലമുടിയിൽ ചുവന്ന നിറം കിട്ടുംവിധത്തിൽ മൈലാഞ്ചി പുരട്ടിക്കൊണ്ടിരുന്നു. വർഷങ്ങൾ പലത് കഴിഞ്ഞതോടെ കടും ഓറഞ്ച്നിറമായിത്തീർന്നു അവരുടെ മുടിക്ക്.

കഴിഞ്ഞ മുപ്പതുവർഷമായി തലയിൽ മൈലാഞ്ചി പുരട്ടാൻ ഗ്രാമത്തിലെ ഏതെങ്കിലുമൊരു സ്ത്രീയുടെ സഹായം തേടുകയാണ് ഹിമൈറൂനയുടെ പതിവ്. മാറിമാറിയാണ് ഇതിനായി ആരെയെങ്കിലും അവർ തിരഞ്ഞെടുത്തിരുന്നത്. നേരെ ആ സ്ത്രീയുടെ വീട്ടിലേക്ക് ചെന്ന് വാതിലിൽ മുട്ടും. പിന്നെ അവരുടെ പേര് ചൊല്ലി വിളിക്കും. തന്റെ തലമുടിയിൽ മൈലാഞ്ചി പുരട്ടിത്തരാനായി പുറത്തുവരുവാനാണ് വിളിക്കുന്നത്.

ഗ്രാമീണർ ഇത് വളരെ തമാശയായിട്ടാണ് കരുതുന്നത്. എന്നാൽ ഇത് ഹിമൈറൂനയെ സംബന്ധിച്ചാകട്ടെ, സ്വാഭാവികമായൊരു വിഷയം മാത്രം. വെളുത്ത തലമുടികളെ അവർക്ക് വെറുപ്പാണത്രേ. ഇക്കാര്യം

അലിയുടെ മുമ്പിൽ വച്ചും അവർ പറഞ്ഞിട്ടുണ്ട്. കാലത്തിന് നേർക്ക് കാർക്കിച്ച് തുപ്പുന്നവളായിരുന്നു ഹിമൈറൂന.

മഖാമിലെ വൃക്ഷത്തിന് കീഴിലായിരുന്നു അവർ കഴിഞ്ഞിരുന്നത്. എന്നുവച്ച് ശരീരത്തിന്റെയും തലമുടിയുടെയും വസ്ത്രത്തിന്റെയുമൊക്കെ കാര്യത്തിൽ ശ്രദ്ധിക്കാതെ ഇരുന്നിട്ടുമില്ല. വിചിത്രമായൊരു നീളൻ കുപ്പായമായിരുന്നു വേഷം. നിറമാർന്നൊരു അരപ്പട്ടയുമുണ്ടാകും. ചിത്രത്തുന്നൽ ചെയ്തൊരു ഉറുമാൽ തലയിൽ കെട്ടിയിരിക്കും. അതിന് അവരുടെതന്നെ പ്രായമുണ്ടാകും. ഗോതമ്പിന്റെ നിറമുള്ള പട്ട് നൂലിഴകൾകൊണ്ട് നെയ്ത ആ ഉറുമാലിൽ നീളമുള്ളൊരു പിന്ന് കുത്തിയിരിക്കും. തണുപ്പുകാലമാണെങ്കിൽ മുഖത്തുകൂടി മൂടിയിരിക്കും. അന്നേരം പിന്നെ കണ്ണുകൾ മാത്രമേ പുറത്ത് കാണുകയുള്ളൂ. സ്വന്തം ജീവൻ പോലെയാണ് അവരതിനെ കാത്തുസൂക്ഷിക്കുന്നത്.

അലിക്ക് ഹിമൈറൂന ഒട്ടനേകം കാര്യങ്ങൾ പറഞ്ഞുകൊടുത്തിട്ടുണ്ട്. പട്ടാളത്തിൽ ചേരുന്നതിന് മുമ്പ് 2013ലാണെന്നു തോന്നുന്നു, അവർ അവനോട് പറഞ്ഞു: ഞാൻ നൂറുവർഷം മുമ്പാണ് ജനിച്ചത്. ആവശ്യമുള്ളതിലുമധികം കാലം തനിക്ക് ആയുസ്സുണ്ടാകുമത്രെ. ഇനി എപ്പോൾ മരിച്ചാലും സന്തോഷമേയുള്ളൂ. കാരണം ഒരു നൂറ്റാണ്ടോളം ജീവിച്ചിരിക്കാൻ സാധിച്ചല്ലോ. അവരുടെ ഭാഷയിൽ പറഞ്ഞാൽ, നാട്ടിലെ കുറേയധികം തെമ്മാടികളെ ഈൗർഷ്യരാക്കുവാൻ കഴിഞ്ഞതത്.

ഒരു പകൽ നേരം കുടീരത്തിലെ വൃക്ഷത്തിന് കീഴിൽ ഇരിക്കവേ പ്രണയമെന്താണെന്ന് അറിയുമോ എന്ന് ഹിമൈറൂന അലിയോട് ചോദിച്ചു. അവനാകട്ടെ, മറുപടിയൊന്നും പറഞ്ഞില്ലെന്ന് മാത്രമല്ല, മുഖമൊന്ന് ചുവക്കുകയോ യാതൊരു പ്രതികരണവും പ്രകടിപ്പിക്കുകയോ ചെയ്തതുമില്ല. ശൂന്യതയിലേക്ക് കണ്ണുനട്ടിരിക്കവേ അവന് ശരിക്കും വേദന തോന്നി. അത്തരമൊരു വികാരം താനിതുവരെ അനുഭവിച്ചറിഞ്ഞിട്ടേയില്ലല്ലോ. അന്നേരം ഹിമൈറൂന ഉറക്കെ പറഞ്ഞു:

‘‘എന്റെ അലീ... പ്രണയമെന്തെന്ന് അറിയാത്തവൻ ജീവിതമെന്തെന്നും അറിഞ്ഞിട്ടുണ്ടാവില്ല. കണ്ണ് തുറന്ന് കാണുക.’’

ഒരു നിമിഷം നിർത്തിയശേഷം ഇടറിയ സ്വരത്തിൽ അവർ തുടർന്നു:

‘‘എന്നെത്തന്നെ നോക്കൂ. ആരാ ഞാനെന്നറിയുമോ? തുർക്കികളും ഫ്രഞ്ചുകാരും അറബികളുമടക്കമുള്ള സർവ്വപുരുഷന്മാരെയും എനിക്കറിയാം. എനിക്ക് പ്രണയമെന്തെന്ന് തീർച്ചയായുമറിയാം. അതിനാൽത്തന്നെ എന്റെ ഹൃദയം സമാധാനത്തോടെയാകും

മരിക്കുക. ആ പർവ്വതങ്ങളിലേക്ക് നോക്കൂ. അവയെ എല്ലാം എനിക്കറിയാം. അവയ്ക്കോരോന്നിനും എന്റെ ഓരോ പ്രണയകഥകൾ പറയാനുണ്ടാകും. ഓഹ്... എന്തൊരു കാലമായിരുന്നു അതൊക്കെ.''

പറഞ്ഞുവന്നത് മുഴുവനാക്കാതെ അവർ നിർത്തി. മഖാമിനകത്ത് നിന്ന് പുറത്തേക്ക് പോകുന്ന ഒരു പുരുഷൻ അവർക്കരികിലൂടെ കടന്നുപോയി. സ്വന്തം നരയെ മാനിക്കുകയെങ്കിലും ചെയ്തുകൂടേ എന്നു പറഞ്ഞ് അയാൾ വൃദ്ധയെ അധിക്ഷേപിച്ചു. എന്നാൽ അത് തീരെ വകവയ്ക്കാതെ അവർ അവസാനം പറഞ്ഞ വാചകം നിരാശയോടെ വീണ്ടും ആവർത്തിച്ചു:

''ഓഹ്... എന്തൊരു കാലമായിരുന്നു അതൊക്കെ.''

ഒന്നു ചിരിച്ചശേഷം നേരേ മുന്നിലുള്ള മലയുടെ ഉച്ചിയിലേക്ക് വിരൽചൂണ്ടി ഹിമൈറൂന തുടർന്നു:

''അവിടെ... നിങ്ങളെപ്പോലുള്ളവർക്ക് ജീവിതം അസഹനീയമായ ദാ, അവിടെ... അവിടെ ഞാൻ ജീവിച്ചിട്ടുണ്ട്.''

ഇത്തവണ ശുദ്ധഅറബിയിലാണ് അവർ സംസാരിച്ചത്. മലമുകളിലായിരുന്നു തങ്ങളുടെ താമസമെന്ന കാര്യം അലി വലിയ വിഷയമായാണ് അതുവരെ കരുതിയിരുന്നത്. അതിനേക്കാൾ ഉയരമേറിയൊരു പർവ്വതശിഖരത്തിൽ മറ്റാരെങ്കിലും ജീവിച്ചിട്ടുണ്ടെന്ന് കരുതിയിട്ടു തന്നെയില്ല.

വൃദ്ധ പിന്നെയും ചിരിച്ചു. സീൽക്കാരശബ്ദമുണ്ടാക്കിയാണ് അവർ നിർത്താതെ പൊട്ടിച്ചിരിക്കുന്നത്. ഇടയ്ക്ക് വീർപ്പുമുട്ടുന്നുണ്ട്. കണ്ണുനീർ കവിളിലൂടെ ഒലിച്ചിറങ്ങുന്നുമുണ്ട്.

''ചിരിക്കാൻ അവസരം തന്നതിലൂടെ പടച്ചവൻ നമ്മെ അനുഗ്രഹിക്കുകയാണ് ചെയ്യുന്നത്. ഭയം വരുമ്പോൾ ചിരിക്കുന്ന മനുഷ്യരെ ഞാൻ കണ്ടിട്ടുണ്ട്. പക്ഷേ ചിരിക്കുംവരെ നിന്റെ ഭയം വിട്ടുമാറുകയേയില്ല.''

അത്രയും പറഞ്ഞശേഷം വൃദ്ധ പിന്നെയും ചിരിച്ചുകൊണ്ടിരുന്നു.

ജനിച്ചുകഴിഞ്ഞ് രണ്ടു ദിവസത്തോളം അലി കരയുമായിരുന്നില്ല. നിശ്വസിക്കുന്ന ശബ്ദം മാത്രം കേൾക്കാം. എല്ലാവരും കരുതിയത് അവൻ മരിച്ചുപോകുമെന്നാണ്. അക്കാലത്ത് അലിയുടേതുപോലുള്ള കുടുംബങ്ങളുടെ കാര്യത്തിൽ വലിയ ശ്രദ്ധയായിരുന്നു ഹിമൈറൂനയ്ക്ക്. ശ്രദ്ധ എന്നു പറഞ്ഞാൽ ഇടയ്ക്കിടയ്ക്ക് അത്തരം വീടുകളിൽ സന്ദർശനം നടത്തും.

നഹ്‌ല ദുർബലയായൊരു കുഞ്ഞിന് ജന്മം നൽകിയെന്ന് കേട്ടയുടനെത്തന്നെ വടിയും കുത്തിപ്പിടിച്ച് ഹിമൈറൂന സ്ഥലത്തെത്തി.

അനുവാദം ചോദിക്കാതെ വീടിനകത്തേക്ക് കയറിവന്ന വൃദ്ധ പേടിച്ചരണ്ട നഹ്‌ലയോട് പറഞ്ഞത് കുഞ്ഞ് ജീവനോടെയിരിക്കുമെന്നായിരുന്നു. ശേഷം കുഞ്ഞിന് ശ്വാസംമുട്ട് സൃഷ്ടിക്കുംവിധത്തിൽ വീട്ടിലെ മുറിക്കുള്ളിൽ തിക്കിത്തിരക്കി നിന്ന സ്ത്രീകളോട് അവർ കയർത്തു.

‘‘എത്ര ചെറിയ മുറിയാണിത്. എന്നിട്ടും കുഞ്ഞിന് ശ്വാസം വലിക്കാൻ ഇടംകൊടുക്കാതിരിക്കാനാണോ നിങ്ങൾ എല്ലാംകൂടി വന്നിരിക്കുന്നത്?’’

പിന്നെ കുഞ്ഞിനെ കൈയിലെടുത്തുകൊണ്ട് തന്റെ കൂടെ മഖാമിലേക്ക് വരുവാൻ ഹിമൈറൂന നഹ്‌ലയോട് പറഞ്ഞു.

ചിത്തഭ്രമം ബാധിച്ച സ്ത്രീ എന്നാണ് വിളിച്ചിരുന്നതെങ്കിലും ഹിമൈറൂന പറയുന്ന പലതും ശ്രദ്ധിച്ച് കേട്ട പരിചയമാണ് തങ്ങൾക്കുള്ളതെന്നാണ് അനുഭവങ്ങൾ ഈ നാട്ടുകാരെ പഠിപ്പിച്ചിട്ടുള്ളത്. വിചിത്രമായ പല അറിവുകളും അവർക്കുണ്ടായിരുന്നു. എവിടെനിന്നാണ് അവയൊക്കെയും സ്വന്തമാക്കിയതെന്ന് ആർക്കുമറിയില്ല. പണ്ട് അവർ വായിക്കുമായിരുന്നു. എന്നാൽ കാഴ്ച കുറഞ്ഞതോടുകൂടി കഴിഞ്ഞൊരു പത്തുവർഷമായി ആ ശീലവും ഇല്ലാതായി. വിചിത്രമായ ഭാഷയിൽ അവർ പാടുമായിരുന്നു. സുറിയാനി ഭാഷയിലാണ് പാടുന്നതെന്ന് ചിലർ പറയുന്നത് അലി കേട്ടിട്ടുണ്ട്. മറ്റു ചിലർ പറയാറുള്ളത് ഹിമൈറൂന തുർക്കി ഭാഷ പഠിച്ചിട്ടുണ്ടെന്നാണ്. ഒന്നാം ലോകമഹായുദ്ധകാലത്ത് ഓട്ടോമൻ തുർക്കികൾ അറബികളേയും മറ്റും നിർബന്ധിച്ച് സൈന്യത്തിൽ ചേർക്കാൻ തുടങ്ങിയതോടെ ആരംഭിച്ച സഫർ ബർലിക് എന്നറിയപ്പെടുന്ന കൂട്ടപ്പലായനത്തിനിടയിൽ പിതാവിനെ നഷ്ടപ്പെട്ടതിൽ പിന്നെ ഹിമൈറൂന തുർക്കികൾക്കൊപ്പം കഴിഞ്ഞിട്ടുണ്ടത്രേ.

ഇതൊന്നും കൂടാതെ അവർക്ക് ഫ്രഞ്ച്ഭാഷയും അറിയാമെന്നാണ് ചിലരുടെ വിശ്വാസം. ഫ്രഞ്ച്പടയ്ക്കൊപ്പം നഴ്സായി ജോലി ചെയ്യുകയും പാലങ്ങൾ നിർമ്മിക്കുന്നതുമായി ബന്ധപ്പെട്ട രേഖാചിത്രങ്ങൾ തയ്യാറാക്കിയിരുന്ന ഒരു എൻജിനീയർക്കൊപ്പം പ്രവർത്തിക്കുകയും ചെയ്തിട്ടുണ്ടത്രേ. സിറിയയിലെ ഫ്രഞ്ച് മാൻഡേറ്ററി ഭരണകൂടം മലയോരത്തെ ഗ്രാമങ്ങളിലൊന്നിൽ സ്കൂൾ നിർമ്മിക്കാനായി അയച്ച സംഘത്തിന്റെ ഭാഗമായതോടെയാണ് ഹിമൈറൂന എഴുത്തും വായനയും പഠിച്ചത്. സിറിയയിലെ ഫ്രഞ്ച് ഹൈക്കമ്മീഷണറായിരുന്ന ജനറൽ ഹെൻറി ഗോറോവുമായുള്ള കൂടിക്കാഴ്ചകളിലൊന്നിൽ അവർ പങ്കെടുത്തിട്ടുണ്ട് എന്നുപോലും കഥകളുണ്ട്. ഫ്രഞ്ച് ഭരണകൂടത്തിനെതിരെ പൊരുതിയിരുന്ന സിറിയൻ - അലവി പോരാളിയായിരുന്ന ശൈഖ് സ്വാലിഹ് അലിയുമായും അദ്ദേഹത്തിന്റെ

അനുയായികൾക്കൊപ്പവും ഹിമൈറൂന ഒത്ത് പ്രവർത്തിച്ചിട്ടുണ്ടെന്നാണ് വേറൊരു കഥ.

അങ്ങനെ എത്രയെത്ര കഥകൾ. സത്യം പറഞ്ഞാൽ ഹിമൈറൂന ശരിക്കും ആരായിരുന്നുവെന്ന് ആർക്കുമറിയില്ല. സിറിയയുടെ വടക്കൻ മലമ്പ്രദേശങ്ങളിൽനിന്നാണ് അവർ ഈ നാട്ടിലേക്ക് വരുന്നത്. പിൽക്കാലത്ത് തുർക്കിയോട് കൂട്ടിച്ചേർക്കപ്പെട്ട അലക്സാണ്ട്രറ്റാ പ്രവിശ്യ സിറിയയുടെ തന്നെ ഭാഗമായിരുന്ന കാലത്തായിരുന്നു അത്. ശരിക്കു പറഞ്ഞാൽ ഹിമൈറൂനയ്ക്കുപോലും ഇക്കാര്യത്തിൽ ആശയക്കുഴപ്പമുണ്ടായിരുന്നു. മനുഷ്യന്മാർ പടച്ചുവിട്ടിരുന്ന ഒട്ടനേകം യുദ്ധങ്ങളിൽ ഒന്ന് പൊട്ടിപ്പുറപ്പെട്ട ദിവസമാണ് താൻ ജനിച്ചത് എന്ന കാര്യമൊഴികെ സ്വന്തം നാടിനെക്കുറിച്ച് അവർക്കും ഓർമ്മയൊന്നും ഉണ്ടായിരുന്നില്ല. എങ്കിലും അവസാനകാലം വരെ അവർ ശക്തയായിത്തന്നെ തുടർന്നിരുന്നു. തന്നെക്കുറിച്ച് അവർ പറഞ്ഞിരുന്ന പല കഥകളും ആളുകൾക്കിടയിൽ വലിയ ആശയക്കുഴപ്പമാണ് സൃഷ്ടിച്ചിരുന്നത്. എങ്കിലും ഗ്രാമത്തിലുള്ളവർക്ക് അവരെ ശരിക്കും ഭയമായിരുന്നു. അവരും മരണവും വേർപിരിയാത്ത തോഴരാണെന്നാണ് പലരും കരുതിയിരുന്നത്.

പത്തൊമ്പത് വർഷംമുമ്പ് അലി ജനിച്ച കാലത്ത് ഗ്രാമീണരുടെ ദൈനംദിന ജീവിതത്തിൽ നിരന്തരസാന്നിധ്യമായിരുന്നു ഹിമൈറൂന. അവർ പറയുന്നത് ആളുകൾ ശ്രദ്ധിച്ചുകേൾക്കും. അതിനാൽ തന്നെ നഹ്‌ല ധൃതിയിൽ കുഞ്ഞിനെയും എടുത്തുകൊണ്ട് വീട്ടിൽ നിന്നും പുറത്തേക്കിറങ്ങി. പതിഞ്ഞ ചുവടുകളുമായി പിന്നാലെ വൃദ്ധയും നീങ്ങി. അത് പക്ഷേ ക്ഷീണിച്ചതുകൊണ്ടായിരുന്നില്ല. മറിച്ച്, കാലക്രമേണ അവർക്ക് കൂനും മുടന്തും ബാധിച്ചതുകൊണ്ടായിരുന്നു. നടക്കുന്നത് കാണുന്നവർക്ക് തോന്നുക, അടുത്ത ചുവട് വയ്ക്കുന്നതിനിടയിൽ അവർ നിലത്ത് വീണുപോകും എന്നായിരിക്കും.

മഖാമിൽ നഹ്‌ലയ്ക്കൊപ്പം ഹിമൈറൂനയും കഴിഞ്ഞു. വിശുദ്ധന്റെ കുടീരത്തിൽ നിന്ന് ലഭിക്കുന്ന അനുഗ്രഹസിദ്ധിയുണ്ടെന്ന് കരുതുന്ന എണ്ണ അവരിരുവരും ചേർന്ന് അലിയുടെ ദേഹത്ത് പുരട്ടിക്കൊടുക്കാൻ തുടങ്ങി. ശേഷം ഒട്ടനേകം ശിഖരങ്ങളുമായി വളർന്ന് പന്തലിച്ച് നിൽക്കുന്ന മഖാമിലെ വൃക്ഷത്തിനരികിലേക്ക് കുഞ്ഞിനെ കൊണ്ടുവരുവാൻ ഹമൈറൂന നഹ്‌ലയോട് പറഞ്ഞു. നാല് വ്യക്തികൾക്ക് ഇരിക്കാൻ സാധിക്കുന്ന തരത്തിൽ ശിഖരങ്ങൾ കൂടിച്ചേർന്ന ചതുരാകൃതിയുള്ള ഒരിടത്ത് അലിയെ കൊണ്ടിരുത്തിയശേഷം തൊട്ടരികിലുള്ള ശിഖരത്തിൽ കുന്തിരിക്കം പുകയ്ക്കാൻ തുടങ്ങി. പിന്നീട് അരികിൽനിന്ന് മന്ത്രങ്ങൾ ഉരുവിട്ടുകൊണ്ടിരുന്നു. കടലിനോട് ചേർന്ന പർവ്വതപ്രദേശങ്ങളിലും സമതലങ്ങളിലുമൊക്കെ

കാണാറുള്ള മഖാമുകളിലേതുപോലെ ഗ്രാമത്തിലെ മഖാമിനും തണലേകുന്നത് ഒരു വൃക്ഷമാണ്. ഈ മരങ്ങൾക്ക് നൂറുകണക്കിന് വർഷങ്ങളുടെ ആയുസ്സുണ്ടാകും. വിശുദ്ധമായി കരുതപ്പെടുന്നതിനാൽ മനുഷ്യന്റെ കൈകടത്തലുകൾക്ക് അവ വിധേയമായിട്ടേയില്ല.

വർഷങ്ങൾക്കുശേഷം ഗ്രാമത്തിലെ വിധവകളുടെ അഭയകേന്ദ്രമായി മാറാൻ പോകുന്ന ഈ വൃക്ഷത്തിന്റെ തൊട്ടരികിൽതന്നെ ഒരു തെരുവുണ്ട്. വിധവകളുടെ തെരുവെന്നാണ് യുദ്ധത്തിനിടയിൽ അവിടം അറിയപ്പെടുന്നതുതന്നെ. ആ മരത്തിനരികിൽ വച്ചാണ് കുഞ്ഞായ അലി ആദ്യമായൊന്ന് കരഞ്ഞത്. വാപ്പയും ഉമ്മയും സഹോദരങ്ങളുമൊക്കെ ചുറ്റും കൂടിനിന്ന് മന്ത്രങ്ങൾ ഉരുവിടുകയും അവനെ രക്ഷിക്കണേ എന്ന് പ്രാർത്ഥിക്കുന്നുമുണ്ടായിരുന്നു. രാത്രിയായപ്പോൾ ഗ്രാമത്തിലെ വൈദ്യൻ വന്നു. കുഞ്ഞിന് കുഴപ്പമൊന്നുമില്ലെന്നും വീട്ടിലേക്ക് മടങ്ങിപ്പോകാമെന്നും അയാൾ അവരെ അറിയിച്ചു.

പിന്നീടുള്ള വർഷങ്ങളിൽ കുട്ടിയായ അലിയുടെ മുന്നിൽവച്ച് ഗ്രാമത്തിലുള്ളവർ പറഞ്ഞിരുന്നത് ഹിമൈറൂനയാണ് അവനെ രക്ഷിച്ചതെന്നാണ്. മഖാമിലെ വൃക്ഷത്തിന്റെ മകനാണ് അലി എന്നാണ് ഹിമൈറൂന നാട്ടുകാരോട് പറയാറുള്ളത്. പുതിയൊരു ജീവിതമായിരിക്കും അവന് വിധിച്ചിട്ടുള്ളത്. പിന്നീട് മുതിർന്ന്, ഗ്രാമത്തിലെ സ്കൂളിൽ പോകാൻ തുടങ്ങിയപ്പോൾ വിഡ്ഢികളായ ഗ്രാമീണർ പറയുന്നതൊന്നും ശ്രദ്ധിക്കരുതെന്ന് അലിയോട് ഹിമൈറൂന പറഞ്ഞു. ജനിച്ചുവീണ കുഞ്ഞിനെ വീടെന്ന് വിളിക്കുന്ന ശ്വാസംമുട്ടിക്കുന്ന മുറിയിൽനിന്നും പുറത്തേക്കിറങ്ങി എന്നല്ലാതെ അലിയുടെ കാര്യത്തിൽ താനൊന്നും ചെയ്തിട്ടില്ല. എന്നു പറഞ്ഞ് അവൻ മഖാമിലെ വൃക്ഷത്തിന്റെ സന്തതിയല്ല എന്ന് പറയുന്നതുമില്ല!

പിന്നീടുള്ള വർഷങ്ങളിൽ ഹിമൈറൂന പലതരം കഥകൾ അലിക്ക് പറഞ്ഞുകൊടുത്തുകൊണ്ടേയിരുന്നു. രാവിലെ അവരുടെ വീട്ടിലെത്തുന്ന വൃദ്ധ വൈകീട്ടേ തിരിച്ചുപോവുകയുള്ളൂ. ഇക്കാര്യത്തിൽ നഹ്‌ല പരിഭവം പറയുമ്പോൾ വൃദ്ധ ദേഷ്യപ്പെടും.

''നിന്നെപ്പോലെതന്നെ അവന്റെ കാര്യത്തിൽ എനിക്കുമൊരു അവകാശമുണ്ടെന്ന് മറക്കരുത്.''

അതോടെ നഹ്‌ല നിശ്ശബ്ദയാകും. അലിയുടെ ഒപ്പം കഴിയാൻ അനുവദിക്കും. നാല് വയസ്സായതോടുകൂടി ഹിമൈറൂന അലിയെ മഖാമിലേക്ക് കൂട്ടിക്കൊണ്ടുപോകാൻ തുടങ്ങി. മലമുകളിലെ തങ്ങളുടെ വീടിന്റെ മട്ടുപ്പാവും ഏറുമാടവുമായിരുന്നു അലിയുടെ വിഹാരസ്ഥലങ്ങൾ. ഇനിമുതൽ മഖാമിലെ വൃക്ഷത്തിന്റെ ചില്ലകൾകൂടി

അവന് അഭയമരുളും. ശിഖരങ്ങൾക്കിടയിലൂടെ പറക്കാൻ പഠിക്കും. അങ്ങനെ ഒരു മരത്തിൽനിന്ന് മറ്റൊന്നിലേക്ക് നിസ്സാരമായി ചാടിക്കടക്കാൻ സാധിക്കും. ചില്ലകൾക്കിടയിലൂടെ കാട്ടിലെ മരങ്ങൾ ഒന്നൊന്നായി വിദഗ്ധമായി ചാടിക്കടന്നു നടക്കുന്ന അലിയെ ആളുകൾ കാണാറുണ്ട്.

അവസാനം മഖാമിലെ വൃക്ഷത്തിലും വീടിനോട് ചേർന്ന ഏറുമാടം സ്ഥിതി ചെയ്യുന്ന മരത്തിലും മാത്രമായി അവന്റെ സഹവാസം. അവയുടെ ചില്ലകൾക്കിടയിലായി അവന്റെ ചാഞ്ചാട്ടം. അപൂർവ്വമായി മാത്രമേ സംസാരിക്കൂ. എങ്കിലും പക്ഷികളോട് കിന്നാരം പറയാൻ അവന് സാധിക്കും. 'ഹിമൈറൂനയുടെ കരിങ്കിളി' എന്നാണവനെ ഗ്രാമത്തിലെ പിള്ളേർ ഇരട്ടപ്പേരിട്ട് വിളിക്കുന്നതുതന്നെ.

വളരെ ചെറിയൊരു ഭൂഭാഗത്താണ് ഗ്രാമം സ്ഥിതിചെയ്യുന്നത്. മലമടക്കുകൾക്കിടയിലാണ് ഗ്രാമത്തിലെ വീടുകൾ പണിതിരിക്കുക. മലഞ്ചെരുവിലെ അടരുകൾക്കിടയിൽ ചെറിയ ദരിദ്രമായ ഒരു കൂട്ടം വീടുകൾ കാണാം. ഹിമൈറൂന മിക്കപ്പോഴും ഈ വീടുകൾ സന്ദർശിക്കും. ഓരോന്നിനരികിലൂടെയും കടന്നുപോകുന്നതല്ലാതെ അവിടെനിന്നും ഒന്നും കഴിക്കില്ല. മഖാമിനരികിൽനിന്ന് മാത്രമേ അവർ എന്തെങ്കിലും കഴിക്കുകയുള്ളൂ. ഇതൊരു നിയമംപോലെ എല്ലാവർക്കും അറിയാവുന്ന കാര്യമാണ്. നാട്ടുകാരിൽ ആരെങ്കിലും നേർച്ചയായി കൊണ്ടുവരുന്ന എന്തെങ്കിലും ഭക്ഷണം ഹിമൈറൂനയെ കാത്ത് മഖാമിലുണ്ടാകും. പിന്നീട് ആഭ്യന്തരയുദ്ധം തുടങ്ങി. ആളുകൾ തങ്ങളുടെ ദുഃഖങ്ങളിലും മനോവ്യഥകളിലും വിശപ്പിലുമൊക്കെ മുങ്ങിത്താണു. അതോടെ കുറച്ചുകാലം ഏവരും വൃദ്ധയുടെ കാര്യം മറന്നുപോയി. എങ്കിലും ഇടയ്ക്കിടെ അവരെ നാട്ടുകാർ ഓർക്കും.

ഹിമൈറൂനയുടെ ഭാഗ്യത്തിന് ഗ്രാമീണർ മഖാമിലേക്ക് വന്നുകൊണ്ടേയിരുന്നു. യുദ്ധമുന്നണിയിൽപെട്ടുപോയ തങ്ങളുടെ മക്കളുടെ സംരക്ഷണത്തിനായി നേർച്ചകൾ സമർപ്പിക്കാനായായിരിക്കും ആളുകൾ വരിക. മഖാമിലെത്തുന്ന വിഭവങ്ങളിൽ ആദ്യത്തെ ഓഹരി ഹിമൈറൂനയ്ക്ക് അവകാശപ്പെട്ടതാണ്. താൻ മഖാമിന്റെ സംരക്ഷകയാണെന്നാണ് അവർ നിരന്തരം പറയാറുള്ളത്.

നാട്ടിലെ പുരുഷന്മാരൊന്നും വൃദ്ധയുടെ വാക്കുകൾക്ക് ചെവികൊടുക്കാറില്ല. വിശന്നുവലഞ്ഞൊരു നായയെ കാണുന്നതുപോലെയേ അവരൊക്കെ ഹിമൈറൂനയെ നോക്കുകയോ ജൽപ്പനങ്ങൾ കേൾക്കുകയോ ചെയ്യാറുള്ളൂ. അതിനാൽതന്നെ ഹിമൈറൂന പറയുന്നതൊക്കെ അവർ സഹിക്കും. എന്നാൽ തങ്ങളുടെ മതപരമായ കൂട്ടായ്മകൾ നടക്കുമ്പോൾ, ആളുകൾ വൃദ്ധയെ ആട്ടിയോടിക്കും. അന്നേരം മഖാമിനരികിലേക്ക് ചെല്ലാൻ പോലും അവരെ

അനുവദിക്കില്ല. ഗ്രാമത്തിലെ പുതിയ ശൈഖാകട്ടെ, അവസാന കാലത്ത് ഹിമൈറൂനയെ ശാസിക്കുന്നതും ശപിക്കുന്നതും പതിവാക്കി. അയാളെ തടയാൻ ആരും ധൈര്യപ്പെട്ടില്ലെന്ന് മാത്രമല്ല, ആ മാതൃക മറ്റു പലരും പിന്തുടരാനും തുടങ്ങി.

ഹിമൈറൂനയുടെ യഥാർത്ഥ പേര് എന്താണെന്ന് ഗ്രാമത്തിൽ ആർക്കുമറിയില്ല. സ്വന്തം പേര് തനിക്കുതന്നെ മറന്നുപോയെന്നാണ് വൃദ്ധ പറയാറുണ്ടായിരുന്നത്. ചിലർ പറഞ്ഞിരുന്നത് അവരുടെ പേര് യമാമ എന്നാണെന്നായിരുന്നു. അലിയെ മടിയിൽ ഇരുത്തിയിരിക്കുമ്പോഴാണ് തന്നെ യമാമ എന്ന് വിളിച്ചൊരു പുരുഷന് നേർക്ക് വൃദ്ധ കാർക്കിച്ചുതുപ്പിയത്.

''യമാമ ചത്തു.''

''അപ്പോൾ പിന്നെ നിങ്ങളുടെ പേരെന്താണ്?''

''ഞാൻ ഈ മരത്തിന്റെ സഹോദരിയാണെടാ മണ്ടാ. അലിയാണ് അതിന്റെ മകൻ.''

മഖാമിലെ വൃക്ഷത്തിന്റെ സൂര്യനസ്തമിക്കുന്ന ദിശയിലുള്ള തടിയുടെ കീഴിലാണ് ഹിമൈറൂന കഴിയാറുണ്ടായിരുന്നതെന്ന് അലി ഓർത്തുപോയി. ജീവിക്കാൻ പറ്റിയ ലോകത്തിലെ ഏറ്റവും മികച്ച സ്ഥലമാണ് അതെന്നാണ് വൃദ്ധ പറയാറുണ്ടായിരുന്നത്. സൂര്യനൊപ്പം ഉറങ്ങാനാണത്രേ ആഗ്രഹം. മരത്തിനോട് ചേർത്ത് പണിത കുടിലിന്റെ വാതിൽ പടിഞ്ഞാറിന് അഭിമുഖമായിരുന്നു. സൂര്യൻ അസ്തമിച്ചു കഴിഞ്ഞാലുടൻ അവർ അതിനുള്ളിലേക്ക് കയറി വാതിൽ തിരികെയടയ്ക്കും. ശേഷം കുടിലിനുള്ളിൽ കുന്നുകൂട്ടിയിട്ടിരിക്കുന്ന വസ്തുക്കൾക്കിടയിൽ അപ്രത്യക്ഷയാകും. സൂര്യൻ അസ്തമിച്ചു കഴിഞ്ഞാൽ പിന്നെയാരും ഒരുനാളും അവരെ കണ്ടിട്ടേയില്ല.

ഓറഞ്ച് നിറത്തിൽ എന്തിനാണ് തലമുടിയിൽ മൈലാഞ്ചി പുരട്ടുന്നതെന്ന് തെരുവ് വേശ്യയായൊരു സ്ത്രീ ചോദിച്ചപ്പോൾ ഹിമൈറൂനയുടെ മറുപടി ഇങ്ങനെയായിരുന്നു:

''സൂര്യന്റെ നിറമാണിത്. ഞാനത് തലമുടിക്ക് സമ്മാനിക്കുന്നു എന്നേയുള്ളൂ.''

വൃക്ഷത്തിനു നേരെ കീഴ്ഭാഗത്താണ് കുടിൽ പണിതിരിക്കുന്നത്. അവർക്ക് അമ്പതുവയസ്സുള്ളപ്പോഴായിരുന്നത്രെ അത് ഉണ്ടാക്കിയത്. ചുറ്റുമുള്ളവർ സഹായിച്ചത്രേ. സ്ത്രീകൾക്ക് വിലക്കപ്പെട്ട കാര്യമായിരുന്നിട്ടും താൻ വിശുദ്ധന്റെ കുടീരമായ മഖാമിന്റെ സേവകയായിക്കൊള്ളാം എന്ന് ഹിമൈറൂന ഗ്രാമവാസികളെ അറിയിച്ചു. അവരൊരു അനാഥയാണെന്നുകൂടി കേട്ടതോടെ, ആളുകൾ സമ്മതിച്ചു. മഖാമിൽ താമസിക്കാനുള്ള അനുവാദം കൊടുക്കുകയും

ചെയ്തു. തടിയും തകരഷീറ്റുംകൊണ്ട് മേഞ്ഞ കുടിലിനെ ഹിമൈറൂന വീടെന്നാണ് വിളിക്കാറുണ്ടായിരുന്നത്. ആകെയുള്ള ഒറ്റമുറി നിറയെ നിഗൂഢമായ എന്തൊക്കെയോ വസ്തുവകകൾ കുന്നുകൂട്ടിയിട്ടിരിക്കും. കുടിലിനുള്ളിൽ എന്തൊക്കെയാണുള്ളതെന്ന് അലിക്ക് ഒഴികെ മറ്റാർക്കും അറിയില്ലായിരുന്നു.

വൃക്ഷത്തിന് കീഴിലെ പാറയിൽ ഇരിപ്പിടം പോലൊരിടം വൃദ്ധ കുഴിച്ചുണ്ടാക്കിയിരുന്നു. ശേഷം തലയണവച്ച് ഇരിക്കാൻ അനുയോജ്യമാക്കി മാറ്റി. അവിടെത്തന്നെ ഒരു പഴയ ഉരകല്ലും ഉണ്ടായിരുന്നു. അതിനുള്ളിലായിരുന്നു പഴങ്ങളും പച്ചക്കറികളുമൊക്കെ കുതിരാൻ വച്ചിരുന്നത്. തുണികൾ കഴുകിയിരുന്നതും അവിടെത്തന്നെ.

ഗ്രാമത്തിലുള്ളവരുടെ തോട്ടങ്ങൾക്കകത്ത് കൂടെ കടന്നുപോകുവാൻ ഹിമൈറൂനയ്ക്ക് അനുവാദമുണ്ടായിരുന്നു. പിയർ പഴവും ആപ്പിളും ബദാമും അടക്കം തനിക്ക് ഇഷ്ടപ്പെട്ടതെന്തും പറിച്ചുകഴിക്കാൻ അവർക്ക് സാധിക്കുമായിരുന്നു. ആരും തടയാനോ ചോദ്യം ചെയ്യാനോ മുതിരില്ല.

മറ്റൊരു പ്രധാന പണിയുമുണ്ടായിരുന്നു ഹിമൈറൂനയ്ക്ക്. ഇരുകൈകൾക്കും തളർച്ചയും ക്ഷീണവും ഉണ്ടായിരുന്നുവെങ്കിൽ പോലും നാടൻ പുകയില ഉപയോഗിച്ച് ചുരുട്ട് നിർമ്മിക്കുന്നതിൽ വിദഗ്ദ്ധയായിരുന്നു അവർ. നല്ല മികവോടെ ചുരുട്ടുകൾ ഉണ്ടാക്കാനുള്ള കഴിവുണ്ടായിരുന്നു. കർഷകർ പുകയിലകൾ സൗജന്യമായി നൽകും. ഹിമൈറൂന അവ നുറുക്കി കുഞ്ഞായ അലിയുടെ മുന്നിൽവച്ച് മണത്തുനോക്കിയശേഷം പറയും:

‘‘പടച്ചവനേ, നാടൻ പുകയില കിട്ടിയിരുന്ന കാലം എത്ര മനോഹരമായിരുന്നു. അബൂറൈഹ പുകയില.’’

ആ പുകയിലയുമായി ബന്ധപ്പെട്ട ഒട്ടനേകം കഥകൾ അവർ അവന് പറഞ്ഞുകൊടുത്തു. അബൂറൈഹ പുകയിലയുടെ ഗന്ധമെന്ന് പറഞ്ഞാൽ ഈ മലനിരകളിൽ ഇരുന്നൂറ് വർഷം മുമ്പ് ജീവിച്ചിരുന്ന പാവങ്ങൾ അനുഭവിച്ച കൊടിയ അടിച്ചമർത്തലുകളുടെ ഗന്ധമായിരിക്കും. തങ്ങൾക്കെതിരെ അടിച്ചേൽപ്പിച്ച നികുതികളിൽ പ്രതിഷേധിച്ച് കർഷകർ ഓട്ടോമൻ തുർക്കികൾക്കെതിരെ കലാപം നടത്തിയത് എങ്ങനെയാണെന്നും അക്കാലത്ത് മലയിലെ ഗ്രാമങ്ങളിലുള്ള ജന്മികുടുംബങ്ങൾ തുർക്കികളുമായി സഹകരിച്ചതെങ്ങനെയാണെന്നും വൃദ്ധ അലിക്ക് പറഞ്ഞുകൊടുത്തു. കർഷകർക്ക് തങ്ങളുടെ വിളകൾ വിൽക്കാൻ സാധിക്കാത്ത അവസ്ഥയുണ്ടായി. ഒരു വർഷത്തോളം അവ വീടുകളിൽ കെട്ടിക്കിടന്നു. പട്ടിണി കാരണം ഒട്ടേറെപ്പേർ മരിച്ച വർഷമായിരുന്നു അത്.

ഒറ്റമുറി മാത്രമുള്ള കുടിലുകളിലായിരുന്നു കർഷകർ ഉറങ്ങു കയും തിന്നുകയും കുടിക്കുകയും തങ്ങളുടെ കാലികളെ വളർത്തുകയു മൊക്കെ ചെയ്തിരുന്നത്. അടുപ്പുകളിൽ തീ പകരുകയും പുകയില ച്ചുരുളുകൾ അവിടെത്തന്നെ തൂക്കിയിടുകയും ചെയ്യും. ഇതേ മുറിയിൽത്തന്നെയാണ്, തങ്ങളുടെ കുഞ്ഞുങ്ങൾക്ക് ജന്മം നൽകു ന്നതും.

അലി തീർത്തും വ്യത്യസ്തനായ കുട്ടിയാണെന്നാണ് ഹിമൈ റൂന പറഞ്ഞിരുന്നത്. കാരണം അവന് മനുഷ്യന്റെ മണമുള്ള പുക യിലയുടെ ഗന്ധമുണ്ടായിരുന്നത്രെ. ഒരു വർഷത്തോളം വീടിനകത്തു തന്നെ കെട്ടിക്കിടന്ന പുകയിലച്ചുരുളുകൾ അവരുടെ ശരീരത്തിന്റെ തന്നെ ഭാഗമായിക്കഴിഞ്ഞിരുന്നു.

പിന്നീട് ചില ദല്ലാളന്മാർ വഴി ഈജിപ്തുകാരായ കച്ചവടക്കാർ ക്കാണ് കർഷകർ തങ്ങളുടെ പുകയിലകൾ വിറ്റത്. മലയിലെ താമ സക്കാരായ ഈ ദല്ലാളന്മാർ വലിയ ജന്മികുടുംബക്കാരായിരുന്നു. കർഷകരിൽ പലരും ഇവരുടെ അടുക്കലാണ് കൂലിപ്പണി ചെയ്തി രുന്നത്. അക്കാലത്ത് മനുഷ്യർക്ക് അല്പം അന്തസ്സ് ബാക്കിയുണ്ടാ യിരുന്നു എന്നാണ് ഹിമൈറൂന പറയാറുള്ളത്. പക്ഷേ ജന്മി കുടുംബ ങ്ങളിൽപെട്ട സമ്പന്നർ കൂടുതൽ കൂടുതൽ സമ്പന്നരായി മാറിയപ്പോൾ അദ്ധ്വാനം വിറ്റ് കഴിഞ്ഞിരുന്ന കർഷകരാകട്ടെ, കൂടുതൽ കൂടുതൽ ദരിദ്രരായതേയുള്ളൂ. എങ്കിലും ഈജിപ്തുകാർക്ക് ഇഷ്ടമായതിൽ പ്പിന്നെ ഇത്തരം നാടൻ പുകയിലകൾ ഉല്പാദിപ്പിക്കുന്നത് അവർ തുടർന്നതേയുള്ളൂ. 'ലത്താക്കിയ പുകയില' എന്ന് അത് അറിയ പ്പെടാനും തുടങ്ങി.

സിറിയൻ സർക്കാരിന്റെ നിയന്ത്രണത്തിൽ വരുന്നതിന് മുമ്പു തന്നെ ടുബാക്കോ റെഗുലേറ്ററി അതോറിറ്റിയിൽ താൻ പണി എടു ത്തിട്ടുണ്ടെന്ന് ഹിമൈറൂന പറഞ്ഞു കേട്ടിട്ടുണ്ട്. വിവിധയിനം പുക യിലകൾ നേരിട്ട് നോക്കാതെതന്നെ മണത്തുനോക്കി ഏത് വിഭാഗ ത്തിൽപെട്ടതാണെന്ന് തിരിച്ചറിയാൻ അവർക്ക് കഴിയുമായിരുന്നത്രെ. അലിക്ക് തന്റെ കഥകൾ പറഞ്ഞുകൊടുക്കുമ്പോൾ വൃദ്ധ ചിരിക്കും. പറയുന്ന പല കഥകളും അവന് അറിയാവുന്നതുതന്നെയായിരിക്കും. മുതിർന്നൊരു ചെറുപ്പക്കാരനായി മാറുമ്പോൾ, തന്റെ ശരിക്കുള്ള കഥകൾ പറഞ്ഞുതരാമെന്ന് അവർ അലിക്ക് വാക്കു കൊടുക്കും.

അവസാന അമ്പതുവർഷക്കാലത്ത് മഖാം ശുദ്ധീകരിക്കുന്ന പണിയിൽനിന്ന് ആളുകൾ ഹിമൈറൂനയെ വിലക്കിയിരുന്നു. പണ്ടാ യിരുന്നെങ്കിൽ മഖാമിലെ പ്രധാന കാര്യക്കാരന്റെ സാന്നിധ്യത്തിൽ അതിനുള്ള അനുമതി ലഭിച്ചിരുന്നു. പതിറ്റാണ്ടുകൾക്കു മുമ്പേ

കഴിഞ്ഞുപോയ കാലമായിരുന്നു അത്. ആ ദിനങ്ങളെക്കുറിച്ച് ഇപ്പോഴാർക്കും അറിയുകതന്നെയില്ല. മറക്കാൻ തയ്യാറായി നടക്കുകയാണ് ഏവരും. പ്രത്യേകിച്ച് ജീവിതത്തിലെ മധുരതരമായ കാര്യങ്ങൾ. എന്നാൽ കയ്പേറിയ കാര്യങ്ങൾ ഓർമ്മയിൽ നിന്നകന്ന് പോവുകയുമില്ല.

ഭൗതികപരിത്യാഗികളായ സൂഫിവര്യന്മാരായിരുന്നു ഒരുകാലത്ത് മഖാമിന്റെ പരിപാലനം നിർവ്വഹിച്ചിരുന്നത്. വായനയിലും എഴുത്തിലും ദിനങ്ങൾ ചെലവിടുന്ന ശൈഖുമാർ നാട്ടുകാരെ ഭാഷാനിയമങ്ങളും മതവും കവിതയുമൊക്കെ പഠിപ്പിച്ചിരുന്നു. തങ്ങളുടെ അനുയായികൾക്കിടയിൽ ആത്മീയവും സാമൂഹികവുമായ അധികാരം ആസ്വദിച്ചിരുന്നവരായിരുന്നു ഈ ശൈഖുമാർ. ഫാദർ പ്രസിഡന്റിന്റെ അധികാരകാലമായ കഴിഞ്ഞ നൂറ്റാണ്ടിന്റെ എൺപതുകളിൽ പുതിയൊരു വിഭാഗം ശൈഖുമാർ രംഗപ്രവേശനം ചെയ്തു.

ഇത്തരം ശൈഖുമാരുടെ അരികിൽ പോലും പോകാൻ ഹിമൈറൂനയ്ക്ക് സാധിച്ചിരുന്നില്ല. പതിറ്റാണ്ടുകൾക്കു മുമ്പേ ഗ്രാമം വിട്ടുപോയ പഴയ ശൈഖുമാരിൽനിന്നാണ് അവർ അറിവുകൾ സ്വന്തമാക്കിയിരുന്നത്. ധാരാളം കാര്യങ്ങൾ അവരുടെ പക്കൽനിന്ന് പഠിക്കാൻ സാധിച്ചിട്ടുണ്ട്. അവർ പറയുന്നതൊക്കെയും ശ്രദ്ധിച്ച് കേൾക്കുകയും കൽപ്പനകൾ അനുസരിക്കുകയും പിന്തുടരുകയുമൊക്കെ ചെയ്തിരുന്നു. ചുവന്ന തലമുടിയുള്ള ആ സ്ത്രീ തങ്ങൾ പറയുന്നതൊക്കെ മനപ്പാഠമാക്കുന്നുണ്ടെന്നും മുതിർന്ന മതപുരുഷന്മാരും നേതാക്കന്മാരും വിശുദ്ധന്മാരുമൊക്കെ ഉരുവിടാറുള്ള കവിതാശകലങ്ങളും മറ്റും നാളെ ഒരു നാൾ ഈ സ്ത്രീയും പറയുമെന്നും അവരാരും ശ്രദ്ധിച്ചതേയില്ല. ഹിമൈറൂന ആരുമറിയാതെ വിശുദ്ധ ഖുർആൻ മനപ്പാഠമാക്കിക്കൊണ്ടിരുന്നു. രാവിലെ നേരങ്ങളിൽ അവരത് പാരായണം ചെയ്യും. ആ ഇമ്പമുള്ള സ്വരത്തിൽ അവർ പാരായണം ചെയ്യുന്നതു കേൾക്കുന്നത് ആളുകൾക്കും ഇഷ്ടമായിരുന്നു.

ഹിമൈറൂനയുടെ അടുക്കൽനിന്ന് അലിയും പഠിച്ചു, കവിതയും ഖുർആനും പിന്നെ വൃക്ഷങ്ങളുടെയും പക്ഷികളുടെയുമൊക്കെ ശബ്ദങ്ങളും. ഏതാണ്ട് എല്ലാ ദിവസവും വൃദ്ധയെ കാണാൻ പോകുന്ന കാര്യത്തിൽ അവന് വലിയ താല്പര്യമായിരുന്നു. ഇത് നഹ്‌ലയ്ക്ക് അല്പം അസ്വസ്ഥത സൃഷ്ടിക്കുകപോലും ചെയ്തു. പ്രത്യേകിച്ച് ഹിമൈറൂനയുടെ ഭ്രാന്ത് അലിക്കുകൂടി പകർന്നുവെന്ന് നാട്ടുകാരിൽ ചിലർ പറയാൻ തുടങ്ങിയതോടെ.

“ഇവൻ ശരിക്കുമൊരു മതപണ്ഡിതനായി മാറും നോക്കിക്കോ.”

അലിക്ക് നേരെ അഭിമാനത്തോടെ നോക്കിക്കൊണ്ട് ഹിമൈറൂന പറയും.

ദേഷ്യം വന്നെങ്കിലും ഉമ്മ ഇക്കാര്യം തന്നെ പിന്നീട് മറന്നു പോയി. മറ്റുള്ളവരുടെ ഭൂമിയിൽ ദിവസവും കൂലിപ്പണിക്ക് പോകുന്ന തിരക്കിലായിരുന്നു അവർ.

* * *

അലി പതിയെ കൈ ഉയർത്തി മുട്ടിലൂന്നി എഴുന്നേൽക്കാൻ നോക്കുകയാണ്. ദേഹത്ത് പരിക്കുപറ്റിയ സ്ഥലം ഇപ്പോൾ കാണാം. വലതു കാൽ തുടയുടെ മുകൾഭാഗം മുതൽ കാൽവണ്ണയുടെ മധ്യഭാഗം വരെ പിളർന്നിരിക്കുകയാണ്. ധരിച്ചിരുന്ന വസ്ത്രം കീറിയിട്ടുള്ളതിനാൽ നീണ്ട മുറിവ് കാണാമെന്നായിരിക്കുന്നു.

എങ്കിലും ഹിമൈറൂനയെ ഓർക്കുമ്പോൾ, മുഖത്തെ പേശികൾക്ക് അല്പം ആശ്വാസം തോന്നുന്നു. ആഴമേറിയ മുറിവിന്റെ അരികത്തുകൂടെ വിരലോടിച്ചപ്പോൾ പശിമയുള്ള രക്തം കാരണം നീറാൻ തുടങ്ങി. ബോധം വീണപ്പോൾ ആദ്യം കണ്ടത് മൂത്ത സഹോദരന്റെ മൃതശരീരം മറമാടുന്ന ചടങ്ങിന്റെ ഭാവനാദൃശ്യങ്ങളായിരുന്നുവെന്ന് ഉറപ്പായിരിക്കുന്നു. ഹിമൈറൂനയും ഉണ്ടായിരുന്നല്ലോ ആ കാഴ്ചയിൽ. എത്രയോ കാലത്തിനുശേഷം ഇതാദ്യമായിട്ടായിരിക്കും വൃദ്ധയെ അസ്വസ്ഥയായി കാണുന്നത്.

തന്റെ നേരെയും ശവപ്പെട്ടിയിലേക്കും ആശങ്കയോടെ നോക്കിക്കൊണ്ട് അരികിൽ നിൽക്കുമ്പോൾ അവർ വിക്കി വിക്കി പറയുന്നത് കേൾക്കാമായിരുന്നു:

‘‘ഈ നാട് വിട്ടു പോകാനുള്ള സമയമായി, എന്റെ പൊന്നു മോനേ.’’

പിന്നെ ഉമ്മയുടെ അരികിലേക്ക് ചെന്ന് അവരുടെ കൈയിൽ പിടിച്ചുവലിച്ചുകൊണ്ട്, പുരുഷന്മാർക്കിടയിലേക്ക് നുഴഞ്ഞുകയറാൻ നോക്കുകയാണ്. അന്നേ ദിവസം സൈനിന്റെ മുഖത്തിനു നേർക്ക് ഹിമൈറൂന കാർക്കിച്ചു തുപ്പിയിരുന്നുവെന്ന കാര്യം മുറിവേറ്റ കാൽ അനക്കുന്നതിനിടയിൽ അലിക്ക് പിന്നെയും ഓർമ്മ വന്നു.

ഇതിനിടയിലാണ് കത്തിജ്ജ്വലിച്ചു നിൽക്കുന്ന സൂര്യന്റെ നേർക്ക് തല വീണ്ടും തിരിച്ചത്. തന്റെ അപരൻ ചലിക്കുന്നതും ആ ഭാഗത്താണ്. വലത്തേ കൈമുട്ടിലൂന്നി നോക്കിയാൽ സൂര്യനെ കാണാം. അന്നേരം അപരന്റെ കാര്യംതന്നെ മറന്നുപോയി. എതിർവശത്തുള്ള കുന്നിൻമുകളിൽ പതിക്കുന്ന സൂര്യരശ്മികൾക്കു നേരെ നോക്കുമ്പോൾ മനസ്സ് തിരക്കിയത് പകൽ ഇനി എത്രനേരം കൂടി ബാക്കിയുണ്ടാകുമെന്നായിരുന്നു.

നാല്

പന്ത് വന്നു വീണിരിക്കുന്നു!

തലയിൽ വേദന അനുഭവപ്പെട്ട സ്ഥലം ഇപ്പോഴും ഓർമ്മയുണ്ട്. ഇപ്പോഴും വേദന അനുഭവപ്പെടുന്നുണ്ട് അതേ സ്ഥലത്ത്. ഏറുകൊണ്ട് നിലത്തുവീണതും മുഖം മുഴുവൻ ചെളിപറ്റി. അന്നത്തെയും ഇന്നത്തെയും വേദനകൾ തമ്മിൽ വ്യത്യാസമുണ്ടെന്നത് നേരാണ്. താൻ അടിച്ചുവിട്ട ഫുട്ബോൾ അതിവേഗം പാഞ്ഞുപോകുന്നത് അലിക്ക് കാണാം. പെട്ടെന്ന് നീർച്ചുഴിയിൽ അകപ്പെട്ടതുപോലെ അപ്രത്യക്ഷമായ പന്ത്. അല്പം കഴിഞ്ഞതും വീണ്ടും പ്രത്യക്ഷപ്പെട്ടു. ശേഷമത് അവന്റെതന്നെ തലയിൽ വന്ന് പതിക്കുകയും ചെയ്തു.

പഴയ ദൃശ്യം ഓർക്കുന്ന ഈ നിമിഷം ശരീരം ചലിപ്പിക്കാൻ അലി ശ്രമിക്കുന്നില്ല. കറുത്ത കുഴിയിലേക്ക് തന്നെ തള്ളിയിടുന്ന പന്തിന്റെ രൂപം പിന്നെയും അസ്വസ്ഥത സൃഷ്ടിക്കുകയാണ്. കവിൾ മണ്ണിൽ തൊട്ടിരിക്കുന്നതിനാൽ കെട്ടുപിണഞ്ഞ് കിടക്കുന്ന സർപ്പങ്ങളെപ്പോലുള്ള വേരുകളുടെ സാന്നിധ്യം അറിയാൻ കഴിയുന്നുണ്ട്. അവയുടെ പരിചിതമായ ഗന്ധം മൂക്കിൽ നിറയുന്നു.

ജീവിതത്തിനും മരണത്തിനുമിടയിലുള്ള ഏതോ ഒരിടത്ത് കുടുങ്ങിക്കിടക്കുകയാണ് താൻ. അല്ലെങ്കിൽ മരണത്തിനും ജീവിതത്തിനുമിടയിൽ എവിടെയോ. ഈ രണ്ട് അവസ്ഥകൾക്കുമിടയിൽ കാര്യമായ വ്യത്യാസമുണ്ടാകുമോ? ഇത്തരമൊരു വ്യത്യാസത്തെക്കുറിച്ച് ഇതുവരെ ചിന്തിച്ചിട്ടേയില്ല. ഭാഷയെ ഇഷ്ടപ്പെടുന്നില്ല. സ്വന്തം ലോകത്ത് അലഞ്ഞുതിരിയാനാണ് താല്പര്യം.

പിന്നീടാണ് ആ അലർച്ച കേൾക്കുന്നത്. തീപ്പൊരി ചിതറുന്നതുപോലെ. ദുർബലമായ ഞരക്കവും പിന്നാലെയെത്തി. നെറ്റി ചുളിഞ്ഞു. ചുറ്റുമുള്ള ലോകമാകെ അപ്രത്യക്ഷമായി. വേദനയുടെ ആഘാതത്തിൽ മുങ്ങിത്താഴുന്നതുപോലെ. ശബ്ദങ്ങൾ വീണ്ടും കേട്ടുതുടങ്ങി. ശിരസ്സിൽ നിന്നാണത് കേൾക്കുന്നത്.

ഫുട്ബോൾ ചുറ്റിത്തിരിയുന്നതിനൊപ്പം വലിയൊരു അലർച്ച കേട്ടു:

"ഹേ... ജനങ്ങളേ... ലോകമേ... പ്രസിഡന്റ് മരണപ്പെട്ടിരിക്കുന്നു. പടച്ചവൻ നിങ്ങളെയാരെയും തുണയ്ക്കാതിരിക്കട്ടെ! നമ്മുടെ പ്രസിഡന്റ് മരിച്ചിരിക്കുന്നു. ഹേ... ജനമേ... ലോകമേ..."

ആ വാക്കുകൾ അലിയുടെ ചെവികളിൽ വന്നലയ്ക്കുകയാണ്. ആരായിരിക്കും ആ വാക്കുകൾ പറയുന്നത്.

"ഹേ... ജനങ്ങളേ... ലോകമേ... പ്രസിഡന്റ് മരണപ്പെട്ടിരിക്കുന്നു...."

വീണ്ടും ആ വാചകങ്ങൾ കേട്ടുതുടങ്ങിയതോടെ സമനില തെറ്റിയതുപോലെ തോന്നി. വിവിധതരം വികാരങ്ങളുടെ പിടിയിലമരുകയാണ് മനസ്സ്. വായുവിൽ തൂങ്ങിക്കിടക്കുകയോ തീയിൽ കത്തിയമരുകയോ അല്ലെങ്കിൽ അഗാധമായ ഗർത്തത്തിലേക്ക് കൂപ്പുകുത്തുന്നതുപോലെയോ തോന്നുന്നു.

തലയിൽ വന്നുവീണ ആ പന്ത് പിന്നെയും കണ്ടു. സ്കൂളിലെ ചെറിയ കളിസ്ഥലത്തേക്ക് ഉരുണ്ട് വീണിരിക്കുകയാണത്. ഇതാണ് എന്റെ സ്കൂൾ. പേടിച്ചുപോയ ദിവസമായിരുന്നു അത്. സ്കൂളിന്റെ മതിലിനോട് ചേർന്ന് കട നടത്തുന്നയാളിന്റെ കൈയിൽ നിന്നേറ്റ ആ പ്രഹരം നല്ല ഓർമ്മയുണ്ട്.

മെലിഞ്ഞൊരു മനുഷ്യൻ. തവിട്ടുനിറവും ഉന്തിയ കവിളുകളുമുള്ള ഒരാൾ. ഓരോ ഒൻപത് മാസം കഴിയുന്തോറും അയാളുടെ ഭാര്യ പിന്നെയും പിന്നെയും ഗർഭിണിയായിക്കൊണ്ടിരിക്കും. അലി കണ്ടിട്ടുള്ളപ്പോഴൊക്കെയും ആ സ്ത്രീയുടേത് വീർത്ത ഉദരം തന്നെയായിരുന്നു. ഭർത്താവിന്റെ ചാരെ നിന്ന് കാർഡ്ബോർഡ് പെട്ടികൾ ചുമന്ന് കൊണ്ടുവന്ന് സാധനങ്ങൾ പുറത്തേക്കെടുക്കുന്ന ആ സ്ത്രീയെ സ്ഥിരം കാണാറുണ്ട്. അയാളുടെ കുട്ടികളുടെ എണ്ണവും കൂടുന്നത് ശ്രദ്ധിച്ചുകൊണ്ടിരുന്നു. തീരെ മെലിഞ്ഞ വിചിത്രരൂപികളായ ആ കുട്ടികൾ ഉമ്മയ്ക്ക് ചുറ്റും തുള്ളിച്ചാടി നടക്കും. തവിട്ടുനിറമുള്ള പുഴുക്കളോട് ആ കുട്ടികളെ ഉപമിക്കാനാണ് അലിക്ക് ഇഷ്ടം!

ആ കടക്കാരനാണ് തന്റെ നേർക്ക് പന്ത് എടുത്തെറിഞ്ഞിരിക്കുന്നത്. ശേഷം അയാൾ അവിടെയുണ്ടായിരുന്ന കുട്ടികളെയെല്ലാം പൊതിരെ തല്ലാൻ തുടങ്ങി. തന്റെ മക്കളുടെ കാര്യത്തിൽ വലിയ പൊങ്ങച്ചം പറയുന്ന ആളാണ് ആ കടക്കാരൻ. എന്നാൽ മലയിൽ പെറ്റുപെരുകിയ പുഴുക്കളാണ് അവരെന്ന് വിശേഷിപ്പിക്കാനാണ് അലിക്ക് താല്പര്യം. വയസ്സ് അൻപത് കഴിഞ്ഞെങ്കിലും താനൊരു

വായാടിയായ വല്ലഭനാണെന്നാണ് കടക്കാരൻ സ്വയം കരുതുന്നത്. എന്നാൽ അതു കേട്ട് ചിരിക്കാനോ പരിഹസിക്കാനോ ഒന്നും അലിയും മുതിർന്നിട്ടില്ല.

കളിക്കുന്നതിനിടയിൽ അലി അടിച്ചകറ്റിയ ഫുട്ബോൾ ആ കടക്കാരൻ അവന്റെ നേർക്കുതന്നെ തിരിച്ച് എറിഞ്ഞിരിക്കുകയാണ്. താനിപ്പോൾ വൃക്ഷത്തിനരികിലേക്ക് എത്താൻ ശ്രമിക്കുന്നതിനിടയിലും കൺമുന്നിൽ തെന്നിക്കളിക്കുന്ന ആ പന്തിനെ കാണാം.

"ഹേ... ജനങ്ങളേ... ലോകമേ... പ്രസിഡന്റ് മരണപ്പെട്ടിരിക്കുന്നു. വീടുകൾക്കകത്ത് കയറി അടച്ചിരിക്കുക... പടച്ചവനേ... നാമെല്ലാവരും മരിക്കാൻ പോവുകയാണ്."

കടക്കാരന്റെ അലർച്ച കേട്ട് കുട്ടികൾ ആരവമുണ്ടാക്കാൻ തുടങ്ങി. എന്നാൽ അലി മാത്രം ഒച്ചയുണ്ടാക്കിയതേയില്ല. സ്കൂൾമുറ്റത്ത് കളിച്ചുകൊണ്ടിരുന്നത് പത്തിലധികം കുട്ടികളായിരുന്നു. മതിലിലെ ദ്വാരത്തിലൂടെ അവരുടെ കുഞ്ഞുശരീരങ്ങൾക്ക് നുഴഞ്ഞു കയറാനാകും. ഗ്രാമത്തിന്റെ മധ്യഭാഗത്തുള്ള പ്രൈമറി സ്കൂളായിരുന്നു അത്. ആകെയുള്ള നിരപ്പായ അല്പസ്ഥലമാണ് ഈ മുറ്റം. അവിടെയാണ് കുട്ടികൾ തമ്പടിച്ച് ഫുട്ബോൾ കളിക്കാറുള്ളത്.

സത്യം പറഞ്ഞാൽ, ഫുട്ബോൾ കളിക്കുന്നത് അലിക്ക് വലിയ ഇഷ്ടമുള്ള കാര്യമൊന്നുമായിരുന്നില്ല. മൂത്തസഹോദരൻ വന്നപ്പോൾ കൂടെ പോന്നതായിരുന്നു. അലിക്ക് അന്ന് ആറോ ഏഴോ വയസ്സായിരുന്നു. എഴുതാനും വായിക്കാനും പഠിച്ചുകഴിഞ്ഞു. വൃദ്ധനായ ശൈഖിന്റെ പ്രാർത്ഥനകളും ഹിമൈറൂനയുടെ കവിതകളുമൊക്കെ കേൾക്കാനായി ഇടയ്ക്കിടയ്ക്ക് മഖാമിലേക്ക് പൊയിക്കൊണ്ടിരുന്ന കാലം.

ജൂണിലെ ഒരു ദിവസമായിരുന്നു അത്. വീടിന്റെ മട്ടുപ്പാവിൽ നിന്ന അലിയോട് താഴേക്ക് ഇറങ്ങി വരുവാൻ ഉറക്കെ വിളിച്ചു പറയുകയാണ് വാപ്പ. കടുത്ത മഞ്ഞുവീഴ്ചയ്ക്കിടെ തകർന്നു വീണ കൽമതിൽ പുതുക്കിപ്പണിയാനായി കല്ലുകൾ എടുത്തുകൊണ്ട് വരുവാൻ സഹായിക്കാൻ വിളിക്കുകയാണ്. എന്നാൽ സ്കൂൾമൈതാനത്ത് ഫുട്ബോൾ കളിക്കാനായി പോകുന്ന സഹോദരന്റെ പിന്നാലെ ഓടുകയായിരുന്നു അലി. ഗോൾ അടിക്കണം. എന്നാലേ പുരുഷനായിത്തീരാനാകൂ എന്നാണ് സഹോദരൻ പറയാറുള്ളത്. അങ്ങനെ പിന്നാലെ പോകുന്നതിനിടയിൽ, മതിലിനപ്പുറത്തെ കടക്കാരൻ തന്റെ നേർക്ക് പന്ത് എടുത്ത് എറിയുമെന്നോ, പ്രസിഡന്റ് മരിച്ചുവെന്ന് അലറിക്കൊണ്ട് മറ്റു കുട്ടികളെ മർദ്ദിക്കുമെന്നോ ഒരിക്കൽപോലും കരുതിയില്ല.

കറുപ്പും വെള്ളയും നിറത്തിലുള്ള വിചിത്രമായ ചതുരക്കള ങ്ങളുള്ള ഫുട്ബോൾ കൺമുന്നിൽ കാണാം. ഇളയ സഹോദരന് നല്ല മികവുള്ള ക്ഷേത്രഗണിതത്തിലെ ചതുരക്കളങ്ങളല്ല അവയെന്ന് മനസ്സിലാകാനിരിക്കുന്നതേയുള്ളൂ. അതുപോലെ ആ പന്ത് തനി ക്കേറെ പ്രിയങ്കരവുമായിരിക്കും. കുട്ടികളുടെ പാദങ്ങൾക്കിടയിലൂടെ പറക്കുകയാണ് പന്ത്. മണ്ണിനെയും വായുവിനെയും തഴുകിക്കൊണ്ട് ചുറ്റിത്തിരിയുകയാണത്. തന്നെപ്പോലെതന്നെ വായുവിൽ ചാഞ്ചാടാൻ ആ പന്തിനും ഇഷ്ടമാണെന്ന് തോന്നുന്നു.

''അടിക്കെടാ...''

കൈ ഉയർത്തിക്കൊണ്ട് സഹോദരൻ ഉറക്കെപ്പറയുന്നതു കേട്ട മാത്രയിൽതന്നെ അലി പന്ത് കാലുകൊണ്ട് ആഞ്ഞടിച്ചു. ഒരു നിമിഷം മനസ്സ് തുള്ളിച്ചാടിപ്പോയി. ഇനിയുള്ള നിമിഷങ്ങളിൽ വായുവിൽ ഉയർന്നുപൊങ്ങിയശേഷം താൻ ആ പന്തിന്റെ വേഗതയെ നിരീ ക്ഷിക്കും. പാറിപ്പറക്കുന്ന പന്തിന് നേർക്ക് അതിശയത്തോടെ ഉറ്റു നോക്കുകയാണ് മറ്റു കുട്ടികൾ. സ്കൂളിന്റെ മതിലും കടന്നുപോയ പന്ത് പുറത്തെവിടെയോ ആണ് ചെന്നുവീണത്. നെഞ്ച് വിരിച്ചു നിന്ന് തന്റെ നേർക്ക് അഭിമാനത്തോടെ നോക്കുകയാണ് സഹോ ദരൻ. എന്നാൽ പന്ത് നഷ്ടപ്പെട്ടതിൽ ആകെ ദേഷ്യത്തിലാണ് മറ്റു കുട്ടികൾ.

പിന്നീടാണ് മനസ്സിലായത് അലി തൊടുത്തുവിട്ട ഫുട്ബോൾ ചെന്നുപതിച്ചത് മതിലിനപ്പുറത്തെ കടക്കാരന്റെ തലയിലാണെന്ന്. ശേഷം കാണുന്നത് മതിലിനുള്ളിലെ വിള്ളലിലൂടെ അയാൾ നില വിളിച്ചുകൊണ്ട് കയറിവരുന്നതാണ്.

''നായിന്റെ മക്കളേ, നമ്മുടെ പ്രസിഡന്റ് മരിച്ചിട്ടും നീയൊക്കെ കളിച്ചുകൊണ്ടിരിക്കുകയാണോ? എല്ലാരും വീട്ടിൽ പൊയ്ക്കോളണം. പ്രസിഡന്റ് മരണപ്പെട്ടിരിക്കുന്നു. ജനമേ... നിങ്ങളെല്ലാവരും ചാകാൻ പോവുകയാണ്.''

ഒന്നും മനസ്സിലാകാതെ വായ് പൊളിച്ചുകൊണ്ട് അയാൾക്കരി കിലേക്ക് ചെല്ലുകയാണ് കുട്ടികൾ. ഒരു പുരുഷൻ, സ്ത്രീകളെപ്പോലെ തലയിലടിച്ച് അലറിക്കരയുന്നത് ഇതാദ്യമായിട്ടായിരിക്കും അവർ കാണുന്നത്. അയാളുടെ മൂക്കിലൂടെ മൂക്കിള നിർത്താതെ ഒലിച്ചിറ ങ്ങുന്നതു കാണാം.

അലിയും മറ്റു കുട്ടികളെപ്പോലെ അരികിലേക്ക് ചെന്നു. ആകാശ ത്തിലേക്ക് കൈകളുയർത്തി ആ മനുഷ്യൻ കേഴുന്നത് അവൻ നോക്കിനിന്നു.

''പടച്ചവനേ... പടച്ചവനേ... കരുണ കാട്ടണേ ഞങ്ങളോട്.''

ഭീതിയോടും അമ്പരപ്പോടും കൂടി കണ്ണിൽ കണ്ണിൽ നോക്കുകയാണ് കുട്ടികൾ. എന്നാൽ ആകാശത്ത് ഭയപ്പെടാൻ എന്തിരിക്കുന്നുവെന്ന് അതിശയിക്കുകയായിരുന്നു അലി. ഒരു നിമിഷം അവന്റെ നെഞ്ചൊന്ന് പിടഞ്ഞു. കുട്ടികളിൽ ചിലർ കരയുന്നത് കണ്ടിട്ടും അവരെയും മാതാപിതാക്കളെയും ശപിക്കുകയാണ് കടക്കാരൻ. ശേഷം അയാൾ കുട്ടികളെ അടിക്കാനും തുടങ്ങി.

പന്തുകൊണ്ടുള്ള ഏറാണ് അലിക്ക് കിട്ടിയത്. ആഘാതത്തിൽ അവൻ നിലത്തേക്ക് വീണുപോയി. മറ്റു കുട്ടികൾക്കും കിട്ടി കുറേ പ്രഹരം. കടക്കാരന്റെ അലർച്ച കേട്ടുനിൽക്കുകയല്ലാതെ എന്താണ് ചെയ്യേണ്ടതെന്നറിയാത്ത അവസ്ഥയിലായിരുന്നു കുട്ടികൾ.

"എല്ലാവരും വീട്ടിൽ പൊയ്ക്കോളണം. പടച്ചവനാണേ... നീയൊക്കെ ഒരായിരം വർഷം കരയേണ്ടി വരും... അദ്ദേഹത്തിന്റെ കാലശേഷം നീയൊക്കെ നശിച്ചതുതന്നെ."

അപ്പോഴാണ് തങ്ങളെ വെറുതെ വിടാൻ കുട്ടികളിലൊരാൾ കടക്കാരനോട് ദേഷ്യപ്പെട്ട് പറയുന്നത്. ഇതിനിടയിലേക്ക് അയാളുടെ മരുമകൾ കൂടി കടന്നുവന്നു. മരിച്ചയാളോടുള്ള ആദരവ് പ്രകടിപ്പിക്കാൻ "കളി നിർത്തൂ പിള്ളേരേ" എന്നു പറഞ്ഞ് തലമുടി പിടിച്ചു വലിക്കുകയാണ് ആ സ്ത്രീ. പ്രസിഡന്റ് മരണമില്ലാത്തവനല്ല എന്ന് തെളിഞ്ഞിരിക്കുകയാണ്.

തങ്ങളുടെ പാദങ്ങൾക്കരികിൽ വീണുകിടക്കുന്ന ഫുട്ബോളിന് നേർക്ക് നോക്കുകയാണ് കുട്ടികൾ. കടക്കാരനാകട്ടെ അതിലേക്ക് കാർക്കിച്ച് തുപ്പാനാണ് ശ്രമിക്കുന്നത്. കുട്ടികളെല്ലാം മുഖത്തും തലയിലുമൊക്കെയായി അടിയേറ്റ സ്ഥലങ്ങളിൽ തൊട്ടുനോക്കുകയാണ്. വേദന കാരണം കരയുന്നുണ്ടവർ.

എന്നാൽ അലി മാത്രം കരയുന്നതേയില്ല. കൂടെയുള്ള കുട്ടികൾ തടഞ്ഞില്ലായിരുന്നെങ്കിൽതന്നെ ഉപദ്രവിച്ച കടക്കാരനുനേരെ അവൻ ചാടിവീഴേണ്ടതായിരുന്നു. അടഞ്ഞുകിടക്കുന്ന സ്കൂളിന്റെ മതിൽ വഴി ചാടിക്കടന്ന കുട്ടികൾ ഇടുങ്ങിയ തെരുവിലേക്കും കടക്കാരന് നേർക്കും നോക്കുകയാണ്.

"പൊയ്ക്കോ... പൊയ്ക്കോ... വീട്ടിലേക്ക്..."

എന്ന് പിന്നെയും പിന്നെയും അലറി വിളിക്കുകയാണ് കടക്കാരൻ. ഇതിനിടയിൽ സ്കൂളിന്റെ ചുമരിലും കടക്കാരന്റെ വീടിന്റെ ചുമരിലുമൊക്കെ പതിച്ചിരിക്കുന്ന ചിത്രങ്ങളിലേക്ക് കൂടി ഉറ്റുനോക്കുകയാണ് കുട്ടികൾ. പ്രസിഡന്റിന്റെ ഒട്ടേറെ ചിത്രങ്ങളാണ് അവർ കണ്ടത്. അതോടെ കാര്യമായി എന്തോ സംഭവം ഉണ്ടായിരിക്കുകയാണെന്ന് കുട്ടികൾക്കു തോന്നി. ഈ ചിത്രങ്ങൾ എത്രയോ കാലമായി അവിടെ

ത്തന്നെ ഉണ്ടായിരുന്നല്ലോ എന്ന കാര്യം പക്ഷേ അവർ ശ്രദ്ധിച്ച തേയില്ല.

പ്രസിഡന്റിന്റെ ചിത്രങ്ങൾ മാത്രമല്ല, പ്രതിമകൾതന്നെ ഏറെ യുണ്ട് പട്ടണത്തിൽ. സർവ്വയിടത്തും പ്രസിഡന്റിന്റെ ചിത്രങ്ങളും പ്രതിമകളുമാണ്. ഭീതിയോടെ പരസ്പരം നോക്കുന്നതിനിടയിൽ വീടുകളിലേക്ക് ഓടിയേ തീരുവെന്ന് കുട്ടികൾക്ക് തോന്നി. ചെറുപ്പം മുതലേ തങ്ങൾ കാണുന്ന, സർവ്വയിടത്തും സാന്നിധ്യമായിരുന്ന മനുഷ്യൻ ഇതാ മരിച്ചിരിക്കുന്നു. അയാളുടെ ചിത്രങ്ങളാണ് തങ്ങളുടെ പാഠപുസ്തകങ്ങളിലും സ്കൂളിന്റെ ചുമരുകളിലും ടെലിവിഷൻ സ്ക്രീനിലും വീടുകളുടെ ചുമരുകളിലും ഹെഡ്മാസ്റ്ററുടെ ഓഫീസ് മുറിയിലും ക്ലാസ്മുറികൾക്കകത്തെ ചുമരുകളിലും ബോർഡുകളി ലുമൊക്കെ. ആ മനുഷ്യനാണ് മരണപ്പെട്ടിരിക്കുന്നത്.

വീട്ടിലേക്ക് ഓടുന്നതിനിടയിൽ മൂത്ത സഹോദരൻ അലിയോട് പറഞ്ഞു:

''മഹാവിപത്ത് തന്നെയാണിത്, കണ്ടില്ലേ, പ്രസിഡന്റ് മരിച്ചിരി ക്കുന്നു. അദ്ദേഹം മരിക്കുമെന്ന് കരുതിയതേ ഇല്ലായിരുന്നു. മറ്റെല്ലാ മനുഷ്യരെപ്പോലെയും അദ്ദേഹവും മരണപ്പെട്ടിരിക്കുന്നു.''

സ്കൂൾമുറ്റം വിട്ട കുട്ടികൾ ഗ്രാമവഴികളിലൂടെ ഓടി. ഓരോരു ത്തരും വിവിധ വഴികളിലൂടെയാണ് ഓടിക്കൊണ്ടിരുന്നത്.

അലിയും സഹോദരനും വേഗത്തിൽ ഓടിക്കൊണ്ടേയിരുന്നു. എന്തിനേറെ അവരുടെ കണങ്കാലുകൾ തമ്മിൽ കൂട്ടിമുട്ടുന്ന അവസ്ഥ പോലുമുണ്ടായി. മറ്റു കുട്ടികളേക്കാൾ കുറച്ചധികം ദൂരം അവർക്ക് ഓടേണ്ടിവരും. കാരണം, ഗ്രാമത്തിന്റെ അങ്ങേയറ്റത്താണ് തങ്ങളുടെ വീട്.

ആളുകളുടെ അല്പം വിചിത്രമായൊരു നീക്കവും അവരുടെ കണ്ണിൽപെട്ടു. സ്ത്രീകൾ വിലപിച്ചുകൊണ്ട് വീടുകളിൽനിന്ന് പുറത്തേക്കിറങ്ങുകയാണ്. അപ്പോഴാണ് അലി മഖാമിന്റെ ഭാഗത്തേക്ക് തിരിഞ്ഞുനോക്കുന്നത്. ഓക്ക് മരം കാണാം. അത് പഴയപടിതന്നെ യുണ്ടല്ലോ എന്നു കണ്ടതും എന്തോ അസ്വസ്ഥത തോന്നി. സഹോ ദരനെ വിട്ടശേഷം മഖാമിനുള്ളിലേക്ക് കയറിയാലോ എന്ന് ചിന്തിച്ചു. ഹിമൈറൂന എന്ത് ചെയ്യുന്നുവെന്ന് കാണാമല്ലോ. അപ്പോൾ തോന്നി സ്കൂളിലെ അദ്ധ്യാപകൻ പറയാറുള്ളതുപോലെ, ഭൂമി പിളർന്ന് തങ്ങളെ വിഴുങ്ങുമെന്ന്.

''പടച്ചവനാണേ, ഭൂമി പിളർന്ന് നിന്നെയൊക്കെ വിഴുങ്ങും കേട്ടോ, അതോടെ തീരും നിന്റെയൊക്കെ ശല്യം.''

ഈയൊരു വാചകം അയാളുടെ വായിൽനിന്ന് പല തവണ കേട്ടിട്ടുണ്ട്. അന്നൊന്നും പക്ഷേ അതിന്റെയർത്ഥം പൂർണ്ണമായി മനസ്സിലായിരുന്നില്ല. പക്ഷേ പിന്നീട് ഹിമൈറൂനയും അതുപോലൊരു കാര്യം പറഞ്ഞുകേട്ടിട്ടുണ്ട്:

''അന്ന് ഭൂമി പിളർന്ന് ആളുകളെയൊന്നാകെ വിഴുങ്ങി. കടൽത്തീരത്തെ ഈ സമതലപ്രദേശമാകെ കീഴ്മേൽ മറിഞ്ഞു. പലതവണയാണ് ഭൂമി ഇളകിമറിഞ്ഞത്. ഭൂകമ്പമെന്നാണ് ആളുകൾ ആ സംഭവത്തെ വിളിച്ചത്.''

കുറച്ചുകൂടി മുതിർന്നപ്പോഴാണ് മനസ്സിലായത്, ഇളകിമറിഞ്ഞത് ഭൂമിയാണെന്നും മനുഷ്യരല്ലെന്നും. പക്ഷേ തീരെ മനസ്സിലാകാത്ത കാര്യം മറ്റൊന്നായിരുന്നു. ഭൂമി പിളർന്ന് കുട്ടികളായ തങ്ങളെ വിഴുങ്ങണേയെന്ന് സ്കൂളിലെ സാർ പ്രാർത്ഥിച്ചതെന്തുകൊണ്ടായിരിക്കും? സഹോദരനൊപ്പം വീട്ടിലേക്ക് ഓടുന്നതിനിടയിൽ വീണ്ടും അതേ വാചകം കേട്ടു. ഇത്തവണ അതൊരു വൃദ്ധയുടെ വായിൽനിന്നാണ് വീണത്.

''ഈ ദിവസത്തിന് മുമ്പ് ഭൂമി പിളർന്ന് എന്നെ വിഴുങ്ങിയിരുന്നെങ്കിൽ എത്ര നന്നായിരുന്നേനേ!''

പിന്നീട് അലിക്ക് തോന്നി ഭൂമി വലിയൊരു പാചകപ്പാത്രമായിരിക്കുമെന്ന്. മനുഷ്യരായ തങ്ങളൊക്കെയും അതിനുള്ളിൽ കിടന്ന് തിളച്ചുമറിയും. ശേഷം അതികായനായൊരു ഭീകരസത്വം മുന്നോട്ടു വരും. പ്രസിഡന്റ് എന്നായിരിക്കും ആ രൂപത്തിനെ വിളിക്കുക. പാത്രത്തിനു മുകളിൽ വലിയൊരു മൂടിവച്ച് അടയ്ക്കുന്നതോടുകൂടി തങ്ങൾ ജീവനോടെ പുഴുങ്ങപ്പെടും. ഭൂമി പിളർന്ന് അതിനുള്ളിലെ ഭീകരജീവികൾ വിഴുങ്ങാൻ വരുമ്പോൾ തങ്ങളെ രക്ഷിക്കാൻ പോകുന്നത് ഇദ്ദേഹം തന്നെയായിരിക്കുമോ?

കരയുന്നില്ലെങ്കിൽപോലും ഓടുന്നതിനിടയിൽ അലി സ്വയം ചോദിച്ചുകൊണ്ടിരുന്നു. എന്നാൽ കരഞ്ഞുകൊണ്ട് ഓടുന്ന മനുഷ്യരെ കണ്ടപ്പോൾ സഹോദരന് കരച്ചിൽ വന്നു. അലിയുടെ കൈയിൽ മുറുകെപ്പിടിച്ചുകൊണ്ട് സഹോദരൻ പറഞ്ഞു:

''പേടിക്കേണ്ട കേട്ടോ.''

''അന്നേരം അവന്റെ കണ്ണുകൾ നിറഞ്ഞൊഴുകുകയായിരുന്നു. പല്ലും ചുണ്ടും കടിച്ചുപിടിക്കുന്നതിനിടയിൽ നെറ്റിയിൽ വിയർപ്പു തുള്ളികൾ പൊടിഞ്ഞുകൊണ്ടിരുന്നു. ഓടിയോടി ഇട്ടിരുന്ന പരുത്തി വസ്ത്രമാകെ വിയർത്ത് നനഞ്ഞതുപോലെ തോന്നി.

ചൂളമടിക്കാനും ഒറ്റയ്ക്കിരിക്കാനും അലിക്ക് ഏറെ ഇഷ്ടമായിരുന്നു. തനിച്ചിരിക്കുന്നതിൽ പ്രത്യേക കഴിവ് തന്നെയുണ്ടായിരുന്നു

അവന്. മറ്റുള്ളവരെ സംബന്ധിച്ച് ഇത് വിഡ്ഢിത്തമായി തോന്നിയേക്കാം. എങ്കിലും ജീവിതത്തിലെ കഴിഞ്ഞുപോയ കുറഞ്ഞ വർഷങ്ങൾക്കിടയിൽ അവൻ വളരെയേറെ കൊതിച്ചിരുന്നത് തന്റെ വൃക്ഷത്തിനൊപ്പം തനിച്ചിരിക്കാനായിരുന്നു. അവനെ സംബന്ധിച്ച് അത് വിശാലമായൊരു ലോകം തന്നെയായിരുന്നു. മറ്റുള്ളവർക്ക് തീരേ പരിചിതമല്ലാത്തൊരു ലോകമായിരിക്കും അത്.

തന്റെ കൈയിൽ പിടിച്ചുകൊണ്ട് ഓടുന്ന സഹോദരന് ഒപ്പമെത്താൻ അലിക്ക് സാധിക്കുന്നില്ല. ശ്വാസം വലിച്ചുവിടാനാകുന്നില്ല. സഹോദരൻ വേഗത്തിൽ ഓടുന്നതിനാൽ തനിക്കും കൂടെ എത്തിയേ തീരൂ. അല്ലെങ്കിൽ ചിലപ്പോൾ മാതളമരത്തിന്റെ വടികൊണ്ട് അടി കിട്ടിയേക്കും. വാപ്പയുടെ നേർത്ത, നീളമേറിയ വടികൊണ്ട്. ചലിപ്പിക്കുമ്പോൾ സീൽക്കാരശബ്ദം പുറപ്പെടുവിക്കുന്ന വടി.

''വേഗമാകട്ടെടാ പൊട്ടാ...''

സഹോദരൻ അലിയുടെ നേർക്ക് നോക്കി അലറി. അന്നേരമാണ് അലി ഫുട്ബോളും കൈയിലെടുത്തുകൊണ്ടാണ് ഓടുന്നതെന്ന കാര്യം സഹോദരനും ശ്രദ്ധിക്കുന്നത്. പന്ത് താഴേക്കിടാതെ നെഞ്ചിനോട് ചേർത്തുപിടിച്ചിരിക്കുകയാണ്. പേടിച്ചുപോയ സഹോദരൻ ഓട്ടം നിർത്തിയശേഷം അലിയെ അടിച്ചു. വീണുപോയെങ്കിലും കരയാനോ പന്ത് താഴെയിടാനോ അലി തയ്യാറായതേയില്ല. സഹോദരൻ വീണ്ടും അലിയുടെ കൈയിൽ പിടിച്ചുകൊണ്ട് ഓടാൻ തുടങ്ങി. അവരുടെ കാലിലെ ഞെരിയാണികൾ തമ്മിൽ കൂട്ടിയുരുമ്മാൻ തുടങ്ങി. ഇപ്പോൾ കണ്ടാൽ അവരിരുവരും പറക്കുകയാണെന്നേ തോന്നൂ.

വീട്ടിലെത്തിച്ചേർന്നതും തടിയിൽ തീർത്ത പടിക്കെട്ടുകൾ വഴി അലി മട്ടുപ്പാവിലേക്ക് കയറി. ഇതിനിടയിലാണ് ദൂരെനിന്ന് അയൽക്കാരിയായ സ്ത്രീ ഉമ്മയെ വിളിക്കുന്നത് കണ്ടത്.

''ഇറങ്ങി വാടീ സഹോദരീ... ഇറങ്ങി വാ... നമ്മുടെയൊക്കെ കാലം കഴിയാറായി.''

കരഞ്ഞുകൊണ്ട് ഉമ്മ പുറത്തേക്കിറങ്ങി ചെന്നു. ശേഷം തന്റെ മക്കളേയും കൂട്ടിക്കൊണ്ട് വീടിനകത്തേക്ക് കയറി വാതിലടച്ചു. ഫുട്ബോളിനെയും മാറോടണച്ചുപിടിച്ചുകൊണ്ട് അലി വീടിന്റെ മട്ടുപ്പാവിൽ നിൽക്കുകയാണെന്ന കാര്യം എല്ലാവരും മറന്നുപോയിരുന്നു. അടുത്തും ദൂരെയുമുള്ള അയൽവാസികൾ വീടുകൾക്കകത്തേക്ക് കയറി ഒളിക്കുന്നതും പുറത്തേക്കിറങ്ങുന്നതുമൊക്കെ അലി കണ്ടു. ചിലരൊക്കെ ജനാലകൾ കൊട്ടിയടച്ചുകൊണ്ടിരുന്നു. വിലാപങ്ങളും

തേങ്ങലുമൊക്കെ കേൾക്കാം. പന്തിലൂടെ വിരലോടിച്ചുകൊണ്ടിരിക്കുകയാണവൻ.

ചിലപ്പോൾ വീട്ടുകാർ തന്നെ അന്വേഷിച്ച് വന്നേക്കും. മരണമില്ലാത്തവനെന്ന് കരുതിയിരുന്ന രാജ്യത്തിന്റെ പ്രസിഡന്റ് മരണപ്പെട്ടതിന്റെ അമ്പരപ്പിലായിരിക്കും വീട്ടുകാരും കുട്ടികളുമൊക്കെ എന്ന കാര്യം ഏതാണ്ട് ഉറപ്പാണ്. എതിർവശത്തുള്ള പർവ്വതത്തിന് അഭിമുഖമായി നിൽക്കുന്ന മട്ടുപ്പാവിൽ വച്ച് താഴ്വരയിലേക്കും ചുറ്റുമുള്ള വീടുകൾക്കു നേരെയും ഉറ്റുനോക്കുകയാണ് അലി. സ്കൂളിലെ സാർ പറഞ്ഞിട്ടുള്ളതുപോലെ ഭൂമി പിളർന്ന് തങ്ങളെയൊക്കെ വിഴുങ്ങുന്നതും പ്രതീക്ഷിച്ച് നിൽക്കുകയാണവൻ. സാർ മറ്റൊരു വാചകംകൂടി പറഞ്ഞിട്ടുള്ള കാര്യം ഓർത്തു. ഭൂമി പിളർന്ന് വിഴുങ്ങുന്നതുവരെ അയാൾ ഞങ്ങളെയൊക്കെ അടിച്ചുകൊണ്ടേ ഇരിക്കുമത്രെ.

ഇതെന്തായാലും പ്രസിഡന്റിന്റെ മരണവുമായി ബന്ധപ്പെട്ട കാര്യമല്ല. ആ ദിവസം കഴിഞ്ഞ് പതിമ്മൂന്ന് വർഷങ്ങൾ പിന്നിട്ടിരിക്കുന്നു. പക്ഷേ ഭൂമി ഇപ്പോഴും പഴയതുപോലെ തന്നെയുണ്ട്. അത് പിളരുകയോ തങ്ങളെയാരെയും വിഴുങ്ങുകയോ ചെയ്തിട്ടില്ല.

പന്തും കൈയിലെടുത്തുകൊണ്ട് സൂര്യനേയും മലയടിവാരത്തിലെ കാടിനേയും നോക്കിനിൽക്കുകയായിരുന്നു അലി. മലഞ്ചെരുവിന്റെ ഓരത്തുള്ള വീടിന്റെ മട്ടുപ്പാവിന്റെ അരികത്ത് ചെന്നുനിന്നു. പതിയെ പന്ത് നിലത്ത് ഉറപ്പിച്ചു വച്ചു. പിന്നെ ഏതാനും ചുവട് പിന്നിലേക്ക് മാറി. ആകാശത്തിലെ ഏതാനും മേഘക്കീറുകളെ ഒരു നോക്ക് നോക്കിയശേഷം പന്ത് അടിച്ചുപറത്തി. വായുവിൽ ചുറ്റിപ്പറന്ന പന്ത് പതിയെ താഴേക്ക് പതിച്ചു. പിന്നെയത് താഴ്വരയിൽ എവിടെയോ അപ്രത്യക്ഷമായി.

തിരിഞ്ഞുനോക്കിയപ്പോൾ മഖാമിനരികിലെ ഓക്ക് മരത്തിന്റെ ചില്ലകൾ കണ്ടു. പക്ഷേ അവിടെയുണ്ടായിരുന്ന ആളുകളെ തിരിച്ചറിയാൻ മാത്രം സാധിച്ചില്ല. വൃക്ഷത്തിന്റെ ശിഖരങ്ങൾ കാഴ്ച തടസ്സപ്പെടുത്തുന്നുണ്ടായിരുന്നു. മഖാമിനരികിൽ തടിച്ചുകൂടിയവരെ തിരിച്ചറിയാൻ കഴിയാത്തത്ര അകലെയായിരുന്നു അലി. അതിനാൽതന്നെ മട്ടുപ്പാവിന്റെ അരികോളം ചെന്നു. ശേഷം താഴ്വരയിലേക്ക് പതിക്കുന്ന പന്തിന്റെ ചലനം സങ്കല്പിച്ചുകൊണ്ട് കൈകൾ വിടർത്തിപ്പിടിച്ചു. പന്തിന് പിന്നാലെ പറന്നാലോ എന്ന് കൊതിക്കുന്നതിനിടെയാണ് ഉമ്മയുടെ വിളി കേട്ടത്. അവരുടെ അരികിലേക്ക് ഇറങ്ങിച്ചെല്ലാനാണ് വിളിക്കുന്നത്.

ഉമ്മയും സഹോദരങ്ങളുമൊക്കെ പിന്നെയും വീട് വിട്ട് പുറത്തിറങ്ങിയിരിക്കുകയാണ്. മഖാമിന് നേർക്ക് ഓടുകയാണവർ. പതിയെ താഴേക്ക് ഇറങ്ങിച്ചെന്ന അലിയും അവർക്കൊപ്പം ചേർന്നു. കാലിൽ ചെരുപ്പുകളൊന്നുമില്ല എന്ന കാര്യം തന്നെ അവൻ ഓർത്തില്ല. കാലിലുണ്ടായിരുന്ന പ്ലാസ്റ്റിക് ചെരുപ്പ് മട്ടുപ്പാവിൽ മറന്നിട്ടുപോവുകയായിരുന്നു.

നിർത്താതെ ഓടിയോടി അവസാനം ആളുകൾ കൂടിനിൽക്കുന്ന സ്ഥലത്തെത്തി. പക്ഷേ ഹിമൈറൂനയെ മാത്രം അവിടെയൊന്നും കണ്ടതേയില്ല. കരച്ചിലും വിലാപവും കേൾക്കാം. വലിയ ആൾക്കൂട്ടത്തിനിടയിലൂടെ നുഴഞ്ഞു കയറുന്നതിനിടയ്ക്ക് ശൂന്യമായ, പേടിച്ചരണ്ട മുഖങ്ങൾ കണ്ടു. എന്തൊക്കെയോ പിറുപിറുത്തു നിൽക്കുന്ന ആളുകളോട് വൃദ്ധനായ ശൈഖ് പറഞ്ഞു:

''ദൈവത്തെ വാഴ്ത്തൂ, ജനങ്ങളേ...''

പുതിയ ശൈഖിന് ചുറ്റും കുറേ യുവാക്കൾ സംഘടിച്ചു നിൽപ്പുണ്ട്. വലിയ ആവേശത്തോടെ സംസാരിക്കുകയാണ് അയാൾ. മഖാമിലേക്ക് കടന്ന് ആളുകളുടെ പാദങ്ങൾക്കിടയിലൂടെ ഉള്ളിലേക്ക് പ്രവേശിക്കാൻ അലിക്ക് സാധിച്ചു.

ഒരു മൂലയിൽ ഇരിക്കുകയാണ് ഹിമൈറൂന. ചുറ്റും കുറേ സ്ത്രീകളും പുരുഷന്മാരുമുണ്ട്. കുന്തിരിക്കം പുകച്ചശേഷം എന്തൊക്കെയോ മന്ത്രങ്ങൾ ഉരുവിടുകയാണവർ.

അപ്പോഴാണ് മഹത്തുക്കളായ വിശുദ്ധരുടെ ചിത്രങ്ങൾ ആലേഖനം ചെയ്ത ആ ക്യാൻവാസ് കണ്ണിൽപെടുന്നത്. അവർക്കിടയിൽ നിൽക്കുന്ന പ്രസിഡന്റിന്റെ ചിത്രവും കാണാം. ഈ ചിത്രം അവിടെ തൂക്കിയത് ആരാണെന്നു മാത്രം ആർക്കുമറിയില്ല. പിന്നീട് പ്രസിഡന്റിന്റെ ചിത്രവുമായി നിൽക്കുന്നൊരു സ്ത്രീയെ കണ്ടു. കണ്ണീരിൽ മുങ്ങി നിൽക്കുകയാണവർ. ചുറ്റും നടക്കുന്ന കാര്യങ്ങൾ അർദ്ധബോധാവസ്ഥയിൽ നോക്കിയിരിക്കുന്ന ഹിമൈറൂനയുടെ അരികിലേക്ക് ചെന്ന അലി അവരുടെ കണ്ണുകളിലേക്ക് ഉറ്റുനോക്കി. വെള്ളനിറത്തിലുള്ള ശൂന്യതയാണ് അവൻ അവയിൽ കണ്ടത്. എന്നാൽ വൃദ്ധ അവന്റെ നേർക്ക് നോക്കുന്നുണ്ടായിരുന്നില്ല.

പതിവുപോലെ അലിയെ അണച്ചുപിടിച്ചതല്ലാതെ ഹിമൈറൂന ഒരു വാക്ക് പോലും പറഞ്ഞതേയില്ല. കുടീരത്തിന്റെ താഴികക്കുടത്തിനുള്ളിലെ പച്ചനിറമുള്ള വലയങ്ങൾക്ക് നേരെ ഭയഭക്തിയോടെ നോക്കുകയാണവർ. സ്കൂളിന് സമീപത്തെ കടക്കാരൻ അപ്പോഴും വിലപിക്കുന്നത് തുടർന്നുകൊണ്ടേയിരുന്നു:

''നാശങ്ങൾ... പടച്ചവൻ നിന്റെയൊക്കെ മാതാപിതാക്കളെ ശപിക്കട്ടെ. നമ്മുടെ പ്രസിഡന്റ് മരിച്ചില്ലേ...!''

പിന്നീട് കടന്നുപോയത് അസഹനീയമായ ദിനങ്ങൾ തന്നെയായിരുന്നു. നിശ്ശബ്ദതയും ആശങ്കയും നിറഞ്ഞ ദിനങ്ങൾ. ആളുകളുടെ വിലാപങ്ങൾക്ക് ചെവികൊടുക്കാതെ അലി തന്റെ കുറ്റിക്കാടിലേക്ക് ഓടി. താഴ്വരയിറങ്ങി താഴേക്ക് പോകുമ്പോൾ അവന്റെ മനസ്സ് നിറയെ നഷ്ടപ്പെട്ട ഫുട്ബോളായിരുന്നു. പകൽ എവിടെയോ പോയി മറഞ്ഞ അലി രാത്രിയിൽ വീടിന്റെ മട്ടുപ്പാവിൽ കിടന്നുറങ്ങി.

അധികകാലം കഴിയുന്നതിന് മുമ്പുതന്നെ അവന്റെ മനസ്സിൽ പഴയ സന്തോഷം തിരികെയെത്തി. ഏതാണ്ട് ഒരു മാസം കഴിഞ്ഞിരിക്കണം. ഗ്രാമവഴികളിൽ വീണ്ടുമൊരിക്കൽകൂടി പഴയ മുറവിളി ശബ്ദമുയർന്നു. സ്കൂളിനരികിലെ കടക്കാരന്റെ ശബ്ദം തന്നെയായിരുന്നു അത്. പക്ഷേ ഇത്തവണ ആനന്ദവും ആഹ്ലാദവും തുളുമ്പുന്ന ഒച്ചപ്പാടായിരുന്നു. അതേ, ഒരു മാസം കഴിഞ്ഞപ്പോഴേക്കും ആ മനുഷ്യൻ കായികാഭ്യാസിയെപ്പോലെ ഓടിച്ചാടി നടക്കുന്നതും ആളുകളുടെ നേർക്ക് അലറിവിളിക്കുന്നതും വീടുകൾതോറും കയറിയിറങ്ങുന്നതും തന്റെ മരുമക്കളേയും ചെറുമക്കളേയും നാട്ടുകാരേയുംകൊണ്ട് കുരവയിടാൻ പ്രേരിപ്പിക്കുന്നതുമൊക്കെ അലിക്ക് കാണേണ്ടിവന്നു.

''പ്രസിഡന്റ് നീണാൾ വാഴട്ടെ. പ്രസിഡന്റ് നീണാൾ വാഴട്ടെ.''

ഇങ്ങനെ വിളിച്ചലറിക്കൊണ്ട് നീങ്ങുകയാണ് ആ കടക്കാരൻ. എന്നാൽ അലി ആലോചിച്ചത് മറ്റൊരു കാര്യമായിരുന്നു. എങ്ങനെയാണ് മരിച്ചുവെന്ന് പറയുന്ന പ്രസിഡന്റ് പിന്നെയും ജീവിക്കുന്നത്? ഒരു നിമിഷം തോന്നി പ്രസിഡന്റ് മരണമില്ലാത്തയാളായിരിക്കുമെന്ന്. എന്നാൽ ഇത് പുതിയ പ്രസിഡന്റാണെന്നും മരിച്ചുപോയ പഴയ പ്രസിഡന്റിന്റെ മകനാണെന്നും അവന് അറിയില്ലായിരുന്നു. അതിനാൽതന്നെ 'പ്രസിഡന്റ് മരണപ്പെട്ടു', 'പ്രസിഡന്റ് നീണാൾ വാഴട്ടെ' എന്നീ വാചകങ്ങൾ അവന് വിചിത്രമായാണ് അനുഭവപ്പെട്ടത്. മറ്റൊരു അതിശയം അലിക്ക് പിന്നീടും തോന്നി. അത് പ്രസിഡന്റിന്റെ മകൻതന്നെ പുതിയ പ്രസിഡന്റായ കാര്യമായിരുന്നു. രാജ്യത്തിന്റെ സായുധസേനയുടെ സർവ്വസൈന്യാധിപനും പിതാവിന്റെ അനന്തരസ്വത്തായ ബഅസ് പാർട്ടിയുടെ ജനറൽ സെക്രട്ടറി പദവിയുമൊക്കെ കൈയടക്കിയത് ഈ പുതിയ പ്രസിഡന്റുതന്നെയായിരുന്നു.

ഇക്കാര്യങ്ങളെക്കുറിച്ചൊന്നും അലിക്ക് വലിയ വിവരമില്ലായിരുന്നു. കടക്കാരന്റെ ആസ്വദിച്ചുള്ള ചലനങ്ങൾ ശ്രദ്ധിച്ചപ്പോൾ അവന്

ശരിക്കും ആശയക്കുഴപ്പമാണുണ്ടായത്. അന്നത്തെ ദിവസം അയാൾ ചിരിക്കുന്നതാണല്ലോ കണ്ടത്? പിന്നീട് അലി അയാളുടെ കാര്യം തന്നെ മറന്നു. ആ ദിവസത്തിനുശേഷം അയാൾ ആനന്ദത്തോടും ആശ്വാസത്തോടും കൂടിയാണ് ജീവിച്ചതെന്ന കാര്യവും ശ്രദ്ധിച്ചതേയില്ല. പിന്നീട് നാട്ടിൽ യുദ്ധം തുടങ്ങിയപ്പോഴാണ് അയാളുടെ കാര്യം വീണ്ടും ഓർമ്മവരുന്നത്. അന്നേരം അയാൾ തന്റെ മക്കളുടെ ശവമഞ്ചങ്ങൾക്ക് പിന്നാലെ നടക്കുന്ന കാഴ്ച കണ്ടു. ഒരു ഉണങ്ങിയ മരംപോലെയായിരുന്നു അന്നേരമയാൾ!

ശിരസ്സിലേറ്റ ആഴത്തിലുള്ള വേദനയ്ക്കൊപ്പം ആ പഴയ ഫുട്ബോൾ തന്റെ മുന്നിലൂടെ പറന്നുപോകുന്ന കാഴ്ചകൂടി കാണാമിപ്പോൾ. പിന്നെയത് അപ്രത്യക്ഷമായി. പണ്ട് താഴ്വരയിലേക്ക് പതിച്ച അതേ പന്ത്. ഇപ്പോഴത് മേഘങ്ങളോട് മത്സരിക്കുന്നില്ല. ആകാശത്തിലേക്ക് ഉയർന്നശേഷം അത് എങ്ങോ അപ്രത്യക്ഷമായിരിക്കുന്നു. മാനത്തുകൂടി കടന്നുപോകുന്ന മേഘക്കീറുകളിലേക്ക് ഉറ്റുനോക്കിക്കൊണ്ടാണ് പന്ത് അടിച്ചു പറത്തിയത്. എന്നാൽ വീഴ്ചയുടെ കയ്പ് തന്നെ പിടികൂടിയിരിക്കുകയാണിപ്പോൾ. മുറിവും അശക്തിയുമാണ് ഇപ്പോൾ തന്നെ വീഴ്ത്തിയിരിക്കുന്നത്. ബോംബ് പൊട്ടിത്തെറിച്ചതിനും വൃക്ഷത്തിനുമിടയിൽ ഏതാനും വാരകളുടെ അകലമേയുള്ളൂ. അതുപോലെതന്നെയാണ് തന്റെ ഭൂതകാലത്തെയും ഇപ്പോഴത്തെയും ജീവിതങ്ങൾ തമ്മിലുള്ള അകലവും. വളരെ ഹ്രസ്വമായ ജീവിതം. ഇവിടെത്തന്നെ നിലച്ചുപോകാവുന്നതേയുള്ളൂ അതിന്. പൂർണമായിരിക്കുന്നു സർവ്വതും. ഈ ഏതാനും വാരകൾ തന്നെയാണ് തനിക്കിനി അവശേഷിക്കുന്ന ജീവിതമെന്ന് തോന്നിപ്പോകുന്നു.

ഞാനിവിടെ ശരിക്കും എന്താണ് ചെയ്യുന്നതെന്നാണ് മനസ്സ് ചോദിക്കുന്നത്. ആരോടാണ് താൻ പോരാടിയത്? ആർക്കുവേണ്ടി? ഞാൻ തന്നെ ആരാണ്? ഇത്തരമൊരു ചോദ്യം മനസ്സിലുയരുന്നത് ഇതാദ്യമായിട്ടായിരിക്കും. ഞാൻ ശരിക്കും ആരാണിപ്പോൾ? മുമ്പ് ആരായിരുന്നു? ഈ വൃക്ഷത്തിനും തനിക്കുമിടയിലെ ഏതാനും വാരകൾ മാത്രമാണോ ജീവിതത്തിന്റെ ആകെത്തുക? കഴിഞ്ഞുപോയതൊക്കെയും ജീവിതമായിരുന്നോ അതോ യാത്രക്കാരനെപ്പോലെയോ ഒരു മിന്നായംപോലെയോ കടന്നുപോയ ഏതെങ്കിലുമായിരുന്നോ? ഇനി ആകാശത്തെ വല്ല താരകവുമായി മാറുമോ ഞാൻ?

രാജ്യത്തെ പ്രതിരോധിക്കാനായി യുദ്ധത്തിന്റെ മുന്നണിയിൽ തന്നെ പടപൊരുതാൻ ഉറച്ച തീരുമാനമെടുത്ത സഹോദരന്റെ മുഖം ഒരിക്കൽകൂടി ഓർത്തെടുത്തു. പ്രവഹിക്കുന്ന ചോദ്യങ്ങൾക്കുള്ള മറുപടിയൊന്നും കിട്ടുന്നതേയില്ല. തന്നെ സംബന്ധിച്ച് ഏത്

വിചിത്രമായ ജീവിതമാണ് സ്വപ്നം കണ്ടിരുന്നത്? മറ്റേതോ വസ്തുവിന്റെ ജീവിതമായിരിക്കുമോ? പത്തൊമ്പത് വയസ്സുള്ള ഒരു ചെറുപ്പക്കാരൻ മലമുകളിൽ പരിക്കേറ്റ് കിടക്കുന്നതാണ് കൺമുന്നിൽ തെളിയുന്നത്. യുദ്ധവിമാനത്തിൽ നിന്ന് അബദ്ധത്തിൽ ബോംബ് വർഷിച്ചതാകും. ജീവിതത്തെ തിരഞ്ഞെടുക്കണമെങ്കിൽ വൃക്ഷത്തിനടുത്ത് ഏതാനും വാരയകലെ കിടക്കുന്ന ഈ ചെറുപ്പക്കാരൻ എന്താണ് ചെയ്യേണ്ടതെന്ന് മനസ്സിലാക്കാൻ ശ്രമിക്കുകയാണെന്നേ കണ്ടാൽ തോന്നൂ.

നെഞ്ചിൻകൂടൊന്ന് അനക്കിയശേഷം നിവർന്ന് കിടക്കാൻ ശ്രമിച്ചു. ഇപ്പോഴും ജീവനോടെയുണ്ടെന്ന് വിശ്വസിക്കാനായി കണ്ണുകൾ തുറന്നു നോക്കി. ഏതാനും വാരകൾ എന്ന് പേരുള്ള ജീവിതം! പറന്നകലുന്ന ഫുട്ബോളിന്റെ രൂപം കാണാൻ കഴിഞ്ഞതും ആഴത്തിൽ നെടുവീർപ്പിട്ടു. തീരാത്ത ചോദ്യങ്ങളുടെയും അതിരില്ലാത്ത വ്യഥകളുടെയും പാതാളത്തിലേക്ക് പതിക്കുകയായിരുന്നു താനന്നേരം. കടുത്ത ഒറ്റപ്പെടൽ അനുഭവപ്പെടുന്നു.

തൊട്ടരികിലുള്ള അപരനെക്കുറിച്ചും ഒരു നിമിഷം ഓർത്തുപോയി. ഒരൊറ്റ കാര്യം മാത്രം അറിഞ്ഞാൽ മതിയായിരുന്നു. തല ഒന്ന് തിരിച്ചുനോക്കണം. പണ്ട് ഫുട്ബോൾ കൊണ്ടേറ്റ പ്രഹരത്തെ ഓർമ്മിപ്പിക്കുന്ന ശിരസ്സിലെ വേദനയെ മറികടക്കണം. തൊട്ടരികിലുള്ള അപരനും തന്നെപ്പോലെ പിന്നെയും തല ഉയർത്തുന്നുണ്ടോ എന്നറിയണം. എന്റെ മനസ്സിനെ പിടികൂടിയിരിക്കുന്ന ആശങ്കകൾ ഒരുവേള പെട്ടെന്നുതന്നെ അപ്രത്യക്ഷമാകാനും തരമുണ്ട്. ഇനി ആ രൂപം തന്നെ കാത്തിരിക്കുന്ന സ്വന്തം ആത്മാവ് വല്ലതുമായിരിക്കുമോ എന്തോ?

അഞ്ച്

ബോധം ഒരിക്കൽകൂടി തെളിഞ്ഞതും ശിരസ്സിനു പിറകിലെ ഭാരം പിന്നെയും അനുഭവപ്പെടാൻ തുടങ്ങി. എന്തോ ഒരു നിർവ്വികാരത യിലേക്ക് തള്ളിവിടുകയാണത്. മരയിലകൾ തീർത്ത വിരിപ്പിന് മുകളിലൂടെ ആടിയാടി നീങ്ങുകയാണ് ഞാൻ. ശേഷം ഏതോ ഗർത്ത ത്തിലേക്ക് വീണതുപോലെ. അതിനുള്ളിലെ നനവിലും മരവിപ്പിലും മുങ്ങിത്താണത് മണിക്കൂറുകളാണെന്ന് തോന്നിപ്പോയി. എന്നാൽ ആ വീഴ്ചയ്ക്ക് ശരിക്കും ഏതാനും നിമിഷങ്ങളുടെ ദൈർഘ്യം മാത്രമേ ഉണ്ടായിരുന്നുള്ളൂ.

മുഖം വൃക്ഷത്തിനു നേർക്ക് തിരിച്ചുനോക്കി. മുന്നിൽതന്നെ കാണാം അതിന്റെ രൂപമിപ്പോൾ. ശേഷം എതിർദിക്കിലേക്ക് കൂടി നോക്കി. സംഭവിക്കുന്ന കാര്യങ്ങൾ വിശ്വസിക്കാനാകാത്തവിധം ദുർബലനാണ് ഞാനെന്ന് തോന്നിപ്പോയി. ശരിക്കും ജീവനുള്ളവരുടെ ലോകത്ത് തന്നെയാണോ ഞാൻ? കാരണം തിരയുന്നതിനിടയിൽ കണ്ടത് കത്തിയമരുന്ന മരങ്ങളെയായിരുന്നു. അപ്പോൾ പക്ഷേ എന്തോ ഒരു തൃപ്തിയാണ് അനുഭവപ്പെട്ടത്. കാരണം ആ മലയുടെ മുകൾഭാഗം തീർത്തും തരിശായിരുന്നു. അടുത്തൊന്നും വേറെ മര ങ്ങളില്ലായിരുന്നു. അപ്പോഴാണ് അകലങ്ങളിലെ കത്തിയമരുന്ന മര ങ്ങൾക്കിടയിലൂടെ ജ്വലിക്കുന്ന നാളങ്ങൾ കാണാനാകുന്നത്.

നനവുള്ള മണ്ണിന്റെ ഏതാനും തരികൾ കണ്ണിലേക്ക് വീണു. തുടർന്നും വീഴാൻ തുടങ്ങിയ മൺതരികളുടെ ഉരുണ്ട ചെറുരൂപം കാണാം. ശിരസ്സ് കുലുക്കിയപ്പോൾ മണ്ണും മരവുമൊക്കെയാണ് ഒപ്പം ചലിച്ചത്. എന്നാലും എവിടെ നിന്ന് വന്നതായിരിക്കും ഈ നന വുള്ള മണ്ണ്? ഉണരാനായി തല കുലുക്കി നോക്കി. തലയോട്ടിയിലെ സുഷിരങ്ങളിലൂടെ എന്തോ ദ്രവം ഒലിച്ചിറങ്ങുന്നതിനൊപ്പം വിറ യ്ക്കുന്നതുപോലെ തോന്നി. തലയിലെ ശബ്ദം കഴുത്തിലേക്കിറങ്ങു കയാണിപ്പോൾ. ഒരുവേള തോന്നി മുതുകിൽ നിന്നൊരു മരത്തിന്റെ

ഉടൽ വളർന്നുവരികയാണെന്ന്. മരത്തിന് നേർക്ക് നോക്കിനിൽക്കുകയായിരുന്നു അന്നേരം ഞാൻ.

പലവുരു ഉറപ്പുവരുത്തിയിരുന്നതിനുശേഷവും മനസ്സ് പറയാൻ തുടങ്ങി ഓക്ക് മരത്തിന്റെ മുന്നിലാണ് ഞാനെന്ന്. എന്തോ ഒരു ഭീതി ഉള്ളിൽ നിന്ന് കാർന്നുതിന്നുന്നതുപോലെ. കാണുന്നത് വിശ്വസിക്കാൻ തന്നെയാകുന്നില്ല. ഉമ്മയുടെ മുഖം ഓർമ്മ വരുന്നു. അബലകളായ ഉമ്മമാരുടെ കണ്ണുകളിൽ എങ്ങനെയാണ് വന്യജീവികൾ പതിയിരിക്കുന്നതെന്നും തണുത്തുറഞ്ഞ രാത്രികളിൽ വേട്ടയാടാനിറങ്ങുന്നതെന്നും തനിക്ക് നല്ലതുപോലെയറിയാം.

മരത്തിന്റെ ശിഖരങ്ങളിൽനിന്ന് ഏതാനും ഇതളുകൾ താഴേക്ക് വീണു. ഓക്ക് മരത്തിന്റെ ശിഖരങ്ങൾ എന്താണ് ചെയ്യുന്നതെന്നറിയാം. ഇല പൊഴിക്കുകയാണവ. വളരെ അനായാസമായി ഇലകളുടെ ശല്യമൊതുക്കുന്നു. ഇലകളെ ഒഴിവാക്കാൻ മരങ്ങൾക്ക് അവരുടേതായ യുക്തിയുണ്ടാകും. ഹിമൈറൂന താൻ കേൾക്കേ ഇങ്ങനെ പറഞ്ഞിട്ടുണ്ട്. തന്നെക്കൊണ്ടും അവർ അത് പറയിക്കും. 'ഞാൻ മരമാണ്' എന്ന് അവർ പറയുമ്പോൾ അലിയും പറയും: ''ഞാൻ മരമാണ്.''

ഹിമൈറൂനയ്ക്കൊപ്പം സർവ്വയിടത്തും പോകും അലി. അവരുടെ നിറമാർന്ന വസ്ത്രത്തിൽ പിടിമുറുക്കിയിരിക്കും അവനെപ്പോഴും. മരങ്ങൾ ചെയ്യുന്നതുപോലെ നിശ്ശബ്ദമായിരിക്കുന്നത് എങ്ങനെയെന്ന് പഠിപ്പിച്ച് തരാമെന്ന് വൃദ്ധ പറയും.

ശ്വാസം വിടുന്നതുപോലെ, ഇടയ്ക്കിടയ്ക്ക് താൻ മരമാണെന്ന് പറയാറുള്ള വൃദ്ധയോട് അലി ഒരിക്കൽ ദേഷ്യപ്പെടുകപോലും ചെയ്തു. അന്നവന് എട്ടുവയസ്സേ ഉണ്ടായിരുന്നുള്ളൂ.

''ഇങ്ങനെ എപ്പോഴും പറഞ്ഞുകൊണ്ടിരിക്കുന്നത് എന്തിനാണ്?''

അത് കേട്ടതും ഹിമൈറൂന ചിരിച്ചു.

''കാരണം ഞാനല്ല മരം... നീയാണ് മരം.''

മഖാമിൽ വച്ച് വിശുദ്ധമായി കരുതുന്ന അവിടത്തെ എണ്ണകൊണ്ട് അലിയുടെ മെലിഞ്ഞ ദേഹത്ത് പുരട്ടിക്കൊടുക്കുന്നതിനിടയിലാക്കെ അവൻ മരത്തിന്റെ പുത്രനാണെന്ന് ഹിമൈറൂന ആവർത്തിച്ച് പറയുന്നതിൽ ഉമ്മ നഹ്‌ലയും ശാസിച്ചു. ഉമ്മ പിന്നീട് സ്ഥിരമായി കുറ്റപ്പെടുത്താൻ തുടങ്ങിയതോടെ, വൃദ്ധ അസ്പഷ്ടമായി തിരിച്ച് ചീത്ത പറഞ്ഞുകൊണ്ടിരിക്കും.

'ഞാൻ മരമാണ്' എന്ന ആ വാചകത്തെക്കുറിച്ചാണ് അലി ഇപ്പോൾ ചിന്തിക്കുന്നത്. പരുപരുത്ത വിരൽകൊണ്ട് ഉമ്മ തന്റെ കഴുത്തിൽ

തടകുമ്പോഴൊക്കെയും മഖാമിലെ എണ്ണയുടെ ഗന്ധം മണക്കും. അന്നേരമൊക്കെയും അവർ എന്തൊക്കെയോ ഉരുവിടുകയായിരിക്കും. ദൈവത്തോടും പിന്നെ മഖാമിൽ അടക്കപ്പെട്ടിരിക്കുന്ന വിശുദ്ധ നോടുമൊക്കെ നിരന്തരമായ അലച്ചിലിൽനിന്നും തന്റെ പുത്രനെ രക്ഷിക്കണേ എന്നായിരിക്കും ഉമ്മ പ്രാർത്ഥിക്കുക. ഉദരത്തിൽ സ്ഥിര മായൊരു ചൊറിച്ചിൽ വരാൻ തുടങ്ങിയ കാര്യവും ഓർമ്മയുണ്ട്. ആ സ്ഥലത്തുകൂടെ ഉമ്മ വിരലോടിക്കുമ്പോൾ വേദനയും തോന്നും. നേരേ ശ്വസിക്കാനാകുമായിരുന്നില്ല. വലത്തേ കവിൾ മണ്ണിൽ ചേർത്ത് കിടക്കുന്നതിനിടയിൽ ചിന്തിച്ചത് ഇതൊന്നും യാദൃച്ഛികമല്ല എന്നാ യിരുന്നു.

തല ഒന്നനക്കിയപ്പോൾ കുറേ ഇലകൾ വഴുതിമാറിയതുപോലെ തോന്നി. അവിടെ ഇപ്പോൾ നനഞ്ഞ മണ്ണിന്റെ സ്പർശനമാണ് അനു ഭവപ്പെടുന്നത്. തലവച്ച് അവിടം കുഴിച്ചാലോ എന്നുമാലോചിച്ചു. എങ്കിലും ചെയ്തില്ല. വേണമെങ്കിൽ ചെയ്യാൻ പറ്റുമായിരുന്നു. പണ്ട് തന്റെ കൈവശം ഒരു മൺവെട്ടിയുണ്ടായിരുന്നു. അതുപയോ ഗിച്ച് മണ്ണിൽ കുഴിയെടുക്കാറുണ്ടായിരുന്നു. അതിന്റെ കൈയും പിടിയും തന്റെ കൈവെള്ളയിലെ തൊലി കുറേയേറെ അപഹരിച്ചി ട്ടുണ്ട്. ഇപ്പോൾ തോന്നുന്നു തല മൺവെട്ടിപോലെ ഉപയോഗിക്കാമെന്ന്. പാറയെ വേണമെങ്കിലും പൊട്ടിക്കാം. തലകൊണ്ട് മണ്ണിൽ ആഞ്ഞിടി ക്കാനുള്ള ശേഷിയുണ്ട്. മേൽഭാഗത്തുള്ള വസ്തുക്കളെ ചികഞ്ഞു മാറ്റി മണ്ണ് അല്പം കുഴിക്കാനുമാകും.

ഗ്രാമത്തിലെ മലനിരകളെപ്പോലെതന്നെ പാറ നിറഞ്ഞ കുന്നിൻ നിരകളാണ് ഇവിടെയും കാണുന്നത്. ആ മലകളുടെ തുടർച്ച തന്നെ യായിരിക്കും ഈ കാണുന്നവയും. അക്കാര്യം നേരത്തേ ചിന്തിച്ചിട്ടി ല്ലെന്നത് നേരാണ്. പല്ലുകൊണ്ടും മണ്ണിൽ കുഴിക്കാം. വായിൽ കയ റുന്ന മണ്ണ് തുപ്പിക്കളയുകയേ വേണ്ടൂ. അങ്ങനെ കുഴിച്ച് കുഴിച്ച് മരത്തിന്റെ അരികിലേക്ക് എത്തിച്ചേരാനുള്ള വഴിയൊരുക്കണം. മരത്തിന്റെ വേര് എവിടെയാണെന്ന് അറിയാനായി തല ഇടത്തോട്ടും വലത്തോട്ടും അനക്കിക്കൊണ്ടിരിക്കണം. മണ്ണിലൂടെ തല തിരിച്ചു കൊണ്ടേയിരിക്കണം.

പിന്നീടൊരു ശബ്ദം കേട്ടു. മരത്തിന്റെ മർമ്മരമായിരിക്കും. എന്നാ ലതിനെ മർമ്മരമെന്ന് താൻ വിളിക്കില്ലെന്ന് മാത്രം. തലയുയർത്തി നോക്കി. അപ്പോഴതാ മറുഭാഗത്ത് വേറൊരു തല പ്രത്യക്ഷപ്പെടുന്നു. അതും ചലിക്കുകയാണ്. ഉടലിൽ മുറുകെ പിടിച്ചുകൊണ്ട് അലി ചലിക്കാൻ നോക്കി. കൈമുട്ട് താങ്ങാക്കിമാറ്റി പതിയെ ദേഹം അനക്കി. തലകൊണ്ട് മണ്ണിലിടിച്ചു. മരത്തോട് അടുക്കുകയാണെന്ന് മനസ്സ്

പറഞ്ഞുകൊണ്ടിരുന്നു. ശരിക്കും അടുത്തെത്തിയില്ലെങ്കിൽകൂടിയും മുന്നോട്ട് നീങ്ങുന്നുണ്ട്. അതുതന്നെ ധാരാളമാണ്!

ഈ മരത്തെ അലിയിപ്പോൾ മനപ്പാഠമാക്കാൻ ശ്രമിക്കുകയാണ്. ജീവിതത്തിൽ പരിചയപ്പെട്ടിട്ടുള്ള മറ്റു മരങ്ങളെപ്പോലെയല്ല ഇത്. കൃത്യമായി പറഞ്ഞാൽ വീട്ടിലേയും മഖാമിലേയും മരങ്ങളെപ്പോലെ. കഴിഞ്ഞ ഒരു മാസമായി ഈ മൂന്നാമത്തെ മരവുമായി ഇണങ്ങാൻ തുടങ്ങിയിരുന്നു. ഇതും ഒരു ഓക്കുമരമായത് അതിശയം തന്നെ യല്ലേ? മൂന്ന് ഓക്ക് മരങ്ങൾ!

കൈമുട്ട് നിലത്ത് ഊന്നിയശേഷം വായിനുള്ളിലകപ്പെട്ട മണ്ണ് തുപ്പിക്കൊണ്ട് ഒരു ചുവടുകൂടി മുന്നോട്ടു പോകാൻ ശ്രമിച്ചു. ചലന ശേഷി നഷ്ടപ്പെടാറായ ശരീരത്തെ മുന്നോട്ട് നീക്കാനായി കൈമുട്ട് ഊന്നാക്കി മാറ്റുവാൻ പിന്നെയും നോക്കി. എന്തോ ഒരു ശാന്തത അനുഭവപ്പെടുന്നുണ്ട്. ഇരുപതുവയസ്സുപോലും ആകാത്തൊരു കൗമാരക്കാരന് സങ്കല്പിക്കാൻകൂടി കഴിയാത്തൊരു കാര്യമായി രുന്നു അത്. ശരിക്കും ജീവനോടെയുണ്ടോ അതോ മറ്റൊരു ലോക ത്തിലേക്കുള്ള പ്രയാണത്തിലാണോ എന്നൊന്നുമറിയാത്ത അവസ്ഥയി ലല്ലേ താനിപ്പോൾ? കവർന്നെടുക്കപ്പെട്ട ശാന്തതയാണത്! അസം ഭവ്യമായ കാര്യമെന്ന നിലയിൽ അതിശയോക്തി കലർത്തിയാണ് മനസ്സ് ഓരോന്നും സങ്കല്പിക്കുന്നത്. ഒരു നിമിഷത്തേക്കെങ്കിലും അല്പം ശാന്തത കൈവരുന്നത് അതിശയകരമായിരിക്കും. എന്തൊ ക്കെപ്പറഞ്ഞാലും ലത്താക്കിയയിലെ ഒരു മലയുടെ മുകളിലാണല്ലോ തനിക്കിങ്ങനെ കിടക്കേണ്ടി വരുന്നത്? അല്ലാതെ സഹോദരന് പറ്റിയതുപോലെ സംഭവിച്ചില്ലല്ലോ? കിഴക്കൻ ഹുംസിലെ മരുഭൂമി യിൽ കിടന്ന് മരിക്കാനായിരുന്നല്ലോ അവന്റെ വിധി.

മനുഷ്യരെപ്പോലെയല്ല, മരങ്ങൾ വളരെ ലളിതപ്രകൃതക്കാരാണ്. ഇക്കാര്യം അലിക്ക് നല്ലതുപോലെ മനസ്സിലാകും. ഹിമൈറൂന അവനെ മരത്തോടാണ് ഉപമിക്കുന്നതുതന്നെ. അവനൊരു മരമാണെന്ന് ഹിമൈറൂന പറയുന്നത് അലി വിശ്വസിക്കും. അവനും നിന്ന് ഉറങ്ങും. മരങ്ങളുടെ ഭാഷയും മനസ്സിലാകും. തന്റെ ചൂളമടിയുടെ അർത്ഥമെന്താ ണെന്ന് മറ്റാർക്കുമറിയില്ല. ദൈവികമായ ഒരു കരുതൽ കൂടെയുണ്ടാകും. അത് തന്നെയാകും ഈ മരത്തിനരികിലേക്ക് ഇഴഞ്ഞുചെല്ലുവാൻ പ്രേരിപ്പിക്കുന്നത്. രാത്രി കഴുതപ്പുലിയുടെ ആക്രമണമുണ്ടായാൽ രക്ഷിക്കേണ്ടത് ഈ മരമാണ്. രക്തം ഒഴുകിക്കൊണ്ടിരിക്കുകയാണ് ദേഹത്തുനിന്ന്. അക്കാര്യം നല്ലതുപോലെയറിയാം. എന്നാൽ അത് ഏതു ഭാഗത്തെ മുറിവിൽ നിന്നാണെന്നുമാത്രം മനസ്സിലാകുന്നില്ല. ശരീരമാകെ ഒരു മരപ്പിന്റെ പിടിയിൽ അമർന്നിരിക്കുകയാണ്.

ആഴമേറിയൊരു വേദന എവിടെയോ ഉണ്ടെന്നല്ലാതെ മറ്റൊന്നും അറിയാനേ സാധിക്കുന്നില്ല.

മുന്നിൽ നിൽക്കുന്ന ഈ വൃക്ഷത്തിന്റെ സാന്നിധ്യം ഒരിക്കലും യാദൃച്ഛികമേയല്ല.

മുഖമാകെ മണ്ണ് പുരണ്ടുകഴിഞ്ഞു. വൈകാതെ വേരുകൾ എവിടെയാണെന്ന് അറിയാനായേക്കും. അവയ്ക്ക് തന്നോടെന്തെങ്കിലും പറയാനുണ്ടാകും. അവയ്ക്കരികിലേക്ക് എത്തിയേ തീരൂ എന്ന് മനസ്സ് ആവർത്തിച്ചുകൊണ്ടേയിരുന്നു. പക്ഷേ അതിനുള്ള മറുപടി മാത്രം കേൾക്കാനാകുന്നില്ല.

ഈ മൂന്ന് മരങ്ങൾ തമ്മിലുള്ള വ്യത്യാസങ്ങൾ ഓരോന്നോരോന്നായി മനസ്സിൽ രൂപംകൊള്ളാൻ തുടങ്ങി. ഇടയ്ക്ക് തോന്നി അർദ്ധബോധാവസ്ഥയിൽ താനെന്തോ പുലമ്പുകയാണെന്ന്. പക്ഷേ ആ മരങ്ങൾ ചുറ്റും കറങ്ങുന്നത് കാണാമിപ്പോൾ.

വീടിന് പിറകിൽ സ്ഥിതിചെയ്യുന്ന ഓക്ക് മരത്തിനാണ് കൂട്ടത്തിൽ വലിപ്പം കുറവ്. അതിനായിരിക്കും പ്രായവും കുറവ്. അതിപ്പോഴും കുഞ്ഞുമരമാണെന്നാണ് ഹിമൈറൂന പറയാറുണ്ടായിരുന്നത്. അറുപത് വയസ്സായിട്ടില്ലത്രെ. മരങ്ങൾ പതിയെയാണ് വളരാറുള്ളത്. അതിനാൽതന്നെ അവയ്ക്ക് ആയുസ്സും കൂടുതലായിരിക്കും. ദീർഘായുസ്സ് ഉള്ളതിനാൽതന്നെ വൃക്ഷങ്ങൾ ജ്ഞാനികളായി മാറുമത്രെ. ജീവിതത്തെ അനുഭവിച്ചറിയാൻ ആവശ്യമായ സമയം അതിനാൽ തന്നെ അവയ്ക്ക് ലഭിക്കുകയും ചെയ്യും. എന്നാൽ അവ മനുഷ്യരെപ്പോലെയേ അല്ല. ജീവിതം വിട്ടുപോകുന്നതുവരെ അതെന്താണെന്ന് മനസ്സിലാക്കാത്ത വർഗമാണല്ലോ മനുഷ്യൻ?

ഹിമൈറൂന മരങ്ങളെ സംബന്ധിച്ച് ധാരാളം കഥകൾ അലിക്ക് പറഞ്ഞുകൊടുത്തിട്ടുണ്ട്. മന്ത്രിക്കുന്നതുപോലെയായിരിക്കും അന്നേരം അവർ സംസാരിക്കുക. മനുഷ്യർ നശ്വരരാണ് എന്നൊരുവാചകം എപ്പോഴും ആവർത്തിച്ചുകൊണ്ടേയിരിക്കും. ഇത്തരം വാക്കുകൾ അവർക്ക് എവിടെ നിന്നാണ് ലഭിക്കുന്നതെന്ന് അലി അതിശയം കൂറും. ''ഹേ... നശ്വരരായ മനുഷ്യരേ...'' ശുദ്ധമായ ഭാഷയിൽ വൃദ്ധ പറയും. ശേഷം ഇങ്ങനെ കൂട്ടിച്ചേർക്കും:

''നോക്കൂ, ആ മരത്തിന്റെ ചില്ലയിലേക്ക്. എങ്ങനെയാണത് നമ്മിൽ നിന്നകന്ന് ആകാശത്തിലേക്ക് ഉയർന്ന് വളരുന്നതെന്ന്. നമ്മൾ വെറും നശ്വരരായ മനുഷ്യരാണ്.''

ക്ഷീണത്തോടെ കണ്ണുകൾ തുറന്നടയുന്നതിനിടെ, ഹിമൈറൂനയുടെ നെറ്റിത്തടത്തിലെ വളഞ്ഞ രേഖകൾ തിളങ്ങുന്നത് കാണാം. മരത്തിന്റെ പൊതുവായ ഘടനയിൽനിന്ന് മാറി പുറത്തേക്ക് വളർന്നു

നിൽക്കുന്ന ചില്ലയ്ക്കു നേരെയാണ് അവർ നോക്കിനിൽക്കുന്നത്. ഗർഭപാത്രത്തിനുള്ളിൽനിന്ന് കുഞ്ഞിന്റെ കൈ മാത്രം പുറത്തു വരുന്നതുപോലെയായിരിക്കും ആ ചില്ലയുടെ നില്പ്. ഹിമൈറൂന യുടെ നെറ്റിയിലെ ചുളിവുകളിൽ വെയിൽ തട്ടി പ്രതിഫലിക്കുമ്പോൾ, അലിയുടെ കണ്ണുകൾ നീളുന്നത് ആ ഒറ്റപ്പെട്ട ചില്ലയുടെ ഇലകൾക്ക് മേൽ തിളങ്ങുന്ന സ്വർണ്ണപ്പരലുകളിലേക്കും നീലാകാശത്തിലേക്കു മായിരിക്കും. വീണ്ടും മരത്തിന് നേർക്ക് നോക്കുമ്പോൾ, അവന്റെ കുഞ്ഞുമനസ്സ് ചിന്തിക്കുക എങ്ങനെയാണ് ആ ഒരു ചില്ലയെ മാത്രം അകന്നു വളരുവാൻ മരം അനുവദിച്ചതെന്നായിരിക്കും. അപ്പോൾ വൃദ്ധ മന്ത്രിക്കും:

"ഈ മരം നിന്നെപ്പോലെയാണെടാ അലീ."

തന്റെ സ്ഥിരം താവളം എവിടെയാണെന്ന് അലിക്ക് മനപ്പാഠ മാണ്. മരത്തിന്റെ ചെറുചില്ലകൾക്കിടയിൽ പണിതിരിക്കുന്ന ഹിമൈ റൂനയുടെ കുടിലിന് പിറകിലാണത്. മഖാമിൽനിന്ന് ഒരു പത്ത് വാര യകലെ.

ചെറിയ മരത്തെ അത്ര പ്രിയമായിരുന്നില്ല അവന്. അവയുടെ ചില്ലകൾക്കിടയിലൂടെ ആവശ്യത്തിലുമധികം വെയിൽ കടന്നുവരും. സൂര്യരശ്മികൾ ഇത്തരത്തിൽ മരച്ചില്ലകളെ തോല്പിച്ച് അവയ്ക്കിട യിൽ കുടിയിരിക്കുന്നത് അവന് തീരെ ഇഷ്ടമല്ല. ഇത് കാരണം ചില്ലകൾക്കിടയിൽ കിടന്നുറങ്ങുന്നത് ബുദ്ധിമുട്ടാണ്. എന്നാൽ അവനൊരു വിഡ്ഢിയാണ് എന്നായിരിക്കും ഹിമൈറൂന പറയുക. ചെറുതെന്ന് പറയുന്ന മരത്തിന് വാപ്പയുടെ പ്രായമുണ്ട്. കരുതു ന്നതുപോലെ അത്ര പ്രായം കുറവല്ല ആ മരത്തിന്. അവന്റെ വാപ്പ യാണ് ഏറ്റവും വലിയ മണ്ടൻ. ഇതുപോലൊരു വിശുദ്ധമായ ഇടത്ത് മരങ്ങൾക്കുള്ള സ്ഥാനമെന്തെന്ന് അറിയാത്ത മനുഷ്യനാണത്രേ അയാൾ! കിറുക്കനെന്നാണ് ഹിമൈറൂന അയാളെ വിളിച്ചിരുന്നത്. വാപ്പയേക്കാൾ വൃദ്ധയ്ക്ക് ഇഷ്ടം അലിയോടായിരുന്നു.

ഒരു മനുഷ്യന് സാധ്യമാകുന്ന ഏറ്റവും വലിയ കഴിവ് അവനു ണ്ടായിരുന്നു. വായുവിനോടും മണ്ണിനോടും വൃക്ഷങ്ങളോടുമൊക്കെ സംസാരിക്കാനുള്ള കഴിവായിരുന്നു അത്.

എന്നാൽ ജലത്തിന്റെ കാര്യത്തിൽ ഹിമൈറൂനയ്ക്ക് മറ്റൊരു കഥയാണ് പറയാനുള്ളത്. അലിക്ക് വെള്ളത്തെക്കുറിച്ചും പണ്ട് നടന്ന ചില അനുബന്ധകഥകളും അവർ പറഞ്ഞുകൊടുത്തിട്ടുണ്ട്. ഓട്ടോമൻ തുർക്കികൾ മലയോരങ്ങളും സമതലങ്ങളും അടക്കി വാണിരുന്ന കാലം. വെള്ളത്തിന്റെ അർത്ഥമെന്തെന്നറിയാനായി നഗരത്തിലേക്ക് വന്ന ഹിമൈറൂന കാണുന്നത് പ്രവിശാലമായ സമുദ്ര മാണ്. എന്നാൽ സ്ത്രീകളുടെ മുഖത്ത് 'തീവെള്ള'മൊഴിക്കുകയും

പുരുഷന്മാരെ മർദ്ദിക്കുകയും ചെയ്യുന്ന കാഴ്ചകൾ കാണാനാകാതെ ഹിമൈറൂന ആ നാട് വിട്ടു. അന്നു മുതൽ ആ പ്രദേശത്തോടുതന്നെ അവർക്ക് വെറുപ്പായി. പക്ഷേ എന്തുകൊണ്ടാണ് അങ്ങനെയൊക്കെ സംഭവിച്ചതെന്ന് മാത്രം ഹിമൈറൂന അലിയോട് പറഞ്ഞില്ല.

ആകാംക്ഷയോടെ എല്ലാം കേട്ടിരുന്ന അലിയുടെ മനസ്സ് തിരക്കിയത് തീവെള്ളം എന്നൊരു സംഗതി എങ്ങനെയാണ് ഉണ്ടാകുന്നത് എന്നാണ്. മനസ്സിലാക്കിയ ഇടത്തോളം തീയും വെള്ളവും തമ്മിൽ ചേരില്ല. സാധാരണ എന്ത് സംസാരിച്ചുകൊണ്ടിരുന്നാലും അത് അവസാനിപ്പിക്കുന്ന സമയത്ത് ഹിമൈറൂന ഇങ്ങനെ പറയുമായിരുന്നു:

''അലീ, എന്റെ മനസ്സിലെ മരമേ, പടച്ചവൻ അവന്റെ നരകത്തീ കൊണ്ട് നിന്നെ സ്പർശിക്കാതിരിക്കട്ടെടാ മോനേ.''

ആ വാചകവും ആളുകളുടെ മുഖം പൊള്ളിച്ചിരുന്ന തീവെള്ളത്തെക്കുറിച്ച് ഹിമൈറൂന പറഞ്ഞിരുന്ന കഥകളുമൊക്കെ ഇപ്പോൾ വീണ്ടും ഓർമ്മ വരുന്നു. പിറകിൽ മരങ്ങൾ കത്തിയമരുന്ന തീ കാണാനാകുന്നുണ്ട്. ഓക്കുമരത്തിന്റെ തൊലിക്ക് തീയെ പ്രതിരോധിച്ച് നിൽക്കാനാകുമെന്നാണ് അലി ഉറച്ച് വിശ്വസിക്കുന്നത്. വൃദ്ധയുടെ പ്രാർത്ഥന എത്ര സത്യമായിരുന്നുവെന്ന് ഇപ്പോൾ മനസ്സിലാകുന്നു. തന്റെ സഹപ്രവർത്തകരായ സൈനികരൊക്കെയും സ്ഫോടനത്തിൽ കത്തിയമർന്നിട്ടുണ്ടാകുമോ?

കഴുത്തിൽ തൂക്കിയിരിക്കുന്ന നീല ജപമാലയുടെ മുത്തുകളിൽ വിരലോടിച്ചുകൊണ്ട് നിർത്താതെ അലിയോട് സംസാരിച്ചുകൊണ്ടിരിക്കുന്നതാണ് ഹിമൈറൂനയുടെ പതിവ്. തീയെക്കുറിച്ചുള്ള വർത്തമാനം കേൾക്കാൻ പേടിച്ച് അലി ഓടി ഓക്കുമരത്തിന്റെ മുകളിലേക്ക് വലിഞ്ഞു കയറും. ശേഷം മരത്തിന്റെ തടിയിൽ കെട്ടിപ്പിടിച്ചിരിക്കും. കണ്ണുകൾ മുറുകെയടയ്ക്കും. ചിലപ്പോൾ മരത്തിന്റെ മേൽ തൂങ്ങിയാടും. ഇറങ്ങിവരാനായി താഴെ നിന്ന് ഹിമൈറൂന ശബ്ദമുയർത്തും. മഖാമിലെ വൃക്ഷം മറ്റു മരങ്ങളെപ്പോലെ അല്ലത്രേ. മരത്തിന് മുകളിലല്ല, കീഴിലാണ് ഭജനമിരിക്കേണ്ടത്. മരത്തിന്റെ മുകളിൽ കഴിയുന്ന കാലമൊക്കെ കഴിഞ്ഞത്രേ. അതൊക്കെ പഴയകാലം.

''ഇറങ്ങി വാ... താഴേക്ക് ഇറങ്ങി വാ... ആചാരങ്ങളെയും പ്രകൃതിയെയും എതിർക്കരുത്. മരങ്ങൾ മുകളിലും നാം കീഴിലുമാണ് കഴിയേണ്ടത്.''

വൃദ്ധ ഉറക്കെ പറയും. എന്നാൽ അലി അതൊന്നും കാര്യമാക്കുകയേ ഇല്ല. ഹിമൈറൂനയാകട്ടെ, പുലമ്പുന്നത് തുടർന്നുകൊണ്ടേയിരുന്നു. ആകാശവിതാനത്തിലേക്കുള്ള പ്രയാണത്തിനിടയിൽ

ഭൂമിയിൽനിന്നും മരച്ചില്ലകൾക്കിടയിലൂടെ കടന്നുപോകുന്ന വിശുദ്ധന്മാരുടെ തിരുസാന്നിധ്യത്തെ ബഹുമാനിച്ചുകൂടേ എന്ന് വൃദ്ധ ചോദിക്കും. എന്നാൽ അതൊക്കെ അവഗണിച്ച് മരക്കൊമ്പിലിരുന്ന് മയങ്ങാനായിരിക്കും അലിക്ക് താല്പര്യം. ഏതെങ്കിലും വഴിയാത്രക്കാർ മഖാംഭാഗത്തേക്ക് വരുന്നത് പ്രതീക്ഷിച്ചിരിക്കും. അവർ നൽകുന്ന ഭക്ഷണം ഹിമൈറൂന അലിയുമായി പങ്കിട്ട് കഴിക്കും.

മഖാമിലെ മരത്തിലേക്ക് ഇത്തരത്തിൽ വലിഞ്ഞു കയറാനുള്ള വാശി അലി എപ്പോഴാണ് ഉപേക്ഷിച്ചത്? ശൈശവത്തെയും കൗമാരത്തെയും തമ്മിൽ വേർതിരിച്ചിരുന്ന അതിരുകൾ ഏതായിരുന്നുവെന്ന് ഓർമ്മയില്ല. ഈ നിമിഷം ഓർമ്മയുള്ള കാര്യമേതൊക്കെയാണെന്ന് ചോദിച്ചാൽ പറയാവുന്നത് മഖാമിലെ ഓക്ക്മരവും വീടിനടുത്തെ ഓക്ക്മരവും പിന്നെ ഈ കാണുന്ന മരവുമൊക്കെയാണ്. അവ തമ്മിലാകട്ടെ നേരിയ വ്യത്യാസമേയുള്ളൂ. മഖാമിലെ മരത്തിന്റെ കാര്യമാണെങ്കിൽ മഴവെള്ളത്തിനോ സൂര്യരശ്മികൾക്കോപോലും അതിന്റെ ശിഖരങ്ങൾക്കിടയിലൂടെ തുളച്ചുകയറാനാകില്ലായിരുന്നു. ഇലകളുടെ മർമ്മരം വിറയൽപോലെയാണ്. എന്നാൽ വീട്ടിലെ മരത്തിന്റെ ഇരകളുടെ മർമ്മരം കേട്ടാൽ അടക്കിപ്പിടിച്ച നിലവിളിയാണെന്നേ തോന്നൂ. കാറ്റ് ശിഖരങ്ങളിൽ തത്തിക്കളിക്കുന്നതിനൊപ്പം ആ ഹുങ്കാരം ഉയരുകയും താഴുകയും ചെയ്യും.

മഖാമിലെ മരത്തിന്റെ ചില്ലകൾക്കായിരുന്നു കൂടുതൽ സ്ഥായിയായ ഭാവമുണ്ടായിരുന്നത്. രാത്രിയിൽ പേടിപ്പിക്കുന്ന തരത്തിലുള്ള മർമ്മരശബ്ദം അതുണ്ടാക്കിയിരുന്നില്ല. എങ്കിലും അതിന്റെ ശിഖരങ്ങളിൽ രാത്രിനേരം കിടന്നുറങ്ങുന്ന കാര്യം പരീക്ഷിക്കാൻ അലി തുനിഞ്ഞിട്ടില്ല. അങ്ങനെ ചെയ്താലോ എന്ന് ആലോചിച്ചിട്ടുണ്ട്. യോജിച്ച സമയം കിട്ടാൻ നോക്കിയിരിക്കുകയായിരുന്നു. മറ്റുള്ളവരാരും ശ്രദ്ധിക്കാത്ത നേരത്തേ പറ്റുകയുള്ളൂ. ഇക്കാര്യം ഗ്രാമത്തിലുള്ളവരുടെ കണ്ണിൽ തന്നെയൊരു ഭ്രാന്തനാക്കി മാറ്റുമെന്ന് അലിക്ക് ഉറപ്പുണ്ടായിരുന്നു. നിലവിൽ തന്നെയൊരു വിചിത്രജീവിയായാണ് അവർ കാണുന്നത്. എങ്കിലും ഭ്രാന്തനെന്ന് വിളിക്കാൻ ഇതുവരെ ആരും ധൈര്യപ്പെട്ടിട്ടില്ല.

ഈ കാണുന്ന മരമാകട്ടെ, മഖാമിലേയും വീട്ടിലേയും മരങ്ങളിൽ നിന്ന് വ്യത്യസ്തമാണ്. ഗൂഢമായ മർമ്മരവും വേറിട്ട ഇലകളുമാണിതിന്. സ്ഥിരമായൊരു താളമല്ല മർമ്മരത്തിന്. ശരിക്കുള്ള ശബ്ദം താൻ കേട്ടിട്ടില്ലെന്ന് വേണമെങ്കിലും പറയാം. ചിലപ്പോൾ കറകറ ശബ്ദം, മറ്റു ചിലപ്പോൾ വിറകൊള്ളുന്നതുപോലെ. താഴെയുള്ള ഇലകളിലേക്ക് ചായുന്ന നേരം വീർപ്പുമുട്ടുന്നതുപോലുള്ള പ്രകമ്പനം കേൾക്കും. മരത്തിന്റെ താഴ്ഭാഗത്തുള്ള ചെറുചില്ലകൾക്ക്

പ്രായമായിരിക്കുന്നു. അത് അവസാനത്തിന്റെ ആരംഭമാണെന്ന് അവനറിയാം. ഈ മരം വൈകാതെ മരണപ്പെടും. അതിന് ചിലപ്പോൾ അമ്പത് വർഷം വേണ്ടി വന്നേക്കും. പക്ഷേ മരണപ്പെടുക തന്നെ ചെയ്യും.

മറ്റ് പട്ടാളക്കാർക്കൊപ്പം ആദ്യം ഇവിടെ എത്തിയപ്പോൾതന്നെ അലി ഈ മരത്തിന്റെ ഗന്ധം മണത്തു നോക്കിയിരുന്നു. ഒരു നായയെപ്പോലെ അതിന് ചുറ്റും നടക്കുന്ന അലിയെ കൂടെയുള്ള പട്ടാളക്കാർ പരിഹസിച്ചു. തനിക്ക് പരിചിതമായ ഗന്ധമോ ശബ്ദമോ അല്ല ഈ മരത്തിനെന്ന് വൈകാതെ മനസ്സിലായി. മരത്തിന് കീഴ്ഭാഗത്തും തണലിലും വളരുന്ന ചില്ലകൾക്ക് പ്രകാശത്തിനൊപ്പം ഒളിച്ചുകളിക്കാനറിയില്ല. വെളിച്ചത്തിലേക്ക് കണ്ണു നട്ടിരിക്കുമ്പോൾ മരത്തിന്റെ ചില്ലകളും ഇലകളുമൊക്കെ എങ്ങനെയാണ് പ്രകാശത്തിനൊപ്പം കേളികളിലേർപ്പെടുന്നതെന്ന് അലിക്കറിയാം. വീടിനരികിലെ ഏറുമാടത്തിൽ കയറി മണിക്കൂറുകളോളം നിറങ്ങളുടെ മായികലോകത്തെ നോക്കിയിരിക്കുന്ന പതിവുണ്ടായിരുന്നു. ചെറുതും വലുതുമായ ഗോളങ്ങൾ ആകാശത്ത് പ്രത്യക്ഷപ്പെടുകയും അപ്രത്യക്ഷമാവുകയും ചെയ്യും. ഉയർന്ന് പൊങ്ങുകയും താഴേക്ക് കൂപ്പുകുത്തുകയും ചെയ്യും. ഇതിൽ ഓരോ സമയത്തും പ്രകാശത്തിന്റെ ചലനം വ്യത്യസ്തമായിരിക്കും. ഇരുളും വെളിച്ചവും ഇഴുകിച്ചേരുന്ന ആകാശത്തിന്റെ ഉന്നതിയിലായിരിക്കും സൂര്യനും ചന്ദ്രനും ഊഴംവച്ച് പ്രത്യക്ഷപ്പെടുക.

മരച്ചില്ലകൾക്കിടയിലൂടെ നോക്കിയാൽ അവയൊരു ആപ്പിൾ പോലെയേ തോന്നൂ. ഓറഞ്ചും ചുവപ്പും നിറങ്ങളിലുള്ള ലോലമായ പ്രകാശരേഖകൾ പ്രവഹിക്കുമ്പോൾ കൈനീട്ടി അവയെ പിടികൂടും. പിന്നെ ആകാശക്കുടയിൽ പറന്നിറങ്ങുമ്പോൾ ചുറ്റും അഗ്നിവലയങ്ങൾ ചിതറുന്നത് കാണാം. പകൽനേരങ്ങളിൽ സ്വർണത്തിന്റെ നിറമാണെന്ന് തോന്നി ആ വലയങ്ങൾക്ക്. എന്നാൽ ഇരുൾ വീഴുന്നതോടെ അവയുടെ നിറം വെള്ളിയുടേതാകും. ഇവയ്ക്കിടയിൽ വിവിധ നിറങ്ങളുടെ ഒരു പ്രവാഹം തന്നെയാണുണ്ടാവുക. ഒരുവേള അവ സ്വന്തം തൊലിപ്പുറത്തിനുകൂടി നിറം നൽകുന്നതുപോലെ തോന്നും. ചുവപ്പും മഞ്ഞയും പച്ചയും അടക്കം അനന്തമായ വർണഭേദങ്ങളായിരിക്കും കാണാനാകുക. ചിലപ്പോൾ പച്ചനിറമായിരിക്കും കാണുക. പിന്നീടവ പച്ചയുടെ തന്നെ ഡസൻകണക്കിന് നിറഭേദങ്ങളിലേക്ക് മാറും. കടുംപച്ച ചിലപ്പോൾ കറുപ്പായി മാറും. മറ്റു ചിലപ്പോൾ നീലനിറത്തിൽ ചുറ്റും വലയം തീർക്കും.

ഈ പ്രകാശവലയങ്ങൾ വളരെ പെട്ടെന്നായിരിക്കും ഇളംനീലയായും പിന്നെ പച്ചയായുമൊക്കെ നിറം മാറുക. രാത്രിയിൽ അവ

കടുംനീലയോ സാദാ നീലയോ ആകും. അവസാനം ഊതനിറമാർന്ന രൂപമായിരിക്കും അവയ്ക്കുണ്ടാകുക. ഇതിനിടയിലൊക്കെയും അലിയുടെ വിരലുകൾ വിറയ്ക്കുന്ന തളിരിലകളെ താലോലിക്കുകയാകും.

ശൈത്യകാലമായാൽ മലനിരകളിൽ മഞ്ഞ് പുതയ്ക്കുന്നത് കാണാം. ഒപ്പം ആ മഞ്ഞിന്റെ സ്പർശം കർഷകരുടെ പുഞ്ചിരികളിലും അവരുടെ വരണ്ടചർമ്മങ്ങളിലും ദൃശ്യമാകും. മഞ്ഞിന്റെ വെളുത്ത നിറത്തെ സംബന്ധിച്ച് കേൾക്കുന്നതൊക്കെയും അലി വിശ്വസിച്ചിരുന്നില്ല. ഇലകൾ മഞ്ഞുതുള്ളികളെ കുടഞ്ഞെറിയുമ്പോൾ നിറങ്ങളൊക്കെ അപ്രത്യക്ഷമായി ലോകത്തെ നൈർമല്യത്തോടെ കാണാനാകുന്നത്രേ. എന്നാൽ മഞ്ഞിന് നിറമില്ലെന്നാണ് അലി കരുതുന്നത്. ആകാശത്തിലേക്ക് ഉറ്റുനോക്കുന്ന നേരം ഹിമൈറൂനയുടെ കണ്ണുകൾക്കും നിറങ്ങളുണ്ടാകാറില്ല. അതിനാൽ തന്നെ മഞ്ഞിനെ അന്ധതയോട് ഉപമിക്കുന്നതാണ് അലിയുടെ ശീലം.

വെള്ളത്തിന് നിറമില്ലെന്ന് ആളുകൾ പറയുന്നതാകട്ടെ, അവന് സ്വീകാര്യമല്ലതാനും. വെള്ളത്തിന് മാറിമറിയുന്ന ഒട്ടേറെ നിറങ്ങളുണ്ട്. നിറങ്ങളുടെ ഒരു തളികയായിരിക്കും വെള്ളം. അതിനുള്ളിലുള്ള വസ്തുവേതാണോ അതനുസരിച്ചായിരിക്കും വെള്ളത്തിന്റെ നിറം മാറുക.

ഇലകളുടെ ശബ്ദങ്ങൾ ശ്രദ്ധിച്ച് കേട്ടിരിക്കലും അവയ്ക്കായി വിവിധ പേരുകൾ കണ്ടെത്തലുമൊക്കെ അലിക്ക് ആനന്ദം നൽകുന്ന കാര്യങ്ങളായിരുന്നു. അതുപോലെ തന്നെയായിരുന്നു കാട്ടുചെടികൾ മണത്തുനോക്കുന്നതും കുറ്റിക്കാടുകൾക്കിടയിലൂടെ ഓടുന്നതും വെളിച്ചത്തിനൊപ്പം കളിക്കുന്നതും പാറക്കെട്ടുകൾക്കിടയിലൂടെ ചാടുന്നതുമൊക്കെ. പഴങ്ങൾക്ക് ചുറ്റും കെട്ടിപിടിച്ചിരിക്കുന്ന മഞ്ഞുവലയങ്ങൾ കാണാനായി മാത്രം ശൈത്യകാലത്ത് അതിരാവിലെ ഉറക്കമെഴുന്നേൽക്കും. അന്നേരം അവയെ കണ്ടാൽ പളുങ്ക് പന്തുകളാണെന്നേ തോന്നൂ. അതുപോലെത്തന്നെ സൂര്യൻ ഉദിക്കുന്ന നേരത്തെ പ്രകാശദീപ്തിയും വലയങ്ങളും സൃഷ്ടിക്കുന്ന മായികഭാവവും അവ മഞ്ഞ് മൂടിയ പഴങ്ങൾക്ക് പ്രകാശം സമ്മാനിക്കുന്നതും ചുറ്റും വെള്ളത്തിന്റെ സുതാര്യമായ നിറം ശോഭയോടെ തിളങ്ങുന്നതുമൊക്കെ ആവേശത്തോടെ നോക്കിനിൽക്കും. നിറങ്ങൾക്കെല്ലാം അന്നേരങ്ങളിൽ വല്ലാത്ത ദീപ്തിയായിരിക്കും.

അരപ്പതിറ്റാണ്ട് മുമ്പ് വരെയും ഈ മലനിരകൾ ഒരു പച്ചപ്പൂങ്കാവനമായിരുന്നു. ചിലപ്പോൾ അതിന് മുമ്പുവരെയും. അതിനുമപ്പുറമുള്ള കാര്യം ഓർമ്മയില്ല. കൺമുന്നിലുള്ളതാണ് താൻ കാണുന്നതൊക്കെയും. മലനിരകൾ മരുഭൂമിയാകുമെന്ന് കേട്ടിട്ടുണ്ടെങ്കിലും

അതൊന്നും ശ്രദ്ധിച്ചിരുന്നില്ല. കൺമുന്നിൽ കാണുന്നത് വ്യത്യസ്ത മായിരുന്നു. തനിക്കാകട്ടെ അത് മതിയായിരുന്നു. ഹിമൈറൂന പറ ഞ്ഞിട്ടുള്ളത് ഇത് സ്വാഭാവികമായ ഒരു കാര്യമാണെന്നാണ്. മല നിരകളിലെ പൂങ്കാവനത്തെക്കുറിച്ചോ അവയുടെ മാസ്മരികഭംഗിയെ ക്കുറിച്ചോ തനിക്ക് കൂടുതലറിയില്ല. അതിൽ അവശേഷിക്കുന്ന അല്പം മാത്രമാണ് ഇപ്പോൾ കാണാനാകുന്നത്. ഒരു നൂറ്റാണ്ട് മുമ്പു തന്നെ നഷ്ടമാകാൻ തുടങ്ങിയ ആ നഷ്ടപ്പെട്ട സ്വർഗത്തെ കാണേണ്ട തായിരുന്നു. ചിലപ്പോൾ ഹിമൈറൂനയെ വിശ്വസിക്കാൻ തന്നെ അലി തയ്യാറാകില്ല.

ഉണങ്ങിയ കൊള്ളിക്കമ്പുകൾ പോലെയായ വിരലുകൾകൊണ്ട് മഖാമിലെ വൃക്ഷത്തിന്റെ മേൽ തഴുകുന്ന ഹിമൈറൂനയുടെ ശോഷിച്ച ശരീരത്തിലേക്കുതന്നെ അവൻ നോക്കിയിരിക്കും. താനിപ്പോൾ കര യാറില്ലെന്ന് അന്നേരം അവർ പറയും. മരങ്ങളുടെ ഓർമ്മയെ ഭയ മാണത്രേ. മഖാമിലെ മരത്തിന്റെ മുകളിലുള്ള കൊമ്പുകളിൽ ഒന്നിൽ നിന്നും താഴേക്ക് വീണ അലി കാലിലെ വേദന സഹിക്കവയ്യാതെ കരഞ്ഞപ്പോൾ വൃദ്ധ ശാസിച്ചു:

“മരത്തിന് മുന്നിൽ വച്ച് കരയരുത്. ഇലകൾ വിറയ്ക്കുന്നത് കാണുന്നില്ലേ നീ? മരത്തിന് മുന്നിൽ വച്ച് കരയരുത്. ഈ ശബ്ദ മൊന്ന് കേട്ടുനോക്ക്. ഇത് വെറും ഇലകളുടെ ശബ്ദമല്ല. വേദനി ക്കുന്ന ശബ്ദമാണത്.”

ഹിമൈറൂനയുടെ വാക്കുകൾ ഓർമ്മയിൽ തിരികെ എത്തുമ്പോൾ അലി ഒരു കാര്യം തീരുമാനിച്ചുറച്ചിരുന്നു. കരയാൻ തന്നെക്കൊണ്ടാ കില്ല. മരത്തിനരികിലേക്കെത്തുന്ന നിമിഷം തന്നെ നടന്ന കാര്യ ങ്ങളൊക്കെയും അതിനോട് തുറന്നുപറയണം. തങ്ങളുടെ കൂടപ്പിറപ്പു കളെ സംരക്ഷിച്ചുനിർത്തുമ്പോൾ മരങ്ങൾ അക്കാര്യം അറിയാതെ ചെയ്യുകയായിരിക്കും എന്നാണ് ഹിമൈറൂന പറയാറുള്ളത്. തന്റെ അസ്ഥിത്വത്തിന്റെ പ്രകൃതിയുമായി ബന്ധപ്പെട്ട കാര്യമായി ഒഴിഞ്ഞു മാറാൻ വേറെ വഴിയില്ലെന്ന മട്ടിലായിരിക്കും മരങ്ങൾ അപ്രകാരം ചെയ്യുന്നത്. അക്കാര്യത്തിൽ അവ മനുഷ്യരെപ്പോലെതന്നെയാകും. മനുഷ്യരും തങ്ങളുടെ അസ്തിത്വപ്രകൃതിക്കനുസരിച്ചാണല്ലോ പരസ്പരം പടവെട്ടുന്നത്? തനിച്ചാകുമ്പോഴും മരങ്ങൾ ഒന്ന് മറ്റൊ ന്നിന് വളമാകും. താഴെനിന്ന് മുളച്ചുവരുന്ന ചെറുശിഖരങ്ങൾ മറ്റുള്ള വയെ ഇല്ലായ്മ ചെയ്യാൻ ശ്രമിച്ചുകൊണ്ടിരിക്കും. അതേസമയം പാറയേക്കാൾ കരുത്തേറിയ ബലിഷ്ഠമായ ഉടലാണ് മരങ്ങളുടേ തെന്ന് അറിയാം. അവയുടെ മരപ്പട്ടയിലൂടെ വിരലോടിച്ചുകൊണ്ട് മണിക്കൂറുകൾ ചെലവിടാറുണ്ടായിരുന്നു.

യുദ്ധമുന്നണിയിൽ എത്തിയപ്പോഴാണ് ഈ മരത്തെ ആദ്യമായി കാണുന്നത്. മണൽച്ചാക്കുകൾ പ്രതിബന്ധമായി മുന്നിലുണ്ടായിരുന്നെങ്കിൽപോലും രാത്രിനേരങ്ങൾ ആ മരത്തിനെ പുണർന്ന് നിൽക്കുമായിരുന്നു. മേലുദ്യോഗസ്ഥരുടെ നിർദ്ദേശങ്ങൾ അവഗണിച്ചു കൊണ്ട്, മണൽച്ചാക്കുകളുടെ മറയിൽ നിന്നകന്ന്, മരത്തിനെ കെട്ടിപ്പിടിച്ച് നിന്നു. എതിർപക്ഷത്തുനിന്ന് ശത്രുക്കൾ വെടിയുതിർക്കാൻ തുടങ്ങിയപ്പോൾ മരത്തിന്റെ പിന്നിൽ ഒളിച്ചുകൊണ്ടിരുന്നു. 'നിന്റെ കൂട്ടുകാരിമരത്തിന്റെ മാറിടമാകെ വെടിയുണ്ടകളേറ്റ് ചിന്നിച്ചിതറിയല്ലോ' എന്നു പറഞ്ഞ് കൂടെയുള്ള പട്ടാളക്കാർ പരിഹസിച്ചെങ്കിലും അലി അതൊന്നും ശ്രദ്ധിച്ചതേയില്ല.

ഈ മരം മരിക്കില്ലെന്നും അത് തന്നെ സംരക്ഷിച്ചുകൊള്ളുമെന്നും അവന് ഉറപ്പുണ്ടായിരുന്നു. എന്നാലത് വിമാനം അബദ്ധത്തിൽ തങ്ങളുടെ നേർക്ക് ബോംബിടുന്നതിനു മുമ്പായിരുന്നു. അതിനാൽതന്നെ, ഇപ്പോൾ ശരിക്കും ആശങ്കയുണ്ട്. കൂടെയുള്ള മരങ്ങൾക്കൊക്കെ അപകടമുന്നറിയിപ്പ് നൽകിയിരുന്ന വൃക്ഷങ്ങളൊക്കെയും കത്തിയമർന്നില്ലേ? കൂട്ടത്തിൽ ഇനി അവശേഷിക്കുന്നത് ഈ കാണുന്ന ഓക്കുമരം മാത്രമാണ്. അതിനാകട്ടെ, അപകടത്തെക്കുറിച്ചുള്ള ചിന്തയൊന്നും ഉള്ളതുപോലെ തോന്നുന്നില്ല. അതിനാലായിരിക്കും തന്റെ സാന്നിധ്യത്തെക്കുറിച്ചും ആ മരം ശ്രദ്ധിക്കാത്തത്.

കാടിന്റെ മറുവശത്തേക്കൊന്നുകൂടി നോക്കി. കത്തിയമരുന്ന മലനിരകൾ. അന്തമില്ലാത്ത വെണ്ണീറ്. ബോധം തിരികെ കിട്ടിയപ്പോൾ കേട്ട ആ വിചിത്രശബ്ദം ഈ മരത്തിന്റെ വേദനയുടെ ശബ്ദമാണെന്ന് ഇപ്പോൾ മനസ്സിലാകുന്നു. അതെന്തായാലും ഇലകളുടെ പ്രകമ്പനമോ മർമ്മരമോ ഒന്നുമല്ല. മരങ്ങളുടെ വേദന എന്താണെന്ന് തനിക്കറിയാം. തണുപ്പിലും ചൂടിലുമൊക്കെ അത് അനുഭവിച്ചറിഞ്ഞിട്ടുമുണ്ട്.

പെട്ടെന്ന് എന്തോ ഒരു ഗന്ധം മണപ്പിക്കാനായതുപോലെ തോന്നി. അതോടെ അല്പം മനോബലവും ശക്തിയും കൈവന്നു. ഇനി വേണമെങ്കിൽ ഉടൽ നിലത്തുനിന്ന് ഏതാനും സെന്റീമീറ്റർ ഉയർത്താനാകും. അപ്പോഴാണ് ആ രൂപത്തെ, അപരനെ, വീണ്ടും കാണുന്നത്. ശിരസ്സും ഉടലുംകൊണ്ട് എന്റെ അതേ ചലനങ്ങൾ ആവർത്തിക്കുകയാണ്. അതോടെ പിന്നെയും നിലത്തേക്കുതന്നെ ചാഞ്ഞു.

മുകളിൽ സൂര്യൻ കത്തിജ്വലിക്കുകയാണ്. കഠിനമായ ജ്വാല കാരണം നേരേ ചൊവ്വേ കാണാൻ തന്നെയാകുന്നില്ല. സൂര്യൻ ആകാശത്തിന്റെ നടുക്ക് തന്നെയായിരുന്നിട്ടും എതിർവശത്തുനിന്നും കൈക്രിയകൾ കാണിക്കുന്ന രൂപത്തെ കൂടുതൽ വ്യക്തമായി കാണാനാകുന്നില്ല. ശരിക്കും താനൽപം അതിശയോക്തിയോടെയല്ലേ

ചിന്തിക്കുന്നത്? തന്റെ അതേ ചലനങ്ങൾ ആവർത്തിക്കുന്നുണ്ടെങ്കിൽപോലും ആ രൂപം എതിർവശത്ത് തന്നെയാണോ ഉള്ളത്? മരത്തിന്റെ ഉടലിൽനിന്നും എതിർവശത്തേക്ക് ഏതാണ്ട് ഇത്രയും അകലെ തന്നെയാണ് അപരന്റേയും സ്ഥാനം. അരികിലെ ഗർത്തത്തിൽനിന്നും അകലെയാണെന്ന് തോന്നുന്നില്ല.

കണ്ണുകൾ ഇറുക്കിയടച്ചുകൊണ്ട് തലമുടിയൊന്ന് കുടഞ്ഞു നോക്കി. ശേഷം കണ്ണുകൾ തുറന്നപ്പോഴാണ് അക്കാര്യം കാണുന്നത്. മുന്നിലൂടെ ഒരു മുഖം പറന്നുനടക്കുന്നു. അത് കാരണം മരംതന്നെ മറയുന്നതുപോലെ. കരിമേഘംപോലൊരു മുഖമായിരുന്നു അത്. രാവിലെ നേരങ്ങളിൽ ഒപ്പം വരുന്നതുപോലുള്ള മേഘങ്ങളെപോലൊന്ന്. തൊട്ടരുകിലെ കണ്ണാടിയിലേതെന്നതുപോലെ ആ രൂപത്തെ കാണാം. ശരിക്കും അത് തന്റെതന്നെ രൂപമാണോ?

കവിളുകളിൽ പൊള്ളലേല്പിച്ചുകൊണ്ടിരുന്ന സൂര്യനു പകരം ആ മുഖത്തെത്തന്നെ കാണുകയാണ്. ഒരു നിമിഷം തോന്നി അത് തന്റെതന്നെ മുഖമാണെന്ന്. മഖാമിനരികിലെ പഴയ കിണറിൽ കണ്ടിട്ടുള്ള അതേ മുഖം. വീട്ടിലെ ചുമരിൽ തൂക്കിയിട്ടിട്ടുള്ള ചെറിയ കണ്ണാടിയിലും കണ്ടത് അതേ മുഖമായിരുന്നു. ചുമരിൽ വെയിലിന്റെ വെള്ളിവലയങ്ങൾ പ്രതിഫലിപ്പിച്ചിരുന്ന കണ്ണാടിയായിരുന്നു വീട്ടിലേത്. കണ്ണുകളുടെ നിറം കാണിച്ചുതന്നിരുന്ന കണ്ണാടി. ഇത് തന്റെ മുഖം തന്നെയാണ്. കൺമുന്നിൽ അത് പൊങ്ങിക്കിടക്കുന്നു. പിന്നെ കണ്ടത് സ്വന്തം ഉടലിനെയാണ്. അതും മുകളിൽ പൊങ്ങിക്കിടക്കുന്നു. നീല കലർന്ന പച്ചക്കണ്ണുകളും ഉണങ്ങിയ മരക്കൊള്ളികൾപോലെ തോന്നുന്ന ശോഷിച്ച വാരിയെല്ലുകളും കണ്ടപ്പോൾതന്നെ മനസ്സിലായി അതെന്റെ ഉടലാണെന്ന്.

തേനിന്റെ നിറമുള്ള ചുരുണ്ട തലമുടി. ജമന്തിപ്പൂ കഷായത്തിന്റെ നിറമായിരുന്നു വെയിലേറ്റപ്പോൾ തലമുടിക്ക്. ശൈത്യകാലത്ത് വയറുവേദന ശമിക്കാനായി ഉമ്മ ജമന്തിപ്പൂകഷായം തയ്യാറാക്കി നൽകിയിരുന്നു. ദേഹത്തേക്ക് നോക്കിയപ്പോൾ കണ്ടത് മുണ്ഡനം ചെയ്ത ശിരസ്സാണ്. അപ്പോൾ മുടി മുണ്ഡനം ചെയ്ത ശിരസ്സുള്ള അലി, തേനിന്റെ നിറമുള്ള ചുരുണ്ട തിങ്ങിയ മുടിയുള്ള മറ്റൊരു അലിയുടെ നേർക്കാണിപ്പോൾ ഉറ്റുനോക്കുന്നത്.

ഒന്നും മിണ്ടാതെ ആ കണ്ണുകളിലേക്ക് ഉറ്റുനോക്കിയതേയുള്ളൂ. കുപ്പിച്ചില്ലുകളുടേതുപോലുള്ള നീലയും പച്ചയും കലർന്ന തിളക്കം മാത്രമാണ് ആ കണ്ണുകളിൽ കണ്ടത്. സ്വന്തം രൂപത്തിലേക്കുതന്നെ നോക്കുമ്പോൾ അത് ആകാശത്തിലേക്ക് ഉയർന്നുപോകരുതേ എന്ന് കൊതിച്ചുപോയി. ശരിക്കും തന്റെ ആത്മാവ് തന്നെയായിരിക്കും ആ ഉയർന്നുപോകുന്നതെന്ന് ഏതാണ്ട് ഉറപ്പായിരിക്കുകയാണിപ്പോൾ.

കൺപോളകൾ ഒരു പക്ഷിയെപ്പോലെ ചിറകിട്ടടിച്ചുകൊണ്ടിരുന്നു. ഒരു നിമിഷം തോന്നി പേടിക്കേണ്ട കാര്യമേയില്ലെന്ന്. ഇപ്പോൾ ശരിക്കും ഒന്നും തോന്നുന്നതേയില്ല. ജനിക്കുന്നതിനു മുമ്പേ എങ്ങനെയായിരുന്നോ അതുപോലെ ശൂന്യമാണ് മനസ്സ്.

ഏതെങ്കിലുമൊരു കാര്യത്തിന് പിന്നാലെ ഒലിച്ചുപോകേണ്ടിവരുമെന്ന് ഒരിക്കലും കരുതിയിരുന്നില്ല. ചുറ്റുമുള്ള വസ്തുക്കളുടെ പ്രാധാന്യം തിരിച്ചറിയണമെന്ന ആവശ്യവുമില്ലായിരുന്നു. ജന്തുവാസന എന്ന് പറയുന്നതുപോലൊരു ബന്ധമായിരുന്നു തനിക്ക് ചുറ്റുപാടുമായി ഉണ്ടായിരുന്നത്. ചുറ്റും നടക്കുന്നതിനെയൊക്കെയും വിശദീകരിക്കേണ്ട ഒരു ബാധ്യതയുമില്ലായിരുന്നു.

പക്ഷികൾ മരച്ചില്ലകൾക്ക് മുകളിലേക്ക് പറന്നുകയറി ചാഞ്ചാടുകയും ശേഷം കൂടുതൽ ഉയരത്തിലേക്ക് പറന്നുപോവുകയും അവസാനം എന്റെ കൈപ്പത്തിയിലേക്ക് പറന്നിറങ്ങുന്നതുമൊക്കെ കാണാൻ സാധിക്കും. കവിളുകളിൽ തൊട്ടുരുമ്മിക്കൊണ്ട് കടന്നുപോകുന്ന മേഘക്കീറുകൾക്കിടയിലിരുന്ന് സൂര്യന്റെ നേർക്ക് നോക്കുമ്പോഴാണ് അങ്ങനെ സംഭവിക്കുമായിരുന്നത്.

ഒരു ഉള്ളിത്തൊലിയേക്കാൾ നേർത്തതും അതേസമയം മഖാമിലെ ഓക്കുമരത്തിന്റെ തടിയേക്കാൾ കാഠിന്യമേറിയതുമായിരുന്നു തന്നെ സംബന്ധിച്ച് ആ ലോകം. ജീവിതത്തിന്റെ ഉൾക്കാമ്പ് എന്നൊക്കെ പറയുന്നതുപോലെ അക്കാര്യത്തെ സംബന്ധിച്ച് എന്താണ് പറയേണ്ടത് എന്നറിയില്ല. ഒന്നുകിൽ തീർത്തും ലോലവും അല്ലെങ്കിൽ സഹിക്കാവുന്നതിലുമപ്പുറം കഠോരവുമായ ചുറ്റുപാടുകൾക്ക് നേരെ എങ്ങനെയാണ് നോക്കേണ്ടത് എന്ന് മാത്രമറിയാം.

അതിനാൽ തന്നെ കണ്ണുകളടയ്ക്കുന്നില്ല. മരണത്തെ നേരിൽ കാണുകതന്നെ. മുകളിൽ പൊങ്ങിക്കിടക്കുന്ന ഉടലിലെ വാരിയെല്ലുകൾ കാണാം. കഴിഞ്ഞ കുറേ മാസങ്ങൾക്കിടയിൽ കുറച്ചേറെ മെലിഞ്ഞിരിക്കുന്നു. തനിക്കോ സഹപ്രവർത്തകരായ പട്ടാളക്കാർക്കോ നല്ല ഭക്ഷണമൊന്നും ലഭിക്കാത്തതിനാൽ, അത് സ്വാഭാവികമായിരുന്നു. കമാന്റിംഗ് ഓഫീസർ അറിയിച്ചത് ആവശ്യത്തിനുള്ള അളവ് ഭക്ഷണം ലഭ്യമല്ലെന്നാണ്.

എങ്കിലും ഭാഗ്യവാനാണെന്നാണ് പറയേണ്ടത്. ഒന്നുമല്ലെങ്കിലും സർവ്വതും കണ്ണുകൊണ്ട് കാണാനാകുന്നുണ്ടല്ലോ? അപ്പോൾ ഇങ്ങനെയൊക്കെയാണ് മരണം. എങ്ങനെയായാലും അതൊരു ദുരന്തമാകാനിടയില്ല. മറ്റൊരു തരത്തിലാകാമെന്ന് സങ്കല്പിച്ചിരുന്നു. പിന്നെ പതിയെ ആ മുഖം ആവിയായി മാറി. അതോടെ സൂര്യബിംബം വ്യക്തമായി കാണാനായി. ഒപ്പം കടുത്ത തലവേദന അനുഭവപ്പെട്ടു.

അപ്പോൾത്തന്നെ വെയിൽ കണ്ണിൽ പതിക്കാതിരിക്കാനായി കൈ കൊണ്ട് മറച്ചുപിടിച്ചു. പിന്നീട് ഒരു നിമിഷം അല്പം ആശ്വാസം തോന്നി. ഇപ്പോൾ ഇടത്തേ കൈ അനായാസം ചലിപ്പിക്കാനാകുമെന്ന് മനസ്സിലായി. വിരലുകൾ അനക്കി നോക്കി. പിന്നെ അവ കൃഷ്ണ മണികൾക്ക് അരികിലേക്ക് കൊണ്ടുവന്നു. ശേഷം കണ്ണുകളിൽ നിന്ന് വിരലുകൾ അകറ്റിനോക്കി.

ചെറിയൊരു വെളിച്ചം വിരലുകൾക്കിടയിലൂടെ കടന്നുവരിക യാണ്. ആ കാഴ്ചയിൽ വിരലുകൾ മുഴുവനുണ്ടെന്ന കാര്യം തീർച്ച യായി. രക്തമൊലിക്കുന്നുണ്ട്. എങ്കിലും വിരലുകൾ പൂർണമായുണ്ട്. ആഴത്തിൽ നെടുവീർപ്പിട്ടുകൊണ്ട് മരത്തിന് നേർക്ക് മുഖം തിരിച്ചു. കവിളിൽ തൊട്ടുനോക്കിയപ്പോൾ നിറയെ രക്തമയമാണെന്ന് മനസ്സി ലായി. തൊലിപ്പുറത്ത് കടുത്ത നീറ്റലുമുണ്ട്. പോരാത്തത് വെയി ലേറ്റ പുകച്ചിലും. എന്നാൽ വിരലുകൾകൊണ്ട് കവിളിൽ സ്പർശി ച്ചതും ആനന്ദദായിയായൊരു തണുപ്പ് അനുഭവപ്പെട്ടു. ഒപ്പംതന്നെ മറ്റൊരു കാര്യംകൂടി ബോധ്യമായി. ഇടത്തേ ചെവിയിൽനിന്നും ധാരധാരയായി രക്തമൊഴുകുന്നുണ്ട്. പൊള്ളുന്ന വേദനയുമെത്തി പിന്നാലെ. ഉള്ളിലെവിടെയോ നിന്നുയരുന്ന പുകച്ചിലിനൊരു ആശ്വാസ മായി. വിരലുകൾകൊണ്ട് അവിടം അമർത്തിപ്പിടിച്ചു. കഴുത്തിന് കീഴിൽ ആഴത്തിലെവിടെയോ നിന്നായിരിക്കും ആ വേദന ഉരുവം കൊള്ളുന്നത്.

ആറ്

വിരലുകൾ ഉയർത്തുകയും മടക്കുകയും ചെയ്തു നോക്കി. പിന്നെ മുഷ്ടികൊണ്ട് മണ്ണിൽ പിടിമുറുകി. പിന്നെ ഉടൽ ഉയർത്താൻ ശ്രമിച്ചു. തനിക്കൊപ്പം എതിർവശത്തെ രൂപവും ചലിക്കുമെന്നു തോന്നി. അവിടേക്ക് മുഖം തിരിച്ചു നോക്കുകയും ചെയ്തു. പക്ഷേ ഒന്നും കണ്ടതേയില്ല. തല ഉയർത്തി നോക്കിയിട്ടും കണ്ടില്ല. സഹപ്രവർത്തകരായ പട്ടാളക്കാരുടെ മുഖങ്ങൾ ഓർത്തെടുക്കാൻ ശ്രമിച്ചു. അവരിൽ ആരെങ്കിലും ഒരാളായിരിക്കുമോ സംസാരിക്കാനാകാതെ അപ്പുറത്ത് കിടന്നിരുന്നത്? ഒരിക്കൽകൂടി തല ഉയർത്തി നോക്കി. ഇല്ല, ആ രൂപത്തെ കാണാനേയില്ല. അതോടെ മനസ്സിലെന്തോ ഒരു വിഷാദം തോന്നി.

അപ്പോൾ അത് എന്റെ തോന്നലല്ലായിരുന്നോ? എന്നെപ്പോലെ സൈനികവേഷം ധരിച്ച ആരെങ്കിലുമായിരുന്നോ? എന്തുകൊണ്ടായിരിക്കും സൈനികവേഷമെന്ന് തോന്നിയത്? എന്നെത്തന്നെയായിരിക്കും ഞാൻ കണ്ടതെന്ന ചിന്ത പിന്നെയും മനസ്സിൽ നാമ്പിട്ടു. വെയിൽ കാരണം നേരെ കാണാൻ സാധിക്കാത്തതാകും. ആ രൂപം എനിക്കു നേരെ അടുക്കുന്നതായും ചിലപ്പോൾ ഉറപ്പായും തന്നെ കൊലപ്പെടുത്തിയേക്കുമെന്നുമൊക്കെ തോന്നിച്ചതും വെയിൽ കാരണമായിരിക്കുമോ?

ശ്വാസം വലിച്ചുവിടാൻ നന്നേ ബുദ്ധിമുട്ടേണ്ടിവന്നു. നെറ്റിത്തടത്തിൽനിന്ന് ചൂട് വിയർപ്പ് മണികൾ താഴേക്ക് വഴുതിവീണു. അവ നേരെ ചെവിക്കകത്തേക്ക് കയറിയതുപോലെ തോന്നി. തലയ്ക്കുള്ളിൽ എന്തോ ഒരു ദ്രാവകം കുലുങ്ങുന്നതുപോലെ. ശ്വാസം മുട്ടിക്കുന്ന പ്ലാസ്റ്റിക് സഞ്ചികൾപോലെ നിരവധി വർണ്ണങ്ങൾ ചുറ്റും രൂപാന്തരപ്പെടുന്നതുപോലെ. എന്നാൽ ശ്വാസംമുട്ടിയതേയില്ല. അല്പം കഷ്ടിച്ചാണ് ശ്വാസം ഉള്ളിലേക്കെടുത്തതും പുറത്തേക്ക് നിശ്വസിച്ചതും എന്നു മാത്രം!

ഒരു നിമിഷം വീട്ടിലെ ഏറുമാടത്തിലേക്ക് തിരികെപ്പോകണമെന്ന് മനസ്സ് പറഞ്ഞു. അത് മാത്രമേ കൊതിക്കുന്നുള്ളൂ. പക്ഷേ ഇപ്പോൾ ചെയ്യേണ്ട കാര്യം കുറച്ചുകൂടി എഴുന്നേൽക്കുക എന്നതാണ്. അപ്പോൾ കൂടുതൽ വ്യക്തമായി കാണാനാകും. ഇപ്പോൾ വെയിൽ കാരണം നല്ലതുപോലെ കാണാനാകുന്നില്ല. എന്തായാലും സൂര്യൻ അസ്തമിക്കുമല്ലോ? പക്ഷേ, സൂര്യനസ്തമിച്ചാൽ അപകടം പതിയിരിക്കുന്നുണ്ടല്ലോ? രക്ഷിക്കാൻ ആരെങ്കിലും വരാതിരിക്കില്ല. ഈ കുന്നിൻമുകളിലെ തരിശ് ഭൂമിയിൽ കഴുതപ്പുലിക്ക് ഇരയാകാൻ തന്നെയവർ ഉപേക്ഷിച്ചുപോകില്ല.

കാട്ടുമൃഗങ്ങൾ രക്തത്തിന്റെ മണംപിടിച്ച് അടുത്തുവരാനിടയുണ്ട്. അങ്ങനെ സംഭവിച്ചാൽ ജീവനോടെയോ ശവമായോ അവ എന്റെ ശരീരം കടിച്ചുകീറും. ആ കഴുതപ്പുലിയെ തനിക്കറിയാം. കണ്ടിട്ടുമുണ്ട്. രാത്രിയായാൽ അതിന്റെ കണ്ണുകളുടെ നിറമെന്താണെന്നും അറിയാം. അത് ശവംതിന്നുന്നത് കണ്ടിട്ടുണ്ട്. അത് പക്ഷേ മൃഗങ്ങളുടെ ശവമായിരുന്നു. മനുഷ്യന്റേതല്ല. എന്തായാലും ആ കഴുതപ്പുലി തേടിവരാനിടയുണ്ട്.

ചക്രവാളത്തിൽ കറുത്ത പക്ഷികൾ വട്ടമിട്ട് പറക്കുന്നത് കാണാം. കാട്ടുപക്ഷികൾ തന്നെയായിരിക്കും. വ്യക്തമായി കാണാനാകുന്നില്ല. ചുറ്റും ശവശരീരങ്ങൾ ചിതറിക്കിടപ്പുണ്ടാകുമെന്നാണർത്ഥം. സ്ഫോടനത്തിൽ സഹപ്രവർത്തകരുടെ ശരീരങ്ങൾ ഏതു ദിക്കിലേക്കാണ് ചിതറിത്തെറിച്ചിട്ടുണ്ടാകുക എന്നറിയില്ല. ഏതു വിധേനയും എഴുന്നേറ്റേ തീരൂ. മുന്നോട്ട് നീങ്ങണം. ശരീരത്തിന് കീഴിലെ ഇലകൾ ചികഞ്ഞുമാറ്റി വിരലും പല്ലും വച്ച് ചുറ്റുമൊന്ന് വെടിപ്പാക്കാൻ നോക്കി.

ശിരസ്സ് മുകളിലേക്ക് ഉയർത്തി, മൂക്ക് ചീറ്റി, ഉടൽ ഉയർത്താൻ ശ്രമിച്ചു. അപ്പോൾ ഇതാദ്യമായിട്ടായിരിക്കും സ്വന്തം ദേഹം പൂർണമായൊന്ന് കാണാനാകുന്നത്. ശരീരത്തിന്റെ പകുതി ഭാഗം മണ്ണിലും ഇലകളിലും ആണ്ടുകിടക്കുകയാണ്. മറ്റേ പകുതിയാകട്ടെ വ്യക്തമായി കാണാം. സുരക്ഷിതവുമാണ്. അല്ലെങ്കിൽ അങ്ങനെയാണ് തോന്നുന്നത്. നെഞ്ചുഭാഗത്ത് മുറിവൊന്നും കാണുന്നില്ല. അപ്പോൾ ഞാൻ മരിക്കില്ലായിരിക്കുമോ? മുറിവുകൾ അറിയാത്ത മറ്റെവിടെയോ ആയിരിക്കും. ചെവിയിലോ പാദത്തിലോ ആകാം. പക്ഷേ അക്കാര്യത്തിലൊരു ഉറപ്പില്ല. വേദനതന്നെ അവ്യക്തമാണ്. അതെങ്ങനെയാണ് വേദനയ്ക്ക് വ്യക്തതയില്ലാതാകുന്നത്?

വേദന കാരണം ശരീരമാകെ മരവിച്ച അവസ്ഥയിലാണെന്ന് മനസ്സിലാകുന്നില്ല. രക്തത്തിന്റെ ഗന്ധം മണക്കുന്നുണ്ട്. ധാരാളം

രക്തം വാർന്നുപോയിട്ടുണ്ടാകുമെന്നർത്ഥം. ശരീരം തന്നെ ചതിക്കാനിടയുണ്ട്. മെലിഞ്ഞ് ബലഹീനമായ ദേഹപ്രകൃതിയാണ് തന്റേത്. വിശപ്പ് കാരണം കുടൽ കത്തിയാലല്ലാതെ ഒന്നും കഴിക്കാറുമില്ല. പിന്നെ ഈ മലമുകളിലേക്ക് വന്നശേഷം മതിയായ ഭക്ഷണം ലഭിച്ചിട്ടുമില്ല. എന്നാൽ മറ്റു പട്ടാളക്കാരെപ്പോലെ പരാതിപ്പെടാനൊന്നും പോയില്ല. വയറുവേദന ഉണ്ടാകാറുള്ളതിനാലാണ് ഭക്ഷണം കാര്യമായി കഴിക്കാൻ കഴിയാത്തത്.

അറ്റുതൂങ്ങിയ തലയുമായി ഒരു കാളക്കുട്ടി ഓടുന്ന കാഴ്ച കണ്ട ദിവസം മുതലാണ് ഈ വയറുവേദന തുടങ്ങിയത്. ഇപ്പോഴനുഭവിക്കുന്ന വേദനപോലുള്ള പൊള്ളുന്ന വേദനയായിരിക്കും ആമാശയത്തിൽ രൂപപ്പെടുന്നത്. ശരീരത്തിൽ വേദനയുള്ള ഓരോ ഇടവും ഇപ്പോൾ സ്വയം പരിചയപ്പെടുത്തുകയാണ്. ഓർമ്മകളെയും വേദനയെയും സംബന്ധിച്ച് അറിവിന്റെ പൊരുത്തം സാവധാനമുള്ള മരണത്തിലേക്കുള്ള വഴി തന്നെയായിരിക്കും.

അതേ. അറ്റുതൂങ്ങിയ തലയുമായി ഓടുന്ന കാളക്കുട്ടിയെ ഞാൻ ശരിക്കും കണ്ടതാണ്.

ആഭ്യന്തരയുദ്ധം തുടങ്ങിയപ്പോൾ സൈനിന്റെ പിതാവ് നേർച്ചയാക്കിയ കാളക്കുട്ടിയെ ബലി കൊടുക്കാനായി ഒരുമിച്ച് കൂടിയിരിക്കുകയാണ് ഗ്രാമത്തിലെ ആളുകളും ശൈഖുമാരുമൊക്കെ. അയാളൊരു അധർമ്മിയായ വ്യക്തിയാണെന്ന് സർവ്വരുടെയും മനസ്സ് പറയുന്നുണ്ടായിരുന്നു. എങ്കിലും യുദ്ധം തുടങ്ങിയതോടെ, അതെല്ലാം മറന്ന് ആളുകൾ അയാൾക്ക് ചുറ്റും കൂടി. ശരിക്കുപറഞ്ഞാൽ കുറച്ചു പേരേ ഉണ്ടായിരുന്നുള്ളൂ. അധികം പേരും സാധുക്കളായ മനുഷ്യർ. തങ്ങളുടെ മക്കളുടെ മൃതദേഹങ്ങളെ വിഴുങ്ങാനായി ഖബർസ്ഥാനുകൾ വായ തുറക്കാൻ തുടങ്ങിയിരുന്നില്ല അന്ന്. അതിനാൽതന്നെ ഗ്രാമത്തിലുള്ളവരുടെ സൈന്യത്തിൽ ചേർന്ന മക്കളുടെ സുരക്ഷയ്ക്ക് വേണ്ടിയാണ് താൻ ബലിയർപ്പിക്കാൻ പോകുന്നതെന്ന് സൈനിന്റെ പിതാവ് നാട്ടുകാരോട് പറഞ്ഞു. അയാളുടെ മക്കളും പേരക്കുട്ടികളുമൊക്കെ അതിനകംതന്നെ നാടുവിട്ട് പോയെന്ന് ഗ്രാമത്തിലുള്ളവർക്ക് അറിയാം. മകനായ സൈൻ മാത്രമാണ് നാട്ടിലുള്ളത്. അതിനാൽതന്നെ വേറെ വഴിയൊന്നുമില്ലാതെ നിശ്ശബ്ദം കേട്ടുനിൽക്കാനേ അവർക്കൊക്കെ ആയുള്ളൂ.

കുറെയേറെ ചോദ്യങ്ങൾ പിന്നീട് അലിയുടെ ഉറക്കം കെടുത്താൻ തുടങ്ങി. ബലിയറുക്കുന്നതിനിടയിൽ കാളക്കുട്ടിയുടെ മേലുള്ള പിടിയിൽ ശൈഖിന്റെ കൈയ്ക്ക് അബദ്ധം പറ്റിയതാണോ? കയർ കൊണ്ട് കൈകാലുകൾ കെട്ടിയിരുന്നു. പക്ഷേ മുറുകെ കെട്ടാത്തത് എന്തുകൊണ്ടായിരിക്കും? മരിക്കാൻ കിടക്കുന്ന നേരം ഇത്രയ്ക്ക്

ശക്തി ആ കാളക്കുട്ടിക്ക് എവിടെനിന്നായിരിക്കും കിട്ടിയിരിക്കുക? ഉറക്കം കെടുത്തുന്ന ഈ ചോദ്യങ്ങൾ ഉള്ളിൽതന്നെ കിടന്ന് തികട്ടി യതേയുള്ളൂ.

കത്തി കൈയിലെടുത്ത നേരം വിശുദ്ധ വാക്യങ്ങൾ ഉരുവിടുക യാണ് ആളുകൾ. അവർക്കൊപ്പം ചെന്ന് നിൽക്കാൻ എനിക്കും അനുവാദം ലഭിച്ചു. താനപ്പോഴേക്കും ഒരു പുരുഷനായി മാറിക്കഴി ഞ്ഞിരുന്നു. പതിവുപോലെ സ്ത്രീകൾക്ക് പ്രവേശനം വിലക്കപ്പെട്ടു. മഖാമിന് പിറകുവശത്ത് പാചകത്തിനുള്ള തയ്യാറെടുപ്പ് നടത്തുക യാണ് സ്ത്രീകൾ. അവരെ എപ്പോഴും പിറകുവശത്താണ് അലി കണ്ടിട്ടുള്ളത്. അതിനി ജീവിതത്തിലായാലും മരണത്തിലായാലും ഒരുപോലെത്തന്നെയാണ്. എന്തുകൊണ്ടാണ് ഇങ്ങനെയൊക്കെ സംഭവിക്കുന്നതെന്ന് ചിന്തിച്ചിട്ടേയില്ല. എല്ലാം ജീവിതചക്രത്തിന്റെ ഭാഗമാണെന്നാണ് കരുതിയിട്ടുള്ളത്. സൂര്യന്റെയും ചന്ദ്രന്റെയും വരവും പോക്കും പോലെ.

വൃദ്ധനായ ശൈഖിന്റെ അരികിലേക്ക്, അടുത്തു നിൽക്കാൻ ശ്രമിച്ചുകൊണ്ടാണ് അലി നിലയുറപ്പിച്ചത്. അദ്ദേഹം കാളക്കുട്ടിയെ ബലിയറുക്കുന്നതിന്റെ ഏറ്റവും സൂക്ഷ്മമായ വിശദാംശങ്ങൾ പോലും ശ്രദ്ധിക്കുകയാണവൻ. കത്തിയുടെ തിളക്കം, ഉരുവിന്റെ കണ്ണുകൾ, അതിന്റെ കഴുത്ത്, ശൈഖിന്റെ വിരലുകൾ, പിന്നെ രക്തം. മിന്നൽ വേഗത്തിലാണ് ശൈഖിന്റെ കത്തി ഉരുവിന്റെ കഴുത്തിൽ പതിച്ചത്. പെട്ടെന്ന് കാളക്കുട്ടി ഒന്ന് പിടഞ്ഞു. നിമിഷനേരംകൊണ്ട് അതിന്റെ കൈകാലുകളിൽ കെട്ടിയിരുന്ന കയർ അയഞ്ഞു. പിന്നെ ക്കാണുന്നത് അത് ചുറ്റും നിൽക്കുന്നവർക്കുനേരെ തൊഴിക്കുന്ന താണ്. അപ്പോൾതന്നെ അലി പിറകിലേക്ക് മാറി.

കാളക്കുട്ടിയുടെ കഴുത്ത് അറ്റുതൂങ്ങിയാടുന്ന കാഴ്ചയാണ് കാണു ന്നത്. തൊലിയുടെ ഒരു അടര് മാത്രമാണ് തല നിലത്ത് വീഴാതെ താങ്ങിനിർത്തുന്നത്. കഴുത്തിൽ ചെറിയൊരു മുറിവുംകൂടി ഉണ്ടാ യിരുന്നെങ്കിൽ രക്തം വാർന്ന് ഉരു ശാന്തമായി മരിച്ചേനെ. കത്തി യുടെ പ്രശ്നമായിരിക്കുമോ കാരണം? പക്ഷേ അതിന് ആവശ്യ ത്തിലുമധികം മൂർച്ച ഉണ്ടായിരുന്നില്ലേ? തന്റെ നേർക്ക് കാളക്കുട്ടി ഓടിയടുത്ത ആ നിമിഷം മറക്കാൻതന്നെ കഴിയുന്നില്ല അലിക്ക്. അവന്റെ മുകളിലേക്കാണ് അത് വന്നു വീണത്. അതിന്റെ ചുടുരക്തം ദേഹത്ത് വീണപ്പോൾ പൊള്ളുന്നതുപോലെയാണ് തോന്നിയത്.

തലയില്ലാത്ത കാളക്കുട്ടിയെ പിന്നീട് പലതവണ സ്വപ്നം കണ്ടു. മേഘങ്ങൾക്ക് മുകളിലൂടെ നടക്കുന്ന കാളക്കുട്ടി തന്റെ നേർക്ക് നോക്കി ഒച്ചവയ്ക്കുന്നു. ദേഹത്തേക്ക് വീണപ്പോഴുള്ള കാളക്കുട്ടി യുടെ ഭാരം ഓർമ്മയുണ്ട്. കഥ കഴിഞ്ഞെന്നുതന്നെ കരുതിയതാണ്.

അലിയുടെ നെഞ്ചത്ത് കിടന്നാണ് കാളക്കുട്ടി അന്ത്യശ്വാസം വലിച്ചത്. തൂങ്ങിയാടുന്ന അതിന്റെ തല അവൻ തൊട്ടരികിൽ കണ്ടു. വസ്ത്രങ്ങളിൽ വീണ രക്തത്തിന്റെ മണം മൂക്കിൽ നിറഞ്ഞു. വൈകുന്നേരം ആ തുണികൾ കത്തിച്ചശേഷം മലയടിവാരത്തിലേക്ക് എറിഞ്ഞു.

പാചകത്തിനായി വലിയൊരു കറുത്ത അണ്ടാവ് പാത്രമാണ് കൊണ്ടുവന്നിരുന്നത്. ഗ്രാമത്തിലെ ധാരാളം കുടുംബങ്ങൾക്ക് വേണ്ട ഭക്ഷണം തയ്യാറാക്കാൻ മതിയായൊരു അണ്ടാവ്. ഗോതമ്പിന്റെയും മാംസത്തിന്റെയും പിന്നെ വിറകിന്റെയും ഗന്ധം വിടാതെ പിന്നാലെ കൂടി. ശൈഖിന്റെ വിരലുകളുടെ ഓർമ്മ വന്നു. ബലിഭക്ഷണം ഓഹരി വച്ച് വിതരണം ചെയ്യേണ്ട സാധുകുടുംബങ്ങളുടെ എണ്ണമെടുക്കുകയാണ് ആ വിരലുകൾ. സഹോദരൻ മരിക്കുന്നതിന് മുമ്പായിരുന്നു ഈ സംഭവം.

അതേ. സൈനിന്റെ മുഴക്കമുള്ള ആ വാക്കുകൾ അലിക്ക് നന്നായി ഓർമ്മയുണ്ട്. രാജ്യത്തിന്റെ ശത്രുക്കളോടും വഞ്ചകരോടുമാണത്രേ തങ്ങൾ യുദ്ധം ചെയ്യുന്നത്. വയറിൽ വിരലുകൾ അമർത്തിപ്പിടിക്കുമ്പോൾ അന്ന് നടന്ന പല കാര്യങ്ങളും ഓർമ്മ വരുന്നു. ചുറ്റും കൂടിനിന്ന ഗ്രാമീണരുടെ ഭീതികലർന്ന മുഖങ്ങൾ. കുറേ നിഗൂഢാലോചനകളെ സംബന്ധിച്ച വാർത്തകൾ. തങ്ങൾക്കൊപ്പം മണ്ണും വായുവും കടലും പങ്കിട്ടിരുന്ന ആളുകളാണത്രേ അത്തരം ഗൂഢാലോചനകളിൽ പങ്കാളികളായത്. അവരൊക്കെ ഞങ്ങളുടെ ശത്രുക്കളാണെന്ന്.

ഗ്രാമത്തിലുള്ളവർ അത്രമാത്രം ഭയപ്പെട്ടതെന്തിനാണെന്ന് അന്ന് മനസ്സിലായതേയില്ല. എന്തിനാണ് ഭയപ്പെടുന്നതെന്ന് അവൻ ചില ചെറുപ്പക്കാരോട് ചോദിക്കുകയും ചെയ്തു. എന്നാലവർ അലിക്ക് ഭ്രാന്താണെന്നാണ് തിരിച്ചുപറഞ്ഞത്.

പക്ഷേ ആ ഭീതിയൊന്നുംതന്നെ അവരെ തുടർന്നും ബലികൾ അർപ്പിക്കുന്നതിൽനിന്നും തടഞ്ഞില്ല. രാഷ്ട്രത്തിന്റെ പ്രസിഡണ്ടിനും നാടിനെ സംരക്ഷിക്കാനായി പൊരുതുന്ന തങ്ങളുടെ മക്കൾക്കും വേണ്ടി അവർ ദൈവത്തോട് പ്രാർത്ഥിച്ചുകൊണ്ടേയിരുന്നു. ആകാശത്തുനിന്നും അടർന്ന് വീണൊരു ഗ്രഹത്തെപ്പോലെയാണ് അലി അവിടെ നടന്നതൊക്കെ നോക്കിനിന്നത്. അതെന്തായാലും ഇപ്പോഴത്തെ അവസ്ഥപോലെയല്ല. ആ സംഭവം മുതലാണ് വയറുവേദന തുടങ്ങിയതെന്ന് ഓർമ്മയുണ്ട്.

കാളക്കുട്ടിയെ അറുക്കാൻ ശ്രമിച്ചുകൊണ്ടിരുന്ന ശൈഖ് നില തെറ്റി താഴെ വീണു. ആവശ്യത്തിന് കരുണ കാണിക്കേണ്ടിയിരുന്ന കത്തി അപ്പോഴും അദ്ദേഹത്തിന്റെ കൈയിൽ തന്നെയുണ്ടായിരുന്നു. പിന്നീട് ഗ്രാമത്തിലെ ആളുകളെല്ലാം മഖാമിലെത്തി. ബലിയറുത്ത മാംസത്തിന്റെ പങ്ക് വാങ്ങാനെത്തിയതാണ് അവരൊക്കെ. എല്ലാവരും

എന്ന് പറഞ്ഞുകൂടാ. ഒട്ടേറെയാളുകൾ അതിനകംതന്നെ ഗ്രാമം വിട്ട് പോയിരുന്നു. അവരെക്കുറിച്ചാണ് സൈൻ രാജ്യദ്രോഹികൾ എന്ന് പറഞ്ഞത്. കാരണം അവർ പ്രസിഡന്റിനെ വെറുക്കുന്നവരാണത്രേ. പ്രസിഡന്റിനെ വെറുക്കുന്നവർ രാഷ്ട്രത്തെയാണ് വെറുക്കുന്നത്. അതിനാൽതന്നെ, അവരെയൊക്കെ നാട്ടിൽനിന്നും തുരത്തിയോടിച്ചു. ചിലരൊക്കെ ദൂരെ നാടുകളിലേക്ക് ഒളിച്ചോടിപ്പോയി.

കൂട്ടത്തിൽ ചിലരൊക്കെ ജയിലിലടയ്ക്കപ്പെട്ടു എന്നും കേട്ടു. എന്നാലത് അത്ര ഗൗരവതരമായ കാര്യമാണെന്ന് തോന്നുന്നില്ല. അത്തരത്തിലുള്ള കുടുംബങ്ങളുടെ എണ്ണം മൂന്നിൽ കൂടില്ലെന്ന് ഗ്രാമത്തിലുള്ളവർക്കറിയാം.

അവരിൽ രണ്ടുപേർ ആയുസ് മുഴുവൻ തടവറയിൽ അടയ്ക്കപ്പെട്ടവരാണ്. മരിച്ചുപോയ ഫാദർ പ്രസിഡന്റിന്റെ കാലത്താണ് ഒരാൾ തടവിലാകുന്നത്. രണ്ടാമത്തെയാളാകട്ടെ ലോകാവസാനം വരെ ഭരിക്കാൻ ഉദ്ദേശിക്കുന്ന പുതിയ പ്രസിഡന്റിന്റെ തടവറയിലാണ് ആയുസ് തള്ളിനീക്കിക്കൊണ്ടിരിക്കുന്നത്. തങ്ങളെ കൊല്ലാൻ തുനിഞ്ഞിറങ്ങിയ രാജ്യദ്രോഹികൾക്കൊപ്പം സഖ്യം ചേർന്നവരാണത്രേ ഈ മൂന്ന് കുടുംബക്കാർ. അതുകൊണ്ടുതന്നെ അവർ നാട്ടിൽനിന്നും അപ്രത്യക്ഷരായതിൽ ഒരു കുഴപ്പവുമില്ല. അവരിലൊരാൾ ഗ്രാമത്തിലെ കുട്ടികളെയൊക്കെ എഴുത്തും വായനയും പഠിപ്പിച്ച അദ്ധ്യാപകനും മറ്റേയാൾ ഗ്രാമത്തിലെ ഡോക്ടറോ ഒക്കെയാണെങ്കിലും കുഴപ്പമില്ല. വിദ്യാഭ്യാസംകൊണ്ട് ലഭിക്കുന്ന പദവികളേക്കാളൊക്കെ വലുതാണല്ലോ രാഷ്ട്രത്തോടുള്ള വിധേയത്വം? തുടരെത്തുടരെ കൊല്ലപ്പെട്ടുകൊണ്ടിരിക്കുന്ന തങ്ങളുടെ മക്കളെക്കാളും വലുതാണത്.

വിചിത്രമായ കാലമായിരുന്നു അത്. തുടക്കത്തിലേ മരണം വീടുകൾക്കു മുകളിൽ വട്ടമിട്ട് പറക്കാൻ തുടങ്ങി. 'പ്രസിഡന്റിനും രാഷ്ട്രത്തിനുമായി ഞങ്ങൾ ജീവൻ ബലിയർപ്പിക്കും' എന്ന ആദ്യകാല പ്രതിജ്ഞകളൊക്കെ പിന്നീട് അധികം കേൾക്കാതായി. മണ്ണും മക്കളും ജീവിതവുമൊക്കെ അവർക്ക് നഷ്ടമായി. ഇനി ജീവനോടെ അവശേഷിക്കുന്നവരാകട്ടെ, അന്നത്തിനുള്ള റൊട്ടിയുടെ വിലപോലും സ്വന്തമായില്ലാത്തവരായിരുന്നു.

ആദ്യമായി ഗ്രാമത്തിൽ ഉയർന്നുകേട്ടത് ഒരു സ്ത്രീയുടെ നിലവിളിയായിരുന്നു. അതിനെത്തുടർന്നാണ് യുദ്ധത്തിൽ മരിച്ചവരുടെ ആദ്യ ഖബർ കുഴിക്കുന്നത്. ആ നിലവിളി ഇപ്പോഴും ഓർമ്മയിൽ തങ്ങിനില്പുണ്ട്. തുരുമ്പുപിടിച്ച താക്കോൽ വാതിലിലെ പൂട്ടിനുള്ളിൽ തിരിയുന്നതുപോലെ, അതിങ്ങനെ വിടാതെ പിന്തുടരുന്നു. കത്തിയുടെ മൂർച്ചപോലെയുള്ള അലർച്ചയായിരുന്നു അത്. ആദ്യ

രക്തസാക്ഷിയുടെ വരവാണതെന്ന് ഗ്രാമത്തിലുള്ളവർക്കെല്ലാം മനസ്സിലായി.

അന്നും ആമാശയം നുറുങ്ങുന്ന വേദനയുണ്ടായിരുന്നുവെന്ന കാര്യം ഓർമ്മയുണ്ട്. ആ വേദന ഇപ്പോഴും അനുഭവപ്പെടുന്നു. മുറിഞ്ഞു തൂങ്ങിയ തലയുമായി ഓടിവരുന്ന കാളക്കുട്ടിയെ കണ്ടില്ലെങ്കിലും സ്ത്രീയുടെ നിലവിളി കേട്ടില്ലെങ്കിലും വയറ് നുറുങ്ങുകയാണിപ്പോഴും. പക്ഷേ, മാംസം കത്തിയെരിയുന്നതിന്റെ ഗന്ധം വീണ്ടും മൂക്കിലെത്തുന്നുണ്ട്. പിന്നെയും ഉടലുയർത്തി തല പൊക്കി നോക്കി. അപരനും അന്നേരംതന്നെ തലയുയർത്തുന്നത് കണ്ടു. കുപ്പായത്തിന്റെ കൈയിൽ കടിച്ചുപിടിച്ച് കീറാൻ നോക്കി. പക്ഷേ വസ്ത്രം ഊരിവരാൻ കൂട്ടാക്കുന്നില്ല. പല്ലുകൾ കൂട്ടിമുട്ടുന്ന ശബ്ദം മാത്രം കേൾക്കാം.

പിന്നാലെ ഒരിളംകാറ്റ് വീശി. ഒപ്പം മരത്തിന്റെ മർമ്മരം വീണ്ടും കേട്ടു. മരം അടുത്തുതന്നെയുണ്ടെങ്കിലും അതിന്റെ മർമ്മരമായിരുന്നില്ല കേട്ടത്. ഇത് മലഞ്ചെരുവിലെ കാട്ടിലെ ഇലകളുടെ ശബ്ദമാകാനാണ് സാധ്യത. പക്ഷേ ശബ്ദം കേൾക്കാതിരിക്കാൻ മാത്രം അകലെയാണല്ലോ അവ? ഓക്കുമരത്തിന്റെ മടക്കുകളുള്ള ഇലകൾ ചുറ്റും പറക്കുന്നത് കാണാം. അവയുടെ ചുറ്റൽ നന്നേ ഇഷ്ടപ്പെട്ടു. അത് വെറും തോന്നലാണെന്നറിയാം. എന്നിട്ടും ശരിക്കും കണ്ടതുപോലെ തോന്നി. അവ കാരണം വെയിലിന്റെ ചൂട് അല്പം കുറഞ്ഞു. അതെന്തായാലും ഈ ഇലകളുടെ പണി തന്നെയാകും. അതിനാൽ തന്നെ ചുറ്റും കാണുന്നതൊക്കെ യാഥാർത്ഥ്യമാണെന്ന് പിന്നെയും തോന്നി. മുന്നോട്ട് നീങ്ങാനും കഴിയും. ശിരസ്സിന് ചുറ്റും ഓക്ക് മരത്തിന്റെ ഇലകൾ ചുറ്റിത്തിരിയുന്നതിലൂടെ ഈ മരം തനിക്ക് സമ്മാനിച്ചിരിക്കുന്നത് അല്പം തണലാണ്.

ഈ മരം എന്റെ അരികിലേക്ക് വരുമോ? പക്ഷേ മരം ഒരിടത്ത് ഉറച്ചല്ലേ നിൽക്കൂ? മനുഷ്യൻ വേണം അതിനരികിലേക്ക് ചെല്ലേണ്ടത്. തനിക്കാകട്ടെ, നടക്കാനും കഴിയുന്നില്ല. ഇനിയാരും തന്നെ ഓർക്കാനും പോകുന്നില്ല. രക്ഷിക്കാനായും ആരും വരില്ല. അന്നേരം കൂടെയുണ്ടായിരുന്ന പട്ടാളക്കാരന്റെ കാര്യം ഓർമ്മ വന്നു. സ്ഫോടനമുണ്ടായപ്പോൾ അരികിലുണ്ടായിരുന്ന പട്ടാളക്കാരൻ. എതിർദിശയിലേക്ക് അയാൾ തെറിച്ചുപോകുന്നതുമാത്രമാണ് കണ്ടത്. അയാളെയായിരിക്കുമോ ഇപ്പോൾ ഇടയ്ക്കിടയ്ക്ക് കണ്ടുകൊണ്ടിരിക്കുന്നത്? പക്ഷേ അയാളുടെ തോക്കെവിടെപ്പോയി? കൈയിലുണ്ടെങ്കിൽ ആശ്വസിക്കാം. പക്ഷേ പിന്നെ കാണുന്നത് തോക്ക് വായുവിൽ പാറിപ്പറക്കുന്നതാണ്. എന്നാൽ അരികത്താണെന്നും പറയുക വയ്യ. പിന്നീടത് അപ്രത്യക്ഷമാവുകയും ചെയ്തു.

ഒന്ന് താങ്ങിനിർത്താൻ ശിഖരങ്ങളൊന്നുമില്ല. ചുറ്റും വട്ടം ചുറ്റുന്ന പ്രാണികളെ ആട്ടിയകറ്റാനും കഴിയുന്നില്ല. ഒരു പറ്റം ഈച്ചകളെ കാണാം. എന്നാൽ ശരിക്കുള്ള ഈച്ചകളല്ലതാനും. എന്തോ വസ്തുവിൻമേൽ പൊതിഞ്ഞിരിക്കുന്ന ഒരുകൂട്ടം പ്രാണികൾ. കൈകാലുകൾ ചിതറിത്തെറിച്ച സഹപ്രവർത്തകന്റെ ശവശരീരമായിരിക്കും അതെന്ന് ചിന്തിക്കാൻ തന്നെയാകുന്നില്ല. പക്ഷേ കുറച്ചകലെ, വളരെയകലെയല്ല, ഇഴഞ്ഞുനീങ്ങാൻ ശ്രമിക്കുന്ന പാതയിൽ, അറ്റുപോയൊരു കൈ കിടക്കുന്നത് കണ്ടു. ഒപ്പം ഒരു പറ്റം ഈച്ചകളും!

ഞാനിങ്ങനെ ഇവിടെ കിടക്കാൻ തുടങ്ങിയിട്ട് നേരമെത്രയായിട്ടുണ്ടാകും?

എന്തോ ഒരു മൂളൽ കേൾക്കുന്നു. പാദത്തിനടിയിൽ കുറേ പ്രാണികൾ വട്ടം ചുറ്റുകയാണെന്ന കാര്യം അപ്പോഴാണ് ശ്രദ്ധിച്ചത്. പാദങ്ങൾ അറ്റുപോയിരിക്കുമോ? പാദങ്ങളില്ലെങ്കിൽ പിന്നെ എങ്ങനെയാണ് മരത്തിലേക്ക് കയറാനാകുക? പാദങ്ങളില്ലാതെ കാട്ടിലൂടെ ഓടാനുമാകില്ല. നിൽക്കാനാകില്ലെങ്കിൽ പിന്നെ എന്തർത്ഥമാണുള്ളത് ജീവിതത്തിന്? കൈകൾ നീട്ടി വയറിൽ സ്പർശിച്ചു. മുറുകിയ ബെൽറ്റിന് കീഴിലുള്ള സൈനികയൂണിഫോം ഊരിമാറ്റാനാകുമോ എന്ന് നോക്കി. പക്ഷേ അതിനുള്ള ശക്തി എന്തായാലുമില്ല. അതോടെ വയറിലടിച്ചു. ശരിക്കും അറിയേണ്ടത് വയർ പിളർന്നുപോയിട്ടില്ലെന്ന് ഉറപ്പുവരുത്തലാണ്.

ഒച്ചവെച്ചു നോക്കി. അപ്പോഴേക്കും പ്രാണികൾ പറന്നകന്നു. ചിലപ്പോൾ ഈച്ചകളുമാകാം. അടുത്തുകൂടെ പാമ്പുകൾ ഇഴഞ്ഞുപോയാലോ എന്ന് ചിന്തിച്ചു. പാമ്പുകളെ എനിക്ക് പേടിയില്ല. താഴ്വരയിലെ പാമ്പുകളെയാണ് പേടി. നഗരത്തിനടുത്തുള്ള, വാപ്പയ്ക്കൊപ്പം ജോലി ചെയ്യാൻ പോയ ഇടങ്ങളിലെ പാമ്പുകളെ. എന്നാൽ മലമുകളിലെ പാമ്പുകളെ പേടിയേ ഇല്ല. ഗ്രാമത്തിലെ മലമുകളിൽ പേടിപ്പെടുത്തുന്ന ഒന്നുംതന്നെ ഉണ്ടായിരുന്നില്ല. ഈ മലയാകട്ടെ തങ്ങളുടെ ഗ്രാമത്തിൽനിന്നും വളരെയേറെ അകലെ അല്ലാതിരുന്നിട്ടും ശ്രദ്ധിച്ചിട്ടേയില്ല. ഇവിടത്തെ മൃഗങ്ങളെ മനപ്പാഠമാക്കുകയോ മരങ്ങളുമായി ആത്മബന്ധമുണ്ടാക്കുകയോ ചെയ്തില്ല.

എന്നാൽ നാട്ടിലെ മലമുകളിലായിരുന്നെങ്കിൽ ശരീരം വെട്ടിനുറുക്കപ്പെട്ടാൽ പോലും ഭയക്കില്ലായിരുന്നു. ആ നിമിഷം ശരീരത്തിലൂടെ ഒരു കൊള്ളിയാൻ കടന്നുപോയി. നെഞ്ചിടിക്കുന്ന ശബ്ദം കേൾക്കാം ചെവിയിൽ. ഓർമ്മകൾ ശരിക്കും ശാപമാണെന്ന് അന്നേരം തോന്നിയില്ല. പകുതി അറ്റ തലയുമായി ഓടിയ കാളക്കുട്ടിക്ക് കറുത്ത നിറമായിരുന്നുവെന്ന് ഓർമ്മ വന്നു. നെറ്റിയിൽ വെള്ളപ്പൊട്ടുകളുണ്ടതിന്. ചെറിയൊരു മനോഹരമായ കാളക്കുട്ടി. അതവസാനം ഗ്രാമത്തിലെ കുടുംബങ്ങളുടെ ഭക്ഷണമായി മാറി.

ഗോതമ്പ് കൂടി കലർത്തി ഉമ്മ അതിന്റെ മാംസം പാചകം ചെയ്തെങ്കിലും ഒരുപിടി പോലും രുചിച്ച് നോക്കാൻ അലിക്ക് സാധിച്ചില്ല. മട്ടുപ്പാവിലിരിക്കുമ്പോൾ ഇടയ്ക്കിടയ്ക്ക് ഒരു കാഴ്ച കാണാറുണ്ട്. കഴുത്ത് പാതിയറ്റൊരു കാളക്കുട്ടി പറക്കുന്ന ദൃശ്യം. ആ കറുത്ത വലിയ കണ്ണുകൾ തന്റെ നേർക്ക് യാചനാപൂർവ്വം നോക്കുന്നുണ്ടാകും. ആദ്യം നേരെ എതിർദിക്കിലുള്ള മലയുടെ മുകളിലായിരിക്കും അത് പ്രത്യക്ഷപ്പെടുക. അതിവേഗം അവിടെനിന്ന് നീങ്ങിയശേഷം അരികിലുള്ള താഴ്‌വരയിലേക്ക് പറന്നിറങ്ങും. എന്നാൽ ഒന്നും മിണ്ടുകയുമില്ല. അതു കാണുന്നതും അലി വീട്ടിൽ നിന്നിറങ്ങി ഓടും. മലയടിവാരത്തിലേക്ക് ഗ്രാമത്തിലെ ഊടുവഴികളിലൂടെ ഓടിക്കൊണ്ടിരിക്കും. വൈകീട്ടല്ലാതെ പിന്നെ തിരികെ വരികയേ ഇല്ല.

ശാന്തനായൊരു കുട്ടിയായിരുന്നു അലി. അതിനാൽതന്നെ വിവേകശാലി എന്നർത്ഥത്തിൽ ഹകീം എന്നാണ് ഉമ്മ നഹ്ല അവനെ വിളിച്ചിരുന്നത്. മട്ടുപ്പാവിൽ നിന്നിറങ്ങി അതിവേഗത്തിൽ ഗ്രാമവഴികളിലൂടെ ഓടി മരങ്ങൾക്കിടയിൽ അപ്രത്യക്ഷനാകുന്ന മകന്റെ നേർക്ക് പേടിയോടെയായിരുന്നു ആ ഉമ്മ നോക്കിയിരുന്നത്. നിനക്കെന്തു പറ്റി മോനേ എന്നു ചോദിച്ചാൽ അവനൊന്നും മറുപടി പറയുകയേ ഇല്ല.

സൈനിന്റെ പിതാവിന്റെ വീട്ടിൽ ജോലിക്കാരിയായിരുന്ന മാതൃസഹോദരിയിൽനിന്നാണ് ഈ ഒരു മൂകത അലിക്ക് പകർന്നുകിട്ടിയതെന്നാണ് നഹ്ല പറയാറുള്ളത്. അത് കേട്ടിരിക്കുന്നതല്ലാതെ അലി ഒന്നും പറയുകയേ ഇല്ല. അവിവാഹിതയായിരുന്ന ആ സുന്ദരിയായ മാതൃസഹോദരിയെ അവന് ഓർമ്മയുണ്ട്. ഒരിക്കൽപോലും അവർ നടുവ് നിവർത്തി നിൽക്കുന്നത് കണ്ടിട്ടേയില്ല. ഓർമ്മയിൽ തെളിയുന്ന രൂപവും കുനിഞ്ഞു നിൽക്കുന്ന ആളിന്റേതാണ്. മാളികയിലെ കൽപ്പടവുകളിൽ പണിയെടുക്കുകയോ ഉള്ളിലെ സ്പോഞ്ച് വിരിപ്പുകളിൽ കുത്തിയിരുന്ന് നിലം വൃത്തിയാക്കുകയോ നടുവ് വളയ്ക്കുന്ന തരത്തിലുള്ള സഞ്ചികൾ ചുമക്കുന്നതോ ആയ നിലകളിലാണ് അവരെ കണ്ടിട്ടുള്ളത്. ഒരുനാൾ അവരെ കാണാതായി. പിന്നീട് മലഞ്ചെരുവിൽ നിന്നാണ് ശവം കണ്ടുകിട്ടുന്നത്. മലമുകളിൽനിന്ന് അവർ താഴേക്ക് ചാടിയെന്നാണ് ഉമ്മ പറഞ്ഞുകേട്ടത്. തനിക്ക് ചിറകുകളുണ്ടെന്ന് ആ സ്ത്രീ വിശ്വസിച്ചിരുന്നത്രേ. എന്നാൽ അലിക്ക് അവരെ വിശ്വാസമായിരുന്നു. അത് ശരിയാണെന്ന് അവനറിയാമായിരുന്നു. ചിറകുകൾ വിടർത്തി അവർ പറന്നു നടക്കുന്നത് എത്രയോ തവണ സ്വപ്നം കണ്ടിരിക്കുന്നു.

അതുപോലെ തനിക്കും ഈ മരത്തിന് മുകളിലേക്ക് ചിറക് വീശി പറന്നുകയറാനായിരുന്നെങ്കിൽ!

ആ മാതൃസഹോദരിയെപ്പോലെയല്ലേ താനും? 'ഊമ'യായ ആ സ്ത്രീയെപ്പോലെയാണ് താനുമെന്നാണ് ഗ്രാമത്തിലെ സർവ്വരും പറയാറുള്ളത്. അപൂർവ്വമായേ അവർ എന്തെങ്കിലും സംസാരിച്ചിരുന്നുള്ളൂ. എന്നാലവർ ഊമയൊന്നും ആയിരുന്നില്ലെന്ന് തനിക്കറിയാം. സ്വന്തമായി ചിറകുകളുണ്ടെന്ന് അവർ കരുതിയതിന് എന്തെങ്കിലും ന്യായങ്ങളുണ്ടാകാം. അപ്രത്യക്ഷയാകുന്നതിന് തലേദിവസം അവർ ഉമ്മയോടെ എന്തൊക്കെയോ മന്ത്രിച്ചിരുന്നു. ഈ നശിച്ച ഗ്രാമം വിട്ട് പോകുന്നതാണ് എല്ലാവർക്കും നല്ലതത്രെ. സൈനിന്റെ പിതാവിന്റെ മാളികയിൽ പണിയെടുക്കുവാൻ ഇനിയും സാധിക്കില്ലെന്നുകൂടി അവർ പറഞ്ഞിരുന്നു.

എന്തുകൊണ്ടായിരിക്കും അവരുടെ കാര്യം ഇപ്പോൾ ഓർക്കാൻ കാരണം? മരത്തിലേക്ക് പറന്നുകയറാൻ തനിക്കും ചിറകുകൾ ഉണ്ടായെങ്കിലെന്ന് കൊതിച്ചിരുന്നു. പക്ഷേ ചിറകുകളൊന്നും തന്നെ മുളച്ചുവന്നില്ല. ആ ഭാഗത്ത് പ്രാണികളോ മറ്റോ ഇഴഞ്ഞു കയറുമ്പോഴുള്ള ഇക്കിളി മാത്രമാണ് അനുഭവപ്പെടുന്നത്. മാറിലെ രോമങ്ങളിലേക്കുകൂടി ഇഴഞ്ഞുകയറുന്ന പ്രാണികൾ ശരിക്കും തന്നെ തിന്നുകയാണ്.

അപ്പോൾ എനിക്ക് പറക്കാനേ സാധിക്കില്ല.

ഓരോ ചലനത്തിനിടയിലും ഏതാനും സെന്റീമീറ്ററുകളുടെ മാത്രം ദൂരത്തേക്ക് നീങ്ങാനേ സാധിക്കുന്നുള്ളൂ. ഈ അവസ്ഥയിലാണെങ്കിൽ മരത്തിനരികിലേക്ക് എത്തുന്നതിനു മുമ്പുതന്നെ രാത്രിയാകും. കഴുതപ്പുലി തന്നെ ജീവനോടെ കടിച്ചുകീറിയേക്കും. അതോ എന്നെ തിന്നുന്നതിന് പകരം ഞാനായിരിക്കുമോ അതിനെ തിന്നുന്നത്? അങ്ങനെ ആരോ പറയുന്നതു കേട്ടു. വിഭ്രമാവസ്ഥയിൽ തോന്നിയതാകും എന്നറിയാം. എന്തായാലും ഉമ്മയുടെ ശബ്ദമല്ല അത്. മണ്ണിൽ മുറുകെപ്പിടിച്ച് ഉടൽ ഉയർത്താൻ പിന്നെയും നോക്കി. ഏതാനും സെന്റീമീറ്ററുകൾകൂടി മുന്നോട്ട് നീങ്ങി. വിരലുകൾ ചലിപ്പിച്ചു. അവയെ മുറിവുകളിലെ രക്തത്തിൽ മുക്കിയശേഷം സൂക്ഷിച്ചു നോക്കി.

എനിക്ക് എന്തുകൊണ്ടായിരിക്കും ഇവിടെ ഇങ്ങനെ കിടക്കേണ്ടി വന്നത്? അയൽവാസിയുടെ മകൻ ചെയ്തതുപോലെ ഞാനും എന്തുകൊണ്ടായിരിക്കും പട്ടാളത്തിൽനിന്ന് ഒളിച്ചോടാത്തത്? അപമാനമായതുകൊണ്ടായിരിക്കുമോ? ആണെങ്കിൽ എന്താണ് ഈ അപമാനമെന്ന് പറയുന്നത്? ശരിക്കും അപമാനബോധമാണോ അതോ ഭീതിയോ? ഗൗരവമർഹിക്കുന്ന കാര്യമാണോ? എങ്ങോ അപ്രത്യക്ഷയാകുന്നതിന് മുമ്പ് എന്നോട് ഗ്രാമം വിട്ട് പൊയ്ക്കൂടേ എന്ന് ഹിമൈറൂന ചോദിച്ചിരുന്നു. എന്തുകൊണ്ടായിരിക്കും അവർ

അപ്രത്യക്ഷയായിട്ടുണ്ടാവുക? അവരുടെ തിരോധാനത്തെ സംബന്ധിച്ച് ഏവരും നിശ്ശബ്ദത പാലിച്ചത് എന്തുകൊണ്ടായിരിക്കും? താൻ തന്നെ അവരെ മറന്നുകളിഞ്ഞില്ലേ? ശരിക്കും എന്താണ് സംഭവിച്ചതെന്ന് മനസ്സിലാക്കാൻപോലും തന്നെക്കൊണ്ടായില്ല.

ചിന്തകളുടെ ഇരമ്പം കൊടുംപീഡയായി മാറുന്നു. മുന്നിൽ അവശേഷിക്കുന്ന ഏതാനും ചുവടുകൾക്കുനേരേ കണ്ണുനട്ടിരിക്കുമ്പോൾ തന്റെ മുന്നിൽ അവശേഷിക്കുന്ന ജീവിതവും ഏതാണ്ട് ഇത്രയേ ഉള്ളൂവെന്ന കാര്യം വിശ്വസിക്കാൻതന്നെ സാധിക്കുന്നില്ല.

പല്ലുകൊണ്ട് മണ്ണിൽ കടിച്ചുപിടിച്ചപ്പോൾ അടുത്തുനിന്നൊരു ശബ്ദം കേട്ടു. എതിർവശത്തേക്ക് നോക്കിയതും കണ്ടതൊരു രൂപമായിരുന്നു. കറുത്ത നാലുകാലുകളിൽ എഴുന്നേറ്റ് നിൽക്കുന്ന രൂപത്തെ വെട്ടിത്തിളങ്ങുന്ന വെയിലത്ത് കണ്ടപ്പോൾ തോന്നിയത് ഏതോ നാടോടിക്കഥയിലെ മൃഗമാണെന്നാണ്. ഇതെന്തായാലും മനുഷ്യനല്ല, മൃഗം തന്നെയായിരിക്കും. പക്ഷേ ശത്രുവല്ല. ആയുധങ്ങളും കൈയിലില്ലല്ലോ? കഴുതപ്പുലിയും വെയിലത്ത് പ്രത്യക്ഷപ്പെടില്ല. അത് അരികിലേക്ക് വന്ന് ഉടൽ മണത്തുനോക്കാൻ താൻ ഇനിയും മരിച്ചിട്ടില്ലല്ലോ?

പക്ഷേ പെട്ടെന്നാണ് ആ നാലു കാലുകൾ അപ്രത്യക്ഷമാകുന്നതും പകരം ആ സ്ഥാനത്ത് പ്രകാശരേഖകൾ പ്രത്യക്ഷമായതും. ഒരു നിമിഷം തോന്നി വെയിൽ ചതിക്കുകയാണെന്ന്. രൂപത്തിന് നേർക്ക് തുറിച്ചു നോക്കുകയാണ് ഞാൻ. അതിന്റെ ശിരസ്സ് ഉയരുന്നതും കാണാം.

പ്രതീക്ഷിച്ചതിലും അധികം ദൂരത്തേക്ക് ഇഴഞ്ഞെത്തിയിരിക്കുകയാണ് ഞാനിപ്പോൾ. മരത്തിന്റെ ചില്ലകളിലേക്ക് നോക്കിയാൽ അവ നേരത്തേക്കാൾ അരികിലാണെന്ന് കാണാം. കൈകൾ ഉയർത്തി കൂടുതൽ അരികിലേക്ക് നീങ്ങാൻ ശ്രമിച്ചു. പക്ഷേ നിലത്തേക്ക് വീണുപോയി. ബോധം വരികയും പോവുകയും ചെയ്യുന്നതിനിടയിൽ, ആ അറ്റുപോയ കൈ വീണ്ടും കണ്ടു. പാതിയറ്റുപോയ ശിരസ്സുമായി ഓടിയടുക്കുന്ന കാളക്കുട്ടിയുടെ കാര്യം അന്നേരം മറന്നുപോയി. പിന്നീടുള്ള ഒരു നിമിഷം ശിരസ്സ് താഴേക്ക് കൂപ്പുകുത്തുന്നതിനിടയിൽ, ചെന്ന് പതിച്ചത് വീതിയേറിയ ആ ഉള്ളംകൈയിലേക്കായിരുന്നു. ആ നിമിഷത്തിന്റെ ചാരുതയും വേഗതയുമൊക്കെ മരണത്തിന് സമാനമായിരുന്നു. ആ നിമിഷം തന്നെയാണ് ഒരു കാര്യം തീർച്ചയായത്. സ്ഫോടനമുണ്ടായ നേരം ചിതറിത്തെറിച്ച സഹപ്രവർത്തകനായ പട്ടാളക്കാരന്റേതായിരുന്നു ആ അറ്റുപോയ കൈ!

ഏഴ്

ശിരസ്സിനെ ആശ്ലേഷിക്കുന്ന ആ അറ്റുപോയ കൈയുടെ ഒട്ടൽ അനുഭവപ്പെട്ടതും ചുണ്ടുകൾ വിറച്ചുപോയി. തോളുകൾകൊണ്ട് മലഞ്ചെരുവിന് നേർക്ക് ആഞ്ഞുതള്ളാൻ നോക്കി. വൃക്ഷത്തിന് നേർക്കുള്ള ചലനത്തെയാകെ തടയുകയാണ് ആ അറ്റുപോയ കൈ!

ഒന്ന് വഴുതിമാറേണ്ടി വന്നു. അവസാനം ആ കൈയുടെ പിടിയിൽ നിന്ന് കുതറിമാറാൻ സാധിച്ചു. താഴ്വരയിലൂടെ നദീജലം ഒഴുകുന്നതുപോലെ ആവർത്തിച്ചുകൊണ്ടിരുന്ന ഒരു നിമിഷം. എന്തോ ഒരു വേദന തിരിച്ചറിഞ്ഞ നിമിഷം. പടിക്കെട്ടുകൾ കയറുന്ന, നാട്ടുവഴികളിലൂടെ നടന്ന, ചെറുജനാലകൾ തുറന്ന പല ഓർമ്മകളിലേക്ക് ആ നിമിഷം കൂട്ടിക്കൊണ്ടുപോയി. ശ്വാസം വലിച്ചുവിടുന്നതിനിടയിൽ നാവിൽ കടിച്ചുപിടിച്ചു. അന്നേരം തന്നെയാണ് പണ്ടൊരുനാൾ ഇതുപോലെ നാവിൽ കടിച്ച കാര്യം ഓർമ്മ വന്നത്. അതെ, മാതളമരത്തിന്റെ വടികൊണ്ട് അടിയേറ്റ് പുളഞ്ഞപ്പോഴായിരുന്നു അത്.

അലി സ്കൂളിലെ ആദ്യത്തെ ആറുവർഷങ്ങൾ പൂർത്തിയാക്കിയ കാലമായിരുന്നു അത്. ഇനി സമീപഗ്രാമത്തിൽ സ്ഥിതിചെയ്യുന്ന സെക്കന്ററി സ്കൂളിൽ ചേരണം. ഞങ്ങളുടെ ഗ്രാമം കുറച്ച് ഉൾപ്രദേശത്താണ് സ്ഥിതിചെയ്യുന്നത്. അവിടെ ആകെയുള്ളത് ഒരു പ്രൈമറി സ്കൂളാണ്. തുടർന്ന് പഠിക്കണമെങ്കിൽ, തനിക്കും സഹപാഠികൾക്കുമൊക്കെ അടുത്ത ഗ്രാമത്തിലേക്ക് ദിവസവും പോയേ തീരൂ. വലിയ യാത്രയെന്നൊന്നും പറഞ്ഞുകൂടാ. ചെറിയൊരു യാത്ര. ബസ്സിൽ അരമണിക്കൂറിലധികം യാത്ര വേണ്ട. അതുപോലും അലിക്ക് പക്ഷേ ഇഷ്ടമായിരുന്നില്ല.

സ്കൂളിലെ ഉയരമേറിയ ചുവരുകൾ ശ്വാസംമുട്ടലുണ്ടാക്കും. ഇഷ്ടംപോലെ ഇറങ്ങി നടക്കാൻ അവ അനുവദിക്കാത്തതാണ് കാരണം. ചെറിയ വെള്ളനിറം പൂശിയ ബസ്സിൽ കയറുന്നതും അവന് വെറുപ്പാണ്. കുട്ടികൾ തിക്കിത്തിരക്കുന്ന ബസ്സിനകത്ത് കയറുമ്പോൾ

തന്നെ ശ്വാസം മുട്ടും. എങ്കിലും അതിൽ കയറാൻ ഉമ്മ നഹ്‌ല നിർബന്ധിക്കും.

അറ്റുപോയ കൈയുടെ പിടിയിൽനിന്ന് കുതറിമാറിയശേഷം ഒരു വശത്തേക്ക് തിരിഞ്ഞ് ചുരുണ്ടുകൂടിയ നിലയിൽ മരത്തിന് നേർക്ക് നോക്കിക്കിടക്കുകയാണ് അലി. പണ്ട് സകൂളിൽ പഠിച്ചിരുന്നപ്പോൾ പാദങ്ങളുടെ സാന്നിധ്യം തിരിച്ചറിയാനും മറ്റു കുട്ടികൾക്കൊപ്പം ഓടാനുമൊക്കെ സാധിച്ചിരുന്നു. എന്നാൽ ഇപ്പോൾ അതിനു സാധിക്കുന്നില്ല. ആ കാലം ഈ നിമിഷത്തിൽനിന്നും ഏറെ അകലെയൊന്നുമല്ല. ഒരു ഏഴോ എട്ടോ വർഷം മുമ്പായിരിക്കും. കൃത്യമായി ഓർമ്മയില്ല. സ്വന്തം പ്രായംതന്നെ ശരിക്കെത്രയാണെന്ന് മറന്നുപോയിരിക്കുന്നു.

നിർത്താതെ ബഹളം വയ്ക്കുന്ന കുട്ടികൾക്കിടയിൽ, തിങ്ങിഞെരങ്ങി ബസ്സിൽ കയറുന്ന കാര്യമോർക്കുമ്പോൾതന്നെ കലി വരും. ഉമ്മയുടെ ആഗ്രഹത്തിന് വഴങ്ങിയാണ് സ്കൂളിൽ പോകാൻ തുടങ്ങിയത്. അന്നേരമൊക്കെ ചിന്തിച്ചിട്ടുള്ള കാര്യം മറ്റു കുട്ടികളെപ്പോലെ താനെന്തിന് അങ്ങനെ ചെയ്യണമെന്നാണ്. കുട്ടികൾ ഇന്നതേ ചെയ്യാവൂ എന്ന് ആരാണ് തീരുമാനിക്കുന്നത്? മനുഷ്യരുടെ ഭാഷയും അവർ സംസാരിക്കുകയും എഴുതുകയും പറയുകയുമൊക്കെ ചെയ്യുന്ന രീതിയോടുമൊക്കെ അവന് വെറുപ്പായിരുന്നു. തങ്ങളുടെ ജീവിതത്തോട് അവർ ഇടപെടുന്ന രീതികളുമായി പൊരുത്തപ്പെടാനാകാത്തതാണ് കാരണം.

എന്തുകൊണ്ടാണ് ഇങ്ങനെയൊക്കെ സംഭവിക്കുന്നത് എന്നതിന് വ്യക്തമായൊരു വിശദീകരണം കണ്ടെത്താനും സാധിച്ചിട്ടില്ല. ക്ലാസ് മുറിയെന്നോ അല്ലെങ്കിൽ വീടെന്നോ വിളിക്കുന്ന അടഞ്ഞ ഇടങ്ങളിൽ മറ്റുള്ളവർക്കൊപ്പം കുട്ടികളും കൂടിയിരുന്നേ പറ്റൂ എന്ന് ആരാണ് തീരുമാനിച്ചത്? ഇത്തരം ചോദ്യങ്ങളൊക്കെ തലയിൽ തന്നെ ഇരുന്നതേയുള്ളൂ. നഹ്‌ലയാകട്ടെ, ഇത്തരം ആകുലതകളൊന്നും ശ്രദ്ധിച്ചതേയില്ല. തന്റെ മക്കളൊക്കെ വിദ്യാഭ്യാസം പൂർത്തിയാക്കണമെന്നാണ് അവർ ആഗ്രഹിക്കുന്നത്. അവർക്കൊക്കെ സർക്കാർ ജോലികളും വിവാഹബന്ധങ്ങളുമൊക്കെ ലഭിക്കണം.

പക്ഷേ വാപ്പയ്ക്കാകട്ടെ, ഇത്തരം കാര്യങ്ങളിൽ ഒരു താല്പര്യവുമുണ്ടായിരുന്നില്ല. അല്ലെങ്കിൽ അങ്ങനെയാണ് തോന്നിയിട്ടുള്ളത്. വാപ്പയുടെ ഈ താല്പര്യമില്ലായ്മ ഉപകാരമായിട്ടാണ് തോന്നിയത്. ചിലപ്പോൾ തോന്നും ജീവിച്ചുകൊണ്ടിരിക്കുന്ന രീതിയിൽ അനായാസമായി കഴിഞ്ഞുപോവുന്നതാണ് നല്ലതെന്ന്. വാപ്പ ഇത്തരത്തിൽ എല്ലാം ലാഘവത്തോടെ കരുതുന്നയാളാണ്. അല്ലെങ്കിൽ അങ്ങനെയാണ് തനിക്ക് തോന്നിയിട്ടുള്ളത്. എന്താണ് അത്തരമൊരു ലാഘവ

ബോധം അദ്ദേഹത്തിന് ഉണ്ടാകാൻ കാരണമെന്നറിയില്ല. കാലം അത് ഇഷ്ടമുള്ളത് തീരുമാനിച്ചുകൊള്ളട്ടെ എന്ന് കരുതുന്ന ആളാണ് അലി. ജീവിതത്തിന്റെ വിവിധ ഘടകങ്ങൾക്ക് വഴങ്ങിക്കൊടുക്കുക. അവയുടെ തടവുകാരനായി മാറുക. അതായത് കാറ്റിനും വൃക്ഷത്തിനും ആകാശത്തിനും മേഘങ്ങൾക്കും മരക്കൊമ്പുകളിൽ ബഹുശാഖാദീപങ്ങൾപോലെ തൂങ്ങിക്കിടക്കുന്ന തണുത്തുറഞ്ഞ മഞ്ഞുതുള്ളികൾക്കും തുമ്പികൾക്കും പുഴുക്കൾക്കും പിന്നെ... പിന്നെ... അവ എല്ലാം പറയുന്നതുതന്നെ അത്ര പ്രാധാന്യമുള്ള കാര്യമല്ല.

കാരണം താൻ പറയുന്നതൊന്നും ആരും മനസ്സിലാക്കുകതന്നെയില്ലല്ലോ? ഉമ്മ ശാസിക്കും. വാപ്പയ്ക്കാണെങ്കിൽ ആകെ അറിയാവുന്ന ഭാഷ മാതളത്തിന്റെ വടികൊണ്ട് തല്ലുന്നത് മാത്രമാണ്. രാവിലെ ഇറങ്ങിപ്പോയശേഷം വൈകീട്ട് വീട്ടിലേക്ക് മടങ്ങിവരുന്ന ആ പിതാവിൽനിന്നും താനേറെ അകലെയായിരുന്നു എന്നതാണ് വാസ്തവം. അങ്ങനെയൊരാൾ എന്തൊക്കെയാണ് ചെയ്യുന്നതെന്നും അറിയില്ലായിരുന്നു. പിൽക്കാലത്ത് ഒപ്പം യാത്ര ചെയ്തപ്പോഴും അതങ്ങനെത്തന്നെയായിരുന്നു. അതൊക്കെ യാത്രകളായിരുന്നു എന്നു മാത്രമറിയാം. കാര്യമായി ഓർമ്മയുള്ളത് വാപ്പയുടെ വേദനിപ്പിക്കുന്ന തരത്തിലുള്ള അടിയുടെ കാര്യമാണ്. കടിയേറ്റ് രക്തമൊലിക്കുന്ന നാവിൽ ഇപ്പോൾ അനുഭവപ്പെടുന്നതുപോലൊരു വേദനയായിരുന്നു അത്. വിയർപ്പുതുള്ളികൾ നിർത്താതെ പൊടിയുകയാണ് നെറ്റിയിൽനിന്ന്. കണ്ണിലേക്ക് ഒഴുകിയിറങ്ങുന്ന വിയർപ്പുകണങ്ങൾക്ക് കടുത്ത ഉപ്പുരസമാണെന്ന് തോന്നി. ബോധം തിരിച്ചുകിട്ടിയ നേരത്തേക്കാളധികമായിരിക്കുന്നു അടക്കാനാകാത്ത ദാഹം.

പ്രത്യേകം ശ്രദ്ധിച്ച കാര്യം വേദന കൃത്യമായി എവിടെയെന്ന് മനസ്സിലാകുന്നില്ല എന്നതാണ്. ഇപ്പോഴത്തേതുപോലെ പണ്ട് ദേഹത്തെ സംബന്ധിച്ച് വ്യക്തമായ കാഴ്ചപ്പാടില്ലായിരുന്നു. എങ്കിലും നാലുപാട് നിന്നുമായി ഏറ്റുവാങ്ങിയ പ്രഹരങ്ങൾ ഓർമ്മയുണ്ട്. സെക്കന്ററി സ്കൂളിൽ ചേർന്ന ശേഷമുള്ള ആദ്യ ആഴ്ചയായിരുന്നു അത്.

ലോകമാകെ മാറിയിരിക്കുന്നു. പുതിയ സ്കൂൾ നിറയെ അപരിചിതരാണ്. അയൽഗ്രാമങ്ങളിൽ നിന്നുള്ള ആൺകുട്ടികളും പെൺകുട്ടികളും. ചെറുപട്ടണങ്ങളായി മാറിയ വലിയ ഗ്രാമങ്ങളിൽ നിന്നുള്ള കുട്ടികളുമുണ്ട്. എന്നാൽ സ്വന്തം ഗ്രാമത്തിലെ കുട്ടികളിൽനിന്നുപോലും അലി അകലെയായിരുന്നു.

പതിവുപോലെ ഏറ്റവും പുറകിലെ ബഞ്ചിലായിരുന്നു ഇരുത്തം. തന്റെ പ്രായത്തിലുള്ള കുട്ടിക്ക് ആവശ്യമുള്ളതിലുമധികം ശാന്തനും നിശ്ശബ്ദനും ഗൗരവക്കാരനുമായിരുന്നു അലി. അവനെ ഏറ്റവും

പേടിപ്പിച്ചിരുന്നത് ഒരു വാചകമായിരുന്നു. പഠിപ്പിക്കുന്ന അദ്ധ്യാപകൻ ആവർത്തിച്ചുകൊണ്ടിരുന്ന വാചകം. സ്കൂളിലെ കുട്ടികളെ ശിക്ഷിക്കുമ്പോഴൊക്കെ, അയാൾ ആ വാചകം പറയുന്നതു കേൾക്കാം. ഉറക്കം കെടുത്തുകയും ദുസ്സ്വപ്നങ്ങൾ സമ്മാനിക്കുകയും ചെയ്തിരുന്നൊരു വിചിത്രവാചകമായിരുന്നു അത്. ഭൂമി പിളർന്ന് ധിക്കാരികളായ കുട്ടികളെ വിഴുങ്ങുമത്രേ.

അലി ശരിക്കും അനുസരണയില്ലാത്തൊരു കുട്ടിയൊന്നുമായിരുന്നില്ല. പിതാവിന്റെ കൈയിൽനിന്നും കിട്ടുന്ന അടികൾ മാത്രം മതിയായിരുന്നു അവനെ നേർവഴി നടത്താൻ. പക്ഷേ, അതൊന്നും തന്നെ സംബന്ധിച്ച് പ്രധാനമല്ല. സ്വന്തം ഏറുമാടത്തിലേക്ക് മടങ്ങണം. അതാണാഗ്രഹം. ഈ ലോകത്തെയാകമാനം ഉപേക്ഷിച്ചശേഷം സ്വന്തം മരങ്ങൾക്കൊപ്പം കഴിയാനനുവദിച്ചാൽ താൻ സന്തോഷവാനായി ജീവിക്കും.

വാപ്പ ഒരു ചെറിയ കുട്ടിയായി രൂപം മാറുന്നൊരു കാര്യം സ്വപ്നം കണ്ടിട്ടുണ്ട്. തങ്ങളുടെ വേഷങ്ങൾ പരസ്പരം വച്ച് മാറുക. അങ്ങനെയൊരു ചിന്തതന്നെ ഉറക്കം കെടുത്തും. അങ്ങനെ സംഭവിക്കണമെങ്കിൽ അമാനുഷികമായി എന്തെങ്കിലും നടക്കണം. കാലത്തെ നിയന്ത്രിക്കാൻ നമുക്കാവുമോ എന്ന് ഒരു ദിവസം ഹിമൈറൂനയോട് ചോദിച്ചു. അങ്ങനെ സംഭവിക്കുമെങ്കിൽ, താൻ മുതിർന്ന ആളാവുകയും വാപ്പ ചെറിയ കുട്ടിയായി മാറുകയും ചെയ്യുമല്ലോ? ഗൗരവത്തോടെ ഹിമൈറൂന പറഞ്ഞത് അത് അസംഭവ്യമായ കാര്യമാണെന്നാണ്. അല്ലെങ്കിൽ പിന്നെ പിതാവ് മരിച്ചശേഷം മറ്റേതെങ്കിലും കുടുംബത്തിൽ കുട്ടിയായി ജനിക്കണമത്രെ. അങ്ങനെയേ ഇത്തരമൊരു സ്വപ്നം യാഥാർത്ഥ്യമാകൂ. അങ്ങനെ സംഭവിച്ചാൽ മനുഷ്യരൂപം പൂണ്ട പുനർജന്മമാണെന്ന് പറയാം. എന്നാൽ ഇതൊക്കെ നടക്കുമോ എന്ന കാര്യത്തിൽ ഹിമൈറൂനയ്ക്കുതന്നെ സംശയമായിരുന്നു.

അലിയുടെ വാപ്പ അതിന് അർഹനുമല്ല. അതിനാൽതന്നെ ഇക്കാര്യം അലിക്ക് അത്ര ഇഷ്ടമായില്ല. വാപ്പ ഒരിക്കലും മരിക്കില്ലെന്നാണ് അവൻ കരുതുന്നത്. പിതാക്കന്മാർക്ക് മരണമില്ലല്ലോ? ദുഃഖത്തോടെയാണ് അവൻ ഇക്കാര്യം ഹിമൈറൂനയോട് പറഞ്ഞത്. പിന്നെ ആ സ്വപ്നത്തിന്റെ കാര്യം പറയാതെയായി. പതിയെ മറക്കുകയും ചെയ്തു.

പന്ത്രണ്ട് വയസ്സായപ്പോഴാണ് അപരിചിതരായ ആളുകൾ ഉള്ള ഈ സ്കൂളിലേക്ക് തന്നെ തള്ളിവിടുവാൻ വീട്ടുകാർ തീരുമാനിക്കുന്നത്. നിയമങ്ങൾ തീരുമാനിക്കുന്ന ഉമ്മ നഹ്‌ലയുമായി മാത്രമാണ് പ്രശ്നമെന്നാണ് അതുവരെ കരുതിയിരുന്നത്. സ്കൂളിലെ അപരിചിതർക്കൊക്കെ തന്നോട് നീരസമായിരുന്നു. വളഞ്ഞ മൂക്കും തേൻ

നിറമുള്ള തലമുടിയുമുള്ള ഈ കുട്ടി അവരിൽ ആരോടും സംസാരിക്കാറില്ല. അവനെ സംബന്ധിച്ച് അവരെല്ലാം അപരിചിതരായിരുന്നു. അവർക്കും തന്നെ സംബന്ധിച്ച് തോന്നിയിരുന്നത് ഇതുപോലെ തന്നെയായിരിക്കും. സ്കൂളെന്ന് വിളിക്കുന്ന കോൺക്രീറ്റ് മുറികളിൽ തളച്ചിടപ്പെടാനായിരുന്നു ദൂരങ്ങൾ താണ്ടി തങ്ങളെല്ലാം അവിടെ എത്തിയിരുന്നത്.

ധാരാളം അദ്ധ്യാപകരേയും അദ്ധ്യാപികമാരെയുമൊക്കെ കണ്ടപ്പോൾ അപരിചിതത്വം തോന്നിയെങ്കിലും സ്കൂളിലെത്തിയ ആദ്യ ദിനങ്ങൾ സമാധാനപൂർണമായാണ് കടന്നുപോയത്. ഓരോ വിഷയത്തിനും പ്രത്യേക അദ്ധ്യാപകനുണ്ടായിരുന്നു. അതാണ് ആശയക്കുഴപ്പമുണ്ടാക്കിയ ഒരു കാര്യം. ഗ്രാമത്തിൽ ഏറ്റവും പരിശ്രമശാലികളായ വിദ്യാർത്ഥികളിലൊരാളായിരുന്നു അലിയുടെ ഇളയ സഹോദരൻ. എന്നാൽ ഇക്കാര്യം സ്വാഭാവികമായൊരു വിഷയമാണെന്നായിരിക്കാം ഈ സഹോദരൻ പിന്നീട് അലിയോട് പറയുക. തങ്ങൾ മുതിരുന്നതിനനുസരിച്ച് അറിവിലും വിദഗ്ദ്ധപഠനത്തിലുമൊക്കെ മുന്നേറേണ്ടിവരും. ഒരു വർഷം കഴിയുമ്പോൾ താനും ആ സ്കൂളിൽ ചേരാൻ വരുമെന്ന് പറഞ്ഞ് അവൻ അലിയെ ആശ്വസിപ്പിക്കും. അതോടെ താനും കൂട്ടിനുണ്ടാകും. അലി ഒറ്റയ്ക്കാകില്ല.

ഈ മിടുക്കനായ ഇളയ സഹോദരനായിരിക്കും കുടുംബത്തിന്റെ യശസ്സ് ഉയർത്താൻ പോകുന്നത്. അവനെപ്പോലെ താനും ആകണമെന്ന് ആരും നിർബന്ധിക്കില്ല. അവൻ യൂണിവേഴ്സിറ്റിയിലും പോയി പഠിക്കും. അതിനാൽ തന്നെ യുദ്ധവിമാനങ്ങൾ അബദ്ധത്തിൽ ബോംബ് വർഷിക്കുന്ന ഈ നാട്ടിലേക്ക് തിരിച്ചുവരേണ്ട ഗതിയുണ്ടാകില്ല അവന്. അന്ന് അവൻ പറഞ്ഞതൊന്നും അലി കാര്യമാക്കിയിരുന്നില്ല. ഒരു ചെറിയ കുട്ടിയെ നോക്കുന്നതുപോലെയാണ് അവനെ കണ്ടിരുന്നത്.

വീടിനരികിലെ പുൽമേടുകളിൽ പോയി ഇരിക്കണമെന്നാണ് അലി ആഗ്രഹിച്ചിരുന്നത്. അതിനാൽ തന്നെ അവനെ ഉമ്മ വിളിച്ചിരുന്നത് പുൽമേടുകളുടെയും കഴുതപ്പുലിയുടെയും സന്തതിയെന്നാണ്. സ്കൂളിലേക്ക് തിരിച്ചുപോകില്ലെന്ന് വെട്ടിത്തുറന്ന് പറഞ്ഞപ്പോഴാണ് നഹ്‌ല ഇങ്ങനെ വിളിച്ചത്.

''പഠിക്കാതിരുന്നാൽ പിന്നെ എവിടെപ്പോയി ജീവിക്കുമെടാ നീ, കഴുതപ്പുലിയുടെ സന്തതീ? കാട്ടിൽ ചെന്ന് മൃഗങ്ങളുടെ കൂടെ കഴിയുമോ?''

പല തവണ ശിരസ്സ് താഴേക്ക് കുലുക്കുകയാണ് അലി ചെയ്തത്. ഇങ്ങനെയാണെങ്കിൽ ആയുസ്സ് മുഴുവൻ മറ്റുള്ളവരുടെ കൂലിപ്പണിക്കാരനായി കഴിയേണ്ടിവരുമെന്നും വാപ്പയ്ക്കൊപ്പം അടിവാരത്തിൽ

പണിയെടുക്കാൻ പോകേണ്ടിവരുമെന്നൊക്കെ ഉമ്മ പറഞ്ഞിട്ടും അവൻ അതേ രീതിയിൽ തലകുലുക്കിക്കൊണ്ടിരുന്നതേയുള്ളൂ. പിറകിൽനിന്ന് ഉമ്മ ഒച്ചവയ്ക്കുന്നത് വകവയ്ക്കാതെ കാട്ടിലേക്കോടി. വൈകീട്ട് മാത്രമാണ് തിരികെ എത്തിയത്. അടിവാരത്തിലെ നദിയുടെ തീരത്ത് നഗ്നനായി കിടക്കുകയായിരുന്നു പകൽ മുഴുവൻ. അവസാനകാലത്ത് വെള്ളം തീരെ കുറവായിരുന്നെങ്കിൽപോലും നദിയിലിറങ്ങി നീന്തിത്തുടിക്കുന്നത് അവന് ഏറെ ഇഷ്ടമായിരുന്നു.

എന്നാൽ ഇവിടെ ഏതെങ്കിലും നദി ഉണ്ടായിരിക്കുമോ? ഇവിടം നല്ലതുപോലെ ഒന്ന് നോക്കാൻ വേണ്ട സമയം ലഭിച്ചിരുന്നില്ല. താനും മറ്റ് സൈനികരും താഴ്വരയിൽനിന്ന് മലമുകളിലേക്ക് വന്നത് കാട്ടിലെ മരങ്ങൾക്കിടയിലെ വെളിച്ചം തേടിയായിരുന്നു. അതിനിടയിൽ ഏതെങ്കിലുമൊരു നദിയുടെ സാന്നിധ്യം മണത്തറിയാനൊന്നും സാധിച്ചിരുന്നില്ല. കമാന്റിംഗ് ഓഫീസറുടെ ഉത്തരവനുസരിച്ച് രാത്രിയായിരുന്നു തങ്ങളുടെ സൈനികനീക്കം. ലത്താക്കിയ മലനിരകളിലെ യുദ്ധമുന്നണിയിലായിരുന്നു തങ്ങൾ. സിറിയൻ ഭരണകൂടത്തെ എതിർക്കുന്ന പ്രതിപക്ഷസേനകൾ ഇവിടെയുള്ള ചില ഗ്രാമങ്ങളിൽ തമ്പടിച്ചിരിക്കുകയാണത്രേ. ഇവരെക്കുറിച്ച് അലിക്ക് കൂടുതലൊന്നുമറിയില്ല. ഗ്രാമീണർ കൈമാറിയിരുന്ന ചില വീഡിയോകളിൽ കണ്ട ദൃശ്യങ്ങൾ മാത്രമാണ് ഇവരെക്കുറിച്ച് ആകെ അറിയാവുന്ന കാര്യം. നീണ്ട താടിയുള്ള, വിചിത്രവേഷം ധരിച്ച, ആയുധധാരികളായ ആളുകൾ കൊലവിളി നടത്തുന്ന കാഴ്ചകളായിരുന്നു അവയിൽ കണ്ടത്.

കൂടെയുണ്ടായിരുന്ന പട്ടാളക്കാർക്ക് ഭയമുണ്ടായിരുന്നെങ്കിലും ഉത്തരവനുസരിച്ചുകൊണ്ടുള്ള ആ സൈനികമുന്നേറ്റം അലി ആസ്വദിച്ചിരുന്നു. മല കയറിയും താഴ്വരകൾ ഇറങ്ങിയുമൊക്കെ കാട്ടുവഴികളിലൂടെ നടത്തിയ ആ യാത്ര അങ്ങേയറ്റം ആസ്വാദ്യകരമായിരുന്നു. അന്നേരം അവന് രണ്ട് പാദങ്ങളുമുണ്ടായിരുന്നു. എന്നാൽ ഇപ്പോൾ കൊതിക്കുന്നത് ആ രണ്ട് പാദങ്ങളും ഉണ്ടോയെന്ന് അറിയണമെന്നാണ്. അവയ്ക്ക് നേരെ ഒന്ന് നോക്കണം. നടുവ് നിവർത്തി നിൽക്കാൻ സാധിച്ചിരുന്നെങ്കിൽ. പക്ഷേ നടുവൊന്ന് ചലിപ്പിക്കാൻ പോലുമാകുന്നില്ലല്ലോ?

സെക്കന്ററി സ്കൂളിലെത്തിയ ശേഷമുള്ള രണ്ടാമത്തെ ആഴ്ചയും തനിക്ക് പാദങ്ങളുണ്ടായിരുന്നു. ബാല്യകാലം പിന്നിടുന്ന കാലമായിരുന്നു അത്. ക്ലാസ്മുറിയിലെ ഏറ്റവും പിന്നിലെ ബഞ്ചിൽ ഒഴിഞ്ഞുമാറിയിരിക്കുന്നതിനിടയിൽ അദ്ധ്യാപകൻ പറയുന്നത് ശ്രദ്ധിച്ച് കേട്ടുകൊണ്ടിരിക്കും. പെട്ടെന്നാണ് കഴുത്തിൽ ഒരടികൊള്ളുന്നത്. ചിന്തകളിൽനിന്ന് പിടഞ്ഞെഴുന്നേൽക്കുമ്പോൾ കണ്ടത് എന്തൊക്കെയോ പിറുപിറുക്കുന്ന സാറിന്റെ വായയാണ്. ചുറ്റുമുള്ള കുട്ടികളൊക്കെ

നിശ്ശബ്ദരാണ്. അവർ എന്നെ പരിഹസിച്ച് ചിരിക്കുമെന്ന് തോന്നി. പക്ഷേ അങ്ങനെയൊന്നും സംഭവിച്ചില്ല.

സാറിന്റെ മുഖമാകെ ചുവന്നിരിക്കുകയാണ്. പിന്നെ പെട്ടെന്നാണ് ആ വാചകം കേട്ടതും. കുറച്ച് കാലം മുമ്പ് കേട്ട അതേ വാചകം. കോപിച്ചരണ്ട് നിൽക്കുന്ന സാറിന്റെ മറ്റു വാചകങ്ങളിൽനിന്ന് ആ വാക്യം നല്ലതുപോലെ വേർതിരിച്ചറിയാനും സാധിച്ചു.

താടിയിൽ ചെറുരോമങ്ങൾ മുളയ്ക്കാൻ തുടങ്ങിയ കാലമായിരുന്നു അത്. തിളക്കമുള്ള സ്വർണനിറമുള്ള പൊടിമീശ പ്രത്യക്ഷപ്പെടാൻ തുടങ്ങി. ഒരു ഗ്രാമത്തിൽനിന്ന് മറ്റൊരിടത്തേക്ക് തനിച്ച് യാത്ര ചെയ്യാനും ഇഷ്ടമുള്ളത് പ്രവർത്തിക്കാനും സാധിച്ച കാലം. അടിവയറ്റിലും ശരീരത്തിന്റെ മറ്റു ഭാഗങ്ങളിലും രോമവളർച്ച ആരംഭിച്ചു. നീണ്ടുവളഞ്ഞ മൂക്കിനൊപ്പം ശബ്ദം ഉറച്ചതായി മാറി. ഭൂമി പിളർന്ന് വിഴുങ്ങാൻ കാത്തുനിൽക്കുന്ന ദുഷ്ടമൃഗങ്ങളോട് പൊരുതാൻ തയ്യാറായിരിക്കുകയാണ് അവന്റെ മനസ്സ്.

അടി കിട്ടിയപ്പോഴുള്ള വേദന അനുഭവപ്പെട്ടെങ്കിലും അലറാനൊന്നും സാധിച്ചില്ല. പകരം ചൂളംവിളിക്കുകയാണ് ചെയ്തത്. പാഠഭാഗം വായിക്കാൻ ആവശ്യപ്പെടുകയായിരുന്നു സാർ. മിണ്ടാതെ നിന്നപ്പോൾ അയാൾ പാഠപുസ്തകംകൊണ്ട് അലിയുടെ ചുമലിൽ അടിക്കുകയായിരുന്നു. ശേഷം അയാൾ ആ വാചകം പിന്നെയും ആവർത്തിച്ചു.

''നീ ഇത് വായിച്ചില്ലെങ്കിൽ ഞാൻ അടിച്ചുകൊണ്ടിരിക്കും. അവസാനം ഭൂമി പിളർന്ന് നിന്നെ വിഴുങ്ങും, നോക്കിക്കോ.''

പിന്നീട് സംഭവിച്ച കാര്യം മറ്റു കുട്ടികൾ പറഞ്ഞാണറിയുന്നത്. സാറിന്റെ കൈയിലിരുന്ന പുസ്തകം അലി പിടിച്ചുവാങ്ങി. പിന്നെയത് അയാളുടെ മുഖത്തേക്ക് എറിഞ്ഞു. ശേഷം ഇരിപ്പിടങ്ങൾക്ക് മുകളിലേക്ക് ചാടിക്കയറി. തടിബെഞ്ചുകൾ മറിച്ചിട്ടു. ജനാലയുടെ കണ്ണാടിച്ചില്ലുകൾ തച്ചുതകർത്തു. മറ്റ് കുട്ടികൾ പേടിയോടെ ചിതറിയോടി. കസേരയും മേശയുമൊക്കെ സാറിന്റെ നേർക്ക് വലിച്ചെറിയുകയായിരുന്നു. അയാൾക്കും മറ്റു വിദ്യാർത്ഥികൾക്കും അലിയെ പിടിച്ചുനിർത്താനായില്ല. കണ്ണുംപൂട്ടി ഇടിക്കുകയും തൊഴിക്കുകയുമാണവൻ. സാറിന്റെ കഴുത്തിനടുത്തെത്തിയാൽ അവൻ കടിച്ചുകീറിയിരിക്കും.

അവസാനം സാർ അവന്റെ പിടലിയിൽ പിടിമുറുക്കി. പിന്നെ സംഭവിച്ചത് മറ്റു വിദ്യാർത്ഥികൾ എല്ലാവരുംകൂടി അവന്റെ നേർക്ക് തിരിയുന്നതാണ്. സർവ്വദിക്കിൽനിന്നും ഇടിയുടെ പൊടിപൂരം. കണ്ണുകളിൽ പൊന്നീച്ച പറന്നു. സാർ ചീത്ത പറഞ്ഞുകൊണ്ട് അവനെ

മർദ്ദിച്ചുകൊണ്ടേയിരുന്നു. ഹെഡ്മാസ്റ്റർ സ്ഥലത്തെത്തിയില്ലായിരുന്നെങ്കിൽ അവരെല്ലാവരുംകൂടി അവന്റെ എല്ലൊടിക്കുമായിരുന്നു.

പിന്നെ വർഷങ്ങളോളം അലിയുടെ മനസ്സിനെ മഥിച്ചൊരു ചോദ്യമുണ്ട്. എന്തിനായിരിക്കും ആ അദ്ധ്യാപകൻ മറ്റു വിദ്യാർത്ഥികൾക്കൊപ്പം ചേർന്ന് തന്നെ അടിച്ചത്? എന്തിനാണ് ഇത്ര വേഗതയിൽ അവരെല്ലാവരും കൂടി തനിക്കെതിരെ സംഘടിച്ചത്?

സമീപഗ്രാമത്തിൽ നിന്നുള്ള ആളായിരുന്നു ഈ അദ്ധ്യാപകൻ. രാജ്യം ഭരിക്കുന്ന പാർട്ടിയിൽ സജീവ അംഗമായിരുന്നത്രെ. പിൽക്കാലത്ത് നാട്ടിൽ യുദ്ധം തുടങ്ങിയപ്പോൾ, പാർട്ടി അംഗങ്ങൾക്കും അവരെ പിന്തുണയ്ക്കുന്ന കൂലിപ്പട്ടാളങ്ങൾക്കുമൊപ്പം ഒന്നാംകിട പാർട്ടി പ്രവർത്തകനായി മാറിയ ആളാണ്. അയാൾ പിന്നീട് എന്തായിരിക്കും ചെയ്തിട്ടുണ്ടാവുക എന്നറിയില്ല. അലിയും പിന്നീട് അയാളെ കണ്ടിട്ടില്ല. പക്ഷേ ഇയാളെക്കുറിച്ച് സർവ്വയിടത്തുമുള്ള ആളുകൾക്ക് അറിയാമായിരുന്നു. കുട്ടികൾ മാത്രമായിരുന്നില്ല അയാളെ ഭയപ്പെട്ടിരുന്നത്. ധാരാളമാളുകൾ ആ പേര് പറയുന്നത് കേട്ടിട്ടുണ്ട്.

പദ്ധതികൾ തയ്യാറാക്കുന്ന ഉന്നതാധികാരികളെയും അവ നടപ്പിൽ വരുത്തുന്ന കീഴുദ്യോഗസ്ഥരെയും തമ്മിൽ കൂട്ടിയിണക്കുന്ന കണ്ണിയായിരുന്നത്രെ ഈ മനുഷ്യൻ. മറ്റു ചിലർ കരുതിയത് ഇയാളൊരു രഹസ്യപ്പൊലീസുകാരനായിരിക്കും എന്നാണ്. ഇതിൽ ഏത് കേട്ടുകേൾവിയാണ് ശരിയെന്ന് ആർക്കുമറിയില്ല.

ഹെഡ്മാസ്റ്റർ സ്ഥലത്തെത്തുന്നതുവരെ അയാൾ അലിയെ മർദ്ദിച്ചുകൊണ്ടേയിരിക്കുകയായിരുന്നു. തിരിച്ചടിച്ചതിലൂടെ വിദ്യാർത്ഥികൾക്ക് മുന്നിൽ വച്ചു തന്നെ മാനം കെടുത്തിയ അലിയുടെ പ്രവർത്തി അയാൾ മറക്കുമായിരിക്കും. അതുപോലെ തന്നെ അയാളുടെ വാക്കുകൾ അലിയും മറക്കുമായിരിക്കും.

“നായേ, നോക്കിക്കോ, നിന്നെയൊരു പാഠം പഠിപ്പിക്കും. ഞാനാണിവിടെ പരമാധികാരി.”

പലരും ധാരാളം തവണ പറഞ്ഞു കേട്ടിട്ടുണ്ടെങ്കിലും എന്താണ് അയാൾ പറഞ്ഞ ഈ ‘പരമാധികാരി’ എന്ന് അലിക്ക് മനസ്സിലായിട്ടേയില്ല. ഭൂമി പിളർന്ന് വന്യജീവികൾ പുറത്തുവന്ന് കുട്ടികളെ വിഴുങ്ങണമെന്ന് ആഗ്രഹിച്ച ആ അദ്ധ്യാപകന്റെ മുഖത്തടിക്കാൻ സാധിച്ച സംഭവത്തെക്കുറിച്ച് ഇടയ്ക്കിടയ്ക്ക് ആലോചിക്കുമ്പോഴൊക്കെ അലിയുടെ മുഖത്തൊരു പുഞ്ചിരി വിടരും.

ഈ സംഭവത്തിനുശേഷം സ്കൂളിൽ പോകുന്നതു തന്നെ നിർത്തി. ഭൂമി പിളരുമ്പോൾ പുറത്തെത്തി കുട്ടികളെ വിഴുങ്ങുന്ന ഭീകരസത്വങ്ങളുമായി പൊരുതാനായതിൽ സന്തോഷവാനായിരുന്നു അലി.

പിന്നീട് ഏതാനും ദിവസം കിടക്കയിൽ നിന്നെഴുന്നേൽക്കാതെ കഴിഞ്ഞ കാര്യം ഓർമ്മയുണ്ട്. എന്താണ് കാര്യമെന്നറിയില്ല. എന്തായാലും സാറിന്റെ വായിൽ നിന്നും ആ വാചകം വീണ്ടും കേൾക്കാൻ നിർബന്ധിക്കുന്ന കറുത്ത ദിനങ്ങൾ അവസാനിച്ചല്ലോ? അക്കാര്യത്തിലായിരുന്നു സമാധാനം. വീട്ടിലെന്തായാലും ആരും ആ വാചകം ഉച്ചരിക്കില്ല.

സ്കൂളിലെ അദ്ധ്യാപകർ പൊന്തക്കാടുകളിൽ പതിയിരിക്കുന്ന കഴുതപ്പുലികളെപ്പോലെയാണെന്നാണ് തോന്നിയിട്ടുള്ളത്. തനിക്ക് അവരോടുള്ള വെറുപ്പിന്റെ കാരണം വീട്ടുകാർക്ക് പക്ഷേ മനസ്സിലായതേയില്ല. ഭൂമിക്കകത്ത് പതിയിരിക്കുകയും തരം കിട്ടുമ്പോൾ പുറത്തേക്കു വന്ന് കുട്ടികളെ വിഴുങ്ങുകയും ചെയ്യുന്ന ഭീകരജീവികളുടെ ചാരന്മാരാണ് സ്കൂളിലെ സാറന്മാരെന്ന് ധൈര്യം സംഭരിച്ച് നഹ്‌ലയോട് പറഞ്ഞു. എന്നാൽ അതുകേട്ട് ചിരിച്ചതല്ലാതെ തന്റെ വാക്കിന് അവർ ഒരു പ്രാധാന്യവും നൽകിയില്ല.

തങ്ങളുടെ ജീവിതത്തിൽ സംഭവിച്ചുകൊണ്ടിരിക്കുന്ന മറ്റ് കാര്യങ്ങൾ പോലെ ഇതും കടന്നുപൊയ്ക്കൊള്ളുമെന്നാണ് ഉമ്മ കരുതിയത്. പതിയെ അവരും ചുറ്റുമുള്ളവരുമൊക്കെ അക്കാര്യം മറന്നു. ആ ദിവസങ്ങളിൽ ഏറ്റ അടിയുടെ വേദന മാസങ്ങൾ കഴിഞ്ഞപ്പോൾ അലിയും മറന്നു.

എന്തായാലും സ്കൂൾ എന്ന് വിളിക്കുന്ന ആ സ്ഥലത്ത് തുടർന്നും കഴിയാൻ അവൻ നിർബന്ധിതനായില്ല. തന്നെ മർദ്ദിച്ച അപരിചിതരായ കുട്ടികൾക്കൊപ്പം കഴിയേണ്ടി വന്നില്ല. ഉമ്മയും സഹോദരങ്ങളും വാപ്പയുമൊക്കെ ഇക്കാര്യം മറന്നുകൊള്ളും. പരിശ്രമശാലിയായ ഇളയ മകന്റെ കാര്യത്തിൽ ശ്രദ്ധിക്കുന്നതു കാരണം എല്ലാവരും രണ്ടാമത്തെ മകനായ അലിയുടെ അഹന്തയുടെ വിഷയം തന്നെ മറന്നേക്കും. വിദ്യാസമ്പന്നനായ മകനെക്കുറിച്ച് സ്വപ്നം കാണുകയാണവർ. സ്കൂൾ കഴിഞ്ഞാൽ അവൻ സർവ്വകലാശാലയിൽ പഠിക്കാൻ പോകും.

വാപ്പ തന്നെ ഓക്കുമരത്തിൽ കെട്ടിയിട്ട് മാതളമരത്തിന്റെ വടി കൊണ്ട് പൊതിരെ തല്ലിയ കാര്യം അലിയും മറക്കും. രാത്രിവരെ മരത്തിൽ നിന്നും അവനെ അഴിച്ചുവിട്ടതേയില്ല. തുടർച്ചയായി അടിച്ചുകൊണ്ടേയിരുന്നു. ഇടയ്ക്കിടയ്ക്ക് വാപ്പ മരത്തിനരികിലേക്ക് വരും. സാറിനോട് ക്ഷമിച്ച് സ്കൂളിലേക്ക് തിരിച്ചുപോകുമോ എന്ന് ചോദിക്കും. അരയുടെ ഭാഗം കയർ കൊണ്ട് മരത്തിൽ ബന്ധിതനായി കിടക്കുന്ന അലി ചൂളമടിക്കും. വാപ്പയുടെ മുഖത്തേക്ക് നോക്കാതെ തല കുലുക്കിക്കൊണ്ടേയിരിക്കും. മരത്തിന്റെ ചില്ലകളിലേക്കായിരിക്കും അവന്റെ കണ്ണുകൾ ഉറ്റുനോക്കുക. വാപ്പ പിന്നെയും

അടിക്കും. അതിനിടയിലൊക്കെ അലി ചൂളം മുഴക്കിക്കൊണ്ട് മരച്ചില്ലകളിലേക്കും പ്രകാശരാജികളിലേക്കും നോക്കിക്കൊണ്ടിരിക്കുകയേ ഉള്ളൂ. വെയിലും ഇലകളും തമ്മിലുള്ള ഒളിച്ചുകളിയിലായിരിക്കും അവന്റെ ശ്രദ്ധയാകെ. വൈകുന്നേരമാകുമ്പോൾ നഹ്‌ല വന്ന് കെട്ടഴിച്ചു വിടും. വാപ്പയുടെ വടിയും സ്കൂളിലെ സാറും കുട്ടികളും സമ്മാനിച്ച മുറിവുകളിൽ മരുന്നു പുരട്ടിത്തരും. അപ്പോഴൊക്കെയും അലി ചൂളമടിച്ചുകൊണ്ടേയിരിക്കുകയേ ഉള്ളൂ.

എന്നാലിപ്പോൾ ചൂളം മുഴക്കാനേ സാധിക്കുന്നില്ല. ചുണ്ടുകൾ തന്നെ മരവിച്ചിരിക്കുന്നു. കട്ടിയുള്ള ഏതോ കയർ കൊണ്ട് കെട്ടിയിട്ടതുപോലെ. അറ്റുപോയ കൈയ്യുടെ പിടിയിൽ നിന്ന് കുതറി മാറി, മരത്തിനരികിലേക്ക് കാര്യമായി മുന്നേറണമെങ്കിൽ എന്തെങ്കിലും അതിശയം സംഭവിച്ചേ തീരൂ. എഴുന്നേൽക്കണം. നേരത്തേതിനേക്കാൾ തല ഉയർത്തിപ്പിടിക്കണം. ആകാശത്തിന്റെ മധ്യഭാഗത്തു നിന്ന് സൂര്യൻ അപ്രത്യക്ഷമായിരിക്കുന്നു. വെളിച്ചത്തിന്റെ രൂപഭേദങ്ങളിൽനിന്നു തന്നെ സമയം കടന്നുപോകുന്നത് മനസ്സിലാകും.

സമയം തീർന്നുകൊണ്ടേയിരിക്കുകയാണെന്ന് മനസ്സിലായി. തലയിലും നെഞ്ചിലും ഭാരം നൽകി മുന്നോട്ടു തള്ളാൻ നോക്കി. ചുറ്റുമുള്ള സ്ഥലത്തെ കാണാമെന്നായിരിക്കുന്നു. പാദങ്ങൾ എന്നു വിളിക്കുന്ന വസ്തുക്കളും കാണാമിപ്പോൾ. ഏതാനും നിമിഷങ്ങൾ മാത്രമേ അതിന് സാധിച്ചുള്ളൂ. അപ്പോഴേക്കും ശിരസ്സ് താഴ്ന്നുപോയി.

അപ്പോൾ പാദങ്ങളുണ്ടെന്നർത്ഥം. അവ അറ്റുപോയിട്ടില്ല. ഇനി മരയിലകൾക്കടിയിലുള്ള പാദങ്ങൾ തകർന്ന നിലയിലായിരിക്കുമോ? പിന്നീടാണ് എന്റെ ബൂട്ട് കണ്ണിൽ പെട്ടത്. ഒന്ന് ചുമച്ചു. ശ്വാസം വലിച്ചു വിടാൻ സാധിക്കുന്നില്ല. നെഞ്ചിലെന്തോ ഭാരം പോലെ. എങ്കിലും നീണ്ട കഴുത്തുള്ള ബൂട്ട് കണ്ടതോടെ, എന്തോ ഒരു ആശ്വാസം തോന്നി. ഇതിനർത്ഥം തനിക്ക് നടക്കാൻ സാധിക്കുമെന്നായിരിക്കുമോ? പക്ഷേ മനസ്സിലാകാത്ത കാര്യം, കാൽമുട്ടുകൾ ചലിപ്പിക്കാൻ സാധിക്കാത്തത് എന്തുകൊണ്ടാണ് എന്നതായിരുന്നു.

കഴുത്ത് ഉയർത്തി നോക്കാൻ ശ്രമിച്ചു. ചുരുണ്ടുകൂടിയൊരു രൂപം കണ്ടതും വിറച്ചുപോയി. വായുവിൽ തെറിച്ചുപോകുന്ന പട്ടാളക്കാരന്റെ രൂപമായിരുന്നു അത്. ഏതാനും നിമിഷങ്ങൾ കഴിഞ്ഞപ്പോഴാണ് മനസ്സിലായത് അത് മണൽച്ചാക്കുകളുടെ ഭാഗം മാത്രമാണെന്ന്. അതിനർത്ഥം തനിക്ക് അനായാസം മരത്തിനരികിലേക്ക് മുന്നേറാനാകില്ലെന്നാണ്. ഈ മണൽച്ചാക്കുകളുടെ ശല്യമകറ്റാതെ തരമില്ല.

ഉള്ളിലേക്ക് ആഴത്തിൽ ശ്വാസമെടുത്തു. പിന്നെ കുറച്ചു നേരം ആ ശ്വാസം പിടിച്ചു നിർത്തി. ഇങ്ങനെ കുറച്ചു തവണ ചെയ്തു നോക്കി. ആഴത്തിൽ നെടുവീർപ്പിട്ടുകൊണ്ട് എഴുന്നേൽക്കാൻ ശ്രമിച്ചു കൊണ്ടേയിരുന്നു. സ്വന്തം കുഴിമാടത്തിൽ നിന്ന് ഉണരാൻ ശ്രമിക്കു ന്നവനെപ്പോലെ. അരയുടെ ഭാഗം ചലിപ്പിച്ചു. കാൽമുട്ടുകൾ വളച്ചു. ഉടൽ മറിച്ചിടാൻ നോക്കി. അങ്ങനെ മണൽച്ചാക്കിനെ മറികടക്കാ നാകും.

ശരീരമിപ്പോൾ വലതുവശത്തേക്ക് തിരിഞ്ഞു കിടക്കുന്ന നില യിലാണ്. ഇലകളും മരച്ചില്ലകളും പൂർണ്ണമായും ദേഹത്തു നിന്ന് നിലത്തേക്ക് വഴുതി വീണിരിക്കുന്നു. അതുപോലെ തന്നെയാണ് മണൽച്ചാക്കിന്റെ ഭാഗങ്ങളും. ശരീരം മുഴുവനും ഏതാണ്ട് കാണാ മെന്നായിരിക്കുന്നു. ശിരസ്സ് മുതൽ ബൂട്ട് ധരിക്കുന്ന ഭാഗംവരെ!

എട്ട്

ശരിക്കും താനാരാണെന്നു തന്നെ അലിക്ക് അറിയില്ല. കണ്ണി മുറിഞ്ഞ ശകലങ്ങളായിരുന്നു ഇതുവരെ ജീവിച്ച ജീവിതം. മലമുകളിലെ ആചാരങ്ങൾക്കും ചരിത്രത്തിനുമൊത്തുജീവിക്കുന്ന ഒരുപറ്റം മനുഷ്യരുടെ കൂട്ടത്തിലൊരാളായി തന്റെ അസ്തിത്വത്തെ പരിഗണിക്കണമോ എന്ന കാര്യം തന്നെ മറന്നുപോയിരിക്കുന്നു. സ്വന്തം മുഖത്തിന്റെയോ പാദങ്ങളുടെയോ മൂക്കിന്റെയോ രൂപത്തെക്കുറിച്ച് ചിന്തിക്കുന്ന കാര്യം തന്നെ മനസ്സിൽ തോന്നുന്നില്ല. ശരിക്കും തനിക്ക് ഈ പരുക്കൻ മുഖഭാവങ്ങൾ എവിടെനിന്നാണ് കിട്ടിയത്? യഥാർത്ഥത്തിൽ ഞാനാരാണ്? ഈ കാണുന്നതിന്റെയൊക്കെയും ഭാഗമായി മാറേണ്ടിവരുന്നത് എന്തുകൊണ്ടാണ്? മറ്റുള്ള മനുഷ്യർ അതിരില്ലാത്ത ആഡംബരം പോലെ കൊണ്ടുനടക്കുന്ന ഇത്തരം അസംബന്ധ ചിന്തകളെക്കുറിച്ച് ഞാനെന്തുകൊണ്ടായിരിക്കും ആലോചിക്കുകപോലും ചെയ്യാത്തത്?

പ്രതീക്ഷ, ലക്ഷ്യം എന്നൊക്കെ പേരുള്ള കാര്യങ്ങൾ മറ്റുള്ളവർ സ്വന്തമാക്കുമ്പോൾ തനിക്കു മനസ്സിലാകുന്നത് നിസ്സാരമായൊരു കാര്യമാണ്. അത് ഞാനിവിടെ അനക്കമറ്റ് മലർന്നു കിടക്കുന്നതാണ്. ആകെക്കൂടി ചിന്തിക്കുന്നത് അരികത്തുള്ള മരത്തെക്കുറിച്ചും അപരനെ സംബന്ധിച്ചുമാണ്. സൂര്യന്റെ ചലനത്തെക്കുറിച്ചോ അത് അസ്തമിച്ച് കഴിഞ്ഞാൽ എന്ത് ചെയ്യുമെന്നോ ശ്രദ്ധിക്കുന്നില്ല. സർവ്വതും അതിവേഗതയിലും മനസ്സിലാക്കാൻ കഴിയാത്ത വിധവുമായിരിക്കും മാറിമറിയുവാൻ സന്നദ്ധമായി നിൽക്കുന്നത്. തനിക്കാകട്ടെ, ശ്രദ്ധ മരങ്ങളിലാണ്. കാറ്റിലും മേഘങ്ങളിലും മലനിരകളിലും മഴയിലും നക്ഷത്രങ്ങളിലും ഗന്ധത്തിലും ചന്ദ്രന്റെ കാര്യത്തിലുമൊക്കെയാണ്. ഉൾവിളികളല്ലാതെ ഒച്ചപ്പാടുണ്ടാക്കാത്ത സർവ്വതിലുമാണ് തനിക്ക് താത്പര്യം. താൻ ഇപ്പോൾ ചെയ്തുകൊണ്ടിരിക്കുന്നതുപോലെ ജല്പനങ്ങളുടെ ആവശ്യമില്ലാത്ത സംഗതികളോടാണ് കൂടുതൽ പ്രതിപത്തി.

അതിനാൽ തന്നെ മൃഗങ്ങളെ ഇഷ്ടപ്പെട്ടിരുന്നില്ല. പക്ഷികളുടെ പിന്നാലെ പോയിരുന്നില്ല. എന്നാൽ കാറ്റിന് തന്റെയുള്ളിൽ വിശിഷ്ടമായൊരു ഇടമാണ് ഉണ്ടായിരുന്നത്. മേഘങ്ങൾ, മഴ, മഞ്ഞ് ഇവയെക്കാളൊക്കെ തനിക്ക് കാറ്റിനെ അറിയാമെന്ന് മനസ്സ് പറയും. കാറ്റിനെ വിഴുങ്ങുന്ന ശീലമുണ്ടായിരുന്നു. കഴിച്ചാൽ ദഹിക്കുന്ന വസ്തുവിനെപ്പോലെ അതിനെ മണത്തു നോക്കും. കവിളുകളെ തഴുകിപ്പോകുന്ന കാറ്റ് പതിയെ തുറന്ന വായ്ക്കുള്ളിലേക്ക് കടക്കും. പിന്നെ താൻ ചെയ്യുന്നത് ആ കാറ്റിനെ തിന്നുക തന്നെയായിരിക്കും. ചവച്ചരച്ച് വയറിലേക്ക് അതിനെ വിഴുങ്ങും. കണ്ണുകൾ അടച്ചിരിക്കുമ്പോൾപോലും കാറ്റിന്റെ സഞ്ചാരഗതി എനിക്ക് മനസ്സിലാകുമായിരുന്നു. അത് പേറുന്ന മഴയെ കാണുമായിരുന്നു. മഞ്ഞുതുള്ളികളും തണുപ്പിൽ ആവേശം കൊള്ളും.

അതെ, മരങ്ങളെയും മേഘങ്ങളെയും പോലെ അലിയുടെ ജീവിതത്തിലെ ഒരു അടിസ്ഥാന ഘടകമാണ് കാറ്റ്. മുമ്പ് ഇക്കാര്യത്തെക്കുറിച്ച് ചിന്തിച്ചിരുന്നില്ല. കാരണം, ഇതൊക്കെ ജീവിതത്തിന്റെ അനിവാര്യതകളാണെന്ന് കരുതിയിരുന്നില്ല. ജീവിതമെന്ന് പറയുന്നത് ഇതൊക്കെ മാത്രമാണെന്നാണ് കരുതിയിരുന്നത്. അക്കാര്യത്തിൽ അതിരറ്റ സംതൃപ്തിയും തോന്നിയിരുന്നു. സ്വന്തം മരങ്ങളേയും ജീവിതത്തിലെ പ്രിയങ്കരമായ മറ്റ് ഘടകങ്ങളെയും വിട്ടകലേണ്ടി വന്നിട്ടില്ല. വീട്ടുകാരിൽനിന്നും അയൽക്കാരിൽനിന്നുമൊക്കെ അകന്നു മാറി എല്ലാ ഋതുക്കളിലും വീടിന്റെ മട്ടുപ്പാവിൽ ദിനേനെയെന്നവണ്ണം സമയം ചെലവിടുന്നത് ഇനിയും തിരിച്ചറിഞ്ഞിട്ടില്ലാത്ത സ്വന്തം അസ്തിത്വത്തിന്റെ ഭാഗമായി മാറിയിരുന്നു. കൂരിരിട്ടുള്ള രാത്രികളിൽ ആകാശത്തിലെ നക്ഷത്രങ്ങളുടെയൊപ്പം തന്റെ വാരിയെല്ലുകൾകൂടി ചലിക്കുന്നതും നോക്കി മലർന്ന് കിടക്കും. പിയർപ്പഴത്തിന്റെ തൊലിയടരുന്നതുപോലെയായിരിക്കും അന്നേരം ആത്മാവിന്റെ അവസ്ഥ. അങ്ങനെതന്നെ കഴിയാനായിരിക്കും അന്നേരമൊക്കെയും മനസ്സ് കൊതിക്കുന്നതും.

ഒരു കാറ്റ് അടിച്ചുവീശിയെങ്കിലെന്ന് കൊതിക്കുകയാണിപ്പോൾ. അല്പം ഉന്മേഷം ലഭിക്കുമായിരുന്നു. ജീവിക്കണമെന്ന ആഗ്രഹം മിന്നൽപ്പിണർപോലെ ശരീരത്തിൽ നിറയുകയാണ്. അതെ... താനാഗ്രഹിക്കുന്നത് എന്നും സ്വന്തം ഗ്രാമത്തിൽ ഉറക്കമുണരാനായെങ്കിലെന്നാണ്. നഹ്‌ലയുടെ മുഖം കാണണം. കവിളിൽ തഴുകി വായ്ക്കുള്ളിലേക്ക് കടന്നുപോകാൻ കാറ്റിനെ അനുവദിക്കണം. വിശദീകരിക്കാൻ സാധിക്കാത്ത ആഴമേറിയതും ഓജസ്സാർന്നതുമായ സംഗതിയായിരുന്നു അത്. ഉയിരെന്ന് പേരിട്ട് വിളിക്കണമെന്ന് അറിയില്ലെങ്കിൽ പോലും ഉള്ളിന്റെയുള്ളിൽ താനത് അനുഭവിച്ചറിയുമായിരുന്നു.

മന്ദത നിറഞ്ഞ ആലസ്യത്തോടുകൂടി തല ഉയർത്തി നോക്കിയപ്പോൾ, പാദങ്ങൾ രണ്ടും ഉണ്ടെന്ന് കണ്ടതും ഉണർവ്വ് ആത്മാവിനെ കവരുമ്പോഴും ജീവിതം ഇനിയും ബാക്കിയുണ്ടോ എന്ന കാര്യം ഉറപ്പില്ലായിരുന്നു. എങ്കിലും ജീവനോടെയുണ്ടെന്ന ചിന്ത ഇപ്പോൾ മനസ്സിലുണ്ടെന്നത് യാഥാർത്ഥ്യമാണ്. അത് എന്തോ ഒരു ശക്തി സമ്മാനിക്കുന്നുണ്ട്. മന്ദമാരുതനെപ്പോലുള്ള ഓർമ്മകളെ അത് തലച്ചോറിലേക്ക് തിരിച്ചുവിടുന്നുണ്ട്. അവയുടെ നിർമ്മലമായ ഗന്ധം മൂക്കിന് മുന്നിലൂടെ കടന്നുപോകുന്നു. തന്നെ സഹായിക്കാൻ ആകാശം തീരുമാനിക്കുന്ന പക്ഷം മഴക്കാറ്റുകളുടെ അലകളെ അയയ്ക്കുമായിരിക്കും. പക്ഷേ, ഇത് വേനൽക്കാലമാണല്ലോ?

ഒരു പാദമൊന്ന് ചലിപ്പിച്ചു നോക്കി. എഴുന്നേറ്റിരിക്കാനാകുമെന്ന ഉറപ്പുണ്ടിപ്പോൾ. പ്രതീക്ഷ നിരാശയായി മാറിയപ്പോൾ പകരം കിട്ടിയത് ദൃഢനിശ്ചയമായിരുന്നു. പാദം ചലിപ്പിച്ച്, തലകൊണ്ട് തള്ളി, വലത്തേ കൈമുട്ട് നിലത്തൂന്നി എഴുന്നേൽക്കാൻ ശ്രമിക്കുന്നതിനിടയിലാണ് ബൂട്ടിൽ വലിയൊരു പിളർപ്പു കാണുന്നത്. കടുത്ത ബലഹീനതയായിരുന്നു അത് സമ്മാനിച്ചത്. തുടക്കത്തിൽ എന്താണ് ആ കാണുന്ന പിളർപ്പിന്റെ അർത്ഥം എന്ന് തന്നെ മനസ്സിലായില്ല. കാരണം കാഴ്ച അത്ര തെളിഞ്ഞതായിരുന്നില്ല അന്നേരം. കണ്ണഞ്ചിപ്പിക്കുന്ന വെളിച്ചവും തെളിഞ്ഞ അന്തരീക്ഷവുമൊക്കെയായിരുന്നു എന്നത് നേരാണ്. പിന്നീട് ബൂട്ടിലെ ആ പിളർപ്പ് വ്യക്തമായി വന്നു. വലത്തേ പാദം. അതെ, വലത്തേ കാൽ തന്നെ. ബൂട്ടിന്റെ ഞെരിയാണിയുടെ ഭാഗം പിളർന്നിരിക്കുന്നു. ആ ഭാഗത്തെ പാദം പിളർന്നിരിക്കുന്നു എന്നാണർത്ഥം.

ആ ഭാഗത്തേക്ക് സൂക്ഷിച്ചു നോക്കിയശേഷം ആഴത്തിൽ ശ്വാസം വലിച്ചു വിട്ടു. സാവധാനം എഴുന്നേൽക്കാൻ ശ്രമിച്ചു. ഉടലിന്റെ പകുതിയോളം ഉയർന്നു നോക്കിയപ്പോൾ, മനസ്സിലായി വലത്തേ പാദത്തിന്റെ ഞെരിയാണി തന്നെ ഇല്ലെന്ന്. പാദം ചലിപ്പിച്ചതും രക്തത്തിൽ കുതിർന്ന പിളർന്ന ഭാഗത്ത് മണ്ണും ഇലകളും പറ്റിപ്പിടിച്ചു. മുമ്പൊരിക്കൽ പോലും അനുഭവിച്ചിട്ടില്ലാത്ത വേദനയായിരുന്നു പിന്നീട്. സ്വന്തം ശരീരത്തിന്റെ ഒരു ഭാഗം മൺതരികൾക്കൊപ്പം ചിതറിത്തെറിച്ചിരിക്കുകയാണെന്നർത്ഥം!

ശരീരത്തിന്റെ ഒരു ഭാഗം ഇതിനകം തന്നെ മറമാടപ്പെട്ടിരിക്കുന്നു.

ഇതെന്തായാലും സ്വപ്നമല്ല.

ചുറ്റുപാടുമൊന്ന് പരതി നോക്കി. നഷ്ടപ്പെട്ട ശരീരഭാഗം എവിടെയെങ്കിലും കിടക്കുന്നത് കണ്ടാലോ. പാദം ചിതറിപ്പോയിരിക്കുന്നു എന്നാണർത്ഥം! ഓരോ തവണയും ശരീരത്തിൽ പുതിയ വേദനകൾ

എവിടെയൊക്കെ വെളിവാകുന്നു. അപ്പോൾ താനിപ്പോഴും ജീവനോടെയുണ്ടെന്ന കാര്യം വീണ്ടും ഉറപ്പുവരുന്നു. അതോടെ ആത്മവിശ്വാസമുണർന്നു. പക്ഷേ, ഇത്തവണ അവസ്ഥ വ്യത്യസ്തമായിരുന്നു. ശരീരത്തിന്റെ വേറെ ഭാഗങ്ങളൊന്നും നഷ്ടപ്പെട്ടിട്ടുണ്ടാവില്ലെന്ന പ്രതീക്ഷയുണ്ടായിരുന്നു മനസ്സിൽ. അതിശയത്തോടും അമ്പരപ്പോടും കൂടി ഇത്തരത്തിലുള്ള നിമിഷങ്ങൾ കടന്നുപോകും. തല തിരിച്ചു നോക്കുമ്പോൾ മരത്തിന് പിന്നിലെ അപരനെയും കാണാനാകും. തന്നെപ്പോലെ തന്നെ പതർച്ചയോടു കൂടി, വലത്തേ കൈമുട്ടിൽ ഊന്നി എന്നെ നോക്കി ഇരിക്കുകയാകും. അയാൾക്കും ശരീരത്തിൽ ഏതെങ്കിലും ഭാഗം നഷ്ടമായിട്ടുണ്ടോ എന്ന് ചിന്തിക്കുന്നുമുണ്ടാകും. ചിലപ്പോഴത് കാലിന്റെ പാദം തന്നെയാകാം. പിന്നെ തോന്നി ഈ കാണുന്നതൊക്കെയും വെറും കണ്ണാടിയാണെന്ന്. അപരൻ പിന്നെയും ചലിക്കുന്നുണ്ട്. അയാൾക്കും ഇടത്തേ ചെവിയിൽ തന്റെ അതേ മുറിവുണ്ട്.

ആ രൂപത്തെ കൂടുതൽ വ്യക്തമായി കാണാനായെങ്കിലെന്ന് കൊതിച്ചു. ആ ചിന്തതന്നെ ശിരസ്സിൽനിന്ന് പറിച്ചെറിയണം. ഇരുട്ട് വീണാൽ എത്തിച്ചേരാനിടയുള്ള കാട്ടിലെ വന്യമൃഗങ്ങളെ സംബന്ധിച്ചാണ് ആലോചിക്കേണ്ടത്. താനെന്തായാലും അവയുടെ വരവ് കാത്തിരിക്കുകയാണ്.

എങ്കിലും എങ്ങനെയായിരിക്കും ശരീരത്തിന്റെ ഒരു ഭാഗത്തെ മാംസം വായുവിൽ ചിതറിത്തെറിക്കുന്നത്? മണ്ണിന്റെ ധൂളി കണക്കെയായിരിക്കുമോ?

ചുണ്ടിൽ കടിച്ചപ്പോൾ ഉപ്പുരസം വായിലെത്തി. കയ്പ് കലർന്നൊരു രുചി. ഓക്കുമരത്തിന്റെ കായയുടെ രുചി. ഉപ്പുകലർന്ന ചവർപ്പ് രുചി. ഒരു നിമിഷം തോന്നിയത് പാതിയറ്റ ശിരസ്സുമായി ഓടിയ ആ കാളക്കുട്ടിയെപ്പോലെയാണ് ഞാനെന്നാണ്. കാളക്കുട്ടിയുടെ ചിത്രം മഖാമിനരികിലെ മരത്തെയും കാറ്റിനെയും സംബന്ധിച്ച ഓർമ്മകൾക്കൊപ്പമായിരിക്കും മനസ്സിലെത്തുക. അപ്പോൾ അത് ക്ഷമിക്കാനുള്ള ശേഷി നൽകും. മലഞ്ചെരുവിലെ തൂക്കാംപാറയുടെ മുകളിൽ കയറിനിൽക്കുമ്പോൾ കവിളിൽ തഴുകി കടന്നു പോകുന്ന കാറ്റ്.

സ്കൂളിൽ പോകുന്നത് നിർത്തുകയും അതിന്റെ പേരിൽ മരത്തിൽ കെട്ടിയിട്ട് വാപ്പ പൊതിരെ തല്ലുകയും ചെയ്തതിന്റെ പിറ്റേന്ന്. തണുത്തുറഞ്ഞ അതിരാവിലെ തന്നെ കിടക്ക വിട്ടിറങ്ങി. ശൈത്യകാലം തുടങ്ങിയിട്ടേ ഉണ്ടായിരുന്നുള്ളൂ. ക്ഷൗരക്കത്തി പതിക്കുന്നതുപോലെയായിരുന്നു അതിരാവിലെയുള്ള തണുപ്പ് മുഖത്ത് പതിച്ചിരുന്നത്. പക്ഷേ, അതൊന്നും അലിയെ തടഞ്ഞതേയില്ല.

അടിയേറ്റത് കാരണം പാദങ്ങളിൽ മുറിവേറ്റിരുന്നെങ്കിൽ പോലും അവൻ നേരെ മലഞ്ചെരിവിലേക്കു നടന്നു. നാട്ടുവഴികൾ പിന്നിട്ട് കാട്ടുപാതയിലേക്ക് കടന്നു. മലമുകളിലെ തൂക്കാംപാറയുടെ അരികിലെത്തിയതും വലിയ ഗർത്തം കണ്ടു. കുത്തനെയുള്ളൊരു കൊക്കയായിരുന്നു അത്. ഗ്രാമത്തിലുള്ളവർ 'നരകത്തിന്റെ താഴ്‌വര' എന്നാണ് ഈ കൊക്കയെ വിളിച്ചിരുന്നത്.

മലഞ്ചെരുവിലെ തൂക്കാംപാറയ്ക്കു മുകളിൽ കയറി ഇരിക്കുമ്പോൾ, പറക്കാനുള്ള മോഹം തിരികെ എത്തി. കാലിൽ കിടന്ന പ്ലാസ്റ്റിക് ചെരുപ്പുകൾ ഊരി മാറ്റിയ ശേഷം കാലുകൾ വായുവിലേക്കുയർത്തി. മാതളമരത്തിന്റെ വടികൊണ്ട് അടിയേറ്റ് നീലിച്ച വിരലുകളെക്കൊണ്ട് നൃത്തം ചെയ്യിപ്പിച്ചു. ആശ്വാസത്തോടെ ശ്വാസം വലിച്ച് വിട്ട ശേഷം വിരലുകളെ തഴുകിക്കടന്നുപോകാൻ കാറ്റിനെ അനുവദിച്ചു. തണുത്തുറഞ്ഞ കടുത്ത കാറ്റുകൾ കാരണം ഗർത്തത്തിന്റെ അഗാധതയിലേക്ക് നോക്കിനിൽക്കാൻ തോന്നും. ആകാശവും ആനന്ദമേകുന്നു. വെയിൽ പരക്കാൻ തുടങ്ങിയതിനൊപ്പം പെയ്ത ചെറുമഴയിൽ ദേഹമാകെ നനഞ്ഞു കുതിർന്നു.

വിരൽത്തുമ്പുകൾകൊണ്ട് തൂക്കാംപാറയുടെ ഉന്തിനിൽക്കുന്ന ഭാഗങ്ങളിൽ അള്ളിപ്പിടിച്ചു. ശേഷം എതിർഭാഗത്തുള്ള അഗാധതയിലേക്ക് നോക്കുന്നതിനിടയിൽ മനസ്സ് ചോദിച്ചു, തനിക്കിനിയും പരിചയമില്ലാത്ത വിചിത്രമായ ഏതെങ്കിലും മരമുണ്ടാകുമോ ഇവിടെ? അവിടെ വ്യതിരിക്തമായ ഒന്നുമില്ലെന്നാണ് ഹിമൈറൂന പറഞ്ഞു കേട്ടിട്ടുള്ളത്.

ചെറിയൊരു നദിയുള്ളത് അറിയാം. അവിടെച്ചെന്ന് കുളിക്കാറുമുണ്ട്. അടുത്ത ഗ്രാമത്തിനോടു ചേർന്ന, നടന്നെത്താവുന്ന ദൂരത്തുള്ള പൊന്തക്കാടുമുണ്ട്. ആ ഭാഗത്തേക്കുള്ള മലഞ്ചെരുവ് അത്ര കഠിനമല്ല. കൈയ്യിൽ കരുതിയിട്ടുള്ള തുണിക്കെട്ടിൽ തൂങ്ങി താഴ്‌വരയിലേക്ക് ഇറങ്ങിച്ചെല്ലാം. ശേഷം തിരിച്ചുവരാതെ ജീവിക്കാൻ പറ്റിയൊരിടം ആ മലഞ്ചെരുവിൽ എവിടെയെങ്കിലും കണ്ടെത്തണം. പിന്നെ ആ തോന്നൽതന്നെ വേണ്ടെന്ന് വച്ചു.

മലമുകളിൽ കാറ്റിനൊപ്പം കഴിയാൻ ഏറെ ഇഷ്ടമായിരുന്നു അലിക്ക്. തൂക്കാംപാറയിൽ ചേർന്നു കിടക്കും. ആ ദൃശ്യം ദൂരെ നിന്ന് കാണുന്നയാൾക്കു തോന്നുക ഏതോ ത്രിമാന വസ്തുവാണെന്നായിരിക്കും. തൂക്കാംപാറയുടെ ഭാഗമായ എന്തോ വസ്തു മുകളിൽ നിന്ന് നോക്കുന്നുവെന്ന് തോന്നും. ശരീരത്തിൽ കീഴ്ഭാഗം വായുവിലായിരിക്കും. പാദങ്ങൾ കൊക്കയിലേക്ക് ചാഞ്ചാടുകയായിരിക്കും. മേൽഭാഗമാകട്ടെ, തൂക്കാംപാറയിൽ അള്ളിപ്പിടിച്ച്

കിടക്കുന്നതായിരിക്കും കാണുക. പാറയുടെ കൂർത്ത അരികുകളിൽ നഖങ്ങൾ കൊണ്ട് അള്ളിപ്പിടിക്കും.

അന്നേരം മനസ്സിൽ കൊതിച്ചുപോകുന്നത് ഈ മലഞ്ചെരിവ് ഒരു ഉയരമേറിയ ശിലാസ്തംഭമായി മാറിയെങ്കിലെന്നായിരിക്കും. അതിന് മുകളിലൊരു കൽകിടക്ക വേണം. അരികത്തായി രണ്ട് ഓക്കുമരങ്ങളും ഉണ്ടാകണം. വീടിനടുത്തും മഖാമിലുമുള്ള അതേ ഓക്കുമരങ്ങൾ. പക്ഷേ, പിന്നീട് ആ അതിമോഹം ഉപേക്ഷിച്ചു. ഇതു പോലുള്ള പാറക്കെട്ടിൽ ഒരിക്കലും മരത്തടികൾ മുളച്ചുവരില്ലല്ലോ എന്നോർത്തു. എങ്കിലും ആ മരത്തിന്റെ വേരുകൾക്ക് ശിലാസ്തംഭം വഴി മണ്ണിലേക്ക് ആഴ്ന്നിറങ്ങാനുള്ള വഴി കണ്ടെത്താവുന്നതേയുള്ളൂ. അത്തരമൊരു ചിന്ത തന്നെ മനസ്സിന് കുളിർമ നൽകി.

പുഞ്ചിരിച്ചുകൊണ്ട് മഴത്തുള്ളികൾ വിഴുങ്ങി. നാവ് നീട്ടി ചെറു തുള്ളികളുടെ രുചി ആസ്വദിച്ചു. അവയെ നാവിലിട്ട് ചലിപ്പിച്ചു. ഉറക്കെ അട്ടഹസിച്ചു. വളരെ അപൂർവ്വമായി മാത്രം സംഭവിക്കുന്ന കാര്യങ്ങളാണിത്.

ശേഷം വിരലുകളിലെയും മുതുകിലെയുമൊക്കെ വേദനകളുടെ കാര്യം മറന്നു. വാപ്പ വടികൊണ്ട് അടിക്കുന്നത് മനസ്സാ സ്വീകരി ക്കാൻ തുടങ്ങി. മാതളമരത്തിന്റെ കൊമ്പിൽനിന്ന് ഒടിച്ചെടുത്ത നേർത്ത മൃദുലമായൊരു വടിയായിരുന്നു അത്. നിധി പോലെ സൂക്ഷിച്ച് വച്ചിരിക്കുകയായിരുന്നു വാപ്പ തന്റെ കിടക്കയ്ക്കടിയിൽ ആ വടി. ഒരു ദിവസം ജാഗ്രതയും പേടിയും നിറഞ്ഞ മനസ്സോടെ ആ വടി കൈക്കലാക്കിക്കൊണ്ട് അതിരാവിലെ തന്നെ വീട്ടിൽ നിന്നിറങ്ങി ഓടി. മുറുകെ പിടിക്കുന്നതിനിടയിലും മൃദുവായി അതിനെ സ്പർശിച്ചുകൊണ്ടിരുന്നു.

നേരെ ചെന്നത് മലഞ്ചെരിവിലെ തൂക്കാംപാറയിലേക്കായിരുന്നു. അന്തരീക്ഷത്തിൽ പലതവണ ചുഴറ്റിയ ശേഷം പാറക്കെട്ടിന്റെ അരികത്ത് ചെന്ന് മലയടിവാരത്തിലേക്ക് ആ വടി വലിച്ചെറിഞ്ഞു. മഴത്തുള്ളികൾ നാവിൽ പതിക്കുന്നുണ്ടായിരുന്നു. ശരിക്കും അവ യോട് ഉല്ലസിക്കുകയായിരുന്നു നാവ്. പടുകൂറ്റൻ സ്തംഭത്തിന് മുക ളിൽ സ്ഥാപിച്ചിരിക്കുന്ന കൽകിടക്കയെന്ന സ്വപ്നം മാത്രമായിരുന്നു അന്നേരമൊക്കെയും മനസ്സിൽ. അത് എളുപ്പമാണ്. ബുദ്ധിമുട്ടുള്ള കാര്യമൊന്നുമല്ല. അപ്രകാരമൊരിടത്ത് ജീവിച്ചിരുന്നൊരു മനുഷ്യന്റെ കഥ കേട്ടിട്ടുമുണ്ട്.

ആകാശം പെട്ടെന്ന് കറുത്തിരുണ്ടു. മഴ കോരിച്ചൊരിയാൻ തുടങ്ങി. കൊക്കയിലേക്ക് നോക്കി കാലുകൾ ആട്ടിക്കൊണ്ടിരുന്നു. അന്നേരം ഒട്ടും ഭയം തോന്നിയതേയില്ല. പക്ഷേ മുതുക് വേദനിച്ചു. മലർന്ന്

കിടക്കാനാകില്ല. അതിനാൽ കാൽമുട്ടുകളെ താടിയോട് അടുപ്പിക്കും വിധം ചുരുണ്ടുകൂടിക്കിടന്നു. പിന്നെ എഴുന്നേറ്റ് കൊക്കയ്ക്കരികിലേക്ക് ചെന്ന് പാദങ്ങൾ നിലത്തുറപ്പിച്ച് കൈകൾ വിടർത്തി നിന്നു. മുതുകിലൂടെ ഒരു കോരിത്തരിപ്പ് ഇക്കിളിയുണ്ടാക്കി കടന്നുപോയി. അല്ലെങ്കിൽ അങ്ങനെ തോന്നി.

കണ്ണുകൾ തുറന്ന് നോക്കിയപ്പോൾ, ആകാശപ്പരപ്പും കാടിന്റെയും പൊന്തക്കാടിന്റെയും വിശാലതയും കണ്ടു. പറക്കാൻ തയ്യാറായി നിൽക്കുകയാണ് ഞാൻ. കാറ്റിനൊപ്പം കളിക്കുക എന്നത് മോഹിപ്പിക്കുന്നു. കാറ്റിനൊപ്പമുള്ള കേളിയെന്നാൽ പറക്കുക എന്നാണർത്ഥം. ഏറ്റവും പ്രിയങ്കരമായ കളിയിലേർപ്പെടണമെന്നാണ് മനസ്സ് പറയുന്നത്. മരക്കൊമ്പുകളെ കൈവെടിഞ്ഞ ശേഷം ഒരു തവണയെങ്കിലും കാറ്റിനൊപ്പം കളിക്കണം. വയറ് നിറയുംവരെ പരമാവധി ശ്വാസം ഉള്ളിലേക്കെടുത്തു. നെഞ്ചിനുള്ളിലെ പേശികൾ നുറുങ്ങിപ്പോകുമെന്നു വരെ തോന്നി.

അന്നേരം പിന്നെയും മഴ കോരിച്ചൊരിയാൻ തുടങ്ങി. കാറ്റ് നിലച്ചു. അതോടെ മാനത്ത് ചുറ്റിപ്പറക്കുകയെന്ന അടക്കാനാകാത്ത അഭിനിവേശത്തിൽ നിന്നുണർന്നു. തൂക്കാൻപാറയുടെ ഓരത്തു നിന്ന് രണ്ട് ചുവട് പിന്നോട്ട് മാറി. പരുക്കൻ പാറയിൽ മുറുകെപ്പിടിച്ചു. അതിന് കീഴിലൊരു ചെടി പൊടിച്ചു വരുന്നുണ്ടായിരുന്നു. പക്ഷേ, അതേത് ചെടിയാണെന്നറിയാനായി തിരിഞ്ഞുനോക്കിയതൊന്നുമില്ല. മുൾച്ചെടിയായിരുന്നു. അതിൽ കൊണ്ട് വിരലുകൾ മുറിയുകയും ചെയ്തു. പിന്നെയും കാൽമുട്ടുകൾ നെഞ്ചിനോട് ചേർത്ത് ചുരുണ്ട് കിടന്നു. അന്നേരം മനസ്സ് മന്ത്രിച്ചത് ഇങ്ങനെയായിരുന്നു.

"ഞാനിനി ഇവിടെത്തന്നെ ജീവിക്കും."

പക്ഷേ അലിക്ക് അവിടെ ജീവിക്കേണ്ടി വന്നില്ല. രാത്രിവരെ അവിടെത്തന്നെ കഴിഞ്ഞു. ഒന്ന് അനങ്ങുക പോലും ചെയ്തില്ല. ക്ഷീണം തോന്നിയപ്പോഴൊക്കെ ചുരുണ്ടുകൂടി കിടന്നു. പക്ഷേ, ആ പകൽ മുഴുവൻ അവനെ തിരയുകയായിരുന്നു വീട്ടുകാർ. ഒരിടത്തും കാണാതായതിനെത്തുടർന്ന് നഹ്ല ഉറക്കെ പ്രാർത്ഥിക്കുന്നത് ചുറ്റുമുള്ളവരൊക്കെ കേട്ടു. വീടിന്റെ അഭിമുഖമുള്ള താഴ്‌വരയിലേക്ക് നോക്കി അവർ ഉറക്കെ വിളിച്ചു. മകൻ മലമുകളിൽ നിന്ന് താഴേക്ക് വല്ലതും വീണിരിക്കുമോ എന്ന ഭയമായിരുന്നു അവർക്ക്. ഉമ്മയുടെ സഹോദരിയുടെ ഗതി തന്നെയായിരിക്കുമോ അവനും?

പൊന്തക്കാടുകൾക്കിടയിലൂടെ അലിയുടെ പേര് ഉറക്കെ വിളിച്ചുകൊണ്ട് വാപ്പ അലഞ്ഞു തിരിയാൻ തുടങ്ങി. പിറ്റേന്ന് പകൽ

മാത്രമാണ് അവനെ കണ്ടെത്താനായത്. ബോധമില്ലാത്ത അവസ്ഥയിലായിരുന്നു അലി. അവന്റെ ശരീരത്തിന്റെ പകുതി വായുവിൽ തൂങ്ങിയാടുകയായിരുന്നു എന്നാണ് അയൽക്കാർ പറഞ്ഞത്. മുൾച്ചെടിയുടെ മൊട്ട് കണക്കെ ചുരുണ്ടു കൂടിക്കിടക്കുകയായിരുന്നത്രേ. നാവ് നീട്ടിപ്പിടിച്ച് പല്ലുകൊണ്ട് കടിച്ചതിനാൽ രക്തത്തുള്ളികൾ ഇറ്റു വീഴുന്നുണ്ടായിരുന്നു.

മകനുമായി ആളുകൾ വീട്ടിൽ തിരിച്ചെത്തുമ്പോഴേക്കും സർവ്വ വിശുദ്ധന്മാരുടെയും മഖാമുകളുടെ പേരിൽ നഹ്‌ല സത്യം ചെയ്തു കഴിഞ്ഞിരുന്നു. താനായിട്ട് ഇനി അലിയെ സ്കൂളിൽ പോകാൻ നിർബന്ധിക്കില്ല. അതിനായി നേർച്ചയും നേർന്നു. പണമോ ബലിയോ അർപ്പിക്കേണ്ടതില്ലാത്തതിനാൽ, സാധ്യമായ നേർച്ചയായിരുന്നു അത്. നാട്ടിലെ വിഖ്യാത വിശുദ്ധന്റെ മഖാമിലേക്ക് മകനേയും കൂട്ടിക്കൊണ്ട് നഗ്നപാദയായി നടന്നുപോയി തീർത്ഥാടനം നടത്തിക്കൊള്ളാം എന്നായിരുന്നു നഹ്‌ലയുടെ നേർച്ച. മകന്റെ അലഞ്ഞുതിരിയൽ ഒന്ന് ഭേദമാകണേ എന്നായിരുന്നു അതിനായി അവർ പ്രാർത്ഥിച്ചത്. എന്നാൽ ഗ്രാമത്തിലുള്ളവരൊക്കെ പറയുന്നതുപോലെ മകന്റെ ഭ്രാന്ത് മാറണേ എന്ന് നഹ്‌ല പ്രാർത്ഥിച്ചതേയില്ല!

ഒമ്പത്

ഭീതിയോ നിരാശയോ സൃഷ്ടിച്ചിട്ടുള്ള കടുത്ത നിമിഷങ്ങളിൽ പോലും നഹ്ല ഇതുപോലൊരു നേർച്ച നേർന്നിട്ടില്ല. അവരുടെ ജീവിതസാഹചര്യങ്ങൾ നാൾക്കുനാൾ മോശമായിക്കൊണ്ടിരിക്കു കയാണ്. മൃഗങ്ങളെ ബലിയറുത്ത് നേർച്ചകൾ നേർന്നിരുന്ന കാല മൊക്കെ കഴിഞ്ഞിരിക്കുന്നു. എന്നാൽ ഈ പ്രതിജ്ഞ അങ്ങനെയല്ല. നേർന്നു കഴിഞ്ഞതിനാൽ, ഇനിയതിൽ നിന്നൊരു തിരിച്ചുപോക്കു മില്ല. കാണാതായ അലിയെ പിറ്റേന്ന് കണ്ടുകിട്ടിയ നേരം. നാട്ടു വൈദ്യന്റെ വരവും കാത്തിരിക്കുന്നതിനിടയിൽ അവന്റെ നനഞ്ഞ വസ്ത്രങ്ങൾ ഊരി മാറ്റുന്നതിനൊപ്പം നഹ്ലയുടെ നാവ് മന്ത്രിച്ചു കൊണ്ടിരുന്നു.

‘‘ചെരുപ്പൊന്നുമില്ലാതെ, തണുപ്പുകാലത്ത്, മഖാമിലേക്ക് നടന്നു പൊയ്ക്കോളാം...’’

ആ കേട്ട വാക്കുകൾ പക്ഷേ ഏറ്റവും സന്തോഷിപ്പിച്ചത് അലി യെയായിരുന്നു. ചെങ്കുത്തായ കൽസ്തൂപത്തിന് മുകളിൽ കഴിയുക എന്ന സ്വപ്നത്തിന്റെ കാര്യം തന്നെ അവൻ മറന്നിരിക്കുന്നു. എല്ലാ വരും തനിക്കു വഴങ്ങിയിരിക്കുന്നു എന്ന ധാരണയിൽ ബാല്യകാല ലോകത്തോട് വിടപറയാൻ ഒരുങ്ങുകയാണ് അലി. ഈ യാത്ര എങ്ങ നെയിരിക്കുമെന്ന് മനക്കോട്ടകൾ കെട്ടുകയാണവൻ. വളരെ ദൂരെ യുള്ള മഖാമാണിത്. നഹ്ലയുടെ നേർച്ചയിൽ രണ്ട് വാചകങ്ങളാണ് അലിയെ പുളകിതനാക്കിയത്. താനും ഉമ്മയും ഒരുമിച്ച് നടക്കാൻ പോകുന്നു. അതും കാലുകളിൽ ചെരുപ്പൊന്നും ഇടാതെ!

ഗ്രാമത്തിൽ നിന്ന് അടുത്തുള്ള പട്ടണത്തിലെത്തിയതും നഹ്ല കുനിഞ്ഞിരുന്ന് ചെരിപ്പുകൾ ഊരി മാറ്റുന്നതു കണ്ടു. ഓർമ്മ വച്ച നാൾ മുതലേ ഉമ്മയെ ഈ ചെരിപ്പുകൾ ധരിച്ചേ കണ്ടിട്ടുള്ളൂ. ചതു രാകൃതിയിൽ ഉപ്പൂറ്റിയുള്ള നരച്ച നിറത്തിലുള്ള ചെരിപ്പ്. നടക്കു മ്പോൾ ടക്... ടക്... എന്ന ശബ്ദം കേൾക്കും. ഉപയോഗിച്ച പഴയ

വസ്ത്രങ്ങൾ വിൽക്കാൻ വച്ചിരിക്കുന്ന ചന്തയിൽനിന്ന് വാങ്ങിയതാണ്. പുറംനാട്ടിലെവിടെയോ നിർമ്മിച്ച ചെരിപ്പാണതെന്ന് അഭിമാനത്തോടെ പറയുമായിരുന്നു നഹ്‌ല. അവർ ചെയ്തതുപോലെ തന്നെ അലിയും ചെരിപ്പ് ഊരി മാറ്റി. നഹ്‌ല അവന്റെ ചെരിപ്പുകൾ വാങ്ങി കൈവശമുള്ള സഞ്ചിയിൽ ഇട്ടു. ശേഷം മകന്റെ കൈയ്യിൽ മുറുകെപ്പിടിച്ചുകൊണ്ട് ഒന്നും മിണ്ടാതെ നടക്കാൻ തുടങ്ങി.

മലമുകളിലെ തൂക്കാംപാറയിൽ അലിയെ കാണാതായ സംഭവം കഴിഞ്ഞിട്ട് ഒരാഴ്ചയിലധികമായിരിക്കുന്നു. ഇത്രയും ദിവസം കിടപ്പിൽ തന്നെയായിരുന്നു. നല്ല തണുപ്പുള്ള അന്തരീക്ഷമാണെന്ന് പറയുന്നുണ്ടായിരുന്നു വാപ്പ. ഇത്രയും വേഗത്തിൽ നേർച്ച പൂർത്തിയാക്കുന്നതിൽ നിന്നും ഭാര്യയെ തടയാൻ നോക്കുകയായിരുന്നു അയാൾ. എന്നാൽ ഇതൊരു നല്ല ശകുനമാണെന്നാണ് നഹ്‌ല പറഞ്ഞത്. വേനൽക്കാലത്ത് ചെരിപ്പില്ലാതെ നടക്കുന്നതിൽ വലിയ ത്യാഗമൊന്നുമില്ലല്ലോ? തണുപ്പിന്റെ കാഠിന്യമനുഭവിക്കുക എന്നതാണ് തന്റെ നേർച്ചയുടെ മർമ്മം. വസന്തകാലം വരെ നേർച്ച നീട്ടിവച്ചുകൂടേയെന്ന് ധാരാളമാളുകൾ നഹ്‌ലയോടു പറഞ്ഞു നോക്കി. അക്കൂട്ടത്തിൽ ഹിമൈറൂനയുമുണ്ടായിരുന്നു.

പക്ഷേ, ദൈവകോപഭയം കൊണ്ട് നിറഞ്ഞിരിക്കുകയായിരുന്നു നഹ്‌ലയുടെ മനസ്സ്. മകന്റെ കാര്യത്തിൽ അവർക്ക് വലിയ പേടിയുണ്ട്. അതിനാൽ തന്നെ നേർച്ച എത്രയും വേഗം നിർവ്വഹിച്ചേ പറ്റൂ. അതുപോലെ തന്നെ ഒരു പുരുഷനായിത്തീരുന്നതെങ്ങനെയെന്ന് മകനെ പഠിപ്പിക്കുകയും വേണം. ഒരു രാത്രി മുഴുവൻ മലഞ്ചെരുവിലെ കൊടുംതണുപ്പ് സഹിച്ച് കിടന്നിട്ടും കാര്യമായൊരു കുഴപ്പവും അവന് സംഭവിച്ചിരുന്നില്ല. അത് തനിക്കുള്ള സൂചനയാണ്. അതിനാൽ തന്നെ എത്രയും വേഗം നേർച്ച നോറ്റു വീടിയേ തീരൂ.

മകന്റെ കൈയ്യിൽ ദൃഢനിശ്ചയത്തോടെ മുറുകെപ്പിടിച്ചിരിക്കുകയാണ് നഹ്‌ല. വിരലുകളിൽ അമർത്തിപ്പിടിക്കുമ്പോൾ അവരുടെ കൈയ്യിലെ പരുപരുപ്പ് അലിക്ക് ഇപ്പോഴും ഓർമ്മയുണ്ട്. നല്ല തണുപ്പുണ്ട്. പാദങ്ങളിലൊക്കെ മുറിവുകളും പോറലുകളുമൊക്കെ ഏറ്റിട്ടുണ്ട്. എന്നിട്ടും മകനെയും പിടിച്ചുവലിച്ചുകൊണ്ട് വേഗത്തിൽ നടക്കുകയാണ് നഹ്‌ല. കുറച്ചു കഴിയുമ്പോൾ യാത്ര ലളിതമായി മാറുമെന്ന് അലിയോട് പറയുന്നുമുണ്ട്. ദമാസ്കസിനും ലത്താക്കിയയ്ക്കുമിടയിൽ സർക്കാർ നിർമ്മിച്ച ഹൈവേയിലൂടെയാണ് സഞ്ചരിക്കേണ്ടത്. ഇടയ്ക്ക് കുറേയേറെ കൃഷിഭൂമികളും തോട്ടങ്ങളുമൊക്കെ പിന്നിടണം. നാരങ്ങാത്തോട്ടങ്ങളും ഹൈവേയ്ക്ക് സമാന്തരമായി കിടക്കുന്ന തീവണ്ടിപ്പാതകളുമൊക്കെ ഇതാദ്യമായിട്ടായിരിക്കും അലി കാണുന്നത്. പക്ഷേ, മണിക്കൂറുകൾ നീണ്ട യാത്രയ്ക്കിടയിൽ

ഒരിക്കൽപോലും തീവണ്ടി കടന്നുപോകുന്നത് മാത്രം കാണാനായില്ല.

എങ്ങനെയായിരിക്കും ഈ തീവണ്ടിപ്പാത പണിതുണ്ടാക്കിയിരിക്കുക എന്ന് അതിശയം തോന്നുകയും ചെയ്തു. പക്ഷേ, അതിലൂടെ തീവണ്ടികളൊന്നും കടന്നുപോകുന്നതുമില്ല. ധാരാളം നാരകങ്ങളും ഓറഞ്ച് മരങ്ങളും കണ്ടു. പക്ഷേ, അവയ്ക്കൊന്നും തന്റെ മരങ്ങളുടെ അത്ര വലിപ്പമുണ്ടായിരുന്നില്ല. ഇവയ്ക്ക് തന്റെ മരങ്ങളോട് കിടപിടിക്കാനാകില്ലെന്ന് ആവേശത്തോടെ മനസ്സ് പറയുന്നുണ്ടായിരുന്നു. എങ്കിലും മഴത്തുള്ളികൾ പതിച്ച് എന്തോ വ്യത്യസ്തമായൊരു തരം തിളക്കമുണ്ട് ഇവയ്ക്ക്.

വെള്ളിയുടെ നിറമാണ് ആ തിളക്കത്തിനെന്ന് മനസ്സിലായി. അവ സമ്മാനിക്കുന്ന സുഗന്ധത്തിൽ ഹൃദയത്തിലെ ധമനികൾക്ക് നവോന്മേഷം ലഭിക്കുന്നു. കണ്ണെത്താദൂരത്തോളം നീണ്ടു കിടക്കുന്ന പ്രവിശാലമായ മരക്കൂട്ടമാണ് ഏറെ ആകർഷിച്ചത്. ആകാശത്തിന്റെ നരച്ച നിറത്തോട് ചേർന്നു കിടക്കുന്ന മരങ്ങളുടെ പച്ചപ്പുതപ്പ്. കുറച്ചു കാലം കഴിയുമ്പോൾ ഇത്തരമൊരു തോട്ടത്തിൽ താനുമൊരു കൂലിപ്പണിക്കാരനായി മാറുമെന്ന് അന്നേരം സ്വപ്നം പോലും കണ്ടിരുന്നില്ല. അപ്പോൾ ഇവയുടെ ഉള്ളിലെന്തൊക്കെയാണെന്ന് കാണാനാകും. സങ്കല്പിച്ചിട്ടു കൂടിയില്ലാത്ത കൂറ്റൻ ഓറഞ്ച് മരങ്ങൾ ഈ തോട്ടങ്ങൾക്കുള്ളിലുണ്ടാകുമെന്ന് അപ്പോഴായിരിക്കും മനസ്സിലാകുക.

തോട്ടങ്ങൾക്ക് പിറകിൽ നിരനിരയായി കാണുന്ന വീടുകൾക്കും ഗ്രാമങ്ങൾക്കും നേരെ ആഹ്ലാദത്തോടു കൂടിയാണ് നോക്കി നടന്നത്. ഈ നടത്തത്തിന് പകരമായി കടൽത്തീരത്തേക്ക് പെട്ടെന്നൊന്ന് പോയി വരാൻ ഉമ്മ അനുവദിക്കുമെന്ന് കരുതിയിരുന്നു. എന്നാൽ അങ്ങനെയൊന്ന് സംഭവിച്ചതേയില്ല. കാരണം നഹ്‌ലയുടെയും അലിയുടെയും പാദങ്ങൾ ഈ യാത്ര കഴിയുമ്പോഴേക്കും വിണ്ടുകീറിയിട്ടുണ്ടാകും. പോരാത്തതിന് വഴിയിലുടനീളം അലി ഉറക്കെ ചുമയ്ക്കുന്നുമുണ്ടായിരുന്നു. മലമുകളിൽ കഴിഞ്ഞ രാത്രി കടുത്ത മഞ്ഞുവീഴ്ചയ്ക്ക് അവൻ വിധേയനായിരുന്നു. എന്നാൽ ഇതൊക്കെ നേർച്ചയുടെ ഭാഗമാണെന്നാണ് നഹ്‌ല പറഞ്ഞത്. എപ്പോഴൊക്കെ വേദനിക്കുന്നുവോ അപ്പോഴൊക്കെ ക്ഷമിക്കണം. അതിലൂടെ നാം പടച്ചവനോട് കൂടുതൽ അടുക്കുകയായിരിക്കും ചെയ്യുക. ദൈവത്തിന്റെയും വിശുദ്ധന്മാരുടെയും സംതൃപ്തി എന്നു വച്ചാൽ, എന്താണ് അർത്ഥമെന്ന് കുറച്ചുകൂടി പ്രായമാകുമ്പോൾ നിനക്ക് മനസ്സിലാകുമെന്ന് നഹ്‌ല ഇടയ്ക്കിടയ്ക്ക് പറയുന്നുമുണ്ടായിരുന്നു.

ഈ മഖാമിൽ എത്തിച്ചേരുമ്പോൾ അതിശയത്തോടെയായിരിക്കും അലി നോക്കാൻ പോകുന്നത്. കാറ്റിനെയും മരങ്ങളെയും കുറിച്ച്

മനസ്സിൽ കുറിച്ചുവച്ചിട്ടുള്ള ചിത്രങ്ങളുമായി ഈ സ്ഥലത്തിന് ഒരു സമാനതയുമുണ്ടാകില്ല. മലമുകളിൽ കാണുന്ന മഖാമുകളെപ്പോലെയേ അല്ല ഈ മഖാം. അതിഥികളെ സ്വീകരിക്കാൻ സർവ്വ സജ്ജീകര ണങ്ങളുമുള്ള വലിയ വീടുപോലൊരിടമായിരുന്നു ഈ സ്ഥലം.

പ്രവേശന കവാടത്തിലെത്തിയതും നഹ്ലയും അലിയും വലതു കാൽ വച്ച് മഖാമിനുള്ളിലേക്ക് കടന്നു. വാതിലിന്റെ മുകൾഭാഗത്തും പിന്നെ ഇടതുഭാഗത്തെ ചുമരിലും ചുംബിച്ചു. അതുപോലെ വലതു ഭാഗത്തെ ചുമരിലും ചുംബിച്ചു. ഭയഭക്തിയോടെ ഉള്ളിലേക്ക് കയറി ക്കഴിഞ്ഞതും അതുവരെ വിടാതെ പിന്തുടർന്ന ആനന്ദം അലിക്ക് നഷ്ടമായി.

പച്ചതുണി പുതച്ച് കുടീരത്തിന്റെ ഒരു വശത്തായി കിടത്തിയി രിക്കുകയാണ് അവനെ. വായുസഞ്ചാരത്തിനായി മഖാമിനുള്ളിൽ കാണുന്ന തുറന്ന ജാലകത്തിലേക്കു തന്നെ ഉറ്റുനോക്കുകയാണ് അലിയുടെ കണ്ണുകൾ. പുറത്തെ മരത്തിന്റെ ചില്ലകൾ കാണാം അതി ലൂടെ നോക്കിയാൽ. അവന്റെ മുഖത്തും പാദങ്ങളിലും മഖാമിൽ നിന്നു ലഭിച്ച എണ്ണ പുരട്ടിക്കൊടുക്കുകയാണ് നഹ്ല. സന്ദർശക രായ മറ്റുള്ള ആളുകൾ അവർക്ക് തിന്നാനും കുടിക്കാനുമൊക്കെ എന്തൊക്കെയോ നൽകി.

മഴ നനഞ്ഞ് വസ്ത്രങ്ങളെല്ലാം കുതിർന്ന നിലയിലായിരുന്നു അലിയും നഹ്ലയും. നന്നേ കഷ്ടപ്പെട്ടാണ് ശ്വാസം വലിച്ചുവിടു ന്നത്. മഴ കാരണം രാവിലെ വരെ മഖാമിൽ തന്നെ തുടരേണ്ടി വരും. മകന്റെ വിണ്ടുകീറിയ പാദങ്ങൾ കണ്ടതും തിരികെ നടന്നു പോകേണ്ടായെന്ന് നഹ്ല തീരുമാനിച്ചിരുന്നു. സ്വന്തം പാദങ്ങളെയും മുറിവേറ്റ ഉപ്പൂറ്റിയെയും വിരലുകളെയും കുറിച്ച് ഓർത്തപ്പോൾ അലിക്ക് ഓർമ്മ വന്നത് മലമുകളിലെ തൂക്കാംപാറയെയും അവി ടത്തെ മഖാമിന്റെയും കാര്യമായിരുന്നു.

ഇപ്പോൾ നീണ്ടുനിവർന്ന് കിടക്കുമ്പോൾ, ആ വിരലുകൾ കാണാ നാകുന്നില്ല അലിക്ക്. സ്ഫോടനത്തിൽ പാദത്തിനൊപ്പം ചിതറി ത്തെറിച്ച ബൂട്ടിൽ രക്തത്തിന്റെയും മാംസത്തിന്റെയും പാടുകൾ കാണാം. എന്നാൽ പട്ടണത്തിലെ മഖാമിൽ വച്ച് തന്റെ വിണ്ടു കീറിയ പാദത്തിലും മുറിവുകളിലുമൊക്കെ തൊട്ടുനോക്കുവാൻ അവന് സാധിച്ചിരുന്നു. എന്തോ ഒരു ആനന്ദത്തിൽ അമരുകയായിരുന്നു മനസ്സ്.

നഹ്ല അവന്റെ നെഞ്ചിൽ മഖാമിലെ പച്ചത്തുണി ചുറ്റിക്കൊടുത്തു. പുണ്യകരമായ എണ്ണ നെറ്റിയിൽ പുരട്ടി. വിശുദ്ധ ഖുർആനിലെ സൂക്തങ്ങൾ പാരായണം ചെയ്തു. ഇടയ്ക്കിടയ്ക്ക് പലതവണ അവർ പറയുന്നതും കേൾക്കാമായിരുന്നു.

"ശൈഖ് ബൂഅലീ... എന്റെ മോൻ അങ്ങയുടെ സ്വത്താണ്. അങ്ങയുടെ തൃപ്തി ഞങ്ങൾക്കേകിയാലും... എന്റെ കുട്ടി... എന്റെ രക്തവും മാംസവുമാണിവൻ... നേർച്ച നോറ്റ് വളർത്തിയ മോനാണ്. എന്റെ രക്തവും മാംസവുമാണിവൻ."

പച്ചത്തുണി എടുത്തു മാറ്റിയ ശേഷം വീണ്ടുമൊരിക്കൽ കൂടി ദേഹത്ത് ചുറ്റിക്കൊടുത്തു. അപ്പോൾ എന്തോ ഒരു ഊഷ്മളത ദേഹത്ത് കൂടി കടന്നുപോയി. പ്രാർത്ഥനാപൂർവ്വമുള്ള ഗൂഢമായ ശബ്ദങ്ങളാണ് കേൾക്കുന്നത്.

മഖാമിലെ താഴികക്കുടത്തിന്റെ അകത്തട്ടിന് അധിക ഉയരമില്ല. വൃത്തിയുള്ള ചുമരുകളിൽ വെള്ളച്ചായം പൂശിയിരിക്കുന്നു. കുറേയേറെ ചിത്രങ്ങൾ കൊണ്ട് ചുമരുകൾ അലങ്കരിച്ചിട്ടുണ്ട്. കുടീരത്തിന് ചുറ്റും ഖുർആൻ സൂക്തങ്ങൾ രേഖപ്പെടുത്തിയിരിക്കുന്നത് കാണാം. മിക്ക മഖാമുകളിലും വിശുദ്ധന്മാരെ അടക്കം ചെയ്തിട്ടുണ്ടാവില്ല. കേവലം അവരുടെ സ്മരണയ്ക്കുവേണ്ടി പണിതുയർത്തിയ കുടീരങ്ങൾ മാത്രമാകും അവിടങ്ങൾ. എന്നാൽ ഈ മഖാമിലെ വിശുദ്ധനെ ഇവിടെത്തന്നെയാണ് മറമാടിയിരിക്കുന്നത്.

കുടീരത്തിനരികിലേക്ക് ചേർന്ന് നിന്നപ്പോൾ ശരീരത്തിലൂടെ ഒരു വിറയൽ കടന്നുപോയി. ഒരു ഖബറിനരികിലാണ് ഞാൻ കിടക്കുന്നതെന്ന് ഓർത്തപ്പോൾ പേടിയൊന്നും തോന്നിയതേയില്ല. മാർബിൾകൊണ്ട് പുനർനിർമ്മിച്ചതായിരുന്നു മഖാമിനകത്തെ കുടീരം. സിമന്റുകൊണ്ട് കോൺക്രീറ്റ് ചെയ്ത നാട്ടിലെ മഖാമിന്റെ കാര്യം ഓർത്തുപോയി. 'കാറ്റിന്റെ കുടീരം' എന്നതിനെ വിളിക്കാനാണ് തനിക്കിഷ്ടം. മലമുകളിൽ നിർമ്മിച്ച കുടീരമായിരുന്നു തങ്ങളുടേത്. അതിന്റെ വലത്തേ ചുമരിനോട് ചേർന്നു നിൽക്കുന്ന ഓക്കുമരത്തിന് അഞ്ഞൂറ് വർഷത്തിലധികം വയസ്സുണ്ടെന്നാണ് ഗ്രാമത്തിലുള്ളവർ പറഞ്ഞു കേട്ടിട്ടുള്ളത്. നീട്ടിപ്പിടിച്ച കരങ്ങൾ പോലെയാണ് ആ മരത്തിന്റെ ശിഖരങ്ങൾ മഖാമിനെ പുണർന്നിരുന്നത്. അതിന്റെ മകുടത്തെ മൂടിയ നിലയിലായിരുന്നു മരത്തിന്റെ ചില്ലകൾ.

മഖാമിന് മുകളിലേക്ക് പടർന്നുകയറിയ ചില്ലകളിലേക്ക് അലി എത്രയോ തവണ കയറിയിട്ടുണ്ട്. അതിന് മുകളിൽ കയറി മലനിരകളുടെ ശിഖരങ്ങളിലേക്ക് നോക്കിയിരിക്കും. പടച്ചവന്റെ ഭവനത്തിലാണ് തങ്ങളിപ്പോൾ കഴിയുന്നതെന്ന് ഉമ്മ പറയുന്നത് കേൾക്കാമായിരുന്നു. അപ്പോൾ എന്തോ ഒരു വിശിഷ്ടത തനിക്കുണ്ടെന്ന് തോന്നി. തനിക്കു മാത്രം അറിയാവുന്ന എന്തോ ഒരു രഹസ്യം സ്വന്തമാണെന്നതുപോലെ.

നാട്ടിലെ തന്റെ കാറ്റിൻ കുടീരം ഈ മഖാമിനെ അപേക്ഷിച്ച് ചെറുതാണ്. കുമ്മായം പൂശിയ മഖാം പക്ഷേ വൃത്തിയുള്ള ഇടമാണ്.

വലിയ ആഡംബരങ്ങളൊന്നുമില്ല അവിടത്തെ കുടീരത്തിന്. ഒരു പച്ചപ്പുതപ്പുകൊണ്ട് മൂടിയിരിക്കും കുടീരത്തെ. എണ്ണയും കുന്തിരക്കവും സൂക്ഷിക്കാൻ മൺപാത്രങ്ങളുമുണ്ടാകും.

കുറച്ചു വർഷങ്ങൾക്കു മുമ്പാണ് സൈനിന്റെ പിതാവ് മഖാമിലേക്ക് ഒരു പെയിന്റിംഗ് കൊണ്ടുവന്ന് വച്ചത്. വിശുദ്ധന്മാർക്കൊപ്പം ഫാദർ പ്രസിഡന്റ് നിൽക്കുന്ന ചിത്രമായിരുന്നു അത്. മഖാമിന്റെ ചുമരിന്റെ മധ്യഭാഗത്ത് സ്ഥാപിച്ച വലിയൊരു ചിത്രമായിരുന്നു അത്. ഒരു മീറ്റർ വീതിയും നീളവുമുള്ള ചിത്രം. വിശുദ്ധന്മാരുടെ മുഖങ്ങൾക്കു ചുറ്റും വെളുത്ത പ്രഭാവലയം കാണാം.

ഈ ചിത്രം കണ്ടുകൊണ്ടാണ് അലി ജനിച്ചതു തന്നെ. പലപ്പോഴും അത് അവനെ അതിശയിപ്പിച്ചിട്ടുമുണ്ട്. അഞ്ച് വയസ്സുള്ളപ്പോഴാണ് ഈ ചിത്രത്തിൽ കാണുന്നവരൊക്കെ വിശുദ്ധന്മാരാണെന്ന കാര്യം കേട്ടത്. അതിലേക്ക് നോക്കുമ്പോൾ ഈ വിശുദ്ധന്മാർ തമ്മിൽ നല്ല സാമ്യമുണ്ടെന്ന് അവനു തോന്നാറുണ്ട്. പക്ഷേ, ഫാദർ പ്രസിഡന്റിന്റെ രൂപം മാത്രം വ്യത്യസ്തമാകുന്നത് എന്തുകൊണ്ടെന്ന് മനസ്സിലായില്ല. മറ്റു വിശുദ്ധന്മാരെപ്പോലെ ഇദ്ദേഹം എന്തുകൊണ്ടായിരിക്കും തലപ്പാവോ തലക്കച്ചയോ ധരിക്കാത്തത്? എന്തുകൊണ്ടായിരിക്കും ഇദ്ദേഹത്തിന് വിശുദ്ധന്മാർക്കിടയിൽ സ്ഥാനം ലഭിക്കുന്നത്? ഇരുകൈപ്പത്തികളും ചെവിയോടു ചേർത്ത് നിൽക്കുന്ന രൂപമാണ് പ്രസിഡന്റിന്റേത്. അതെന്തുകൊണ്ടായിരിക്കും? നമസ്കരിക്കുന്ന ആളാണെന്നായിരിക്കുമോ ഉദ്ദേശിച്ചത്?

ഇക്കൂട്ടത്തിൽ ഒരു വിശുദ്ധനെ അലിക്ക് ഏറെ ഇഷ്ടപ്പെട്ടു. തന്റെ നേർക്കു നോക്കുന്ന ആ പ്രായം ചെന്ന വിശുദ്ധനെ മറ്റുള്ളവരേക്കാൾ അവൻ സ്നേഹിച്ചു. അദ്ദേഹത്തിന്റെ മുഖത്തിന് ചുറ്റും നിറമാർന്നൊരരു വിശുദ്ധിയുടെ തേജോവലയമായിരുന്നു. അത് കാണുമ്പോൾ തന്നെ തന്റെ മനസ്സിലേക്കൊരു ജാലകം തുറക്കുന്നതു പോലെയാണ് അലിക്ക് തോന്നിയിട്ടുള്ളത്. വെളുപ്പും കറുപ്പും നിറങ്ങളുടെ ഒരു സംഗമമായിരുന്നു അവിടെ കണ്ടത്.

വിശുദ്ധന്മാരും ശൈഖുമാരുമടങ്ങുന്ന മുപ്പത്തിയൊമ്പത് പേരുടെ ചിത്രമായിരുന്നു അത്. അവസാനത്തേതിനു തൊട്ടുമുമ്പുള്ള നിരയിലായിരുന്നു പ്രസിഡന്റിന്റെ ചിത്രം. ഒന്നാമത്തെ നിരയിലായിരുന്നു തന്റെ പ്രിയപ്പെട്ട വിശുദ്ധന്റെ രൂപം. എപ്പോഴൊക്കെ മഖാമിനകത്തേക്കു കയറുന്നുവോ അപ്പോഴൊക്കെയും അദ്ദേഹത്തിന്റെ നേർക്കു നോക്കി സംസാരിക്കാൻ ശ്രമിക്കും. അക്കൂട്ടത്തിൽ വിശുദ്ധിയുടെ കാര്യത്തിൽ ഏറ്റവും യോഗ്യൻ അദ്ദേഹം തന്നെയാണെന്നാണ് തോന്നിയിട്ടുള്ളത്. അദ്ദേഹത്തിന്റെ രൂപം വരച്ചിരിക്കുന്നത് കൂടുതലും വെള്ളനിറം കൊണ്ടാണ്.

അദ്ദേഹത്തിന്റെ മുഖത്തെ ഭാവഹാദികളും വെളുത്ത തിങ്ങിയ താടിരോമങ്ങളും മെലിഞ്ഞ മുഖപ്രകൃതിയും ദുഃഖവും വിരക്തിയും തുളുമ്പുന്ന ആ ഒട്ടിയ കവിളുകളുമൊക്കെ കാണുമ്പോൾ മനസ്സ് നിറഞ്ഞു പോകും. ഈ വിശുദ്ധന്റെ മുഖത്തോടൊരു ഗൂഢമായ ഇഷ്ടം മനസ്സിൽ ഉടലെടുക്കുമ്പോൾ തനിക്ക് ആറു വയസ്സായിരുന്നു പ്രായം. ഈ വിശുദ്ധന്മാരൊക്കെ തങ്ങളുടെ പ്രസിഡന്റിനെപ്പോലെ യുമായിരുന്നോ എന്ന് ഒരിക്കൽ മാത്രം ഉമ്മയോട് ചോദിച്ചു. ഈ ചിത്രത്തിൽ കാണുന്ന വിശുദ്ധന്മാരൊക്കെയും പ്രസിഡന്റുമാരായി രുന്നോ എന്നുമറിയണം. പക്ഷേ, ഉമ്മ മറുപടിയൊന്നും പറഞ്ഞില്ല. പകരം ഒന്നു നോക്കിയശേഷം മുഖം തിരിക്കുന്നതിനു മുമ്പ് അവർ ഇത്ര മാത്രം പറഞ്ഞു: ''അപ്പോൾ നിനക്ക് സംസാരിക്കാൻ നാവൊക്കെ ഉണ്ടല്ലേ? പോ... പോ... ഇറങ്ങിപ്പോയേ ഒന്ന്.''

ഈ സംഭവത്തിനു ശേഷം ആ വിഷയം വിട്ടു. ചെറിയ കുട്ടിയാ യിരുന്നു അന്നു ഞാൻ. എങ്കിലും ചിത്രത്തിലേക്കു നോക്കുന്നത് തുടർന്നു. പക്ഷേ വിശുദ്ധന്മാർക്കിടയിൽ പ്രസിഡന്റ് ഉണ്ടോ എന്ന കാര്യത്തിന് വലിയ ശ്രദ്ധ നൽകിയില്ല. എന്നാൽ ആ വിശുദ്ധന്റെ രൂപം മാത്രം മനസ്സിൽ നിറഞ്ഞു നിന്നു. അദ്ദേഹത്തിന്റെ നേർക്ക് മാത്രമായിരുന്നു താൻ നോക്കിയിരുന്നത്. പാറക്കെട്ടുകൾക്കിടയി ലൂടെ ഓടിച്ചാടി നടക്കുന്നതിനിടയിലും ആ രൂപം മനസ്സിലുണ്ടാകും. 'മലഞ്ചെരുവിലെ മുട്ടനാട്' എന്നാണ് ചാടിത്തുള്ളി നടന്നിരുന്ന തന്നെ നാട്ടുകാർ വിളിച്ചിരുന്നത്. അത് കേൾക്കുമ്പോൾ ചിരി വരു മായിരുന്നു. ഒപ്പം അല്പം സന്തോഷവും.

എന്നാൽ ആ പരിഹാസത്തെ വെല്ലുവിളിയായി എടുത്തുകൊണ്ട് കൂടുതൽ ഓടിച്ചാടി നടന്നതേയുള്ളൂ അലി. മുട്ടനാട് എന്ന് നാട്ടു കാർ വിളിക്കുന്നതിൽ അവന് അപമാനമൊന്നും തോന്നിയില്ല എന്ന താണ് നേര്. കാരണം അതിനെക്കാളൊക്കെ എത്രയോ വലിയ അപ മാനം സഹിക്കേണ്ടി വന്നത് പട്ടണത്തിലെ മാർബിൾ പതിച്ച മഖാമിൽ പോയ ആ ദിവസമായിരുന്നു.

വിശുദ്ധമായ പച്ചത്തുണി പുതച്ച് നിലത്തു കിടക്കുകയാണ് അലി. ക്ഷീണവും മുറിവുകളും കാരണം ഇടയ്ക്ക് മയങ്ങിപ്പോയി. മകന്റെ രോഗമുക്തിയും ദൈവകൃപയും ലക്ഷ്യമാക്കിക്കൊണ്ട് നഹ്ല ചെയ്ത കാര്യങ്ങൾ അലിക്ക് അപമാനമായാണ് തോന്നിയത്. രക്തവും എണ്ണയും കാരണം നനഞ്ഞു കുതിർന്ന മകന്റെ പാദങ്ങൾ തന്റെ വസ്ത്രം കൊണ്ട് തുടച്ചുകൊടുക്കുകയാണ് നഹ്ല. ഉമ്മ തന്റെ പാദത്തിൽ ഉരസിത്തന്ന കാര്യം ഓർമ്മയുണ്ട്. ആ സ്പർശം ഇപ്പോഴും തിരിച്ചറിയുന്നു. ഇത്രയേറെ വർഷങ്ങൾ കഴിഞ്ഞിട്ടും ആ നിമിഷങ്ങൾ എങ്ങനെയാണ് ഇപ്പോൾ വീണ്ടും തിരികെ എത്തുന്നത്

എന്ന കാര്യത്തിലാണ് അതിശയം. മുറിവേറ്റ് പിളർന്ന പാദത്തിൽ ഇപ്പോഴും ആ സ്പർശങ്ങൾ തിരിച്ചറിയാനാകുന്നുണ്ട്.

അലിയുടെ പാദങ്ങളിൽ എണ്ണ പുരട്ടുകയാണ് നഹ്‌ല. ഉമ്മയുടെ സ്പർശവും വേദനയുടെ കുത്തും കൂടിച്ചേർന്ന് അവനെ മയക്കത്തിൽനിന്നും കുത്തി ഉണർത്തുന്നു. മാതളമരത്തിന്റെ വടികൊണ്ടേറ്റ അടി കാരണം പാദത്തിലേറ്റ മുറിവുകൾ. ഒരു പകൽ മുഴുവൻ മഴയത്ത് നഗ്നപാദനായി നടന്നതു കാരണം പാദങ്ങൾ വീണ്ടും വിണ്ടു കീറിയിരിക്കുന്നു. ശേഷം മകന്റെ മുഖത്തും എണ്ണ പുരട്ടിക്കൊടുത്തുകൊണ്ട് നഹ്‌ല വീണ്ടും പ്രാർത്ഥിക്കാൻ തുടങ്ങി.

''ശൈഖ് ബൂഅലീ... എന്റെ മോൻ അങ്ങയുടെ സ്വത്താണ്. അങ്ങയുടെ തൃപ്തി ഞങ്ങൾക്കേകിയാലും... എന്റെ കുട്ടി... എന്റെ രക്തവും മാംസവുമാണിവൻ... നേർച്ച നോറ്റ് വളർത്തിയ മോനാണ്...''

മകന്റെ പാദത്തിലെ വിരലുകളിൽ ചുംബിച്ച ശേഷം കണ്ണീരോടെ ലേപനം ചെയ്ത എണ്ണ നാവുകൊണ്ട് നക്കിത്തുടക്കുകയാണ് നഹ്‌ല. തന്നെ അടിച്ച വടികൊണ്ട് ഉമ്മ സ്വന്തം ദേഹത്തും അടിച്ചിരുന്നുവെന്ന കാര്യം അലിക്ക് ഓർമ്മയുണ്ട്. ഇടയ്ക്കിടയ്ക്ക് തേങ്ങിക്കൊണ്ട് അടുത്തുള്ള മുറിയിലേക്ക് അവർ ഓടിപ്പോകുമായിരുന്നു.

നഹ്‌ലയ്ക്ക് എഴുത്തും വായനയുമൊന്നും അറിയില്ലായിരുന്നു. വാപ്പ തപ്പിത്തടഞ്ഞ് വായിക്കുമായിരുന്നു. അതിനാൽ തന്നെ മക്കൾ പഠിച്ചേ തീരൂ എന്ന് അയാൾ വാശി പിടിക്കും. മക്കളെ പഠിപ്പിക്കാൻ കഴിയാതെ വരുന്ന ഭാര്യയെ അയാൾ അടിക്കും. ഉമ്മയ്ക്ക് എഴുത്തും വായനയുമൊന്നും അറിയില്ലെന്ന കാര്യമൊക്കെ അന്നേരം അയാൾ ഓർക്കുകയേ ഇല്ല. വാപ്പ ഉമ്മയെ അടിക്കാറുള്ള കാര്യം അലിക്കും അറിയാം. എന്ത് കാര്യങ്ങളുടെ പേരിലാണ് ഈ മർദ്ദനമൊക്കെയെന്നും അവനറിയാം. മക്കൾ അടുത്ത് കിടന്നുറങ്ങുമ്പോൾ തന്റെ മുകളിൽ കയറിക്കിടക്കാൻ ഉമ്മ വാപ്പയെ അനുവദിക്കാതെ വരുമ്പോഴാണ് ചിലപ്പോൾ അടിക്കാറുണ്ട്. അതിനു ശേഷം തന്റെ വയറ് വീർത്തു വരുമെന്ന് ഉമ്മയ്ക്കറിയാമായിരിക്കും. പിന്നെ അവരുടെ മനസ്സിനെയും ഹൃദയത്തെയും മുറിപ്പെടുത്താനായി പുതിയൊരു മാംസപിണ്ഡം പുറത്തേക്കു വരും. താനും സഹോദരങ്ങളും അതാണ് ഉമ്മയോട് ചെയ്തത്. മക്കളോടുള്ള സ്നേഹം തന്നെ കൊല്ലാതെ കൊല്ലുകയാണെന്നാണ് ഉമ്മ പറയാറുള്ളത്. അതുകൊണ്ടുതന്നെയാണ് തന്റെ പാദങ്ങൾ നക്കിത്തുടക്കുന്ന ഉമ്മയെ തടയാൻ അലിക്ക് സാധിക്കാത്തതും.

ഈ ഒരു ദൃശ്യം അപമാനകരമായ കാര്യമാണെന്ന് ആരും കരുതുമെന്നു തോന്നുന്നില്ല. എന്നിട്ടും ഇത് തീർത്തും അപമാനമായാണ്

അലിക്കു തോന്നിയത്. അവനെ സംബന്ധിച്ച് അത് അജ്ഞാതമായൊരു വികാരമായിരുന്നു. എല്ലാ അർത്ഥത്തിലും അപമാനിക്കപ്പെടുകയായിരുന്നു അലി. ആരോ ഒരാൾ കഴുത്തിൽ ചവിട്ടുന്നതുപോലൊരു വികാരമായിരുന്നു അത്. ഈ അപമാനത്തെ ഇങ്ങനെയായിരിക്കും അവൻ വിശേഷിപ്പിക്കുക.

കുടീരത്തെ പുണർന്നുകൊണ്ട് നിലത്ത് ചുരുണ്ടുകൂടി കിടക്കുമ്പോൾ അലി ആഗ്രഹിച്ചത് ഇത്രമാത്രമായിരുന്നു. ഉമ്മ ഈ കരച്ചിലൊന്ന് നിർത്തി തന്റെ പാദം നക്കിത്തുടയ്ക്കുന്ന പ്രവർത്തി അവസാനിപ്പിച്ചിരുന്നെങ്കിൽ! ഈയൊരു അപമാനബോധം ആഴത്തിൽ വേരോടിയത് മഖാമിലുള്ള ഒരു മനുഷ്യന്റെ വാക്കുകൾ കൂടി കേട്ടതോടെയാണ്:

''ഇറങ്ങിപ്പോകൂ പെണ്ണേ... നിനക്കെന്താ ഭ്രാന്താണോ? ഇറങ്ങിപ്പോ... പടച്ചവനേ, സ്വബോധവും മതബോധവും നൽകണേ നീ ഞങ്ങൾക്ക്.''

ഇടംകണ്ണിട്ട് നോക്കിയപ്പോൾ ഈ മനുഷ്യന്റെ കൈയ്യിലൊരു ജപമാലയുള്ള കാര്യം അലി ശ്രദ്ധിച്ചിരുന്നു. ശൈഖുമാരിലാരോ ആയിരിക്കും. പക്ഷേ, ആ മഖാമിലെ ശൈഖ് ആണെന്ന് തോന്നുന്നില്ല. ഈ അവസാന പതിറ്റാണ്ടുകളിൽ നാട്ടിൽ പ്രത്യക്ഷപ്പെട്ട പുത്തൻ ശൈഖുമാരിൽ ഒരാളായിരിക്കും ഈ മനുഷ്യൻ. മഖാമിലെ പ്രധാന ശൈഖ് പിന്നീടാണ് വന്നത്. നല്ലൊരു മനുഷ്യനാണെന്നാണ് അലിക്ക് തോന്നിയത്. ഉമ്മയും പിന്നീട് അങ്ങനെയാണ് പറഞ്ഞത്.

കാര്യങ്ങൾ ഇതുപോലെ തന്നെ പിന്നെയും തുടർന്നു. നഹ്‌ലയുടെ കൈയ്യിലൊരു ഖുർആൻ പതിപ്പുണ്ടായിരുന്നു. മകന്റെ പാദങ്ങളിൽ ചുംബിച്ച ശേഷം അവർ അവനോട് ഖുർആൻ പാരായണം ചെയ്യാൻ ആവശ്യപ്പെട്ടു. നീളമുള്ള ജപമാലയേന്തിയ മനുഷ്യൻ അവരെ ശ്രദ്ധിക്കുന്നുണ്ടായിരുന്നു. നഹ്‌ലയുടെ കൈയ്യിൽ നിന്നും വിശുദ്ധഗ്രന്ഥം പിടിച്ചുവാങ്ങിക്കൊണ്ട് അയാൾ അലറി.

''ഈ സ്ത്രീക്ക് ഒരു വൃത്തിയുമില്ല. ഇവരെ ഇവിടെ നിന്ന് ഇറക്കി വിടുക. ഇറങ്ങിപ്പോ... പുറത്തേക്ക്.''

പക്ഷേ, അയാളുടെ കല്പന നടപ്പിലാക്കാൻ അവിടെയാരും ഉണ്ടായിരുന്നില്ല. വിശുദ്ധമായ ഇടമാണവിടം. ദുർബലർക്കും പാവങ്ങൾക്കും അവിടെ എത്തി വിശുദ്ധമായി കരുതുന്ന എണ്ണ പുരട്ടാനുള്ള അവകാശമുണ്ട്. പക്ഷേ, രക്തക്കറ പുരണ്ട വസ്ത്രവുമായി ഒരു സ്ത്രീ അവിടേക്കു കടന്നുവരുന്നത് അനുവദനീയമായ കാര്യമായിരിക്കില്ല. ശരിക്കും അവരുടെ വസ്ത്രത്തിൽ പുരണ്ടിരിക്കുന്നത് മകന്റെ രക്തമാണ്. എന്നാൽ അത് അവരുടെ ആർത്തവരക്തമായിരിക്കുമെന്നാണ്

ആ ശൈഖ് കരുതിയിട്ടുണ്ടാവുക. പക്ഷേ, ഇതൊന്നും അലിക്ക് മനസ്സിലാകുന്നില്ലായിരുന്നു. അവന് തന്നോടു തന്നെ അറപ്പ് തോന്നി. പിന്നെ ഉമ്മയുടെ പ്രവർത്തിയോടും. ചുരുണ്ടു കൂടി കണ്ണുകളടച്ചു പിടിച്ച് കിടന്നു. ക്ഷീണവും ചെറിയ പനിയും അവന്റെ ദുർബലമായ ശരീരത്തിലേക്ക് പടരുന്നുണ്ടായിരുന്നു.

പിന്നെയും ശൈഖിന്റെ അലർച്ച കേട്ടു. നഹ്‌ലയോട് മഖാമിൽ നിന്നിറങ്ങിപ്പോകാൻ ആവശ്യപ്പെടുകയാണ്. പുറത്തെ മഴ കോരി ച്ചൊരിയുന്ന ശബ്ദവും ശൈഖിന്റെ ദേഷ്യത്തോടെയുള്ള ഒച്ചയും കേട്ടുകൊണ്ട് പിന്നെയും ചുരുണ്ടുകൂടി കിടന്നു. മഖാമിൽ ചുറ്റും കൂടി നിന്ന ആളുകൾ കാണുന്നത് പന്ത്രണ്ട് വയസ്സുള്ളൊരു കുട്ടി യുടെ ഭ്രാന്ത് ഭേദമാകാനായി മാനസികനില തെറ്റിയതുപോലെ തോന്നുന്നൊരു സ്ത്രീ വന്നിരിക്കുന്ന കാഴ്ചയാണ്. തന്റെ മകൻ മറ്റു കുട്ടികളെപ്പോലെയല്ലെന്നാണ് മഖാമിലെത്തിയ നേരത്ത് അവിടെ ക്കൂടി നിന്നവരോട് നഹ്‌ല പറഞ്ഞത്. താനൊരു മരമാണെന്നാണ് മകന്റെ വിശ്വാസമെന്നും അലഞ്ഞുതിരിയുന്ന കുഴപ്പമുണ്ടെന്നും ഉമ്മ പറഞ്ഞു. എന്നാൽ ആളുകൾ കരുതിയത് അലിക്ക് ഭ്രാന്താണെന്നാണ്. തന്റെ മകന് ഭ്രാന്തൊന്നുമില്ലെന്ന് നഹ്‌ലയ്ക്കറിയാം. സദ്‌വൃത്തരായ വിശുദ്ധന്മാരുടെ അനുഗ്രഹത്തിന്റെ ആവശ്യമേയുള്ളൂ അവന്. അവർ അവനെ സഹായിച്ചുകൊള്ളും.

നഹ്‌ലയ്ക്കൊപ്പം കരയുന്ന മറ്റൊരു സ്ത്രീയേയും കണ്ടു. അവരും ഖുർആൻ സൂക്തങ്ങൾ പാരായണം ചെയ്യുന്നുണ്ട്. മഖാമിൽ നിന്നെ ടുത്ത കല്ലുകൾകൊണ്ട് തന്റെ വീർത്ത വയറിൽ തഴുകുകയാണ് ആ സ്ത്രീ. മറ്റൊരു സ്ത്രീ അവരുടെ തോളിൽ തഴുകിക്കൊടുക്കു ന്നുണ്ട്. നഹ്‌ല ചെയ്യുന്നതൊന്നും പിന്നെ ആരും ശ്രദ്ധിക്കാതെ യായി. തന്റെ സാധുക്കളായ സന്തതികളെ ദൈവം തന്നെ കാത്തു കൊള്ളും.

മഖാമിൽ സന്ദർശകരുടെ തിരക്കൊഴിഞ്ഞ നേരത്താണ് നേരത്തെ പറഞ്ഞ ശൈഖിന്റെ അലർച്ച കേട്ടത്. അലി ഒന്ന് മയങ്ങാൻ തുട ങ്ങുകയായിരുന്നു. നഹ്‌ല കൈ നീട്ടി ശൈഖിന്റെ കൈയിൽ പിടിച്ച് ചുംബിച്ചു. തന്റെ കൈയ്യിലിരുന്ന ഖുർആൻ പതിപ്പ് അയാളെ ഏല്പിച്ച ശേഷം കുടീരത്തിൽനിന്ന് തിരിഞ്ഞ് നടക്കുന്നതിനിടയിൽ അവർ കിതയ്ക്കുന്നുണ്ടായിരുന്നു.

മയക്കത്തിൽ നിന്നുണർന്ന അലിയാകട്ടെ, ശൈഖിന്റെ നേർക്ക് ഒരു പ്രത്യേകമായ രീതിയിൽ നോക്കി. അതിന്റെ അർത്ഥമെന്താ ണെന്ന് നഹ്‌ലയ്ക്കറിയാം. പെട്ടെന്ന് ചാടി എഴുന്നേറ്റ അലി ശൈഖിനെ അടിച്ചു. അടിയേറ്റതും അയാൾ നിലത്തേക്കു വീണു പോയി.

ഏതാനും നിമിഷങ്ങൾ വേണ്ടി വന്നു അയാൾക്ക് ആ ഞെട്ടലിൽ നിന്ന് കരകയറുവാൻ. എന്നാൽ അതിനകം തന്നെ അലി ആ മനുഷ്യന്റെ നെഞ്ചിന് മുകളിലേക്കു പാഞ്ഞുകയറിയിരുന്നു. തുരുതുരെ ഇടിക്കാൻ തുടങ്ങിയ അലിയെ ഓടിക്കൂടിയ ആളുകൾ പിടിച്ചു മാറ്റുകയായിരുന്നു. ചുറ്റുമുള്ളവർ അമ്പരന്നു നിൽക്കെ ആളുകൾ അലിയെ പുറത്തേക്കു വലിച്ചിഴച്ചു കൊണ്ടുപോയി. എന്നാൽ ഇതൊന്നും ശ്രദ്ധിക്കാത്ത മട്ടിൽ, തന്റെ പാദങ്ങളിലെ വിരലുകളിലേക്ക് മാത്രം നോക്കുകയാണ് അലി.

ആ വിരലുകളുമായി ബന്ധപ്പെട്ട് അവന് വേറെ കഥ തന്നെ പറയാനുണ്ട്!

ചെരിപ്പുകൾ ഒന്നും ധരിക്കാതെയാണ് അലി മഖാമിനുള്ളിലേക്ക് കയറി വന്നത്. മണിക്കൂറുകളോളം കാലുകൾ നീട്ടി കുടീരത്തിന്റെ ചുവരിൽ ചാരി ഇരിക്കുന്നതിനിടയിൽ കാൽവിരലുകളെത്തന്നെ ശ്രദ്ധിക്കുകയായിരുന്നു അവന്റെ മനസ്സ്. നിലത്തെ തണുപ്പ് ആസ്വദിച്ചുകൊണ്ട് കാൽവിരലുകൾ മഖാമിന്റെ തറയിൽ കുത്താൻ ശ്രമിച്ചുകൊണ്ടിരുന്നു. അപൂർവ്വമായൊരു ലോലഭാവവും ലാഘവത്വവും മനസ്സിൽ നിറഞ്ഞുകൊണ്ടിരുന്നു. നഗ്നനായ തന്നെ ഒരിളംകാറ്റ് മേഘമെന്നതുപോലെ ചുമന്നു കൊണ്ടുപോകുന്നതായാണ് തോന്നിയത്. മേഘങ്ങളെപ്പോലെ മാറിമാറി വരുന്ന ആ നിമിഷങ്ങൾ ജീവിതത്തിന്റെ പുതുമയും മാധുര്യവുമാണ് സമ്മാനിച്ചുകൊണ്ടിരുന്നത്.

സർവ്വ മഖാമുകളും മരച്ചില്ലകൾക്ക് കീഴിലാണ് വിശ്രമിക്കാറുള്ളത് എന്നാണ് ഹിമൈറൂന പറഞ്ഞുകേട്ടിട്ടുള്ളത്. അതിനാൽ തന്നെ മഖാമുകൾക്ക് അകത്തേക്ക് പ്രവേശിക്കുമ്പോൾ പറക്കുന്നതായായിരിക്കും അലിക്ക് തോന്നുക. വിശുദ്ധമായ ഇടങ്ങളാണവ. വിശുദ്ധമായ മരങ്ങളാണ് അവയ്ക്ക് കാവൽ നിൽക്കുന്നത്. നൂറുകണക്കിന് വർഷങ്ങൾക്കു മുമ്പ് എങ്ങനെയായിരുന്നോ അതുപോലെ തന്നെയാണ് ഇപ്പോഴും ആ മരങ്ങളെന്നാണ് ഹിമൈറൂന പറയാറുള്ളത്. എന്നാൽ അക്കാര്യത്തിന് വലിയ ഗൗരവം നൽകാറില്ല അലി. ആളെ ഇഷ്ടമാണെന്നത് ശരിയാണ്. എങ്കിലും മറ്റുള്ളവരെപ്പോലെ അവനും വൃദ്ധയുടെ നീണ്ട ജല്പനങ്ങൾക്ക് വലിയ ശ്രദ്ധ കൊടുക്കാറില്ല.

മഖാമിനുള്ളിലേക്ക് പ്രവേശിച്ചപ്പോൾ, തന്റെ കാൽവിരലുകൾ വൃക്ഷങ്ങളുടെ വേരുകളായും ചില്ലകളായും മാറിയെന്നാണ് അലിക്ക് തോന്നിയത്. മരങ്ങൾക്ക് മുകളിലേക്ക് അള്ളിപ്പിടിച്ച് കയറുമ്പോഴും മലമുകളിലെ തൂക്കാംപാറയിലൂടെ തുള്ളിച്ചാടി നടക്കുമ്പോഴൊക്കെ ലഭിക്കുന്നതു പോലൊരു ഉന്മേഷവും ലാഘവത്വവുമായിരുന്നു അന്നേരം

അനുഭവപ്പെട്ടത്. വിരലുകൾ മരച്ചില്ലകളുമായി ഒട്ടിച്ചേരുന്നതുപോലെയും ഇഴുകിച്ചേരുന്നതുപോലെയും തോന്നിയിട്ടുണ്ട്. ഏതെങ്കിലും ഒരു ശിഖരത്തിന് മുകളിൽ കയറി നിന്ന് ചിറകുകളെന്നപോലെ കൈകൾ വിരിച്ച് നിൽക്കാൻ പല തവണ ശ്രമിച്ചിട്ടുണ്ട്. പരുന്തിന്റെ നഖങ്ങൾ പോലെ കാലിന്റെ വിരലുകളായിരിക്കും അന്നേരമൊക്കെയും ശരീരത്തെ ചില്ലയിൽ ഉറപ്പിച്ചു നിർത്തുന്നത്.

താനെങ്ങനെയാണ് പക്ഷികളെപ്പോലെ താഴെ വീഴാതെ മരച്ചില്ലകൾക്ക് മുകളിലൂടെ നടക്കുന്നതെന്ന് നാട്ടിലെ മഖാമിലെത്തുന്നവർക്ക് കാണിച്ചുകൊടുക്കാൻ അലിക്ക് സാധിച്ചിട്ടുണ്ട്. ചില്ലകളിൽ ചമ്രം പടിഞ്ഞിരിക്കുകയും വവ്വാലിനെപ്പോലെ തൂങ്ങിയാടുകയും ചെയ്യും.

ജപമാലയുമായി നിന്ന ശൈഖിന്റെ മുകളിൽനിന്ന് ആളുകൾ പിടിച്ചുമാറ്റുമ്പോഴും അലിയുടെ മനസ്സിൽ നിറഞ്ഞു നിന്നത് ആ പഴയ ലാഘവത്വം തന്നെയായിരുന്നു. തണുത്തുറഞ്ഞ രാത്രിയിൽ തങ്ങളെ മഖാമിൽ നിന്ന് പുറത്താക്കുമോ എന്ന പേടിയോടെ മകനു നേർക്ക് നോക്കുകയാണ് നഹ്‌ല. മഖാമിന്റെ നിലത്ത് തന്റെ വിരലുകൾ അള്ളിപ്പിടിച്ചിരുന്ന രീതി അലിക്ക് നല്ലതുപോലെ ഓർമ്മയുണ്ട്. എന്നാൽ സംക്ഷോഭമോ കോപമോ ഒന്നുമായിരുന്നില്ല അവന്റെ മനസ്സിലന്നേരം. ബുദ്ധിമുട്ടോടെ ശ്വാസം വലിച്ചുവിട്ടുകൊണ്ട് ഉമ്മയുടെ നേർക്ക് നോക്കുകയായിരുന്നു അവൻ. കൈ നീട്ടി അവരുടെ തലമുടിയിൽ വാത്സല്യത്തോടെ തഴുകിക്കൊണ്ടിരുന്നു. ശാന്തമായിരുന്നു അവന്റെ മുഖം അന്നേരമൊക്കെയും.

അപ്പോഴാണ് മഖാമിന്റെ ചുമതലക്കാരനായ പ്രധാന ശൈഖ് സ്ഥലത്തെത്തിയത്. അദ്ദേഹം അലിയുടെ കൈയ്യിൽ പിടിച്ച ശേഷം തലയിൽ തഴുകി. അലി ഉമ്മയുടെ ഒപ്പം എഴുന്നേൽക്കാൻ ശ്രമിച്ചെങ്കിലും നേരെ നിൽക്കാൻ സാധിച്ചില്ല. ശൈഖ് അവനെ താങ്ങിപ്പിടിച്ചു. ശേഷം അവനെയും കൂട്ടിക്കൊണ്ട് തന്റെ ഒപ്പം വരുവാൻ നഹ്‌ലയോട് പറഞ്ഞു. അന്ന് രാത്രി തന്റെ വാസസ്ഥലത്ത് അന്തിയുറങ്ങാമെന്ന് പറഞ്ഞു.

ശ്വാസം മുട്ടുന്ന തരത്തിൽ പെരുമാറുന്ന അലിയുടെ വിരലുകളിലേക്കും എന്നാൽ അവന്റെ ആത്മവിശ്വാസം നിറഞ്ഞ കണ്ണുകളിലെ ശാന്തതയിലേക്കും ഉറ്റുനോക്കുകയായിരുന്നു ശൈഖ്. ഖുർആൻ സൂക്തങ്ങൾ പാരായണം ചെയ്തുകൊണ്ടിരുന്ന ആ മനുഷ്യൻ അവരെ ഒരിക്കൽപോലും ശാസിച്ചതേയില്ല. അദ്ദേഹത്തിന്റെ കരുണയും മാന്യതയുമൊക്കെ അലിയുടെ ശ്രദ്ധ കവർന്നു.

വളരെ ആദരവോടെയാണ് അലി ആ ശൈഖിന്റെ മുഖഭാവങ്ങൾ നോക്കി നിന്നത്. കാറ്റിൻകുടീരമെന്ന് താൻ വിളിക്കുന്ന നാട്ടിലെ

മഖാമിനുള്ളിലെ വിശുദ്ധന്മാരുടെ ചിത്രത്തിൽ കാണുന്ന തന്റെ പ്രിയങ്കരനായ വിശുദ്ധന്റെ മുഖത്തോട് ഇദ്ദേഹത്തിന് നല്ല സാമ്യം തോന്നി. അതേ സ്വരൂപവും ചുളിവുകളും മെലിഞ്ഞ ഭാവവും താടിയും. പിന്നെ കണ്ണുകളിലെ ശാന്തതയും! അതോടെ പാദങ്ങളിലെയും വിരലുകളിലെയുമൊക്കെ വേദനയൊക്കെ മറന്ന് അലി അദ്ദേഹത്തിന്റെ ചുമലിൽ തല ചേർത്തു നിന്നു. തന്റെ വിരലുകളെ സംബന്ധിച്ച ലജ്ജയൊന്നും അന്നേരം മനസ്സിൽ ഉയർന്നതേയില്ല.

സ്വന്തം കാൽവിരലുകൾ അലിയെ ലജ്ജിപ്പിച്ചിരുന്നു. അത് മറച്ചു പിടിക്കാൻ അവൻ കഠിനമായി ശ്രമിച്ചുപോന്നു. വിവിധ വലിപ്പത്തിലുള്ള മരച്ചില്ലകൾ പോലെയായിരുന്നു വിരലുകൾ. ചിലത് നീളം കുറവും ചിലതിന് നീളം കൂടുതലും. നീളത്തിന്റെ കാര്യത്തിൽ വലത്തേക്കാലിലെ വിരലുകൾ ഇടത്തേ കാലിലേതു പോലെയായിരുന്നില്ല. പെരുവിരലായിരുന്നു ഏറ്റവും ചെറുത്.

ഇപ്പോൾ ബൂട്ടിലേക്ക് നോക്കിക്കിടക്കുമ്പോൾ ആലോചിച്ചത് സ്ഫോടനത്തിനൊപ്പം തന്റെ വിരലുകളും കൂടി ചിതറിപ്പോയിട്ടുണ്ടാകുമോ എന്നായിരുന്നു. മുറിവേറ്റ് വികലമായ പാദം കാണാമിപ്പോൾ. മുഖാമിൽ കഴിഞ്ഞ രാത്രിയിൽ തന്നെ കൂട്ടിക്കൊണ്ടു പോകുമ്പോൾ ശൈഖ് ഉറ്റുനോക്കിയ കാൽവിരലുകളുടെ കാര്യം ഇപ്പോഴും ഓർമ്മയുണ്ട്.

വലത്തേപാദം ചലിപ്പിക്കാൻ നോക്കിയ അലി ഉടൽ നേരെയാക്കാൻ ശ്രമിച്ചു. പാദങ്ങൾ നിവർത്തിയ ശേഷം പതിയെ കൈകൾ നീട്ടി. വാരിയെല്ലുകൾ നുറുങ്ങുന്നതുപോലെയൊരു വേദനയായിരുന്നു അന്നേരം അനുഭവപ്പെട്ടത്. കാൽമുട്ടുകൾക്കരികിലെ മണ്ണും ഇലകളും ചില്ലകളുമൊക്കെ ചികഞ്ഞു മാറ്റാനായി നോക്കിക്കൊണ്ട് പതിയെ ചലിക്കാൻ ശ്രമിച്ചു. ഇപ്പോൾ തന്റെ ബൂട്ട് നേരെ മുന്നിൽ കാണാം. അതിനുള്ളിൽ തന്നെയുണ്ടാകുമോ തന്റെ കാൽവിരലുകൾ?

ചെളി പറ്റിയതു കാരണം അതിന്റെ കറുത്ത നിറം വെളുത്തതായി മാറിയിരിക്കുകയാണിപ്പോൾ. കൈമുട്ടുകളിലൂന്നി ഉടൽ മുന്നോട്ട് തള്ളിക്കൊണ്ടിരുന്നു. പാദങ്ങളിലെ വീർത്ത രക്തധമനികളും കുളം പോലെയായ രക്തക്കളവും കാണാമിപ്പോൾ. അന്നേരം മറ്റൊരു കാര്യം കൂടി തോന്നി. ഒരുപക്ഷേ ശരീരത്തിന്റെ മറ്റേതെങ്കിലും സ്ഥലത്തുകൂടി പരിക്കേറ്റിട്ടുണ്ടാകുമോ? അതെവിടെയാണെന്ന് അറിയാൻ കഴിയുന്നില്ലെന്ന് മാത്രം. നേരിട്ട് കണ്ടാൽ മാത്രമേ അത്തരമൊരു മുറിവുണ്ടോ എന്ന് മനസ്സിലാകൂ എന്ന അവസ്ഥയിലാണ് താനിപ്പോൾ.

പത്ത്

മരത്തിന്റെ ഇലകൾക്കിടയിലൂടെ കടന്നുവരുന്ന നുറുങ്ങുപ്രകാശം എന്നു വിശേഷിപ്പിക്കാവുന്ന സ്വപ്നങ്ങൾ അലിയെ സംബന്ധിച്ച് ലളിതമായൊരു സംഗതിയാണ്. മറ്റുള്ള മനുഷ്യർ അതിനെ വീടെന്നോ, സമാധാനത്തോടെ കണ്ണുകളടച്ച് കിടക്കാവുന്ന സ്ഥലമെന്നോ ഒക്കെയാകും വിളിക്കുക. അക്കാര്യത്തിൽ ആളുകൾക്കിടയിൽ അഭിപ്രായവ്യത്യാസമുണ്ടാകും. അതുകൊണ്ട് എന്താണ് അർത്ഥമാക്കുന്നതെന്നോ മനസ്സിലാക്കുന്നതെന്നോ ആയ കാര്യങ്ങളിൽ ആരുമായും തർക്കിക്കാനൊന്നും അവൻ ആഗ്രഹിക്കുന്നതുമില്ല. മറ്റുള്ളവർക്കൊപ്പം ഇരുന്നേ തീരൂവെന്നു വിധിക്കപ്പെട്ട അപൂർവാവസരങ്ങളിൽ അവരുടെ വാക്കുകൾ ശ്രദ്ധിച്ചുകേട്ട് നിശ്ശബ്ദനായി ഇരിക്കുകയേ ഉള്ളൂ.

അലിയെ സംബന്ധിച്ച് വീടെന്നു പറയുന്നത്, അവന്റെ ഏറുമാടമാണ്. എന്നാൽ അതിനെക്കുറിച്ച് സൂചിപ്പിക്കുമ്പോഴെല്ലാം അവൻ വീടെന്നേ പറയാറുള്ളൂ. തനിക്കേറെ പ്രിയങ്കരമായ സംഗതികൾ ഉപയോഗിച്ചാണ് അവൻ തന്റെ വീട് പണിതുയർത്തിയത്. നിർമ്മാണവസ്തുക്കളെന്നാൽ മരച്ചില്ലകളാണ്. വൃത്തരൂപത്തിലുള്ള ശിഖരങ്ങളുള്ള വീട്ടിലെ ഓക്കുമരമാണ് അതിന്റെ നിലം. മഖാമിലെ ഓക്കുമരത്തെപ്പോലെ അതിന്റെ ശിഖരങ്ങൾ മുകളിലേക്കല്ല വളർന്നു നിൽക്കുന്നത്. മറിച്ച്, നീട്ടിപ്പിടിച്ച കൈകളെപ്പോലെ വശങ്ങളിലേക്കു വളർന്ന് ഭൂമിക്കു നേരേ നീളുന്ന ശിഖരങ്ങളാണ് ഈ മരത്തിനുള്ളത്.

ഒരു മരത്തെ വർണ്ണിക്കാനാഗ്രഹിക്കുമ്പോൾ, കൈപ്പത്തി നീട്ടിയ ശേഷം വിരലുകൾക്കൊപ്പം ചലിപ്പിച്ചുകാട്ടുകയാണ് അലി ചെയ്യാറുള്ളത്. പണ്ട് ഓട്ടോമൻ തുർക്കികൾക്കും ഫ്രഞ്ചുകാർക്കുമെതിരേ കലാപക്കൊടിയുയർത്തിയ പോരാളികളായിരുന്നു ഈ ഏറുമാടം ഉണ്ടാക്കിയതെന്നാണ് ഗ്രാമവാസികൾ പറഞ്ഞുകേട്ടിട്ടുള്ളത്. മരച്ചില്ലകൾ കൂടിച്ചേരുന്ന സ്ഥലത്തായിരുന്നത്രെ ഫ്രഞ്ചുപടയുടെ പിടിയിൽ നിന്നും രക്ഷപ്പെട്ടോടിവന്ന മൂന്ന് പോരാളികൾ അന്തിയുറങ്ങിയിരുന്നത്. ഒരു നൂറ്റാണ്ടുമുമ്പ് ഈ മരത്തിനരികിൽ ഒരു കൈക്കുഞ്ഞിനെ ഉപേക്ഷിക്കപ്പെട്ട നിലയിൽ കണ്ടിരുന്നത്രെ.

ദമാസ്കസ്, ഹമാ, അലെപ്പോ തുടങ്ങിയ നഗരങ്ങളിൽനിന്നെത്തിയിരുന്ന മുതിർന്ന സ്വാതന്ത്ര്യസമരപ്പോരാളികൾ രാജ്യത്തിന്റെ ഭാവിയെക്കുറിച്ച് ആലോചിക്കാൻ യോഗങ്ങൾ ചേർന്നിരുന്നത് ഈ ഓക്കുമരത്തിന്റെ ശിഖരങ്ങൾക്കു കീഴിലായിരുന്നു. എന്നാൽ ഇത്തരം കഥകൾക്കും കേട്ടുകേൾവികൾക്കുമൊന്നും അലി ചെവിനൽകാറില്ലായിരുന്നു. അവനു പ്രധാനം നൂറാളുകളുടെ ആവേശത്തോടെ അവന്റെ ഏറുമാടം പണിയുന്ന കാര്യമായിരുന്നു. അന്നേരമൊക്കെയും സ്വന്തം ഹൃദയത്തിന്റെ മിടിപ്പുകൾക്കു കാതോർക്കുകയായിരുന്നു അവൻ.

മരച്ചില്ലകളും കൊള്ളികളും ശേഖരിക്കുന്ന പണിതന്നെ ദിവസങ്ങളോളം തുടർന്നു. പട്ടണത്തിലെ മഖാമിലെ സംഭവത്തിനുശേഷം അവന്റെ കാര്യത്തിൽ നിരാശരായി മാറിയിരുന്നു വീട്ടുകാരൊക്കെയും. അവൻ എന്തുവേണമെങ്കിലും ചെയ്തുകൊള്ളട്ടെ എന്നാണവർ അവസാനം തീരുമാനിച്ചത്. കടൽത്തീരത്തിനരികിലുള്ള താഴ്വരയിൽ തനിക്കൊപ്പം കൂലിപ്പണിക്കു ചെല്ലുവാൻ വാപ്പ അലിയെയും വിളിച്ചു. അവനും അക്കാര്യത്തിൽ വലിയ ബുദ്ധിമുട്ടൊന്നും തോന്നിയില്ല.

മറ്റു കുട്ടികളിൽനിന്നൊക്കെ വ്യത്യസ്തനായി കാടിനുള്ളിലും പൊന്തക്കാടുകൾക്കിടയിലൂടെയുമൊക്കെ നീണ്ട യാത്രകൾക്ക് പദ്ധതി തയ്യാറാക്കുകയായിരുന്നു അലി. തന്റെ ദിനചര്യകൾക്ക് ഒരു പട്ടിക തന്നെ തയ്യാറാക്കി. ഒന്നാമതായി, മരത്തിന്റെ ഉടലിന് പരിക്കേൽപ്പിക്കാത്ത വിധം മുകളിലേക്കു കയറാനായി ഒരു ഏണിപ്പടി ഉണ്ടാക്കണം. രണ്ടാമതായി, മരത്തിന്റെ ചില്ലകൾ ഉപയോഗിച്ച് ഏറുമാടത്തിന്റെ മൂന്ന് ചുമരുകൾ പണിയണം. നാലാമത്തെ ചുമർ തുറന്നു കിടക്കണം. അതിലൂടെ നോക്കിയാൽ മലനിരകളുടെ മുനമ്പുകളും കടലിന്റെ ചക്രവാളവുമൊക്കെ കാണാനാകണം.

കാട്ടുപാതകൾ കയറിയും കുന്നുകളിറങ്ങിയും പോകുന്ന അലിയെ നാട്ടുകാർ കാണാറുണ്ട്. കാട്ടിലേക്കും പൊന്തക്കാട്ടിലേക്കും കയറിപ്പോയാൽപിന്നെ തിരികെ എത്തുന്നത് മരത്തിന്റെ ചില്ലക്കമ്പുകളുമായായിരിക്കും. ഒരൊറ്റ രാത്രികൊണ്ട് ഇരുപതു വയസ്സുള്ളൊരു ചെറുപ്പക്കാരനായി അവൻ മാറിയതായാണ് എല്ലാവർക്കും തോന്നിയത്. മരത്തിന്റെ ചില്ലകൾ ഒടിയാതെതന്നെ ഏറുമാടത്തിന്റെ ചുമരാക്കി മാറ്റുന്ന വിധത്തിൽ അവയെ വളച്ചുകെട്ടും. ഇലകൾ പറിച്ചുകളയാതെ അവയെ തമ്മിൽ മെടഞ്ഞുചേർക്കും. വിരിപ്പുപായകൾ നെയ്യുന്നതുപോലെ ഇലകളെ പലതരത്തിൽ മെടയും.

മരച്ചില്ലകൾ ശേഖരിക്കുക എന്ന ആദ്യപ്രവൃത്തി പൂർത്തിയാക്കാൻ ഒരു പകൽ മുഴുവനെടുത്തു. മുറിവും പോറലുമൊക്കെയേറ്റ

മുഖവുമായാണ് അന്ന് അലി തിരികെ എത്തിയത്. പിന്നീടുള്ള രണ്ട് പകലുകൾ ഓക്കുമരത്തിന്റെ കീഴിലായിരുന്നു. ചില്ലകൾ തമ്മിൽ കൂട്ടിക്കെട്ടുകയായിരുന്നു അത്രയും സമയം. വീട്ടിനകത്ത് ഉപേക്ഷി ക്കപ്പെട്ട നിലയിൽ കിടന്നിരുന്ന ചണക്കയറാണ് ഇതിനായി ഉപയോ ഗിച്ചത്.

നാടൻപുകയില കൃഷിചെയ്തിരുന്ന കാലത്തെ ചണക്കയറായി രുന്നു അത്. പുകയിലകൾ കൂർത്ത വലിയ സൂചികളിൽ കൊരുത്ത ശേഷം വീടിനുള്ളിൽ തൂക്കിയിടുമായിരുന്നു. സൂചികൾക്കു തുരുമ്പു പിടിക്കുമ്പോൾ കത്തിപോലെയുള്ള കൂർത്ത കല്ലുകൾ ഉപയോഗിച്ച് ഉരസി മൂർച്ച കൂട്ടും. ശേഷം അവയുടെ ദീർഘവൃത്താകൃതിയിലുള്ള ദ്വാരത്തിലൂടെ നൂൽ കൊരുക്കും. തുള വീണ പ്ലാസ്റ്റിക് പായകൾ സൂചി ഉപയോഗിച്ച് ഉമ്മ തുന്നൽ നടത്തിയിരുന്ന രീതിയിലാണ് അലി മരത്തിന്റെ ഇലകളെയും കൂട്ടിയിണക്കിയത്.

ഏറുമാടത്തിന്റെ ആദ്യചുമരിന്റെ പണി പൂർത്തിയാക്കിയപ്പോൾ അതിനെ ബലപ്പെടുത്തേണ്ട ആവശ്യമുണ്ടായിരുന്നു. ഇതിനായി ഉപയോഗിച്ചത് മഖാമിൽനിന്നു കൊണ്ടുവന്ന കയറായിരുന്നു. അതു പയോഗിച്ച് ഏറുമാടത്തിന്റെ ചുമരിനെ മരക്കൊമ്പുകളോട് ചേർത്തു കെട്ടി. നിലം വൃത്തിയാക്കിയതോടെ ഏറുമാടത്തിന്റെ തറ മിനുസ മുള്ളതും മൃദുലവുമായി മാറി. പരുക്കൻ കൊമ്പുകളെപ്പോലെയല്ല ഏറുമാടത്തിന്റെ നിലമിപ്പോൾ. തണുപ്പുള്ള രാത്രികളിൽ അവിടെ കിടന്നുറങ്ങണമെങ്കിൽ ഇനിയൊരു ചെറിയ പുതപ്പിന്റെ ആവശ്യം മാത്രമേയുള്ളൂ. അവനൊരു കമ്പിളിയുണ്ട്. പക്ഷേ, അത് ഇളയ സഹോദരനൊപ്പം പങ്കിടുന്നതാണെന്ന തടസ്സമുണ്ട്. വീട്ടിലാകട്ടെ, പുതിയ എന്തെങ്കിലും സാധനം വാങ്ങുക എന്നു പറയുന്നത് പെട്ടെ ന്നൊന്നും നടപ്പിൽ വരുന്ന കാര്യമല്ല. അതിനാൽതന്നെ ഈ വിഷ യത്തിലുള്ള ആലോചന തൽക്കാലത്തേക്കു മാറ്റിവച്ചു. പിന്നെ മര ത്തിന്റെ ആശ്ലേഷത്തിൽ അമർന്ന് സംതൃപ്തിയോടെ കിടന്നുറങ്ങി.

പിറ്റേന്നു രാവിലെ ഉറക്കമുണർന്നപ്പോൾ കാലിലെ വിരലുകൾ വീണ്ടും വിണ്ടുകീറിയിരുന്നു. വിശ്രമമില്ലാതെ പണിയെടുക്കുന്ന അലിയെ കണ്ടപ്പോൾ നഹ്‌ലയ്ക്ക് സഹതാപം തോന്നി. അപ്പോഴ വന്റെ ചുണ്ടുകൾക്കു മുകളിൽ പൊടിമീശ മുളയ്ക്കാൻ തുടങ്ങിയ കാലമായിരുന്നു. മഖാമിൽനിന്നു കൊണ്ടുവന്ന വിശുദ്ധമായ പച്ച ത്തുണി ഉപയോഗിച്ച് നഹ്‌ല ഒരു പുതപ്പ് നെയ്തുകൊണ്ടിരിക്കുക യാണ്. അതിന്റെ കൂടെ വേറെ കുറേ പഴയ തുണികൾകൂടി ചേർത്തു. ആവശ്യക്കാർക്കായി മഖാമിൽനിന്ന് വിതരണം ചെയ്യുന്ന തുണിക ളായിരുന്നു അവ. തുണികൾ പലയളവിൽ മുറിച്ച് സൂചികൊണ്ട് തുന്നിച്ചേർത്തു. ഇതൊക്കെ അലി ഒളികണ്ണിട്ട് നോക്കുന്നുണ്ടായിരുന്നു.

പുതപ്പിന്റെ വെള്ളനൂലുകൾ ഉപയോഗിച്ച്, ചണത്തുണിയും കമ്പിളിയും പരുത്തിയുമായ പലനിറങ്ങളിലുള്ള തുണികളും ഒരു ജീൻസ് പാന്റ്സിന്റെ കഷണവുമൊക്കെ തുന്നിച്ചേർത്തു. ശേഷം ത്രികോണാകൃതിയിലും ചതുരാകൃതിയിലും വൃത്താകൃതിയിലുമൊക്കെയുള്ള പൂക്കളുടെയും ഇലകളുടെയുമൊക്കെ പല വലിപ്പത്തിലുള്ള രൂപങ്ങളും ആ പുതപ്പിനോട് നെയ്തുചേർത്തു.

ഏറുമാടത്തിലെ തന്റെ പണി പൂർത്തിയാക്കി അലി സ്ഥലം വിടുന്നതുവരെ നഹ്ല കാത്തുനിന്നു. അവൻ പൊന്തക്കാടിലേക്കു പോയ തക്കം നോക്കി നഹ്ല ഏറുമാടത്തിലേക്കു കയറി. അളവെടുക്കുകയായിരുന്നു ലക്ഷ്യം. ശേഷം പുതപ്പ് വീണ്ടും മാറ്റിത്തയ്ക്കാൻ തുടങ്ങി. ഓരോ തുന്നൽ ചെയ്യുമ്പോഴും അവർ എഴുന്നേൽക്കുകയും പിന്നെ ഇരിക്കുകയും ചെയ്യും. ഈ കാഴ്ച കാണുന്നവർക്കൊക്കെ അതൊരു തമാശയായിട്ടാണ് തോന്നിയത്. നഹ്ല ചാടിക്കളിക്കുകയാണെന്നാണ് അവർ കരുതിയത്. എന്നാൽ, ഭർത്താവിന്റെ ഇക്കാര്യം പറഞ്ഞുള്ള പരിഹാസമൊന്നും നഹ്‌ലയും കാര്യമാക്കിയില്ല.

നാലാംദിവസമാണ് എല്ലാവരും അതിശയിച്ചുപോയത്. അലി ഏറുമാടത്തിൽനിന്ന് താഴേക്കിറങ്ങിയതിനു പിന്നാലെ നഹ്ല മുകളിലേക്കു കയറി. അന്നേരം അവരുടെ കൈയിലൊരു കട്ടിവിരിപ്പും തലയണയുമുണ്ടായിരുന്നു. എല്ലാ അർഥത്തിലുമൊരു ഉപഹാരം തന്നെയാണതെന്നാണ് പിന്നീടെല്ലാവരും പറഞ്ഞത്. ഇളയ മകന്റെ വാക്കുകൾ കടമെടുത്താൽ, നഹ്ല ഉണ്ടാക്കിയത് ഒരു പെയിന്റിംഗ് തന്നെയാണ്. തന്റെ മക്കളുടെ കൂട്ടത്തിൽ ഏറ്റവും ബുദ്ധിമാനായി നഹ്ല കരുതുന്നതുതന്നെ ഈ ഇളയ മകനെയാണ്. അതിനാൽ തന്നെ അവൻ പറയുന്നത് പൂർണ്ണമായി വിശ്വസിക്കാം.

ഏറുമാടത്തിലേക്കു കയറിയ ഇളയമകൻ വിരിപ്പിന്റെ ഭംഗിയും ചാരുതയും കണ്ട് അതിശയിച്ചുപോയി. ഈ ഇളയമകന്റെ കാര്യത്തിലാണ് നഹ്‌ലയ്ക്ക് ഏറ്റവുമധികം അഭിമാനമുണ്ടായിരുന്നത്. ''അലി മടങ്ങിവരുന്നതിനു മുമ്പ് ഏറുമാടത്തിൽനിന്നും താഴേക്കിറങ്ങി വാടാ'' എന്ന് ബഹളംവയ്ക്കാൻ പക്ഷേ അതൊന്നും നഹ്‌ലയ്ക്ക് തടസ്സമായതേയില്ല. ''അതിന് ഈ മരം അലിയുടെ മാത്രം സ്വന്തമല്ലല്ലോ'' എന്നാണ് ഇളയവൻ പിറുപിറുത്തത്. ''നിനക്ക് സ്കൂളുണ്ടല്ലോ, അതുമതി'' എന്നാണ് നഹ്ല മറുപടി പറഞ്ഞത്. ഓരോരുത്തർക്കുമുണ്ടാകും അവരവരുടേതായ ലോകം.

തിരികെവന്ന അലി ഉമ്മയുടെ വിരിപ്പ് കണ്ടെങ്കിലും ഒരു വാക്കുപോലും പറഞ്ഞതേയില്ല. അവന് ഇക്കാര്യത്തെക്കുറിച്ച് നേരത്തേ തന്നെ മനസ്സിലായിരുന്നു. നിർത്താതെ പണിയെടുക്കുന്ന ഉമ്മയെ

അവൻ നേരത്തേ ശ്രദ്ധിച്ചിരുന്നു. ഒരു കായികാഭ്യാസിയുടെ മെയ്വഴക്കത്തോടെ സൂചിയിൽ വെള്ളനൂൽ കോർത്ത് തുണി തയ്ക്കുകയായിരുന്നു ഉമ്മ. കഴുകിവൃത്തിയാക്കിയ കുറേ പഴന്തുണികളുണ്ടായിരുന്നു അവരുടെ മുന്നിൽ. കഴുകിയശേഷം മരത്തിന്റെ ചില്ലകളിൽ വിരിച്ചിട്ടാണ് അവ ഉണക്കിയെടുത്തതും. അന്നേരമൊക്കെയും അവന് തീർച്ചയായിരുന്നു, തനിക്കായി ഉമ്മ എന്തോ ഉണ്ടാക്കുകയാണെന്ന്.

പിറ്റേദിവസം വൈകുന്നേരം ഏറുമാടത്തിൽ കയറിയിരുന്ന് ആകാശം കാണാനായി അവൻ ഉമ്മയെ ക്ഷണിച്ചു. നഹ്‌ലയ്ക്കു മാത്രമുള്ള അനുമതിയായിരുന്നു അത്. മുകളിലേക്കു കയറിയതും അവർ മകന്റെ അരികിൽ ചെന്നിരുന്നു. പക്ഷേ, പതിവുപോലെ ഇത്തവണ നഹ്‌ല കരഞ്ഞില്ല. ക്ഷീണത്തോടെ പുഞ്ചിരിക്കുക മാത്രം ചെയ്തു. ഒരു വാക്കുപോലും പറയാതെ അവർ അവിടെ ഇരുന്ന് സൂര്യൻ അസ്തമിക്കുന്നത് നോക്കിക്കൊണ്ടേയിരുന്നു.

ശേഷം ഏറുമാടത്തിൽനിന്നും താഴേക്കിറങ്ങുമ്പോൾ ഒരു കാര്യം തീരുമാനിച്ചിരുന്നു. മകന്റെ കാര്യത്തിൽ മഖാമിലെ ശൈഖിനോട് സംസാരിക്കാൻ പറ്റിയ നേരമായിരിക്കുന്നു. അലിയെ മതവിജ്ഞാനങ്ങൾ പഠിപ്പിക്കണം. വരുംവർഷങ്ങളിൽ മഖാമിന്റെ സേവകനായി മാറണം തന്റെ മകൻ. പട്ടണത്തിലെ മഖാം സന്ദർശിച്ച സംഭവത്തിനു ശേഷം ഇക്കാര്യത്തെക്കുറിച്ച് അലി തന്നെ നഹ്‌ലയോട് സംസാരിച്ചിരുന്നു. മഖാമിനുള്ളിലെ ചിത്രത്തിൽ കാണുന്ന തന്റെ പ്രിയങ്കരനായ വിശുദ്ധന്റെ പാത പിന്തുടരാനാണ് അവനും ആഗ്രഹിക്കുന്നത്.

ഏറുമാടത്തിലേക്കു കയറിയാൽ നിലത്ത് മലർന്നുകിടക്കുകയാണ് അലിയുടെ പതിവ്. വിടവുകളിലൂടെ കടന്നുവരുന്ന പ്രകാശത്തിനുനേരേ കണ്ണുകൾ അടച്ചുപിടിച്ച് കിടക്കും. കൂടുതലായി ഒന്നുമറിയില്ലെങ്കിൽപോലും പ്രകൃതിയുമായുള്ള ബന്ധം ആസ്വദിക്കുന്ന ഒരു കുട്ടിയെക്കുറിച്ച് മറ്റുള്ളവരുടെ മനസ്സിലുണ്ടാകുന്ന കാവ്യവികാരങ്ങളെയൊന്നും അവൻ ഗൗനിക്കുന്നതായേ തോന്നില്ല ആ കാഴ്ച കണ്ടാൽ. അന്നേരമൊക്കെയും അവന്റെ ചർമ്മം പരുക്കനായിരുന്നു. മലമുകളിലെ പാറക്കെട്ടുകൾ പോലെയായിരുന്നു ആത്മാവിന്റെ അവസ്ഥ. മരത്തിന്റെ ചില്ലകൾക്കും ഇലകൾക്കുമിടയിലൂടെ തുള്ളിച്ചാടി കടന്നുവരുന്ന പ്രകാശത്തെ മനസ്സിൽ സങ്കല്പിച്ചുകൊണ്ട് കണ്ണുകളടച്ച് കിടക്കാൻ അവനു സാധിക്കും. എല്ലിൻകഷണം കടിച്ചെടുക്കാൻ കിട്ടുന്ന നായയെപ്പോലെ തലയാട്ടും. അന്നേരമൊക്കെയും അവൻ ചിരിക്കുന്നുമുണ്ടാകും.

മകന്റെ ഈ ചിരി താഴെനിൽക്കുന്ന നഹ്‌ലയ്ക്കും കേൾക്കാമായിരിക്കും. അവന്റെ ഈ വിചിത്രസ്വഭാവത്തെക്കുറിച്ച് ആലോചിക്കുമ്പോൾതന്നെ അവർക്ക് കരച്ചിൽ വരും. സ്വബോധമുള്ള ആരെങ്കിലും

വെളിച്ചത്തിന്റെ കൂടെ കളിക്കുമോ? എന്നാൽ, താൻ വെളിച്ചത്തിനൊപ്പവും മരച്ചില്ലകൾക്കിടയിലെ കാറ്റിന്റെ ചലനത്തിനൊപ്പവും കളിക്കുന്നതിൽ ഉമ്മയ്ക്ക് എന്താണ് അസ്വസ്ഥത തോന്നുന്നതെന്ന് അലിക്ക് മനസ്സിലായതേയില്ല.

നെഞ്ചിനു മുകളിൽ ഒരു തകിട് ധരിക്കുവാൻ നഹ്ല മകനെ നിർബന്ധിച്ചു. ചണനൂൽകൊണ്ട് കെട്ടിയ തകിട് കഴുത്തിലൂടെ തൂക്കിയിടും. മന്ത്രങ്ങൾ രേഖപ്പെടുത്തിയ തകിട് മഖാമിൽനിന്നു ലഭിക്കുന്ന പച്ചത്തുണികൊണ്ട് പൊതിയും. നീലമഷികൊണ്ട് വിചിത്രമായ എന്തോ മന്ത്രം എഴുതിച്ചേർത്ത ചെറിയൊരു തകിടായിരുന്നു അത്.

കണ്ണുകൾ മലർക്കെ തുറന്നുനോക്കുമ്പോൾ, മലമുകളിലെ മരങ്ങൾ ആട്ടിൻപറ്റം കുന്നുകയറി ഓടുന്നതുപോലെ തോന്നി. അവയുടെ വേരുകൾ ഭൂമിയിൽനിന്നു പിഴുതുമാറ്റപ്പെട്ട നിലയിൽ പുറത്തു കാണാം. വലിയ ഉരുളൻപാറകളുമുണ്ട് പിന്നാലെ. പിന്നീടവ വിരലുകളെപ്പോലെയായി മാറി. താൻ കയറി ഇരിക്കുന്ന മരവും മറ്റ് വൃക്ഷക്കൂട്ടങ്ങൾക്കൊപ്പംതന്നെ ഓടിക്കൊണ്ടിരിക്കുന്ന കാഴ്ചയാണ് മുന്നിൽ കാണുന്നത്. എന്നാൽ, തന്റെ ഈ രഹസ്യത്തെ സംബന്ധിച്ച് അലി ആരോടും പറഞ്ഞതേയില്ല. മരങ്ങളുടെ ഒരു പറ്റത്തെ താൻ മുന്നിൽനിന്ന് നയിച്ചുവെന്നോ അവ ആകാശത്തേക്കു കുതിച്ചു പാഞ്ഞെന്നോ പറഞ്ഞതേയില്ല. മേഘങ്ങളിലൊന്നിനു മുകളിൽ ഇരിക്കുകയായിരുന്ന തനിക്ക് മരങ്ങൾ ഓടുന്നത് കാണാമായിരുന്നു. കൂറ്റൻവേരുകളുമായാണ്, വെള്ളിപ്പച്ചയും വൈഡൂര്യപ്പച്ചയും നിറങ്ങൾ വിതറിക്കൊണ്ട് മരങ്ങൾ ഓടിക്കൊണ്ടിരുന്നത്. പിറകിലേക്കു തിരിഞ്ഞൊന്നു നോക്കാതെ മുകളിലേക്കുതന്നെ കയറിക്കൊണ്ടിരിക്കുകയാണവ. പക്ഷേ, എത്ര ശ്രമിച്ചിട്ടും മലമുകളിൽവരെ എത്താൻ മാത്രം അവയ്ക്കു സാധിക്കുന്നില്ല. ശരിക്കും ആകാശത്തിൽ തൊട്ടുരുമ്മിനിൽക്കുകയായിരുന്നു ആ മലമുകളുകൾ.

ഇപ്പോൾ... താൻ ഈ മരത്തിനരികിലെത്തിയിരിക്കുകയാണ്. നേരേ എതിർവശത്തുള്ള മലമുകളിനെ തൊട്ടുരുമ്മിനിൽക്കുന്ന സൂര്യന്റെ പ്രകാശം കടലിലേക്കു താഴ്ന്നുവന്നുകൊണ്ടിരിക്കുന്നതിനാൽ മരത്തിന്റെ ഉടൽ വ്യക്തമായി കാണാൻ കഴിയുന്നുണ്ട്. ഏറുമാടത്തിന്റെ മുകളിൽ കയറി ഇരുന്ന നേരത്തെ തന്റെ പുഞ്ചിരിയും, ഓടിപ്പോകുന്ന മരക്കൂട്ടത്തെയുമൊക്കെ ഇപ്പോഴും ഓർമ്മയുണ്ട്. ദുർബലമായിക്കൊണ്ടിരിക്കുന്ന കാഴ്ചയ്ക്കിടയിൽ നിവർന്നുകിടക്കാനുള്ള സ്ഥലമിവിടെയുണ്ടെന്നു കാണാം. വീട്ടിലെ ഏറുമാടം പോലെത്തന്നെയാണിവിടെയും. ഈ മരം മുകളിലേക്കു തലയുയർത്തി നിൽക്കുകയാണ്. പക്ഷേ, ഏതു തരത്തിലുള്ള മരമാണെന്ന്

വ്യക്തമാകുന്നില്ല. വീട്ടിലെ ഓക്കുമരം പോലെ തോന്നുന്നു. പക്ഷേ, ഇതിന് പ്രായം കുറവാണെന്നു തോന്നുന്നു. മരങ്ങളുടെ പ്രായവും ചരിത്രവും ഇനവുമൊക്കെ കൃത്യമായി കണ്ടെത്താനുള്ള കഴിവുണ്ടായിരുന്നു തനിക്ക്. എന്നാൽ, അത്തരമൊരു അറിവ് എവിടെ നിന്നായിരിക്കും കിട്ടിയിട്ടുണ്ടാവുക? ഹിമൈറൂന തനിക്കറിയാവുന്ന രഹസ്യങ്ങൾ അലിക്ക് പകർന്നുനൽകിയിട്ടുണ്ടെന്നാണ് ഗ്രാമത്തിലുള്ളവർ പറഞ്ഞിരുന്നത്. എന്നാൽ ഈ കേട്ടുകേൾവിക്കപ്പുറം കാട്ടിലും പൊന്തക്കാടുകളിലുമൊക്കെ കണ്ണിൽകണ്ടതൊക്കെയും സ്പർശിച്ചുനോക്കുന്നയാളായിരുന്നു അലി. അവയെ തൊടുകയും അവയോട് ചേർന്നുനിൽക്കുകയും അവയ്ക്കൊപ്പം വളരുകയുമൊക്കെയായിരുന്നു. കാട്ടിലെ വൃക്ഷങ്ങളുടെയും സസ്യങ്ങളുടെയുമൊക്കെ ചലനങ്ങളെക്കുറിച്ച് കാട്ടുമൃഗങ്ങൾക്കു മാത്രമറിയാവുന്ന കാര്യങ്ങൾ മനസ്സിലാക്കാനുമായിട്ടുണ്ട്.

ഓരോ തവണയും കൈമുട്ടിലൂന്നി ഇഴഞ്ഞുനീങ്ങാനാണ് അലി ഇപ്പോൾ ശ്രമിച്ചുകൊണ്ടിരിക്കുന്നത്. ഏറുമാടത്തെ സംബന്ധിച്ച ഗൃഹാതുരത്വത്തോടെ നിലത്തേക്ക് തുറിച്ചുനോക്കും. മൂത്ത സഹോദരനെ മറമാടിയ രാത്രിയിൽ നഹ്‌ല ഏറുമാടത്തിലേക്കു കയറിവന്നത് ഓർമ്മയുണ്ട്. ഉമ്മയ്ക്ക് കൂട്ടായി താൻ മരത്തിനുകീഴിൽ കാവലിരുന്നു. ഒരിടത്തും ചാരാതെ ഇരിക്കുന്ന ഉമ്മയെത്തന്നെ ശ്രദ്ധിച്ചു. കാൽമുട്ടുകൾ മാറിനോടുചേർത്ത് മുള്ളൻപന്നിയുടെ രൂപത്തിൽ ചുരുണ്ടുകൂടിയിരിക്കുകയാണ് ഉമ്മ.

ഇടയ്ക്ക് ഒന്നു മയങ്ങിയശേഷം ഉണർന്നുനോക്കുമ്പോൾ കാണുന്നത് ഉമ്മയുടെ മുതുകായിരിക്കും. മരത്തിനു കീഴിൽ ആണിതറച്ചതുപോലെ നിൽക്കുകയായിരുന്നു അലി. വരണ്ട കണ്ണുകളുമായി ഉമ്മയെത്തന്നെ ഉറ്റുനോക്കുന്നതിനിടയിൽ ഒന്ന് ചലിക്കാനുള്ള ധൈര്യംപോലും കിട്ടിയില്ല.

പിറ്റേന്നു രാവിലെ അവനെ മയക്കത്തിൽനിന്നുണർത്താനായി നഹ്‌ലയ്ക്ക് ഒന്ന് തൊടേണ്ട ആവശ്യംമാത്രമേ വന്നുള്ളൂ. ഉമ്മ വീടിനകത്തേക്കു കയറിപ്പോയ ഉടനെതന്നെ അലി ഏറുമാടത്തിലേക്ക് കയറി. പിന്നെ ആകാശത്തിലേക്കു നോക്കി ഇരുന്നു. തന്റെ പ്രിയപ്പെട്ട വിരിപ്പ് ചുരുട്ടിയനിലയിൽതന്നെ ഇരിക്കുകയാണ്; കഴിഞ്ഞ ദിവസം താൻ വച്ചിട്ടുപോയതുപോലെ. തണുപ്പ് തോന്നിയപ്പോഴാണ് ഉമ്മ രാത്രി മുഴുവൻ മൂടിപ്പുതയ്ക്കാതെ ഏറുമാടത്തിനുള്ളിൽ ഉറക്കമൊഴിച്ച് ഇരിക്കുകയായിരുന്നല്ലോ എന്ന കാര്യം ചിന്തിച്ചത്. അക്കാര്യത്തെക്കുറിച്ച് താനിപ്പോഴാണ് ഓർക്കുന്നത്.

കൈമുട്ടുകളിലൂന്നി ഇഴയാൻ ശ്രമിച്ചപ്പോഴൊക്കെയും മരത്തിന്റെ മേൽക്കൂരപോലെ നിൽക്കുന്ന ശിഖരങ്ങളും തമ്മിൽപ്പിണഞ്ഞ

ഇലകളുമാണ് കണ്ണിൽ നിറഞ്ഞത്. കാലിലെ ബൂട്ട് ഒന്ന് ഊരിമാറ്റുവാൻ ശ്രമിക്കണം. പക്ഷേ, കാലിലെ മുറിവ് ഒരു സാധാരണ പരിക്കല്ല. അതിനാൽതന്നെ എഴുന്നേറ്റിരുന്ന് പാദരക്ഷ ഊരിമാറ്റാൻ കഴിയാത്തത് ഒരുതരത്തിൽ നന്നായി. തല മണ്ണോടു ചേർത്തുപിടിച്ച് ശക്തിയിൽ ശ്വാസം ഉള്ളിലേക്കെടുത്തു. വായ്ക്കകത്ത് കയറിയ മണ്ണ് തുപ്പിക്കളയുന്ന നേരം കാട്ടിലെ കഴുതപ്പുലിയുടെ കാര്യം ഓർമ്മ വന്നു.

ഏറുമാടത്തിനു മുകളിൽ കഴിയുന്ന കാലത്തുതന്നെ അവയുടെ ശബ്ദം അലിക്ക് പരിചിതമായിരുന്നു. അവയെ നിരീക്ഷിക്കുകയും ചെയ്യും. കഴുതപ്പുലിയെ ആട്ടിയകറ്റാനായി വിറകുകൊള്ളികൾ കൂട്ടിയിട്ട് കത്തിക്കും. മരിച്ചുപോകുമെന്ന ചിന്ത മനസ്സിലുണ്ടാകുമ്പോൾ, നഹ്‌ല ഏറുമാടത്തിലേക്കു കയറുന്നതും രാത്രി മുഴുവൻ തണുത്തുവിറച്ച് ഇരിക്കുന്നതുമായ കാഴ്ച മനസ്സിൽ തെളിയും. മൂത്ത സഹോദരനെ അടക്കംചെയ്ത ദിവസം രാത്രിയിൽ ചെയ്തതുപോലെതന്നെ. ഉമ്മയുടെ കുനിഞ്ഞ മുതുകിന്റെ കാര്യം ഓർമ്മ വന്നപ്പോൾ എന്തോ ഒരു ശക്തി തോന്നി.

തീരെ മെലിഞ്ഞ ശരീരപ്രകൃതിയായിരുന്നു നഹ്‌ലയുടേത്. അർദ്ധവൃത്താകൃതിയിലുള്ള വളഞ്ഞ വില്ലുപോലെയായിരുന്നു മുതുക്. കറുത്ത നിറമുള്ള കമ്പിളിക്കുപ്പായമായിരുന്നു അവർ ധരിക്കാറുണ്ടായിരുന്നതെന്ന കാര്യം നല്ല ഓർമ്മയുണ്ട്. മുഖവും ശിരസ്സും വെള്ള ഉറുമാൽകൊണ്ട് മറയ്ക്കും. കവിളുകൾ വിണ്ടുകീറിയിരുന്നു. മലഞ്ചെരിവിൽ കാൽവഴുതി വീണതിനെതുടർന്ന് പല്ലുകൾ പൊട്ടിയിരുന്നു. അതിനാൽതന്നെ സംസാരിക്കുമ്പോൾ ചെറിയ കൊഞ്ഞയുണ്ടായിരുന്നു. വീഴ്ചയിൽ മരച്ചില്ലകളിൽ കയറിപ്പിടിച്ചില്ലായിരുന്നെങ്കിൽ കൊക്കയിലേക്കു വീഴേണ്ടതായിരുന്നു.

ഉമ്മയുടെ പല്ലുകളുടെ കാര്യം ഇപ്പോഴും ഓർമ്മയുണ്ട്. ദേഷ്യപ്പെടുമ്പോൾ ഈ പല്ലുകൾ കൂട്ടിമുട്ടുന്ന ശബ്ദം കേൾക്കും.

കണ്ണുകൾ ചിമ്മിയടയ്ക്കുന്നതിനിടയിൽ തന്റെ ഏറുമാടത്തിലെ മരച്ചില്ലകൾ തലയ്ക്കരികിൽ വന്ന് ചുറ്റുന്നതു കണ്ടു. മുമ്പൊരിക്കലും അവയെ കണ്ടിട്ടില്ലെന്ന് തോന്നിപ്പോയി. അത്ര മനോഹരമായിരുന്നു ആ കാഴ്ച. വളരെ മികച്ച രീതിയിലാണ് താൻ ഏറുമാടം നിർമ്മിച്ചതെന്ന് ഓർത്തപ്പോൾ അഭിമാനം തോന്നി. ഇത് മനോഹരമായൊരു സൃഷ്ടിയാണെന്നും, അലി കലാകാരനാണെന്നുപോലും ഏറുമാടം കണ്ടിട്ട് അയൽക്കാരിലൊരാൾ പറഞ്ഞു. അന്നേരം താൻ ഉള്ളിൽ ചിരിച്ചുപോയ കാര്യം അലിക്ക് ഓർമ്മയുണ്ട്. എന്നാൽ അയൽക്കാരന്റെ വാക്കുകൾ ശ്രദ്ധിക്കുന്നതായി ഭാവിച്ചതുമില്ല. തനിക്കിപ്പോഴും ആ കുട്ടിയെ കാണാം. മരച്ചില്ലകൾക്കൊപ്പം അവനും

കൂടി ചുറ്റിത്തിരിയുന്നതായാണ് മനസ്സിൽ നിറയുന്നത്. ഒപ്പം അവന്റെ വിരിപ്പും പറക്കുന്നുണ്ട്. കാറ്റിനൊപ്പം നൃത്തം ചെയ്യുകയാണത്. സ്വർണ്ണംപോലുള്ള വിരലുകളുള്ള ഉമ്മയുടെ കാര്യത്തിൽ അവന് അതിയായ അഭിമാനമുണ്ട്. അയൽക്കാരിപ്പെണ്ണുകളാണ് ഉമ്മയുടെ വിരലുകളെക്കുറിച്ച് ഇങ്ങനെ പറഞ്ഞിരുന്നത്.

കൈനീട്ടി വിരിപ്പിൽ പിടികൂടാൻ ശ്രമിച്ചു. പക്ഷേ ശൂന്യതയായിരുന്നു കൈയിൽ കിട്ടിയത്. അതോടെ കമഴ്ന്നുകിടന്നു. മുതുകുഭാഗം ആകാശത്തിന് അഭിമുഖമായി കിടക്കുന്നതിനിടയിൽ ക്ഷീണത്തോടെ ഒച്ചയുണ്ടാക്കാൻ ശ്രമിച്ചുനോക്കി. ഇടത്തേ ചെവിയിൽ വേദനയുള്ള പുതിയൊരു സ്ഥലംകൂടിയുണ്ടെന്നു തോന്നി. മറ്റെവിടെയോ കൂടി പരിക്കേറ്റിരിക്കുകയാണ്. പക്ഷേ, ഏറുമാടത്തിന്റെയും മരത്തിന്റെയും ചിത്രങ്ങൾ കൂടുതൽ വ്യക്തവും അടുത്തുമായി കാണാമിപ്പോൾ. അക്കാര്യത്തിൽ ഒരു സംശയവുമില്ല. ഉടൽ മുന്നോട്ടു തള്ളിയപ്പോൾ ഏറുമാടത്തിന്റെ രൂപം വീണ്ടും മുന്നിൽ തെളിഞ്ഞു. വർഷങ്ങളായേ പരിചയമുള്ള അതേ രൂപംതന്നെ. തകരച്ചട്ടികളും ചെടികളും കൊണ്ട ലങ്കരിച്ച ഏറുമാടം. നഹ്‌ല ആ തകരച്ചട്ടികളിൽ തുളസിയും തോട്ട ത്തുളസിയുമൊക്കെ വച്ചുപിടിപ്പിച്ചിരുന്നു.

മരച്ചില്ലകളെ പായകൾപോലെയാക്കി കൂട്ടിക്കെട്ടിയിരുന്ന ചണ നൂലുകൾ നീണ്ടുകിടക്കുന്നത് കാണാം. അലി കാട്ടിൽനിന്നും ശേഖ രിച്ചുകൊണ്ടുവന്ന വിചിത്ര ആകൃതികളിലുള്ള കല്ലുകളും ഏറുമാ ടത്തിനത്ത് കെട്ടിത്തൂക്കിയിരിക്കുന്നതു കാണാം. തൂങ്ങിയാടുന്ന ഈ കല്ലുകൾ കാറ്റടിച്ച് കൂട്ടിമുട്ടുന്ന മാത്രയിൽ സംഗീതാത്മകമായ ശബ്ദങ്ങൾ ഉണ്ടാക്കുന്നുണ്ട്.

കണ്ണുകൾ തിരികെയടയ്ക്കുന്നതിനു മുമ്പ് ഉമ്മയുടെ കൂന് ബാധിച്ച, വിറയ്ക്കുന്ന മുതുക് പിന്നെയും കണ്ടു. അവർ കുനിയു കയും ഉയരുകയുമൊക്കെ ചെയ്യുന്നതിനിടയിൽ അടക്കിപ്പിടിച്ച കിത യ്ക്കലുകൾ കേട്ടിരുന്നല്ലോ എന്ന കാര്യം നല്ലതുപോലെ ഓർമ്മവ രുന്നു. ഓരോ തവണ കിതയ്ക്കുമ്പോഴും അവരുടെ കൂനിയ മുതുക് ഏറുമാടത്തിന്റെ ചുമരുകളിൽ ഉരസുമായിരുന്നു. അന്നേരം ഉണങ്ങിയ മരച്ചില്ലകൾ കലപില കൂട്ടിയിരുന്നത്, താനിപ്പോൾ നിലത്തുകിടന്ന് ഇഴയാൻ ശ്രമിക്കുമ്പോൾ കേൾക്കുന്ന ഇലകളുടെ അതേ ശബ്ദ ത്തിൽതന്നെയായിരുന്നു.

പതിനൊന്ന്

ബോധം വീണ്ടും മറയുന്നതിനു മുമ്പ് അവസാനമായി മനസ്സിലുയർന്ന കാര്യം നഹ്ലയുടെ വളഞ്ഞ മുതുകിന്റെ രൂപമായിരുന്നു. ഓറഞ്ച് നിറമാർന്ന ആകാശം അപ്രത്യക്ഷമാകാൻ പോകുന്നതുപോലെ. കറുത്ത നിഴൽപോലെ തോന്നി മരത്തെ കണ്ടപ്പോൾ. പക്ഷേ, അതിന്റെ തടിയിൽ സ്പർശിക്കണമെങ്കിൽ ഏതാനും തവണ മുന്നോട്ടു നീങ്ങേണ്ടതുണ്ട്. രാത്രിയാകുന്നതിനുമുമ്പ് ഏതുവിധേനയും മരത്തിനു മുകളിലേക്കു കയറിയേ തീരൂ. ചന്ദ്രന്റെ വെളിച്ചം ചതിക്കില്ല. രാത്രിയും വസ്തുക്കളെ കാണാൻ അതു സഹായിക്കും. പക്ഷേ, ചന്ദ്രൻ ഇനിയും പ്രത്യക്ഷപ്പെട്ടിട്ടില്ല. ആകാശത്തൊന്നും കാണാനില്ല. മറ്റെവിടെയോ ആയിരിക്കും. മാസത്തിൽ ഈ ദിവസം നേരേ തലയ്ക്കു മുകളിൽ കാണേണ്ടതാണ് പൂർണ്ണചന്ദ്രനെ.

തല ഉയർത്തി അപരനെ തിരഞ്ഞു. തന്റെ പങ്കാളിയോ അതോ ശത്രുവോ? രൂപം വ്യക്തമായി കാണാൻ സാധിക്കുന്ന അത്ര അടുത്തെത്തിയിരിക്കുകയാണ് ഞാൻ. ഒരു മനുഷ്യന്റെ ശിരസ്സാണ് കാണുന്നത്. അയാളുടെ ഭീതിയുടെ ഗന്ധം മണത്തറിയാൻ കഴിയുന്നുണ്ട്. അയാൾക്ക് ഭയംതന്നെയായിരിക്കും.

എവിടെ നിന്നായിരിക്കും തനിക്ക് ഇപ്പോഴുള്ള ശക്തി ലഭിച്ചിട്ടുണ്ടാവുക? കിതയ്ക്കാനും ജീവിതത്തിലേക്കു തിരികെ എത്താനും സാധിച്ചതെങ്ങനെയാകും?

നഹ്ലയെയും കാണാമിപ്പോൾ!

മരത്തിനു കീഴിൽ നിൽക്കുകയാണ് നഹ്ല. കുനിഞ്ഞ മുതുകുമായി നിൽക്കുന്നതിനിടയിൽ അലിക്കായി നെയ്തുനൽകിയ വിരിപ്പിലേക്ക് കൈനീട്ടുകയാണവർ.

മൂത്ത മകനെ മറമാടിയ രാത്രിയിൽ ഉറങ്ങാതെ ഇരിക്കുകയായിരുന്നു നഹ്ല. കണ്ണീരില്ലാതെ, കിതയ്ക്കുകയും പതിയെ ശ്വാസം വലിച്ചുവിട്ടുകൊണ്ടുമിരുന്നു. കണ്ണിനു മുകളിൽ ഒരു തുണികൊണ്ട് കെട്ടി.

അന്നുമുതൽ പിന്നീടവർ കരയാതെയായി. ദേഷ്യപ്പെടുന്നതും നിർത്തി. നഹ്‌ലയ്ക്ക് തന്നെക്കുറിച്ചറിയാത്ത കാര്യങ്ങൾപോലും അവരെക്കുറിച്ച് അലിക്ക് അറിയാമായിരുന്നു. ഹിമൈറൂനയെപ്പോലെയാണ് അവനോടവർ പിന്നീട് പെരുമാറിയത്.

ഇരുപതാം വയസ്സിലാണ് നഹ്‌ലയുടെ ആദ്യവിവാഹം കഴിഞ്ഞത്. ഇടത്തരം സൗന്ദര്യമുള്ള കൗമാരക്കാരിയായിരുന്നു അന്നവർ. പത്ത് മക്കളിൽ ഏഴാമത്തെയാൾ. മലനിരകളിൽനിന്നും താഴ്‌വരകളിൽ പണിയെടുക്കാനായാണ് അവർ ഈ ഗ്രാമത്തിലേക്കു വന്നത്. പിതാവ് പുകയിലകൃഷി ചെയ്യുന്നത് അവസാനിപ്പിച്ചശേഷം സഹോദരങ്ങൾ പലയിടങ്ങളിലേക്ക് ചിതറിപ്പോയിരുന്നു. ഗ്രാമത്തിലെ പകുതിയോളം ആളുകൾ പല പട്ടണങ്ങളിലേക്ക് കുടിയേറിയ കാലമായിരുന്നു അത്. കുറേയാളുകൾ ദമാസ്കസിന്റെ ചേരിപ്രദേശങ്ങളിൽ താമസമാക്കിയപ്പോൾ മറ്റു ചിലർ ജോലിക്കായി ലെബനോണിലേക്കു പോയി. നാട്ടിൽ അവശേഷിച്ചവർ കടലിനരികിലുള്ള ഗ്രാമങ്ങളിൽ കൂലിപ്പണിക്കാരായി ജോലിചെയ്യാൻ പോയിത്തുടങ്ങി. മലമ്പ്രദേശങ്ങളിൽ തനിനാടൻ പുകയിലയായിരുന്നു കൃഷിചെയ്തിരുന്നതെങ്കിൽ, താഴ്‌വരയിൽ കണ്ടിരുന്നത് പലതരത്തിലുള്ള പുതിയ ഇനം പുകയിലകളായിരുന്നു.

വിർജീനിയ, ബാർലിക് തുടങ്ങിയ പുതിയ ഇനം പുകയിലകൾ കൃഷിചെയ്തിരുന്ന താഴ്‌വരയിലെ തോട്ടങ്ങളിലേക്കാണ് നഹ്‌ലയും കൂട്ടരും എത്തിച്ചേർന്നത്. അതിരാവിലെ താമസസ്ഥലത്തുനിന്ന് പുറപ്പെട്ടാൽ തിരികെ എത്തുന്നത് അസ്തമയത്തോടെയായിരിക്കും.

മെലിഞ്ഞുണങ്ങിയ ഉടലിനുടമയായ നഹ്‌ലയ്ക്ക് പ്രണയമെന്തെന്ന് അറിയാനുള്ള യോഗമില്ലായിരുന്നു. തന്നെക്കാൾ പതിനഞ്ചു വയസ് കൂടുതലുള്ള ഒരു പുരുഷൻ വിവാഹം കഴിക്കാനായി മുന്നോട്ടു വന്നപ്പോൾ, സന്തോഷംകൊണ്ട് മതിമറക്കുകയായിരുന്നു. തന്നെപ്പോലെ താഴ്‌വരയിൽ കൂലിപ്പണി ചെയ്യുകയായിരുന്നു അയാളും. വിവാഹം കഴിക്കാൻ ആഗ്രഹിക്കുന്നു എന്നുപറഞ്ഞ് ഒരു പുരുഷൻ മുന്നിലേക്കു വന്നപ്പോൾ നഹ്‌ല കരുതിയത്, തന്റെ ദുരിതം നിറഞ്ഞ ലോകത്തിന് അറുതിയായെന്നാണ്. എന്നാൽ വിവാഹം കഴിഞ്ഞതോടെയാണ് ആ ലോകത്തിന്റെ കറുത്ത യാതനകൾ തന്നെ വെറുതെ വിടുകയില്ലെന്ന് മനസ്സിലായത്.

ആറ് മക്കളായിരുന്നു അവർക്ക്. ജനിച്ച് മാസങ്ങൾക്കുള്ളിൽ തന്നെ ഒരു കുഞ്ഞ് മരിച്ചു. സന്താനങ്ങളെന്നാൽ നഹ്‌ലയെ സംബന്ധിച്ച് പടച്ചവൻ നൽകുന്ന സമ്മാനമാണ്. ആ സമ്മാനം നിരസിക്കാനുള്ള ധൈര്യം എന്തായാലും അവർക്കില്ല. ഭർത്താവിനെക്കുറിച്ച് നഹ്‌ല പറയാറുള്ളത്, കാളയെപ്പോലെ പണിയെടുക്കുന്നവൻ എന്നാണ്.

താൻ കല്യാണം കഴിച്ചില്ലായിരുന്നെങ്കിൽ നഹ്ല എന്നും ആളുകളുടെ പാടങ്ങളിൽ കൂലിപ്പണിക്കാരിയായി കഴിയുകയേ ഉള്ളൂ എന്നാണ് ആ മനുഷ്യൻ പറഞ്ഞിരുന്നത്. എന്നാൽ ഇതു കേൾക്കുമ്പോൾ ചുണ്ടുകൾ കടിച്ചുപിടിച്ച് കളിയാക്കിക്കൊണ്ട് തലതിരിച്ചു നോക്കിക്കളയും നഹ്ല.

ജീവിതത്തിൽ ആകെയുണ്ടായ മാറ്റമെന്ന് പറയാവുന്നത് നഹ്ലയുടെ ഉദരം ഇടയ്ക്കിടയ്ക്ക് വീർത്തുകൊണ്ടിരുന്നത് മാത്രമായിരുന്നു. തന്റെ ഉദരത്തിൽനിന്നും പുറത്തുവന്ന മാംസപിണ്ഡങ്ങളെ ദൈവം നൽകിയതാണെന്നു പറഞ്ഞ് സ്വീകരിച്ചുകൊണ്ടേയിരുന്നു. സ്വന്തം രക്തവും മാംസവും നൽകിയാണ് താൻ ഈ സന്തതികളെ പോറ്റിയതെന്നാണ് നഹ്ല പറയാറുണ്ടായിരുന്നത്. അക്കാര്യത്തിൽ ഉള്ളിന്റെയുള്ളിലൊരു ആനന്ദവുമുണ്ടായിരുന്നു. തന്റെ കുഞ്ഞുങ്ങൾ കൺമുന്നിൽ വളർന്നുവലുതാകുന്നതു കാണുമ്പോൾ ആനന്ദം പ്രകടിപ്പിക്കാത്തത് പിന്നീട് നിർഭാഗ്യമോ ദുശ്ശകുനമോ വിളിച്ചുവരുത്തുമോ എന്ന ചിന്ത കൊണ്ടായിരുന്നു.

കാര്യങ്ങളെല്ലാം ഏതാണ്ട് വിചാരിച്ചതുപോലെ തന്നെയാണ് നടന്നതെന്നാണ് നഹ്ല കരുതിയത്. നല്ല മാർക്കോടുകൂടിയാണ് മൂത്ത മകൻ ബിരുദം നേടിയത്. അവനെ സർവകലാശാലയിൽ അയച്ചു പഠിപ്പിക്കാനുള്ള ശേഷിയില്ലായിരുന്നു. അതിനാൽതന്നെ പട്ടാളത്തിൽ ചേരാൻ അവൻ സന്നദ്ധനായത് നഹ്ലയെ അഭിമാനം കൊള്ളിച്ചു. തന്റെ മകൻ തലസ്ഥാനമായ ദമാസ്കസിൽ ജീവിക്കാൻ പോവുകയാണ്. തനിക്ക് കാണാൻ യോഗമില്ലാതെപോയ ലോകമൊക്കെ അവൻ കാണട്ടെ.

രണ്ടാമത്തെ മകനായ അലി അല്പം വിചിത്രസ്വഭാവത്തിന് ഉടമയായിരുന്നെങ്കിൽപോലും ഭാവിയിൽ അവനൊരു ഭക്തനായ മതപണ്ഡിതൻ ആയിത്തീരുമെന്നാണ് നഹ്ല കരുതിയത്. അതിനാൽ തന്നെ വിശുദ്ധമെന്ന് പറയാവുന്ന തരത്തിലുള്ള ഒരു കരുതൽ അവനായി മാറ്റിവയ്ക്കുന്നതിൽ അവർക്ക് സംതൃപ്തിയേ ഉണ്ടായിരുന്നുള്ളൂ. എന്നാൽ കൂട്ടത്തിൽ ഏറ്റവും കഠിനാദ്ധ്വാനിയായ ഇളയ മകനായിരുന്നു നഹ്ലയുടെ ജീവിതത്തിലെ ഏറ്റവും വലിയ സന്തോഷം. വൈകാതെ അവൻ തന്റെ സർവകലാശാലാ പഠനം പൂർത്തിയാക്കും. വരുംദിവസങ്ങളിലെ വീട്ടുചെലവുകൾ വഹിക്കാൻ വേണ്ട സഹായം പട്ടാളത്തിൽ ചേർന്ന മൂത്തമകൻ ചെയ്യുമെന്നും നഹ്ല കണക്കുകൂട്ടി. മൂത്ത മകൾ പതിനേഴു വയസ് പൂർത്തിയാകുന്നതിനു മുമ്പു തന്നെ വിവാഹിതയായി. അടുത്തയാൾ പഠിച്ചുകൊണ്ടിരിക്കുന്നു. ഇളയ മകന്റെ പാത തന്നെ അവളും പിന്തുടരുമെന്നാണ് തോന്നുന്നത്. ഗ്രാമത്തിലെ ചില പെൺകുട്ടികളെപ്പോലെ ഡോക്ടറായി മാറണമെന്നാണ് അവളുടെ ആഗ്രഹം. തന്റേതുപോലെയുള്ള

അറപ്പുളവാക്കുന്ന ജീവിതം നയിക്കേണ്ടിവരില്ല അവൾക്ക്. പഠനം തുടരാനായി ഇളയ മകൻ താമസിക്കുന്ന ദമാസ്കസിലേക്ക് അവളെയും അയയ്ക്കണം.

ഇതെല്ലാം കണക്കുകൂട്ടിവച്ചിരിക്കുകയാണ് നഹ്ല. മക്കളുടെ ഭാവിജീവിതത്തെക്കുറിച്ച് വ്യക്തമായ പദ്ധതി അവർക്കുണ്ട്. ദരിദ്രരാണെന്നത് നേരാണ്. എങ്കിലും തന്റെ മക്കൾ നല്ല മനുഷ്യരായിത്തീരുവാൻ കഴിവുള്ളവരാണെന്ന കാര്യം നഹ്ലയ്ക്ക് തീർച്ചയാണ്. തനിക്ക് ആരോഗ്യമുണ്ട്. അതിനാൽതന്നെ ഭർത്താവിനൊപ്പം താഴ്വരയിൽ പണിക്കു പോകണം. പരുക്കനും കഠോരവുമായ ലോകമാണെങ്കിൽപോലും തനിക്ക് ഇതൊക്കെത്തന്നെ മതിയാകും. അതിനാൽ മറ്റൊന്നും തന്നെ അലട്ടുകയേ ഇല്ല.

ഇടവേളയില്ലാതെ പണിയെടുക്കുമായിരുന്നു നഹ്ല. കോവർകഴുതയെപ്പോലെ പണിയെടുക്കുന്നവൾ എന്നാണ് കൂടെയുള്ളവർ വിളിച്ചിരുന്നത്. ഇക്കാര്യത്തെക്കുറിച്ച് ഏവർക്കും അറിയാമായിരുന്നു. രാവിലെ പണി തുടങ്ങിയാൽപിന്നെ ഉച്ചവരെ നടു നിവർത്തുകയേ ഇല്ല. മൺവെട്ടി കൈയിലെടുത്ത് പണി തുടങ്ങും. നിലം കിളയ്ക്കും. പുകയില കൃഷിചെയ്യുന്ന തോട്ടങ്ങളിൽ ജോലിചെയ്യുന്ന കാലത്ത് ഭക്ഷണം കഴിക്കാനുള്ള നേരത്തുപോലും നഹ്ല നിശ്ശബ്ദമായി ജോലി തുടർന്നുകൊണ്ടേയിരിക്കും. മറ്റു സ്ത്രീകളൊക്കെ അന്നേരം പണി നിർത്തിവച്ച് ഭക്ഷണം കഴിക്കുകയായിരിക്കും. എന്നാൽ എണ്ണയും ഉപ്പും പുരട്ടിയ ഒരു ചെറിയ ചുരുട്ടിയ റൊട്ടി ചവച്ചുതിന്നുകൊണ്ട് പുകയിലകൾ കൊരുക്കുന്ന ജോലി തുടരുകയായിരിക്കും നഹ്ല. മറ്റ് ജോലിക്കാരിപ്പെണ്ണുങ്ങളുടെ ദേഷ്യം കലർന്ന നോട്ടങ്ങളൊന്നും ശ്രദ്ധിക്കുകയേയില്ല. നിർത്താതെ പണിയെടുക്കുന്ന നഹ്ലയെ കാണുമ്പോൾ മറ്റുള്ളവർ അസ്വസ്ഥരാകും.

തനിക്ക് കഠിനാധ്വാനം ചെയ്തേ മതിയാകൂ. പിന്നീട് ജോലി കിട്ടാതെ വരുന്ന സാഹചര്യത്തിൽ ഇത്തരത്തിൽ ലഭിക്കുന്ന പണം ഉപകാരപ്പെടും. എന്നാൽ വളരെയധികം പണമൊന്നും സമ്പാദിക്കാനുമായില്ല. ഭർത്താവും താനുംകൂടി അദ്ധ്വാനിച്ചാൽ കിട്ടുന്ന പണം മക്കളുടെ അന്നത്തിനേ മതിയാകൂ. സ്കൂളിൽ പോകുന്നതിനുമുമ്പ് ഉമ്മ തങ്ങൾക്കായി എണ്ണയും തോട്ടത്തുളസിയും ചേർത്ത റൊട്ടിച്ചുരുൾ തയ്യാറാക്കി തന്നിരുന്ന കാര്യം അലിക്ക് ഓർമ്മയുണ്ട്. സ്വന്തമായുണ്ടാക്കിയ വയ്ക്കോൽചൂൽ ഉപയോഗിച്ച് വീടിന്റെ പരിസരമൊക്കെ ഉമ്മ വൃത്തിയാക്കും. വീടിന്റെ വൃത്തിയും ഗന്ധവുമൊക്കെ അവരെ സംബന്ധിച്ച് സുപ്രധാനമായ കാര്യമായിരുന്നു. പഴയ തുണികളായിരുന്നെങ്കിൽപോലും തങ്ങളുടെ വസ്ത്രങ്ങൾക്ക് പുന്നമരത്തിന്റെയും തോട്ടത്തുളസിയുടെയും ഗന്ധമുണ്ടായിരുന്നു എന്ന കാര്യവും അലിക്ക് ഓർമ്മയുണ്ട്.

മക്കൾ ചെറുപ്പമായിരുന്നപ്പോൾ അവരുടെ മുന്നിൽവച്ച് നഹ്‌ലയെ അടിക്കുന്ന പതിവുണ്ടായിരുന്നു ഭർത്താവിന്. എന്നാൽ കുട്ടികൾ കുറച്ച് മുതിർന്നതോടെ അവർ കാണാതെയായി മർദനം. ഉമ്മയെ അടിക്കുന്ന വാപ്പയെ ഒരു ദിവസം അലി കടിച്ചു. കടിക്കുക മാത്ര മല്ല ഇടിക്കുകയും ചെയ്തു. അതിനുശേഷം പക്ഷേ അവനെ മര ത്തിൽ കെട്ടിയിട്ടു. മാതളത്തിന്റെ വടികൊണ്ട് പൊതിരെ തല്ലി. എന്നാൽ ഈ സംഭവത്തിനുശേഷം വാപ്പ കുറച്ച് ജാഗരൂകനായി. അവന്റെ മുന്നിൽവച്ച് പിന്നീടയാൾ ഉമ്മയെ തല്ലിയിട്ടേയില്ല.

മൂത്ത സഹോദരൻ മരിക്കുകയും അന്നു രാത്രി ഏറുമാടത്തി നുള്ളിൽ കഴിയുകയും ചെയ്തശേഷം നഹ്‌ല താഴ്‌വരയിൽ പണിക്കു പോകുന്നത് അവസാനിപ്പിച്ച കാര്യം അലിക്ക് ഓർമ്മയുണ്ട്. പിതാ വിന്റെ അലർച്ചയും വിധവയായ സഹോദരിയുടെ വിലാപവുമൊക്കെ നിലച്ചു. എന്തോ ഒരു മൂകത തങ്ങളുടെ വീടിനെ വലയം ചെയ്ത തുപോലെ.

സങ്കല്പിക്കാൻപോലും സാധിക്കാത്ത കാര്യങ്ങളാണ് നഹ്‌ല പിന്നീട് ചെയ്തത്. വീടിനു താഴ്ഭാഗത്തുള്ള പാറകൾ നിറഞ്ഞ മലഞ്ചെരിവിനെ വിവിധ തട്ടുകളാക്കി മാറ്റിയശേഷം അവിടെ കൃഷി ചെയ്യാൻ ആരംഭിച്ചു. കുറേ പുരുഷന്മാരെക്കൊണ്ടു മാത്രം ചെയ്യാൻ സാധിക്കുന്ന പണിയായിരുന്നു നഹ്‌ല ഒറ്റയ്ക്ക് ചെയ്തത്. പാറ തുരന്നും കൂന്താലികൊണ്ട് കല്ലുകൾ പൊട്ടിച്ചുമാണ് മലഞ്ചെരിവിൽ തട്ടുകൾ പണിതത്. ഗ്രാമത്തിലെ ഊടുവഴികളിലൂടെ സഞ്ചരിച്ച് ഒഴിഞ്ഞ ലോഹടിന്നുകൾ ശേഖരിച്ചു. അവയിൽ മണ്ണു നിറച്ചശേഷം വിവിധയിനം ചെടികളും പൂക്കളും നട്ടുപിടിപ്പിച്ചു. കാട്ടിനുള്ളിൽ നിന്നും കാട്ടുചെടികൾ വേരോടെ പിഴുതു കൊണ്ടുവന്ന് പൂച്ചട്ടി കളിൽ നട്ടു. ശേഷം അവയെ വീടിനുചുറ്റും വേലിപോലെ നിരത്തി വച്ചു.

ഏതാനും മാസങ്ങൾക്കുള്ളിൽ അവരുടെ വീട് വിവിധയിനം ചെടികൾ നിറഞ്ഞൊരു തോട്ടമായി മാറി. അയൽവാസികളുടെ ഭൂമി യിൽനിന്നുപോലും നഹ്‌ല മണ്ണു ശേഖരിച്ചു കൊണ്ടുവന്ന് മലഞ്ചെ രിവിലെ തട്ടുകളിൽ നിറച്ചതായി അലിക്ക് ഓർമ്മയുണ്ട്. ഉമ്മ മണ്ണ് നീക്കുന്നതും അയമോദച്ചെടി, കർപ്പൂരതുളസി, പാർസ്‌ലി, മുളങ്കി ക്കിഴങ്ങ്, കുരുമുളക് തുടങ്ങിയവയുടെ തടങ്ങൾ തീർക്കുന്നതുമൊക്കെ നോക്കിനിന്നപ്പോൾ അലിക്ക് അതിയായ ആഹ്ലാദമാണ് തോന്നിയത്. ആപ്പിൾചെടിയുടെ വിത്തുകൾ പാകുകയും അവയെ തൈയാക്കി മാറ്റിയശേഷം വീട്ടിലേക്കുള്ള പാതയുടെ ഇരുവശങ്ങളിലുമായി നട്ടുപിടിപ്പിക്കുകയുമായിരുന്നു നഹ്‌ല.

മൂത്ത മകനെ മറമാടിയ ഖബറിടം പിന്നീടൊരിക്കലും നഹ്‌ല സന്ദർശിച്ചതേയില്ല. മക്കളുടെ ഖബറുകൾ സന്ദർശിക്കാൻ പോകുന്ന

ഗ്രാമത്തിലെ സ്ത്രീകൾക്കൊപ്പം ചേരാറുമില്ല. സ്ത്രീകൾ ആദ്യമൊക്കെ നഹ്‌ലയെ നിർബന്ധിച്ചുനോക്കി. എന്നാൽ ഒരു ദിവസം ഉമ്മ അവരെ ആട്ടിയിറക്കിവിട്ടു. അതോടെ അവർ ആ പണി നിർത്തി. സ്ത്രീകൾ കൊണ്ടുവന്ന മർട്ടിൽമരത്തിന്റെ ചില്ലകൾ നഹ്‌ല നിലത്തേക്കെറിഞ്ഞു. സഹോദരൻ മരിച്ചതിൽപിന്നെ ഉമ്മയുടെ ആ മുഴക്കമുള്ള ശബ്ദം കേൾക്കാനേ സാധിച്ചിട്ടില്ല അലിക്ക്.

എന്നാൽ, താഴ്‌വരയിൽ കൂലിപ്പണിക്കു പോയ ഭർത്താവ് തനിയെ തിരികെവന്നപ്പോൾ നഹ്‌ല പൊട്ടിത്തെറിച്ചു. പട്രോൾ സംഘം അലിയെ പട്ടാളത്തിൽ ചേർക്കാനായി ബലമായി പിടിച്ചുകൊണ്ടുപോയി എന്നു പറഞ്ഞപ്പോഴായിരുന്നു ആ വാചകം നഹ്‌ലയുടെ നാവിൽനിന്നും പുറത്തേക്ക് വന്നത്:

“പടച്ചവൻ നിങ്ങളോട് കോപിക്കട്ടെ മനുഷ്യാ... മോനെ പിടിച്ചുകൊണ്ട് പോകുന്നതിനുമുമ്പ് നിങ്ങൾക്കവന്മാരെയൊക്കെ കൊന്നുകൂടായിരുന്നോ..?”

പിന്നെ വീണ്ടും നിശ്ശബ്ദതയിലേക്ക് മടങ്ങുകയായിരുന്നു ഉമ്മ. ഭർത്താവിന്റെ മർദ്ദനം തടയാനും ശ്രമിക്കും. പിന്നീട് ഭാര്യയെ അടിക്കാൻ അയാളും ധൈര്യപ്പെട്ടിട്ടില്ല. ഭാര്യയുടെ മേൽ തനിക്ക് സർവ അധികാരവുമുണ്ടെന്ന് മറ്റുള്ളവരുടെ മുന്നിൽ നടിക്കുന്ന ആളായിരുന്നു വാപ്പ. എന്നാൽ മൂത്ത മകന്റെ മരണശേഷം അയാൾ ഭാര്യയുടെ കാൽക്കൽ വീണ് കരഞ്ഞു യാചിച്ചു. തന്നോടൊന്ന് സംസാരിക്കണേ എന്ന് കെഞ്ചിനോക്കിയെങ്കിലും കൽപ്രതിമ കണക്കെ നിന്നശേഷം ദൂരേക്ക് നോക്കിക്കളഞ്ഞതേയുള്ളൂ നഹ്‌ല.

മെലിഞ്ഞുണങ്ങിയ നഹ്‌ല ഓടിനടന്നിരുന്ന കാലം അലിക്ക് നന്നായി ഓർമ്മയുണ്ട്. വെള്ളയായിരുന്നു ഇഷ്ടനിറം. അവസാനകാലത്ത് ഉമ്മയുടെ നിഴൽപോലെ ഒപ്പമുണ്ടായിരുന്നു താനും. വീട് കുമ്മായം പൂശാനും ചുമരുകൾ ഉരച്ചശേഷം അകത്തും പുറത്തും വീണ്ടും ചായമടിക്കാനുമൊക്കെ അലി നഹ്‌ലയെ സഹായിക്കുമായിരുന്നു. ഇതുകൂടാതെ ചെടികൾ നടുന്ന തകരടിന്നുകളിലും പൂച്ചട്ടികളിലും ചായം പൂശും. വീട്ടിലേക്കുള്ള പാതയുടെ ഇരുഭാഗത്തും പാകിയിട്ടുള്ള ചെറുകല്ലുകളിലും ഇതുപോലെ ചായം പൂശും.

കൈകൊണ്ട് ആംഗ്യംകാട്ടുകയേ ഉള്ളൂ നഹ്‌ല. വിരലുകൾ കൊണ്ടായിരിക്കും സംസാരിക്കുക. വ്യക്തമായി സംസാരിക്കാതെ എന്തെങ്കിലും പിറുപിറുത്താലായി. വീട്ടിലും ചുറ്റുപാടിലും പൂശിയിട്ടുള്ള വെള്ളനിറം സൽവൃത്തരായ വിശുദ്ധന്മാരുമായി അടുക്കാൻ തുണയാകുമെന്നാണ് നഹ്‌ലയുടെ വിശ്വാസം. മകന്റെ ആത്മാവിന് വീട്ടിലേക്കുള്ള വഴികാട്ടാനും അത് കാരണമാകുമത്രെ.

ഉമ്മയോട് സംസാരിക്കാൻ അലി ശ്രമിച്ചപ്പോഴൊക്കെയും നഹ്ല അവനെ അവഗണിച്ചതേയുള്ളൂ. നേരേ നോക്കുക പോലുമില്ല. ഉമ്മയുടെ വെളുത്ത വിരലുകളെക്കുറിച്ചും തന്റെ വിരലുകളെക്കുറിച്ചും ആലോചിക്കുമ്പോൾ, അവ തമ്മിൽ നല്ല ചേർച്ചയുണ്ടെന്ന് തോന്നിയിട്ടുണ്ട്. സഹോദരങ്ങൾ ഉമ്മയെയും അലിയെയും നിശ്ശബ്ദരായി നോക്കിനിൽക്കുകയേ ഉള്ളൂ. അല്ലെങ്കിൽതന്നെ നിശ്ശബ്ദത അവരുടെ ജീവിതത്തിന്റെ ഭാഗമായി മാറിയിരുന്നു അപ്പോഴേക്കും.

അക്കാലത്തെ ഓരോ നിമിഷങ്ങളും അലിക്ക് ഓർത്തെടുക്കാനാകും. നഹ്ല വീടിന്റെ അകച്ചുമരുകൾ കഴുകി വൃത്തിയാക്കിയ ശേഷം വീണ്ടും കുമ്മായംകൊണ്ട് പൂശും. ഇത് പലതവണ ആവർത്തിച്ചുകൊണ്ടേയിരുന്നു. അവരെ തടയാനുള്ള ധൈര്യം ആർക്കുമുണ്ടായിരുന്നില്ല. തന്റെ മരത്തിന്റെ ശിഖരങ്ങൾക്കുകീഴിൽ വന്നിരുന്ന് നഹ്ല ഏറെനേരം ആകാശത്തേക്ക് ഉറ്റുനോക്കിക്കൊണ്ടിരിക്കുന്നത് അലി ശ്രദ്ധിച്ചിട്ടുണ്ട്. അതുപോലെ പുതിയൊരു ശീലം കൂടി തുടങ്ങി. അലിയുടെ ഏറുമാടം വൃത്തിയാക്കുക. വിചിത്രരൂപങ്ങളുള്ള കൂടുതൽ കല്ലുകൾ ശേഖരിച്ച് കൊണ്ടുവന്ന് ചണനൂലിൽ കെട്ടി ഏറുമാടത്തിന്റെ ചുമരായ മരക്കൊമ്പുകളുമായി ബന്ധിക്കും. മലമുകളിലേക്കു കയറിപ്പോയശേഷം പിന്നീട് തിരിച്ചെത്തുക വിവിധതരം ചെടികളുമായിട്ടായിരിക്കും. പിന്നെയവ മക്കൾക്കായി പാചകം ചെയ്തുകൊടുക്കും.

അലിയെ പട്ടാളക്കാർ പിടികൂടി കൊണ്ടുപോകുന്നതിനു മുമ്പു തന്നെ തങ്ങൾക്ക് ആവശ്യമുള്ള പച്ചക്കറികളൊക്കെ നഹ്ല വീട്ടിൽ തന്നെ കൃഷിചെയ്യാൻ തുടങ്ങിയിരുന്നു. പുറത്തുനിന്ന് പച്ചക്കറികൾ വാങ്ങേണ്ട ആവശ്യമേ ഇല്ലായിരുന്നു. ഇതിനായി നിലത്ത് കുഴികളെടുക്കാനായി നഹ്ലയെ അലി സഹായിക്കും. പ്ലാസ്റ്റിക് ഷീറ്റുകൾ മുറിച്ച് ഹരിതഗൃഹങ്ങളുണ്ടാക്കും. അതിശൈത്യത്തിൽ നിന്നും ചെടികളെ സംരക്ഷിക്കാനായി ഉണ്ടാക്കുന്ന ഇവയെ താഴ്‌വരയിലുള്ളവർ വിളിക്കുന്നത് പ്ലാസ്റ്റിക് വീടുകളെന്നാണ്. അവയ്ക്കകത്ത് പച്ചക്കറിച്ചെടികൾ വളർത്തും. ചെറിയ വലിപ്പമുള്ള ഇത്തരം ഡസൻ കണക്കിന് പ്ലാസ്റ്റിക് കൂടുകൾ നഹ്ല ഉണ്ടാക്കിയിട്ടുണ്ട്. മലഞ്ചെരിവിൽ തട്ടുകൾ നിർമ്മിച്ച് അവിടെ മണ്ണുപാകി പച്ചക്കറിച്ചെടികൾ നട്ടുപിടിപ്പിച്ചു. ഇതുകണ്ട് ഭർത്താവും സന്തോഷിച്ചു. കാരണം യുദ്ധം തുടങ്ങിയതിൽപിന്നെ നാട്ടിലാകെ പട്ടിണിയായിരുന്നു.

പിന്നീടാണ് പതിയെപ്പതിയെ നഹ്ലയുടെ രൂപം മാറാൻ തുടങ്ങിയത്. അവരുടെ മുതുകിൽ കൂന് ബാധിച്ചു. മരങ്ങളുടെ ആയുസാണ് തനിക്കെന്ന് പറഞ്ഞിരുന്ന ഹിമൈറൂനയേക്കാൾ വൃദ്ധയായി തോന്നി പിന്നീട് നഹ്ലയെ കാണുമ്പോൾ.

അതേ നഹ്‌ല ഇപ്പോൾ വീണ്ടും മുന്നിൽ പ്രത്യക്ഷപ്പെടുന്നു. വ്യക്തമായും കാണാം ആ രൂപം. അരക്കെട്ടിൽ പിടിച്ച് നിൽക്കുകയാണ്. മേൽവസ്ത്രമാകെ കുമ്മായം പുരണ്ടിരിക്കുന്നു. കൈയിലൊരു ചെടിയുണ്ട്. അരയ്ക്ക് മുകളിലുള്ള ഭാഗം മാത്രമേ കാണുന്നുള്ളൂ. പാചകത്തിനുപയോഗിക്കുന്ന തോട്ടത്തുളസിയുടെ മണമാണവർക്ക്. വിവിധതരം ചെടികൾ കലർത്തി നൂതനമായ ഭക്ഷണപദാർഥങ്ങൾ നഹ്‌ല തയ്യാറാക്കുന്നത് തങ്ങൾ ആർത്തിയോടെ കഴിക്കും.

ഒരു ദിവസം രാവിലെ മരത്തിനരികിൽ അടുപ്പുകൂട്ടുന്ന നഹ്‌ലയെ കണ്ടു. താൻ വിൽക്കുന്ന പച്ചക്കറികളുടെയും ചെടിത്തരങ്ങളുടെയും വില ഉപയോഗിച്ച് ധാന്യപ്പൊടി വാങ്ങി. പിന്നെ അതുപയോഗിച്ച് റൊട്ടിയുണ്ടാക്കാൻ തുടങ്ങി. ഇത്തരത്തിൽ ഭക്ഷണകാര്യത്തിൽ പുറംലോകത്തെ ആശ്രയിക്കാത്ത അവസ്ഥ കൈവരിച്ചു. സഹോദരങ്ങളെപ്പോലെ തന്നെ നഹ്‌ല ചെയ്യുന്നതൊക്കെയും നോക്കി നിൽക്കുന്നതായിരുന്നു അലിയുടെ പണി. ഉമ്മയുടെ കൈകൊണ്ടുള്ള ആംഗ്യങ്ങളും ചലനങ്ങളുമൊക്കെ അനുകരിച്ച് അതുപോലെ ചെയ്യാൻ ശ്രമിക്കും.

ശരിക്കും ഉമ്മയോട് സംസാരിക്കേണ്ട ആവശ്യംതന്നെ അലിക്ക് ഉണ്ടായിരുന്നില്ല. ഏതാനും ദിവസങ്ങൾക്കുള്ളിൽതന്നെ അവർ തമ്മിൽ ഇഴുകിച്ചേർന്ന അവസ്ഥയായി. നീണ്ട നിശ്ശബ്ദതയായിരുന്നു ഒപ്പമുണ്ടായിരുന്നത്. അതേ ഉമ്മതന്നെയാണ് ഇപ്പോഴും ഭാവനയിൽ തുളുമ്പിനിൽക്കുന്നത്. താൻ ചെയ്തുതീർക്കേണ്ട കാര്യം ചെയ്തുകൊണ്ടിരിക്കുന്നതിനിടയിൽ കാണാറുള്ള തുറിച്ചുനോട്ടം അതുപോലെതന്നെയുണ്ടിപ്പോഴും. തോട്ടത്തുളസിയുടെ ഒരു തൈ പാറക്കെട്ടിൽ നട്ടുപിടിപ്പിക്കാൻ ശ്രമിക്കുന്ന നഹ്‌ലയുടെ അരയ്ക്കു മുകളിലുള്ള രൂപമാണ് കാണുന്നത്. ഒപ്പം ആ പാറക്കെട്ടും പറക്കുന്നുണ്ട്. കുമ്മായം പുരണ്ട വെളുത്ത കൈകൊണ്ട് മുന്നോട്ടുവരുവാനായി ആംഗ്യം കാട്ടുകയാണ് നഹ്‌ല.

തോട്ടത്തുളസിയുടെ ഇലകൾ വിതറുന്നതിനിടെ അതിന്റെ പരിമളം അവിടമാകെ നിറയുന്നുണ്ടായിരുന്നു. അലി തന്നെത്തന്നെ നഹ്‌ലയുടെ അരികിലേക്ക് അടുപ്പിക്കാൻ ശ്രമിക്കുകയാണ്. പക്ഷേ അവർ സംസാരിക്കുന്നതേയില്ല. ഒന്നു മിണ്ടിയാൽമാത്രം മതിയായിരുന്നു. എന്തെങ്കിലുമൊന്ന് പറഞ്ഞിരുന്നെങ്കിൽ!

സഹോദരന്റെ മരണത്തിനുമുമ്പുള്ള നഹ്‌ലയുടെ രൂപം മനസ്സിലേക്ക് ആവാഹിക്കാൻ ശ്രമിച്ചുനോക്കി. അതിനായി കണ്ണുകളടച്ചുപിടിച്ചു. പക്ഷേ, മനസ്സിലുയർന്നത് കായികാഭ്യാസിയുടെ ഭാവത്തിലുള്ള അവരുടെ പരക്കംപാച്ചിലുകളായിരുന്നു. കാർക്കശ്യം നിറഞ്ഞ

മുഖഭാവങ്ങൾ. മരവിച്ച കണ്ണുകൾ. ചുറ്റും ഇരുളായതിനാൽ കണ്ണുകളിൽ കണ്ടത് ശൂന്യതയായിരുന്നു. നഹ്‌ലയുടെ വെളുത്ത വിരലുകൾ വീടിന്റെ ചുമരുകളിൽ ചായംപൂശുന്നത് തുടരുകയാണ്. പിന്നെ കണ്ടത് സഹോദരന്റെ ശവപ്പെട്ടിയിൽ അള്ളിപ്പിടിക്കുന്ന വിരലുകളെയായിരുന്നു. താൻ അവയെ കാണുന്നത് മനസ്സുകൊണ്ടാണ്, കണ്ണുകൾകൊണ്ടല്ല.

മുന്നോട്ടുചെല്ലുവാൻ തന്നോട് പറയുകയാണ് ആ വിരലുകൾ. അതോടെ, ഉടൽ മുന്നിലേക്കു തള്ളി. മരത്തിനോട് ഏതാണ്ട് ഒരു മീറ്റർ അരികത്തുവരെയെത്തി. നെടുവീർപ്പിട്ടുകൊണ്ട് കണ്ണുകൾ മുറുകെയടച്ചു. കുറച്ചുകൂടി വ്യക്തമായി നഹ്‌ലയെ കാണണം. സഹോദരന്റെ മരണത്തിനുമുമ്പ് എങ്ങനെയായിരുന്നോ അതുപോലെ ചിരിക്കുകയാണവർ.

അന്നേരമാണ് മറ്റൊരു കാര്യം മനസ്സിലുണർന്നത്. ജീവൻ നിലനിർത്താൻ വിജയിച്ചില്ലെങ്കിൽപോലും എന്റെ ശരീരം പൂർണ്ണമായി സംരക്ഷിക്കപ്പെട്ടിരുന്നെങ്കിൽ! അപ്പോഴേ തന്റെ ദേഹം കാണാനും അവസാനമായൊന്ന് യാത്രപറയാനും നഹ്‌ലയ്ക്ക് സാധിക്കുകയുള്ളൂ. സഹോദരനെ മാറാമാടാൻ കൊണ്ടുവന്ന നേരത്ത് നാട്ടുകാർ പെരുമാറിയപോലൊരു അവസ്ഥ തന്റെ കാര്യത്തിൽ ഉമ്മയ്ക്ക് ഉണ്ടാവാൻ പാടില്ല.

നഹ്‌ലയെക്കുറിച്ചുള്ള ഭാവനകളെ പിന്തുടർന്നുകൊണ്ട് ഉടൽ പിന്നെയും മുന്നോട്ട് തള്ളിക്കൊണ്ടിരുന്നു. ബോധം പിന്നെയും നഷ്ടപ്പെടുന്നതിനു മുമ്പ് ആ പഴയ മോഹാലസ്യം തന്നെത്തേടി വീണ്ടുമെത്തുന്നതുപോലെ തോന്നി. ആത്മവിശ്വാസത്തോടുകൂടിയുള്ള തള്ളലിന്റെ ഒടുക്കം മരത്തിന്റെ ഉടലിൽ തലയിടിച്ചു. അപ്പോൾ തന്നെ മരത്തിന്റെ മറുഭാഗത്തുനിന്നൊരു ശബ്ദവും കേട്ടു. തന്നെപ്പോലെ അപരന്റെ തലയും മരത്തിലിടിച്ചിട്ടുണ്ടാവുമോ? പക്ഷേ, മോഹാലസ്യത്തിന്റെ പിടിയിൽനിന്ന് കുതറിമാറാൻമാത്രം സാധിച്ചില്ല.

കണ്ണുകൾ കൂമ്പിയടയുന്നതിനു മുമ്പ് ഒരു കാര്യം മാത്രം വ്യക്തമായിരുന്നു. അപ്പുറത്തുള്ള അപരൻ തന്നെ കൊലപ്പെടുത്താൻ എന്തായാലും ശ്രമിക്കില്ല.

പന്ത്രണ്ട്

ആ കറുത്ത വിത്ത്... അന്ധമായ വിത്ത്... അത് കൺമുന്നിൽ താണ്ഡവമാടുകയാണ്. അവർ തന്നെ നിലത്തിട്ട് ചവിട്ടിയ ദിവസമാണ് വെറുപ്പിന്റെ ആ വിത്തിനെ ശരിക്കും അനുഭവിക്കേണ്ടി വന്നത്.

ശരിക്കും എന്ത് സ്വസ്ഥതയാണ് താൻ ആഗ്രഹിക്കുന്നത്? ഓർമ്മകളും ഒഴിയാബാധകളുമായി കൂടെക്കൂടിയിട്ടുള്ളതൊക്കെയും വിടാതെ പിന്തുടരുക തന്നെയാണ്.

അലിക്ക് ആ ദിവസത്തെ മറക്കാനേ സാധിക്കില്ല.

യാന്ത്രികമായി തുറക്കുന്ന ഉരുക്കുഗെയ്റ്റിന് മുന്നിലെത്തിയതും ഒപ്പമുണ്ടായിരുന്ന മഖാമിലെ വൃദ്ധനായ ശൈഖ് പറഞ്ഞത് ആ ബംഗ്ലാവിലെ സർവ്വതും നിയന്ത്രിക്കപ്പെടുന്നത് ഒരു മുറിയിൽ നിന്നാണെന്നാണ്. നിരീക്ഷണ ക്യാമറകളുടെ സ്ക്രീനുകൾ അതിനുള്ളിലാണത്രെ. ബംഗ്ലാവിൽ നടക്കുന്നതൊക്കെയും അവിടെയിരുന്ന് നിയന്ത്രിക്കാം. ജനാലകൾ അടയ്ക്കുകയും ചെടികൾക്കും മരങ്ങൾക്കുമൊക്കെ വെള്ളമൊഴിക്കുന്നതുവരെ ചെയ്യാമത്രേ! ജീവിതത്തിലിന്നേവരെ കണ്ടിട്ടില്ലാത്തൊരു കാര്യം ഇവിടെ നിന്ന് കാണാമെന്ന് ശൈഖ് അവനോടു പറഞ്ഞു. ടെക്നോളജി എന്നാണത്രേ ആളുകൾ അതിനെ വിളിക്കുന്നത്. എല്ലാം നിയന്ത്രിക്കുന്നത് ഒരു ചെറിയ കമ്പ്യൂട്ടറാണ്. അതിന്റെ മേൽനോട്ടം വഹിക്കാൻ മാത്രമായി ഒരു എൻജിനീയർ അവിടെയുണ്ട്.

മരത്തിന്റെ ശിഖരത്തിന് കീഴിൽ പറക്കുന്നതും സ്വപ്നം കണ്ട് കിടക്കുന്ന ഈ സമയം അനുഭവപ്പെടുന്നതിനേക്കാൾ അല്പം ചെറിയൊരു വിറയലോടു കൂടിയാണ് അലി ബംഗ്ലാവിന്റെ ഗെയ്റ്റിനുള്ളിലേക്ക് കടന്നത്. സർവ്വതും വിശദീകരിക്കുന്ന തിരക്കിലായിരുന്നു വൃദ്ധനായ ശൈഖ്. അലിയാകട്ടെ, ചുറ്റും കാണുന്നതൊക്കെ അന്ധാളിപ്പോടെ നോക്കിനിൽക്കുകയാണ്. പത്ത് നിമിഷം കൊണ്ടല്ലേ പുറത്തുനിന്ന് ബംഗ്ലാവിനകത്തേക്കു കടക്കാൻ വേണ്ടി വന്നുള്ളൂ. പുറത്തു

നിന്ന് മാത്രമേ ഈ സ്ഥലം അതുവരെ കണ്ടിട്ടുള്ളൂ. അവിടേക്ക് കടന്നുകയറാനാകുമെന്ന് സ്വപ്നത്തിൽ പോലും ഒരിക്കലും കരുതിയിരുന്നില്ല.

വിശദീകരിക്കാൻ തന്നെ കഴിയാത്ത ഒരിടമായിരുന്നു ആ ബംഗ്ലാവ്. ഭീതിയും പ്രതാപവും നിഗൂഢതയും പിന്നെ ശക്തിയുമൊക്കെ ചൂഴ്ന്ന് നിൽക്കുന്നൊരിടം. അതിന്റെ ഗേറ്റ് തുറക്കപ്പെട്ടപ്പോൾ തന്റെയും ഗ്രാമത്തിലെ മറ്റുള്ളവരുടെയും അവസ്ഥ എന്തായിരുന്നു? ഈ നേർച്ചകളൊക്കെ എന്തിനാണിവർ നിർത്താതെ നടത്തുന്നത്? ഈ കാണുന്നവരൊക്കെ ഇതുവരെ എവിടെയായിരുന്നു? ഇവരൊക്കെ ശരിക്കും ആരായിരിക്കും?

'അരുവിപ്പെരുന്നാൾ' ആഘോഷങ്ങൾക്കായുള്ള തയ്യാറെടുപ്പിലാണ് ഏവരും. അവിടേക്കാണ് അലിയേയും കൂട്ടി ശൈഖ് വന്നിരിക്കുന്നത്. അനുഗ്രഹത്തിന്റെ സുദിനമാണ് അരുവിപ്പെരുന്നാൾ. പണ്ട് പ്രവാചകനായ മുഹമ്മദ് നബി തന്റെ പിതൃസഹോദരന്റെ പുത്രനായ ഇമാം അലിയുടെ കൈ പിടിച്ചുയർത്തിക്കൊണ്ട് ഒപ്പമുള്ളവരോട് പറഞ്ഞത്രേ:

''ഞാൻ ആരുടെയൊക്കെ നായകനാണോ, അലിയും അവരുടെയൊക്കെ നായകനായിരിക്കും!''

ശൈഖ് ഇക്കാര്യം പഠിപ്പിച്ചിട്ടുണ്ട്. അദ്ദേഹം തന്നെയാണ് ഈ സംഭവത്തിന്റെ ഓർമ്മദിനമായ അരുവിപ്പെരുന്നാളിൽ പങ്കെടുക്കാനായി തന്നെ കൂടെക്കൂട്ടിയതും. ഇപ്പോൾ അലിയും ശൈഖും ഒരുമിച്ചാണ് നടത്തം. അലിയുടെ ആത്മാവിന്റെ വാതിൽ തുറക്കുന്നത് ശൈഖിന് കാണാം. അവന്റെ വിശ്വാസത്തെ അദ്ദേഹത്തിന് സ്പർശിച്ചറിയാം. അവൻ വളരുന്നതിന് അദ്ദേഹം സാക്ഷിയാണ്. ഇക്കാലത്തെ കൗമാരക്കാർക്കിടയിൽ തീരെ പരിചിതമല്ലാത്ത പെരുമാറ്റമാണ് അലിയുടേത്. ചെറുപ്പം മുതലേ തന്നെ ഏറെ ആകർഷിച്ച മഖാമിനുള്ളിലെ പെയിന്റിംഗിൽ കണ്ട പ്രിയങ്കരനായ വിശുദ്ധനോടെന്ന പോലെയുള്ള ഒരു ഇഷ്ടമായിരുന്നു അലിക്ക് ഗ്രാമത്തിലെ ഈ ശൈഖിനോടും തോന്നിയിരുന്നത്.

ബംഗ്ലാവിലെ ഈ ലോകം ശരിക്കും മിന്നിത്തിളങ്ങുക തന്നെയാണ്. ഇത്തരമൊരിടം ശരിക്കും ഉണ്ടാകുമെന്ന് സ്വപ്നത്തിൽ പോലും കരുതിയിരുന്നില്ല. അതിന്റെ ഭംഗി വർണ്ണിക്കണമെങ്കിൽ അയഥാർത്ഥമായ ലോകമെന്ന് പറയുകയേ വഴിയുള്ളൂ.

കൂറ്റൻ ബംഗ്ലാവിന് ചുറ്റും വളർന്നുനിൽക്കുന്ന മരങ്ങൾ. മുമ്പൊരിക്കലും കണ്ടിട്ടില്ലാത്ത തരം വിചിത്രമായ മരങ്ങൾ. അക്കൂട്ടത്തിൽ കൂറ്റൻ മരങ്ങളും കുള്ളൻമരങ്ങളുമുണ്ടായിരുന്നു. വിവിധ തരത്തിലും

വലിപ്പത്തിലുമുള്ള ജപ്പാനിൽ നിന്നുള്ളതും ഉഷ്ണമേഖലാപ്രദേശങ്ങളിൽനിന്നുള്ളതുമായ മരങ്ങൾ. നല്ല ഉയരമുള്ള മൂന്ന് ഈന്തപ്പനകളും കണ്ടു. എപ്പോഴായിരിക്കും ഈ ഈന്തപ്പനകൾ ഇവിടെ വളർന്ന് വന്നിട്ടുണ്ടാവുക? സൈൻ ഇവയെ അതുപോലെ ഇവിടെ കൊണ്ടുവന്ന് നട്ടുപിടിപ്പിച്ചതാണെന്നാണ് ശൈഖ് പറഞ്ഞത്. അക്കാര്യത്തെക്കുറിച്ച് ആലോചിച്ചപ്പോൾ തന്നെ അലിക്ക് വീർപ്പുമുട്ടിപ്പോയി. ശവശരീരങ്ങൾ പോലെ നിലത്തു കിടക്കുന്ന മൂന്ന് കൂറ്റൻ ഈന്തപ്പനകൾ! അവയുടെ ഉയരമേറിയ ഉടലിലേക്ക് നോക്കിനിന്നപ്പോൾ ത്തന്നെ ശ്വാസം മുട്ടി. അവയുടെ നിഴൽ ബംഗ്ലാവിന്റെ കണ്ണാടിച്ചുമരിൽ പ്രതിഫലിക്കുന്നുണ്ട്.

ശക്തമായ എന്തോ സംഗതികൊണ്ട് നിർമ്മിച്ചതാണെന്നേ തോന്നൂ ആ ചുമർ കണ്ടാൽ. ജീവനുള്ള ഒരു വസ്തുവിനും അതിനുള്ളിലേക്ക് കടന്നുകയറാനാകില്ല. പ്രകാശത്തെ മാത്രമേ ഈ ചുമർ കടത്തിവിടൂ എന്ന് മനസ്സ് പറഞ്ഞു. ആ ആവേശത്തിൽ ചൂളമടിച്ചു പോകാതിരിക്കാൻ ചുണ്ട് കടിച്ചുപിടിക്കേണ്ടി വന്നു. ശൈഖുമൊത്ത് പുതിയ ലോകത്തേക്ക് ഇറങ്ങാൻ തുടങ്ങുന്നതിനുള്ള പരിശീലനമെന്നോണം, തന്റെ വികാരങ്ങളെ ഒരളവോളം നിയന്ത്രിക്കാൻ തുടങ്ങിയിരുന്നു അലി.

ഗ്രാമത്തിലുള്ളവരുടെ കണ്ണിലും അലിയുടെ രൂപത്തെ സംബന്ധിച്ച കാഴ്ചപ്പാട് പതിയെ മാറുന്നുണ്ടായിരുന്നു. ഒരു വിചിത്ര സ്വഭാവിയായിട്ടാണ് അവർക്ക് അവനെ പരിചയമുള്ളത്. എങ്കിലും എന്തോ ഒരു ഔന്നത്യവും ബുദ്ധിശക്തിയും അവനുള്ളതായി അവർക്കറിയാം. എന്നാൽ ആ വിവേകശാലിയായ ഉൽകൃഷ്ടത യുദ്ധകാലത്ത് ഭ്രാന്തായാണ് പലർക്കും തോന്നിയത്. നിസ്സാര കാര്യങ്ങളുടെ പേരിൽ വഴക്കും അലർച്ചയും പകയുമൊക്കെ ആളുകൾക്കിടയിൽ നിത്യസംഭവമായിരുന്നു അന്ന്. നേരേമറിച്ച് ശൈഖിന്റെ വാക്കുകൾ കടമെടുത്ത് പറയുകയാണെങ്കിൽ, അലിയുടെ പെരുമാറ്റം കൂടുതൽ ശാന്തവും ക്ഷമാപൂർണ്ണവുമാകുകയായിരുന്നു.

ശൈഖുമായുള്ള അവന്റെ സംഭാഷണവും വിചിത്രമായ ഭാവത്തിലായിരുന്നു. ശരിക്കും അതിനെ സംഭാഷണമെന്നു വിളിക്കാൻ തന്നെയാകില്ല. വേണമെങ്കിൽ ശ്രദ്ധയോടെ ശ്രവിക്കുകയായിരുന്നു എന്നു പറയാം. എന്തായാലും ആളുകൾ അലിയുടെ നേർക്ക് അല്പം ആദരവോടെ നോക്കാൻ തുടങ്ങിയിരിക്കുകയാണിപ്പോൾ. മഖാമിന്റെ സേവനത്തിനായി അവനെ ശൈഖ് തിരഞ്ഞെടുത്തിരിക്കുകയാണല്ലോ? മഖാമിൽ സേവനമനുഷ്ഠിക്കുന്നയാൾ വലിയ പണ്ഡിതനോ മതപുരോഹിതനോ ആകണമെന്ന നിർബന്ധമൊന്നുമില്ല.

ശൈഖിന്റെ ഹൃദയം കവരുവാൻ ഉതകുന്ന ആദ്യ ചവിട്ടുപടി തന്നെയായിരിക്കും ഇത്. അതുപോലെതന്നെ മതത്തിന്റെ അടിസ്ഥാന തത്ത്വങ്ങൾ അദ്ദേഹം തനിക്ക് പകർന്നു നൽകുകയും ചെയ്യും. മുൻഗാമികൾ എങ്ങനെയാണോ ജീവിച്ചത് ആ രീതിയിൽ പ്രകൃതിയോടും പ്രപഞ്ചത്തോടുമുള്ള തങ്ങളുടെ ബന്ധം തുടരുന്നതിന്റെ ഭാഗമായി മതവിജ്ഞാനങ്ങൾ ആളുകൾക്ക് പകർന്നു നൽകിക്കൊണ്ട് മലമുകളിൽ തുടരുന്ന അപൂർവ്വം മതപുരോഹിതന്മാരിലൊരാളാണ് ഗ്രാമത്തിലെ വൃദ്ധനായ ശൈഖ്.

ഗ്രാമത്തിലെ ആളുകളുടെ മനസ്സിൽ അദ്ദേഹത്തിന് വലിയ ആദരവാണുണ്ടായിരുന്നത്. വിവാഹങ്ങളും വിവാഹമോചനങ്ങളും അദ്ദേഹത്തിന്റെ കാർമ്മികത്വത്തിലാണ് നടക്കാറുള്ളത്. തങ്ങളുടെ പ്രശ്നങ്ങൾ പരിഹരിക്കാനും വേദനകൾക്ക് സംഹാരം തേടിയും അവർ സമീപിക്കുന്നത് അദ്ദേഹത്തെയായിരിക്കും. ലുബ്ധനായിരുന്നില്ലെങ്കിൽ അർദ്ധദരിദ്രനായിരുന്നു. അടുത്ത പതിറ്റാണ്ടുകൾക്കിടയിൽ രംഗത്തുവന്ന ശൈഖുമാരിൽ പലരുടെയും പരിഹാസങ്ങൾ ഏറ്റുവാങ്ങേണ്ടി വന്നിട്ടുണ്ട് അദ്ദേഹത്തിന്. നീണ്ട കാലം കൊണ്ടാണ് ആ പേരും ആദരവുമൊക്കെ അദ്ദേഹം സ്വന്തമാക്കിയത്. ജനങ്ങളിൽ ഓരോരുത്തരോടും തനിക്കൊരു ഉത്തരവാദിത്തമുണ്ടെന്നാണ് അദ്ദേഹം വിശ്വസിച്ചിരുന്നത്. എന്നാൽ അദ്ദേഹത്തെപ്പോലുള്ള ശൈഖുമാർക്ക് ജനങ്ങൾക്കിടയിൽ നേരത്തെ ഉണ്ടായിരുന്ന ആത്മീയവും സാമൂഹികവുമായ അധികാരമൊക്കെ എന്നോ നഷ്ടമായിരുന്നു.

ഇപ്പോൾ ആ അധികാരമൊക്കെ സൈനിന്റെ ശൈഖിനെപ്പോലുള്ള പുത്തൻ പുരോഹിതന്മാർക്കാണ് സ്വന്തം. അതേസമയം അവരുടെ മതപാരമ്പര്യവും കുടുംബവേരുകളും ആൾക്കൂട്ടം നൽകുന്ന ബഹുമാനവുമൊക്കെ പൂർണ്ണമായി വിസ്മരിക്കപ്പെട്ടിട്ടുമില്ല. മഹത്തായ പ്രകാശദീപ്തി കൈവരിക്കുന്നതുവരെ വിശ്വാസികളുടെ ആത്മാക്കൾ തുടർന്നുള്ള ജീവിതങ്ങളിലും ഒപ്പം തന്നെയുണ്ടാകുമെന്നാണ് ശൈഖ് പറഞ്ഞു കേട്ടിട്ടുള്ളത്.

അലിയും അധികം വൈകാതെ മതവിജ്ഞാനങ്ങൾ സ്വന്തമാക്കും. ശരിയായ സമയത്ത് തന്നെ ജീവിതത്തിൽ എങ്ങനെ യോജിച്ചൊരു വ്യക്തിയായി മാറുമെന്നും നന്മയുടെ സേവകനായിത്തീരുമെന്നും മനസ്സിലാക്കും.

''പടച്ചവൻ നിന്റെ മനസ്സിനുള്ളിലുണ്ടെടാ അലീ, അവൻ സർവ്വയിടത്തുമുണ്ട്.''

ഈ വാചകം ശൈഖ് എപ്പോഴും ആവർത്തിക്കാറുള്ളതാണ്. ശരിക്കും അലിയുടെ ലോകങ്ങളുടെയൊക്കെ നിയന്ത്രണം ശൈഖിന്റെ

കൈയ്യിലായി. അതിനാൽതന്നെ അരുവിപ്പെരുന്നാൾ ആഘോഷത്തിൽ പങ്കെടുക്കാനായി തന്റെയൊപ്പം പോരാൻ ശൈഖ് ക്ഷണിച്ചപ്പോൾ അലി എതിർപ്പൊന്നും പ്രകടിപ്പിച്ചതേയില്ല. സൈനിന്റെ ബംഗ്ലാവിലാണ് ആഘോഷം.

നേർച്ചയുടെ ഭാഗമായി അയാളുടെ കൂട്ടാളികൾ രണ്ട് ആട്ടിൻകുട്ടികളെയും കാളക്കുട്ടികളെയും സ്ഥലത്തെത്തിച്ചിരുന്നു. അയാളുടെ സ്വന്തം ശൈഖും സ്ഥലത്തുണ്ട്. 'പുതിയ ശൈഖ്' എന്നാണ് അലി അയാളെ വിളിക്കാറുള്ളത്. പാവങ്ങൾക്കുള്ള ഭക്ഷണം കണ്ടെത്താനാണ് താനിവിടെ വന്നതെന്നാണ് അലിയുടെ വൃദ്ധനായ ശൈഖ് പറഞ്ഞത്. തനിക്ക് മനസ്സിലാകാത്ത യുക്തിയുണ്ട് ശൈഖിന് ഇക്കാര്യത്തിൽ.

ഓരോ മനുഷ്യർക്കും താത്പര്യം അവരവരുടെ ലക്ഷ്യം നേടലായിരിക്കും. സൈനിന്റെ ലക്ഷ്യം അധികാരമാണ്. എന്നാൽ ഇക്കാര്യത്തിൽ അയാളെ വിചാരണ ചെയ്യാൻ നാം ദൈവമൊന്നുമല്ലല്ലോ? ആ കണക്ക് പടച്ചവൻ ചോദിച്ചുകൊള്ളും. ഈ ദുരിതം പിടിച്ച കാലത്ത് നാം എന്താണ് ആഗ്രഹിക്കുന്നത്? ഈ നാട്ടിലെ പാവങ്ങൾക്ക് കഴിക്കാൻ വേണ്ട ഭക്ഷണം കണ്ടെത്തുക. ശൈഖ് സംസാരിച്ചപ്പോഴൊക്കെ നിശ്ശബ്ദനായി നിന്നതേയുള്ളൂ അലി.

എന്നാൽ ഒരു കറുത്ത വിത്ത് സൈനിന്റെ ബംഗ്ലാവിൽ കിളിർത്തുവരുന്നതാണ് അലി പിന്നീട് കണ്ടത്. ദിനംപ്രതി വലുതായ വെള്ളക്കടലയുടെ വലിപ്പമായി അതിന്. ശേഷം അത് മനസ്സിൽ നിന്ന് വിട്ടുമാറിയതേയില്ല. ബംഗ്ലാവിനകത്തെ വീതിയേറിയ നീന്തൽക്കുളത്തിൽ നീലാകാശത്തിന്റെയും മേഘങ്ങളുടെയും പ്രതിബിംബങ്ങൾ കാണാം. ഒപ്പം വലിയ മരങ്ങളും വിചിത്രമായ ചെടികളും നിറമാർന്ന പൂക്കളുമൊക്കെ അലിയുടെ കണ്ണിൽപെട്ടു.

ധാരാളമാളുകൾ ആയുധങ്ങളും പേറിക്കൊണ്ട് അങ്ങോട്ടുമിങ്ങോട്ടും സഞ്ചരിക്കുന്നുണ്ട്. ഹിമൈറൂനയിൽനിന്നും കേട്ടിട്ടുള്ള സുൽത്താന്മാരുടെയും മണിമാളികകളുടെയും നാടോടിക്കഥകൾ പോലെ തോന്നുന്നു ഇവിടെ കാണുന്നതൊക്കെയും. ബംഗ്ലാവിന്റെ നേരെ മദ്ധ്യഭാഗത്തുള്ള മകുടം വെയിലേറ്റ് തിളങ്ങുന്നുണ്ട്. ശരിക്കും ആ മകുടം അവനെ അമ്പരപ്പിച്ചുകളഞ്ഞു. അസാധ്യമായ ഭംഗിയായിരുന്നു അതിനുണ്ടായിരുന്നത്. നിറങ്ങളും ചിത്രങ്ങളും അലങ്കാരപ്പണികളുമൊക്കെക്കൊണ്ട് നിറഞ്ഞ കത്തിജ്ജ്വലിക്കുന്ന ഗോളം പോലെ ആയിരിക്കുകയാണ് വെയിലേറ്റ ആ മകുടം. പ്രധാനമായും നീല നിറമാണ് എങ്ങും ദൃശ്യമാകുന്നത്.

അവസാനം സൈനിന്റെ മുഖവും നേരിട്ട് കണ്ടു. തന്റെ സ്വന്തം ശൈഖിനൊപ്പം നടന്നുവരികയായിരുന്നു അയാൾ. ഗ്രാമത്തിലെ

വൃദ്ധനായ ഷൈഖിനെ കണ്ടതും അവർ രണ്ടുപേരും അഭിവാദ്യം ചെയ്തു. ഗ്രാമത്തിലെ ബഹുഭൂരിപക്ഷം പേർക്കും തന്നെ ഇഷ്ട മല്ലെന്ന് അയാൾക്ക് നല്ലതുപോലെ അറിയാം. ഇയാൾക്ക് പകരമാണ് തങ്ങളുടെ സൈനികരായ മക്കൾ കൊല്ലപ്പെടുന്നതെന്ന് ഗ്രാമീണർ ക്കെല്ലാം അറിയാം. പക്ഷേ അക്കാര്യം തുറന്നുപറയാനുള്ള ധൈര്യം മാത്രം ആർക്കുമില്ല. സൈനിനെ എതിർത്തു നിൽക്കുന്നവരെ കാത്തി രിക്കുന്ന ശിക്ഷയെന്തായിരിക്കുമെന്ന് എല്ലാവർക്കുമറിയാം. ഇവിടെ ഗ്രാമത്തിലും തലസ്ഥാനമായ പട്ടണത്തിലുമൊക്കെ ഇയാൾക്ക് വലിയ സ്വാധീനമാണ്.

ഭയം ആ നാട്ടിലെ ജനങ്ങളുടെ അസ്തിത്വത്തിന്റെ ഭാഗം തന്നെ ആയിരിക്കുകയാണ്. അവർക്കൊപ്പം ജീവിക്കുമ്പോൾ അലിയും ആ ഭയം രുചിച്ചറിഞ്ഞിട്ടുണ്ട്. വേർതിരിച്ചറിയാനാകാത്ത സങ്കീർണ്ണവും സമ്മിശ്രവുമായൊരു ഭീതിയാണത്. സൈനിന്റെ ബംഗ്ലാവിലെത്തിയ ദിവസമാണ് ശരിക്കും ഭീതി എന്താണെന്ന് മനസ്സിലായത്. പെട്ടെന്ന് ഹിമൈറൂനയെ ഓർമ്മ വന്നു. സൈനിന്റെ കിങ്കരന്മാരാണ് ഹിമൈ റൂനയെ ‘അപ്രത്യക്ഷ’യാക്കിയതെന്നാണ് ചില ഗ്രാമീണർ പറഞ്ഞു കേട്ടിട്ടുള്ളത്. ഹിമൈറൂന സൈനിന്റെ നേർക്ക് കാർക്കിച്ച് തുപ്പി യത്രെ. താനും ഹിമൈറൂനയെ കൈയ്യൊഴിഞ്ഞുവെന്നാണ് അലിക്കും തോന്നിയിട്ടുള്ളത്. ആദ്യത്തെ മൂന്നാഴ്ച കഴിഞ്ഞതിനുശേഷം താനും അവരെ തിരയുന്നത് അവസാനിപ്പിച്ചു. മലയുടെ നെറുകയിൽ ഹിമൈറൂന നിൽക്കുന്നതുപോലെ തോന്നിയിട്ടുണ്ട്. അവിടെ നിന്ന് അവർ തന്നെ പേര് ചൊല്ലിവിളിക്കുകയാണ്. താഴ്‌വരയിലേക്ക് ഇറങ്ങി വന്ന് പൊന്തക്കാടുകൾക്കിടയിൽ അപ്രത്യക്ഷയാകുന്ന ഹിമൈറൂനയെ കണ്ടുവെന്ന് അയൽക്കാരികളിലൊരാൾ പറയുന്നതും കേട്ടു.

പിന്നെയൊരിക്കൽ, തോന്നി ദേവാലയത്തിലെ മരത്തിന് മുക ളിലേക്ക് ഹിമൈറൂന കയറിപ്പോയെന്ന്. അന്വേഷിച്ചെങ്കിലും പക്ഷേ, കണ്ടില്ല. അതെ, ശരിക്കും താനവരെ കൈയ്യൊഴിയുകയായിരുന്നു. താൻ മാത്രമായിരുന്നോ? അല്ല, ഗ്രാമത്തിലുള്ളവരെല്ലാം അതു തന്നെ യാണ് ചെയ്തത്. തങ്ങളുടെ മരിച്ച മക്കളെ മറമാടാനും ജീവനോടെ അവശേഷിക്കുന്ന സന്തതികൾക്കു വേണ്ട അന്നം കണ്ടെത്താനുമുള്ള ഓട്ടത്തിലായിരുന്നു നാട്ടുകാരെല്ലാം.

ബംഗ്ലാവിലെ തോട്ടത്തിൽ നിന്നിറങ്ങി ഓടണമെന്നാണ് അലിക്കു തോന്നിയത്. എല്ലാം വളരെ ചിട്ടയായ ലോകമാണിവിടെ കാണാ നുള്ളത്. പൂക്കൾക്കും ചെടികൾക്കുമൊക്കെ ത്രികോണാകൃതിയും ദീർഘചതുരാകൃതിയുമൊക്കെയാണ്. വിരൂപമായ മരങ്ങളും കാണാം. ചുമരുപോലെയാണെന്ന് തോന്നുംവിധത്തിൽ ശിഖരങ്ങളാകെ വെട്ടി യൊതുക്കപ്പെട്ട മരങ്ങൾ. വൃക്ഷങ്ങളുടെ മണം പോലുമില്ല അവയ്ക്ക്.

ജയിലഴികൾക്കിടയിലൂടെ പുറത്തേക്കു നീളുന്ന വിരലുകൾ പോലെ യായിരിക്കുകയാണ് അവയുടെ ശിഖരങ്ങളെന്നാണ് മനസ്സ് പറ ഞ്ഞത്.

പുറംലോകത്തിൽനിന്നും മറച്ചുപിടിക്കുന്ന തരത്തിലുള്ള നാല് മീറ്ററോളം ഉയരമുള്ളൊരു മതിലിന് അഭിമുഖമായി വലിയൊരു മേശ കാണാം. നീന്തൽക്കുളത്തിന് മുന്നിൽ കിടക്കുന്ന മേശപ്പുറത്ത് നിറയെ ജീവിതത്തിലിന്നോളം കണ്ടിട്ടില്ലാത്ത തരത്തിലുള്ള ഫല വർഗ്ഗങ്ങൾ നിരത്തിയിരിക്കുന്നു. തണലായൊരു കൽമണ്ഡപവും അതിന് മുകളിലായൊരു ചെങ്കല്ലും കാണാം.

അടക്കാനാകാത്ത ശ്വാസംമുട്ടലോടെ നിൽക്കുകയായിരുന്ന അലി യുടെ കൈയ്യിൽ പിടിച്ച ശൈഖ് അല്പനേരം കാത്തുനിൽക്കാൻ ആവശ്യപ്പെട്ടു. മറ്റുള്ളവർക്ക് കാണാനാകാത്ത പലതും കാണാൻ കഴിവുള്ളയാളാണ് ശൈഖ്. അലിയുടെ മനസ്സിലെ വെറുപ്പും അസ്വ സ്ഥതയുമൊക്കെ അദ്ദേഹം കണ്ടുകഴിഞ്ഞിരുന്നു. അനിവാര്യമായും സംഭവിക്കുന്ന രണ്ട് തിന്മകൾ മുന്നിലെത്തുമ്പോൾ ഒരു തിരഞ്ഞെ ടുപ്പ് നടത്തേണ്ട അവസ്ഥയിലാണ് താനെന്ന് അദ്ദേഹം അലിയോട് പറഞ്ഞു. അപ്പോൾ പിന്നെ കൂട്ടത്തിൽ ചെറിയ തിന്മയെ തിരഞ്ഞെ ടുക്കുകയേ മാർഗ്ഗമുള്ളൂ.

ചുറ്റും ആളുകൾ കൂടി നിൽക്കുന്നു. അതിനിടയിലൂടെ മുന്നോട്ടു നീങ്ങുകയാണ് ശൈഖ്. തനിക്കൊപ്പം വരുവാൻ അദ്ദേഹം അലിയെ പ്രോത്സാഹിപ്പിച്ചു. ബംഗ്ലാവിന്റെ മതിൽക്കെട്ടിനുള്ളിൽ തന്നെ മറ്റൊ രിടം ശ്രദ്ധയിൽപെട്ടു. ചെറിയൊരു വീട്. മൂന്ന് മുറികളുള്ളൊരു വീട്. ജോലിക്കാരുടെ വിശ്രമസ്ഥലമാണത്രെ അത്. ഒരായുസ്സ് മുഴുവൻ അവിടെ ചെലവിട്ട ഉമ്മയുടെ സഹോദരിയുടെ കാര്യം ഓർമ്മ വന്നു. പാചകക്കാരികളായ സ്ത്രീകൾ മുന്നിൽ വന്നു പെട്ടതും അവരെ നോക്കി എന്തോ പിറുപിറുക്കുന്നൊരു പുരുഷന്റെ ശബ്ദം കേട്ടു. ഗ്രാമത്തിലെ സ്ത്രീകളെക്കുറിച്ച് അലിക്ക് നന്നായറിയാം. ഏതാ ണ്ടെല്ലാവരും തന്റെ ഉമ്മയെപ്പോലെയാണ്. മുതുകിലെ കൂനും ശുഷ്കിച്ച വിരലുകളുമൊക്കെ ഉമ്മയെപ്പോലെ ഇവർക്കെല്ലാമുണ്ട്. എന്നാൽ ഉമ്മയെപ്പോലെ ശാഠ്യസ്വഭാവം ഇല്ലെന്നു മാത്രം.

ആർത്തവകാലത്ത് സ്ത്രീകൾക്ക് മതപരമായ ആഘോഷങ്ങളിൽ പങ്കെടുക്കാനുള്ള അവകാശമില്ലെന്ന് കാര്യം അലിക്കും അറിയാമാ യിരുന്നു. പട്ടണത്തിലെ മഖാമിൽ പോയ ശേഷമാണ് ഇങ്ങനെയൊരു വിവരം മനസ്സിലായത്. പലരും അശുദ്ധിയായി കാണുന്ന മാസമുറ ക്കാലത്ത് നേർച്ചവസ്തുക്കളിൽ അത്തരം സ്ത്രീകൾ സ്പർശിക്കാൻ പാടില്ലത്രെ.

ആൾക്കൂട്ടത്തിനിടയിലൂടെ അലി പതിയെ മുന്നോട്ടു നീങ്ങി. അരുവിപ്പെരുന്നാൾ ആഘോഷത്തിന് നേതൃത്വം നൽകുന്ന പുതിയ ശൈഖിനൊപ്പം നേർച്ചവസ്തുക്കൾ പരിശോധിക്കുന്ന തിരക്കിലായിരുന്നു ഗ്രാമത്തിലെ വൃദ്ധനായ ശൈഖ്. നേർച്ചയ്ക്കായി ഒരുക്കിയിട്ടുള്ള മാംസം സാധുക്കൾക്കിടയിൽ നീതിപൂർവ്വം വിതരണം ചെയ്യപ്പെടുന്ന കാര്യത്തിൽ ശ്രദ്ധിക്കുകയാണ് അദ്ദേഹം. ഈ വിശേഷ ദിനത്തെ കാരുണ്യത്തിന്റെ പെരുന്നാൾ എന്നു കൂടി വിളിക്കുന്നത് എന്തുകൊണ്ടായിരിക്കുമെന്ന് ചിന്തിക്കുകയായിരുന്നു അലി.

മതപരമായ ആഘോഷങ്ങളിൽ പങ്കെടുക്കുമ്പോൾ, ഒരിക്കൽ പോലും ശൈഖ് അവിടെ നിന്ന് ഭക്ഷണം കഴിക്കുകയോ തന്റെ ഓഹരി എന്ന രീതിയിൽ നേർച്ച മുതൽ സ്വന്തമാക്കുകയോ ചെയ്തിരുന്നില്ലെന്ന കാര്യം അലി പ്രത്യേകം ശ്രദ്ധിച്ചിട്ടുണ്ട്. പാവങ്ങൾക്ക് മാംസം ലഭിക്കുന്നുണ്ടെന്ന് ഉറപ്പുവരുത്തുന്നതിലാണ് അദ്ദേഹത്തിന്റെ ശ്രദ്ധ. അതേസമയം സാധുക്കളാണെങ്കിലും മനുഷ്യരുടെ മാന്യതയെ നാം കാത്തുരക്ഷിക്കണമെന്ന് ശൈഖ് പറയും. നേർച്ച മുതൽ നേരിട്ടെത്തി കൈപ്പറ്റാൻ ലജ്ജയുള്ളവരുടെ വീട്ടുപടിക്കൽ രാത്രി രഹസ്യമായെത്തി മാംസപ്പൊതികൾ വച്ചിട്ടു പോകുക പോലും ശൈഖ് ചെയ്യാറുണ്ട്.

പക്ഷേ, എന്തൊക്കെപ്പറഞ്ഞാലും അലി ആകെയൊരു ആശങ്കയ്ക്ക് അടിമയായിരുന്നു.

തന്റെ നേരെ മുന്നിൽ നിൽക്കുകയാണ് സൈൻ. തന്നെ നോക്കുന്നില്ലെന്നു മാത്രം. ചുറ്റും കൂടി നിൽക്കുന്ന ആളുകളെയാകെ മാറി മാറി നോക്കുകയാണ് അയാൾ. സ്പോർട്സ് വസ്ത്രമാണ് സൈൻ ധരിച്ചിരിക്കുന്നത്. കാലിൽ കിടക്കുന്ന വെള്ള സ്പോർട്സ് ഷൂസ് വെയിലേറ്റ് തിളങ്ങുന്നുണ്ട്. വെള്ളനിറത്തിലൊരു കോട്ടൻ മേൽക്കുപ്പായവുമുണ്ട്. തന്റെ ആളുകൾക്കിടയിലൂടെ ശാന്തനായി നടക്കുകയാണ് സൈൻ. ചുറ്റുമുള്ള കിങ്കരന്മാരുടെ ആയുധങ്ങൾ വെയിലേറ്റ് തിളങ്ങുന്നുണ്ട്. അവരുടെ കൈകളിലുള്ള ആയുധങ്ങളുടെ തിളക്കം ചുമരുപോലെ വെട്ടിയൊതുക്കിയ മരങ്ങളിൽ തട്ടി പ്രതിഫലിക്കുന്നതുകാണാം. അവയ്ക്കു നേരെ നോക്കി കണ്ണുകൾ പൂട്ടി നിൽക്കുമ്പോൾ ശൈഖിനോട് പറഞ്ഞാലോ എന്നു കരുതി:

''ഇതുപോലൊരു വിശുദ്ധമായ ദിവസം ആയുധങ്ങൾ കൊണ്ടു നടക്കുന്നതെന്തിനാണ്?''

പക്ഷേ ചോദിക്കാനുള്ള ധൈര്യം കിട്ടിയില്ല. ഗ്രാമീണർ എന്തുകൊണ്ടാണ് ഇങ്ങനെയൊക്കെ ചെയ്യുന്നതെന്നും ഇപ്പോഴവന് അറിയാം. അതോടെ ഭീതിയുടെ രുചി നുണയാൻ തുടങ്ങി. അവിടെ എത്തിയ നിമിഷത്തോടു തന്നെ അറപ്പ് തോന്നി.

നമസ്കാരത്തിനായി അതിഥികൾ ബംഗ്ലാവിനകത്തേക്കു പ്രവേശിക്കുകയാണ്. അനുവാദമില്ലെങ്കിൽപോലും അവർക്കു പിന്നാലെ അലിയും നീങ്ങി. ജനാലയുടെ മുന്നിലെത്തി ആളുകളെ നോക്കിയെങ്കിലും ആരെയും കണ്ടില്ല. ഗാംഭീര്യം തുളുമ്പുന്നൊരു നിശ്ശബ്ദതയായിരുന്നു അവിടമാകെ. രണ്ട് പുരുഷന്മാർക്കൊപ്പം ജോലിക്കാരുടെ വാസസ്ഥലത്തേക്ക് പോകുന്ന കുറേ സ്ത്രീകളെ കാണാം. കുറേ നേരം അങ്ങനെതന്നെ നിൽക്കുകയായിരുന്നു. ശരിക്കും വഴി തെറ്റിയൊരു മനുഷ്യന്റെ അവസ്ഥയായിരുന്നു അവൻ അന്നേരം.

മുറിവേറ്റ് നിലത്തു കിടക്കുന്ന ഈ നേരത്തും അന്നത്തെ ആ നിശ്ശബ്ദതയുടെ ശബ്ദം കേൾക്കാൻ അലിക്ക് സാധിക്കും. സൈനിനെക്കുറിച്ചും അയാൾ അരികത്തുള്ളപ്പോഴും അല്ലാത്തപ്പോഴും ഗ്രാമത്തിലുള്ളവരുടെ കണ്ണുകളിൽ കണ്ടിരുന്ന ഭീതിയെക്കുറിച്ചും വീണ്ടും ഓർത്തു. അപൂർവ്വമായേ നേരിൽ കാണുമായിരുന്നുള്ളൂ. എങ്കിൽ പോലും സൈനിന്റെ അധീശത്വം നാട്ടുകാരിൽ പ്രകടമായിരുന്നു. കഴിഞ്ഞുപോയ പതിറ്റാണ്ടുകളിൽ അയാളുടെ പിതാവിനെ എങ്ങനെയാണോ നാട്ടുകാർ ഭയത്തോടെ കണ്ടിരുന്നത് അതുപോലെ തന്നെ ഇപ്പോൾ സൈനിനേയും നാട്ടുകാർ പേടിച്ചേ മതിയാകൂ എന്നാണവസ്ഥ.

ശൈഖുമാരെയും ആയുധധാരികളായ മനുഷ്യരേയും നിയന്ത്രിക്കാൻ കെൽപ്പുള്ളവനാണ് സൈൻ. കൈകളിൽ വലിയ വാക്കിടോക്കി ഫോണുകളും യന്ത്രത്തോക്കുകളുമായി റോന്തു ചുറ്റുകയാണ് സൈനിന്റെ കൂട്ടാളികൾ. അവരിൽ ചിലർ ഈ ഗ്രാമത്തിൽ നിന്നുള്ളവർ തന്നെയാണ്. അയൽപക്ക ഗ്രാമങ്ങളിൽ നിന്ന് വന്നവരുമുണ്ട്. ഇരുപതിലധികം പേരുണ്ട് ആ കൂട്ടത്തിൽ. സൈനിനെപ്പോലൊരു മനുഷ്യന് എന്തിനാണ് ഇത്രയുമധികം കൂട്ടാളികൾ? എന്താണിവരുടെ ജോലി? എങ്ങനെയാണിവർ കഴിഞ്ഞുപോകുന്നത്? ഇതിനൊക്കെയുള്ള പണം ഇവർക്ക് എവിടെനിന്നായിരിക്കും ലഭിക്കുന്നത്?

ഈ ചോദ്യങ്ങളൊക്കെ മനസ്സിൽ നിറഞ്ഞു നിന്നെങ്കിലും ഒരു പരിഹാസ്യകഥാപാത്രമാകാൻ അലി ആഗ്രഹിക്കുന്നില്ല. അവരുടെ അരികത്തേക്കു ചെല്ലാൻ തന്നെ പേടിയാകുന്നു. അങ്ങനെ സംഭവിച്ചാൽ അവർ തന്നെ പിടിച്ച് വിഴുങ്ങിയേക്കുമെന്നാണ് മനസ്സ് പറയുന്നത്. കല്ലുപോലെ മരവിച്ച കണ്ണുകളിലെ നോട്ടം കൊണ്ട് മാത്രം അവർക്കതിന് സാധിക്കും. തന്നോടും തന്നെപ്പോലുള്ളവരോടുമുള്ള പരിഹാസം മാത്രമായിരുന്നു അവരുടെ കണ്ണുകളിൽ കണ്ടിരുന്നത്.

നേരെ മറിച്ച് സൈനാകട്ടെ, വളരെ ആർദ്രതയോടെയായിരുന്നു സംസാരിച്ചത്. ഏവരെയും പുഞ്ചിരിയോടെ അഭിവാദ്യം ചെയ്യുന്നുണ്ട്.

എന്നാൽ ആരുടെയും കണ്ണുകളിലേക്ക് നോക്കുന്നതുമില്ല. ഒപ്പമുണ്ടെങ്കിലും ശരിക്കും അയാൾ തങ്ങളെ കാണുന്നുണ്ടെന്ന് തോന്നുന്നില്ല. ഗ്രാമീണരുടെ മക്കൾ യുദ്ധത്തിൽ മരണപ്പെടുമ്പോൾ മറമാടൽ ചടങ്ങിൽ പങ്കെടുത്ത് തന്റെ ബാധ്യത നിർവ്വഹിക്കുന്ന പണി മാത്രമാണ് അയാൾ ചെയ്തുകൊണ്ടിരിക്കുന്നത്. അന്നത്തെ ദിവസം ശൈഖിനോട് പറയുക പോലും ചെയ്യാതെയാണ് അലി ആ ബംഗ്ലാവിൽ നിന്നിറങ്ങിയോടിയത്. ഇനി ഒരിക്കലും അവിടേക്ക് വരികയോ സൈനിനെ കാണുകയോ ചെയ്യില്ലെന്ന പ്രതിജ്ഞയോടെയാണ് അവിടെ നിന്നിറങ്ങിയത്. ആ മനുഷ്യനെ ഒരിക്കൽ കൂടി കാണേണ്ടി വരരുത്. അയാളുടെ വഴിയിൽ പോലും ചെന്നുപെട്ടുപോകരുത്.

പട്ടണത്തിൽനിന്ന് ഏറെ അകലെയുള്ള ആ മലമ്പ്രദേശ ഗ്രാമത്തിൽ സംഭവിക്കുന്ന കാര്യങ്ങളിൽ നിന്നൊക്കെ തീർത്തും വിഭിന്നമായ ആഘോഷച്ചടങ്ങുകളായിരുന്നു അന്ന് പകൽ ബംഗ്ലാവിൽ അരങ്ങേറിയത്. മറ്റേതോ ലോകത്തുനിന്ന് വന്ന കേട്ടുകേൾവിയില്ലാത്ത വ്യക്തിയാണ് താനെന്ന് അലിക്ക് തോന്നി. പട്ടണത്തിൽ നടക്കുന്ന യുദ്ധം ഗ്രാമത്തിലെത്താത്തതുപോലെ. രാജ്യത്തിന്റെ വടക്ക് നടക്കുന്നത് തെക്ക് എത്താത്തതുപോലെ. അതോ ഇവിടെ നടക്കുന്നത് മറ്റൊരു യുദ്ധമായിരിക്കുമോ? തങ്ങളുടെ ഉള്ളിൽ തന്നെ നടക്കുന്ന യുദ്ധമാണിത്. അതിൽ ഈ നാട്ടിലെ ആയിരക്കണക്കിനു ചെറുപ്പക്കാരായിരിക്കും മരിച്ചുവീണുകൊണ്ടിരിക്കുന്നത്. ഈ യുദ്ധം ശരിക്കും എന്തിനു വേണ്ടിയാണെന്നോ ശരിക്കും എന്താണിവിടെ സംഭവിച്ചുകൊണ്ടിരിക്കുന്നതെന്നോ അറിയില്ല. മനസ്സിനെ കാർന്നു തിന്നുന്ന ഉത്തരം കിട്ടാത്ത ചോദ്യങ്ങൾ. കേൾക്കുന്നതൊക്കെയും വിശ്വസിക്കാൻ കഴിയാതെ പോകുമ്പോൾ, ഉറക്കം കെടുന്ന അവസ്ഥയിൽ ഉഴറാനാണ് യോഗം.

സൈനിന്റെ സൗകുമാര്യവും അലിയെ ഭയപ്പെടുത്തി. ചോദ്യം ചെയ്യപ്പെടാത്ത ഒരു മനുഷ്യന്റെ സമ്പൂർണ്ണ രൂപമായിരുന്നു അയാൾക്ക്. ആവശ്യമുള്ളതെല്ലാം സ്വന്തമായുള്ളൊരാൾ. ഈ നാട്ടിൽ നിന്നും ദൂരെ എവിടെയോ മാത്രം ഉണ്ടാകേണ്ടിയിരുന്നയാൾ. ചെറുപ്പക്കാർ ജീവനോടെ വീടുവിട്ടിറങ്ങുകയും പിന്നീട് ശവപ്പെട്ടിയിലേറി തിരികെ എത്തുന്ന നാടാണിത്. അവരെ മറമാടാനും മരിച്ചവരുടെ ബന്ധുക്കൾക്ക് ബലിമാംസം വിതരണം ചെയ്യാനുമാണ് സൈൻ ഗ്രാമത്തിലെത്തുന്നത്. അങ്ങനെ അയാൾ നാട്ടുകാരുടെ വിശക്കുന്ന വയറുകളെ ശാന്തമാക്കി നിർത്തും.

പിന്നീട് അലിക്ക് തോന്നിയത് താൻ ശരിക്കും തിന്നത് സഹോദരന്റെ മാംസം തന്നെയാണെന്നാണ്. ആ ചിന്ത തന്നെ അസ്ഥികളെ

മരവിപ്പിച്ചു കളഞ്ഞു. ചെയ്തുപോയ തെറ്റിന് പടച്ചവനോട് മാപ്പിരന്നു.

അന്നത്തെ തിരക്കിനിടയിൽ ശൈഖ് അലിയുടെ കാര്യം തന്നെ മറന്നുപോയി. മറ്റുള്ളവർക്കൊപ്പം അദ്ദേഹം ബംഗ്ലാവിനകത്തേക്ക് പ്രവേശിച്ചു. അലിയെ പക്ഷേ ഉള്ളിലേക്ക് പ്രവേശിക്കാൻ കാവൽക്കാർ അനുവദിച്ചില്ല. എന്നാൽ അവരുടെ കണ്ണുവെട്ടിച്ച് ജനാലയുടെ മുന്നിലെത്തി. രഹസ്യങ്ങൾ മറച്ചുപിടിക്കുന്ന തിരശ്ശീലകൾ കൊണ്ടു മൂടിയ വീതിയേറിയ കണ്ണാടി ജനാലയായിരുന്നു അത്.

തിരശ്ശീലകൾക്കിടയിലെ വിടവിലൂടെ എത്തിനോക്കിയപ്പോൾ കണ്ടത് പരസ്പരം കൈകോർത്ത് നിൽക്കുന്ന ആളുകളെയായിരുന്നു. കൂട്ടത്തിൽ ഒരു ചെറുപ്പക്കാരൻ പുകയുന്ന ധൂപക്കുറ്റിയുമായി നീങ്ങുന്നത് കാണാം. 'കുന്തിരിക്ക കുർബാന' എന്നാണത്രെ ഈ ആചാരത്തിന്റെ പേര്. വരും വർഷങ്ങളിൽ അലിക്കും ഈ ജോലി ചെയ്യാൻ സാധിക്കുമെന്ന് പിന്നീടൊരു ദിവസം ശൈഖ് പറഞ്ഞിട്ടുണ്ട്.

കൈകോർത്ത് നിന്ന് മന്ത്രങ്ങൾ ഉരുവിടുന്ന ആളുകളെത്തന്നെ ഉറ്റുനോക്കുകയാണ് അലി. ജനാലയുടെ ചെറിയ വിടവിലൂടെ നോക്കുന്നത് കാരണം അകത്തെ കാഴ്ച അത്ര വ്യക്തമായിരുന്നില്ല. എന്താണ് ഉരുവിടുന്നതെന്നറിയാനായി അവരുടെ ചുണ്ടുകളുടെ ചലനം വായിച്ചെടുക്കാൻ ശ്രമിച്ചുനോക്കി. ഈ രഹസ്യപ്രാർത്ഥന ഒളിച്ചുകേൾക്കാൻ ശ്രമിക്കുന്നവർക്ക് ബധിരത ബാധിക്കുമെന്നാണ് ശൈഖ് പറഞ്ഞിട്ടുള്ളത്. എന്നിട്ടും അലി ആ കാഴ്ച കണ്ടു നിന്നതേയുള്ളൂ. അലവി വിഭാഗം ഷിയാക്കളുടെ പന്ത്രണ്ട് വിശുദ്ധദിനങ്ങളിൽ ഒന്നാണത്രെ ഈ ദിനം. ഉള്ളിലേക്ക് പ്രവേശിക്കാൻ തനിക്കും അനുവാദം കിട്ടുകയും മറ്റുള്ളവരുടെ വിരലുകളിൽ കൈകോർത്ത് നിൽക്കാനും കഴിയുന്നൊരു ദിനം സ്വപ്നം കാണുകയായിരുന്നു അലിയുടെ മനസ്സ്.

ഒരു നിമിഷം കൈകൾ ഉയർത്തി. താനിപ്പോൾ അവരുടെ വിരലുകളിൽ സ്പർശിച്ചിരിക്കുകയാണ്. കണ്ണുകൾ അടച്ചുപിടിച്ചപ്പോൾ നിലത്തുനിന്ന് ഉയർന്ന് പറക്കുകയാണെന്ന് തോന്നി. ഒരുമിച്ച് പറക്കുമ്പോൾ തങ്ങളുടെ ശിരസ്സുകൾ അടുത്തടുത്താണ്. വൃത്താകൃതിയിൽ ശൂന്യതയിൽ തങ്ങിനിൽക്കുന്ന ഉടലുകൾ. ആ പറക്കലിന് വിഘ്നം സൃഷ്ടിച്ചത് ഒരു അലർച്ചയായിരുന്നു.

"നീ എന്താടാ ഇവിടെ ചെയ്യുന്നത്?"

കാവൽക്കാരിലൊരാൾ അരികിലേക്ക് വന്നു. അയാൾ അലിയെ ജനാലയ്ക്കരികിൽനിന്നും വലിച്ചിഴച്ച് നിലത്തേക്ക് തള്ളിയിട്ടു.

ശേഷം കഴുത്തിൽ ചവിട്ടി. അയാളുടെ ബൂട്ടിന്റെ മുൻഭാഗം അലിക്ക് കാണാമായിരുന്നു. എന്നിട്ടും കണ്ണുകൾ അടച്ചു പിടിച്ചില്ല. യന്ത്ര ത്തോക്കിന്റെ ബാരൽ തലയിൽ അമർത്തിപ്പിടിച്ചിരിക്കുകയാണ്. തലയിൽ യന്ത്രത്തോക്കും കഴുത്തിൽ ബൂട്ടും.

"എഴുന്നേൽക്കെടാ... ഇറങ്ങിപ്പോ... ഇവിടുന്ന്."

വിറച്ചുപോയ അലിയുടെ നേർക്ക് നോക്കി അയാൾ അലറി. ഭാരമേറിയ ബൂട്ടുകൊണ്ട് ചവിട്ടേറ്റതിനാൽ കഴുത്തിൽ ചുവന്ന പാടു കൾ പ്രത്യക്ഷപ്പെട്ടിരുന്നു. നീലനിറമുള്ള കോട്ടൻ ജാക്കറ്റായിരുന്നു ആ മനുഷ്യന്റെ വേഷമെന്ന് ഇപ്പോഴും ഓർമ്മയുണ്ട്. യന്ത്രത്തോ ക്കിന്റെ ബാരൽ കൊണ്ട് അമർത്തിയപ്പോൾ തലയോട്ടി പിളർന്നു പോകുമെന്ന് തോന്നി. നിലത്ത് വീണു കിടക്കുന്നതിനിടയിൽ മാന ത്തേക്കു നോക്കി.

ഇപ്പോഴത്തേതുപോലെ ആകാശം അന്ന് കറുത്തിരുണ്ടതായിരു ന്നില്ല. ആ വീഴ്ചയുടെ ഓർമ്മ ഇപ്പോഴും ഓർത്തെടുക്കാനാകും.

നീന്തൽക്കുളത്തിനരികിലെ വലിയ മേശയ്ക്കു മുന്നിൽ ഒരു കാവൽക്കാരൻ ഇരിപ്പുണ്ട്. കൈയിലുള്ള തോക്ക് അരികിൽ വച്ച ശേഷം കമ്പ്യൂട്ടർ തുറന്ന് എന്തോ നോക്കുകയാണയാൾ. അലിയെ കണ്ടതും അയാൾ അവിടെനിന്ന് എഴുന്നേറ്റ് ഓടിയരികിലെത്തി മർദ്ദിച്ചു. സഹോദരനെ അടക്കം ചെയ്യുന്ന വേളയിൽ സൈനിന്റെ കൂട്ടാളികളുടെ അടിയേറ്റ് നിലത്തുവീണ ഹിമൈറുനയുടെ മുഖം ഓർമ്മ വന്നത് പെട്ടെന്നാണ്. അതിരെന്തെന്നറിയാത്തൊരു ഭീതി യിലമരുകയായിരുന്നു മനസ്സ് അന്നേരം. സിരകളിൽ രക്തം കട്ട പിടിക്കുന്ന തരത്തിലുള്ള ഭീതിയായിരുന്നു അത്.

ചാടി എഴുന്നേറ്റ് ബംഗ്ലാവിന്റെ തോട്ടത്തിലൂടെ പുറത്തേക്കു പായുമ്പോൾ പിന്നിൽ നിന്ന് അട്ടഹാസവും പരിഹാസച്ചിരികളും കേൾക്കാമായിരുന്നു. ശൈഖിന്റെ കാര്യമൊക്കെ മറന്നു പോയി. ഓർത്തത് തലയിൽ അമർത്തിപ്പിടിച്ച യന്ത്രത്തോക്കിന്റെ ബാരലിനെ മാത്രമായിരുന്നു. ഹൃദയത്തിന്റെ ശൂന്യതയിൽ ആകെ കണ്ടത് പകയുടെയും വെറുപ്പിന്റെയും വിത്തുകളെയായിരുന്നു. മനസ്സിൽ ആശങ്കകൾ നിറയ്ക്കുന്ന അന്ധമായ ബിന്ദുക്കൾ എന്നു വേണം അവയെ വിളിക്കേണ്ടത്.

കിതച്ചുകൊണ്ട് ഓടുകയായിരുന്നു അവൻ. പറക്കുന്നതുപോലെ ഓടുന്ന അലിയെയായിരുന്നു നാട്ടുകാർ കണ്ടത്. കുന്നിൻമുകളിലെ തട്ടുകൾ ഇറങ്ങിയും മല കയറിയും നേരെ എത്തിയത് മലമുകളിലെ തൂക്കാംപാറയിലേക്കായിരുന്നു. ഗർത്തത്തിനരികിലേക്ക് ചെന്ന് കൈകൾ വിടർത്തി നിന്നു. പാദങ്ങൾ തൂക്കാൻപാറയുടെ അരികിൽ

സ്പർശിച്ചപ്പോൾ പിന്നിലുള്ളതൊന്നും കാണാൻ സാധിച്ചില്ല. അരുവിപ്പെരുന്നാളിന്റെ കാര്യവും മനുഷ്യർക്കിടയിൽ അന്ന് ഉണ്ടാകേണ്ട കാരുണ്യസ്പർശത്തിന്റെ കാര്യമൊക്കെ മറന്നുപോയി. മലനിരകളും ആകാശവും ചുറ്റുമുള്ള സർവ്വതും അപ്രത്യക്ഷമായിരിക്കുന്നു.

കണ്ണുകളടച്ചു പിടിച്ചപ്പോൾ രണ്ട് ചെറിയ ചിറകുകൾ മുതുകിൽ മുളച്ചതുപോലെ തോന്നി. ആ ചിറകുകൾ തന്നെയും കൊണ്ട് പറക്കുകയാണ്. ഇനിയിപ്പോൾ മുറുകെപ്പിടിക്കാൻ മരച്ചില്ലകൾ പോലും വേണ്ടതില്ല. ഇതുപോലെ ചിറക് മുളച്ച് മലമുകളിൽനിന്ന് താഴ്വരയിലേക്ക് പറന്നുപോയ ഉമ്മയുടെ സഹോദരിയുടെ കാര്യം ഓർമ്മ വന്നതും അന്നേരം തന്നെ.

താഴേക്ക് ചാടാനായിരുന്നു മനസ്സ് കൊതിച്ചത്. തനിക്ക് പറക്കണമായിരുന്നു.

ആ നിമിഷമാണ് പിറകിൽ നിന്നൊരു നിലവിളി കേട്ടത്. തന്റെ പിന്നാലെ കിതച്ചുകൊണ്ട് ഓടിവരികയായിരുന്ന നഹ്ലയുടെ ശബ്ദമായിരുന്നു അത്. ആകുലതയോടെ അലറിക്കരയുന്ന ഉമ്മയുടെ നേർക്ക് നോക്കിയതും ഒരടി പിന്നിലേക്ക് മാറിപ്പോയി. ബംഗ്ലാവിന്റെ കാര്യവും സൈനിന്റെ ഒപ്പം നിൽക്കുന്ന ശൈഖിന്റെ കാര്യവും മറന്നുപോയി. ഉമ്മ തനിക്ക് നേരെ ഓടിവരുന്ന കാഴ്ച കണ്ട നിമിഷം തന്നെ മലമുകളിൽ നിന്ന് താഴേക്ക് പറക്കണമെന്ന മോഹവും അപ്രത്യക്ഷമായി. ഉമ്മമാരുടെ ശാപമെന്ന് പറയുന്നത് വെറും സ്നേഹം മാത്രമല്ലെന്ന് അവനറിയാം. മറിച്ച് തങ്ങളുടെ കഴുത്തുകളെ മാതാവുമായി ബന്ധിപ്പിക്കുന്ന കയറുകൾ കൂടിയാണത്.

പതിമ്മൂന്ന്

അവസാനമിതാ ചന്ദ്രൻ പ്രത്യക്ഷപ്പെട്ടിരിക്കുന്നു.

മരത്തിന്റെ ഉടലിൽ തലചേർത്തു പിടിക്കുന്നതിനിടയിലാണ് ആ കാഴ്ച കാണാനായത്. ചുറ്റുംനിന്ന് കേൾക്കുന്നത് പലതരം പ്രാണികളുടെ ശബ്ദമാണ്. സർവശക്തിയുമുപയോഗിച്ച് കൈകൾ ഉയർത്താൻ നോക്കി. ഏതാണ്ട് ഒരു മിനിറ്റ് മുമ്പാണ് ബോധം വീണ്ടും തെളിഞ്ഞത്. മരത്തിന് പ്രകാശമേകുകയാണ് ചന്ദ്രൻ. എന്തൊരു അതിശയമാണിത്. ഇരുളിലാണല്ലോ ഈ മരത്തിനെ കൂടുതൽ വ്യക്തതയോടെ കാണാൻ കഴിയുന്നത്.

മരത്തിനപ്പുറത്തുള്ള രൂപത്തിന്റെ കാര്യം മറന്നിരിക്കുകയായിരുന്നു. ശബ്ദമൊന്നും കേൾക്കുന്നതുമില്ല. എത്രമാത്രം അരികത്താണ് ആ രൂപമെന്നറിയാനായി ശ്വാസമടക്കി നിന്നു. പക്ഷേ, ആകെ കേൾക്കുന്നത് പ്രാണികളുടെ ശബ്ദവും സീൽക്കാരവും മാത്രമാണ്. ചുറ്റും സഞ്ചരിക്കുകയും ചലിക്കുകയും ചെയ്യുന്ന ലോലസൃഷ്ടികളുടെ ലോകത്തെക്കുറിച്ച് അറിയാം. എന്നാലവ ഇപ്പോൾ വലിയ രൂപം പൂണ്ടിരിക്കുന്നതു പോലെയാണ് തോന്നുന്നത്. ചന്ദ്രന്റെ പ്രകാശം ലഭിക്കുന്നതോടെ അവയുടെ കൈകൾ വളരുകയാണ്. ആറോ ഏഴോ കൂറ്റൻ കൈകൾ തന്റെ നേർക്ക് നീണ്ടുവരികയാണ്. ഒരു പ്രാണിയുടെ ചുവന്ന കണ്ണുകളും കണ്ടു. പച്ചവിട്ടിലാണെന്നാണ് തോന്നുന്നത്. ചന്ദ്രന്റെ പ്രകാശത്തിൽ ആ കണ്ണുകൾ അഗ്നി ജ്വലിക്കുന്ന രണ്ടു ഗർത്തങ്ങളാണെന്നു തോന്നി. പിന്നീട് കണ്ണിൽപെട്ടത് നീലച്ചിറകുകളുള്ളൊരു കരിവണ്ടായിരുന്നു. പതിയെപ്പതിയെ വലിപ്പം പ്രാപിക്കുകയായിരുന്ന അതിന്റെ നേർത്ത ചിറകുകളിലെ ഞരമ്പുകൾവരെ കാണാമായിരുന്നു.

പെട്ടെന്ന് ഒരു നിമിഷം തോന്നി, തനിക്ക് തെറ്റു പറ്റിയിരിക്കുമോ എന്ന്. ഈ കാണുന്നത് സൂര്യൻതന്നെയാണ്, ചന്ദ്രനല്ലെന്ന്. കണ്ണുകൾ

അടച്ചുപിടിച്ച് വിരലിന്റെ അറ്റമുപയോഗിച്ച് മരത്തിന്റെ ഉടലിൽ ചുരണ്ടിനോക്കി. ഉരസുന്ന ശബ്ദം കേട്ടതും ജീവനോടെയുണ്ടെന്ന് വീണ്ടും ഉറപ്പായി. തന്റെ സാന്നിധ്യം തിരിച്ചറിയാൻ കഴിയുന്ന എന്തൊക്കെയോ ഉണ്ട് ചുറ്റും. ആ ഉരസൽശബ്ദത്തിനൊടുവിൽ കാട്ടിൽ ഗൂഢമായ വസ്തുക്കൾ ചലിക്കുന്നത് കേൾക്കാൻ തുടങ്ങി. ശരീരത്തിലൂടെ എന്തോ ഇഴയുന്നതുപോലെ. അതിനർഥം മുന്നിൽ കാണുന്നതൊക്കെയും ഉന്മാദമല്ലെന്നാണ്.

പ്രാണികൾ ഇഴഞ്ഞുകയറുന്നത് സാധാരണമല്ല. കട്ടിയുള്ള കുപ്പായത്തിനുള്ളിലൂടെയാണ് അവ ഇഴയുന്നതായി തോന്നുന്നത്. അത് എവിടേക്കായിരിക്കും ഇഴഞ്ഞുകയറുന്നത്? പ്രാണികളുടെ കൂറ്റൻരൂപങ്ങൾ ചുറ്റും പറക്കുന്നതു കാണാം. തന്നെ വിഴുങ്ങാൻ പോകുന്ന വന്യജീവികളാണെന്നേ കണ്ടാൽ തോന്നൂ. ശരിക്കും അവ ഇഴഞ്ഞെത്തുന്ന പ്രാണികളാണെന്ന് അറിയാം. പക്ഷേ, കാണുന്ന കാഴ്ച അതിനെക്കാളൊക്കെ വലുതാണെന്നുമാത്രം.

എന്തായാലും പേടിക്കേണ്ട കാര്യമില്ല. ഏറുമാടത്തിന്റെ മുകളിൽവച്ച് ഇവയെ ലാളിച്ചിട്ടുള്ളതാണ്. കാട്ടിനുള്ളിലേക്കുള്ള ഓട്ടത്തിനിടയ്ക്ക് അവയെ പിടിച്ചിട്ടുണ്ട്. ചിറകുകൾ പറിച്ചുകളഞ്ഞശേഷം സൂക്ഷിച്ചുനോക്കിയിട്ടുണ്ട്. എന്നാലിപ്പോൾ അവയെ സങ്കല്പിക്കാനോ പേരെന്താണെന്ന് ഓർക്കാനോ പോലും സാധിക്കാത്ത വിധത്തിൽ താൻ ദുർബലനാണ്. ഇപ്പോൾ തന്നെക്കാളും വലുതാണവ. ചന്ദ്രന്റെ പ്രകാശത്തിൽ തനിക്കു ചുറ്റും കറങ്ങുകയാണവ. കത്തുന്ന കണ്ണുകൾ തന്റെ നേർക്ക് തുറിച്ചുനോക്കുകയാണ്.

കൈകൾ നീട്ടി കൂറ്റൻമരത്തിന്റെ ഉടലിൽ ചുറ്റിപ്പിടിക്കാൻ നോക്കി. മരത്തിന്റെ വരണ്ട തൊലിയിൽ തട്ടി കൈവെള്ളയിലെ തൊലി അടരാൻ തുടങ്ങി. കൈവെള്ള കണ്ണുകൾക്കരികിലേക്ക് അടുപ്പിച്ചുപിടിച്ചു നോക്കിയപ്പോൾ മുറിവിൽ പറ്റിപ്പിടിച്ചിരിക്കുന്ന പ്രാണികളുടെ കറുത്ത രൂപങ്ങൾ കണ്ടു. കുറച്ചു മുമ്പുവരെയും അങ്ങനെയൊരു മുറിവ് കണ്ടിരുന്നില്ല.

പിന്നീട് ശരീരത്തിലെ അവയവങ്ങളെയും കണ്ടു. ഉടലിൽനിന്ന് വേർപെട്ട് അവ മരത്തിനുചുറ്റും പ്രദക്ഷിണം ചെയ്യുകയാണ്. അറ്റുപോയ പാദത്തെ കാണാം. കാലുകൾ രണ്ടും അകന്നകന്നു പോകുന്നു. കൈകൾ മരത്തിന്റെ ഉടലിൽ അള്ളിപ്പിടിച്ചുകയറുന്നു. എന്തൊരു അതിശയകാഴ്ചയാണിത്!

എന്റെ ശരീരത്തിന്റെ മേൽഭാഗത്ത് ധരിച്ചിരിക്കുന്നത് നല്ല വൃത്തിയും മോടിയുമുള്ള വസ്ത്രമാണ്. പിന്നെ കണ്ടത് അരികിൽ

നിൽക്കുന്ന വാപ്പയെ ആണ്. പട്ടണത്തിൽനിന്നു തിരിച്ചെത്തുന്ന സഹോദരനെയും കാത്ത് മൈതാനത്തിനരികിൽ നിൽക്കുകയാണ് ഞാനും വാപ്പയും. അതൊരു വിശിഷ്ടദിവസമായിരുന്നു. തങ്ങളുടെ കുടുംബത്തിലെ ഒരംഗം സർവകലാശാലയിൽ പഠിക്കാൻ പോവുകയാണ്.

ഇപ്പോൾ കാലുകൾക്കൊപ്പം ചലിക്കുന്നതായി കാണുന്ന പാന്റ്സായിരുന്നു അന്ന് ധരിച്ചിരുന്നത്. ഇറക്കം കുറഞ്ഞ കൈയുള്ള കുപ്പായം. ആ കുപ്പായക്കൈകൾ മുന്നിൽ വന്നുനിന്ന് ചാഞ്ചാടുന്നതു കാണാം. അതിനുള്ളിലൂടെ വിരലുകളെയും കാണാം. പക്ഷേ, നെഞ്ചോ ശിരസ്സോ മാത്രം കാണുന്നില്ലല്ലോ. വലത്തോട്ടും പിന്നെ ഇടത്തോട്ടും തിരിഞ്ഞുനോക്കി. ശരീരത്തിന്റെ അവശേഷിക്കുന്ന ഭാഗത്തെ എവിടെയെങ്കിലും കണ്ടുകിട്ടിയാലോ? പക്ഷേ, അവയുടെ രൂപംപോലും കാണാനില്ല.

തലയുയർത്തി ചന്ദ്രനെ നോക്കി. പൂർണ്ണചന്ദ്രനെയാണ് കാണുന്നത്. അതിനർഥം കാണുന്നതൊക്കെയും മതിഭ്രമമല്ലെന്നാണ്. മുന്നിൽ ചിതറിക്കിടക്കുന്ന സ്വന്തം അവയവങ്ങളെത്തന്നെയാണ് കാണുന്നത്. പക്ഷേ, ഇത് ഞാനല്ല. എന്നാൽ, ഞാനല്ല എന്നുപറഞ്ഞാൽ ഞാനെങ്കിലും വിശ്വസിക്കുമോ?

അവയവങ്ങൾക്കൊപ്പം അന്തരീക്ഷത്തിൽ പാറിപ്പറക്കുന്ന ഈ വസ്ത്രങ്ങൾ അന്നത്തെ ദിവസത്തെ ഓർമ്മിപ്പിക്കുകയാണ്. പുതുവസ്ത്രങ്ങൾ എനിക്കൊരിക്കലും ലഭിച്ചിട്ടില്ല. മക്കളുടെ വസ്ത്രങ്ങൾ പരസ്പരം മാറ്റിനൽകുക എന്നത് നഹ്‌ലയുടെ പണിയായിരുന്നു. ഭക്ഷണവും മണ്ണും പാറയും വിഷാദവും അടക്കം ചുറ്റുമുള്ള സർവതും കൈമാറുന്നതുപോലെ തന്നെയാണ് വസ്ത്രങ്ങളും നഹ്‌ല കൈമാറിയിരുന്നത്.

പതിവിൽനിന്ന് വിരുദ്ധമായി നല്ല അഭിമാനത്തോടെ നിൽക്കുന്ന വാപ്പയെയാണ് അന്ന് കണ്ടത്. രണ്ടാമത്തെ മകനൊപ്പം ഇളയ മകനെ കാത്തുനിൽക്കുകയാണയാൾ. ഒരുവർഷം മുമ്പാണ് മൂത്ത മകനെ മറമാടിയത്. പതിവില്ലാത്ത വികാരത്തള്ളിച്ചയോടും ആനന്ദത്തോടും കൂടി ഇടതടവില്ലാതെ സംസാരിച്ചുകൊണ്ടിരിക്കുന്ന വാപ്പയുടെ അരികിലായിരുന്നു അന്ന് നിന്നതെന്ന കാര്യം ഓർമ്മ വരുന്നു. കുടുംബത്തിന്റെ അഭിമാനമായ ഇളയ മകന് പട്ടാളത്തിൽ ചേരേണ്ട ഗതിവരില്ലെന്ന ആശ്വാസമായിരുന്നു അയാൾക്ക്. അവൻ ഡോക്ടറാകും. ഇളയ മകനെക്കുറിച്ച് അയാൾ അലിയോട് സംസാരിച്ചുകൊണ്ടിരുന്നത്, ഏതോ അപരിചിതനോട് വിവരങ്ങൾ പങ്കുവയ്ക്കുന്നതു പോലെയായിരുന്നു.

എന്നാൽ അലി അക്കാര്യത്തിന് വലിയ പ്രാധാന്യം നൽകിയിട്ടേയില്ല. ഇന്ന് ഈ മരത്തിന്റെ ഉടലിൽ തലചേർത്ത് കിടക്കുമ്പോഴും അതിന് മാറ്റമില്ല. ആ ദിവസം ധരിച്ചിരുന്ന അതേ വസ്ത്രങ്ങളോടെ ശരീരഭാഗങ്ങൾ മുന്നിൽ പ്രത്യക്ഷപ്പെട്ടപ്പോൾ മാത്രമാണ് പഴയ കാര്യങ്ങൾ ഓർത്തതുതന്നെ. ഒരു വർഷം മുമ്പാണെന്നു തോന്നുന്നു, വാപ്പയുടെ കൂടെ ഗ്രാമത്തിലെ മൈതാനത്തിൽ കാത്തുനിൽക്കുകയായിരുന്നു. ചുറ്റും വലിയ ആൾക്കൂട്ടമുണ്ട്. വലിയ ബഹളവും കേൾക്കുന്നുണ്ട്. കൈയിൽ മൊബൈൽ ഫോണുമായി നിൽക്കുന്ന അയൽവാസിയെ കണ്ടു. മനസ്സിലാകാത്ത ഭാഷയിൽ അയാൾ എന്തോ പിറുപിറുക്കുന്നുണ്ട്. കുറച്ചു ദൂരെയായിരുന്നു അയാൾ നിന്നിരുന്നത്. അതിനാൽ അരികത്തേക്കു ചെന്നു.

ഫോൺ ഉപയോഗിച്ച് ദൃശ്യങ്ങൾ ചിത്രീകരിച്ചുകൊണ്ടിരുന്ന അയാളുടെ കൈയിൽ ആരോ പിടിമുറുക്കി. ഈ ഭ്രാന്ത് അവസാനിപ്പിക്കണമെന്ന് അലറുകയും ചെയ്തു. രാജ്യം യുദ്ധത്തിലൂടെയാണത്രെ കടന്നുപൊയ്ക്കൊണ്ടിരിക്കുന്നത്. അലി കൂടുതൽ മുന്നോട്ട് പോകാതിരിക്കാനായി വാപ്പ അവന്റെ കൈയിൽ പിടിച്ചു. പിന്നീടാണ് അയാൾ ഓർത്തത്, അലി ഇപ്പോഴൊരു കുട്ടിയല്ലെന്ന്. തനിക്കിനി അവനെ പഴയതുപോലെ അടിക്കാനൊന്നും സാധിക്കില്ല. മൈതാനത്തിൽ നിൽക്കുന്ന ആളുകൾ പരസ്പരം നോക്കുകയാണ്.

അലിയുടെ വാപ്പയ്ക്ക് തന്റെ മക്കളെക്കുറിച്ച് ഇപ്പോൾ അഭിമാനമേയുള്ളൂ. രണ്ടാമത്തെ മകൻ ശരിക്കുമൊരു പുരുഷനായി മാറിക്കഴിഞ്ഞിരിക്കുന്നു എന്ന കാര്യത്തിൽ അയാൾക്കിപ്പോൾ സംശയമേയില്ല. അതോടെ അലിയെ ആൾക്കൂട്ടത്തിനിടയിലൂടെ മുന്നോട്ടു പോകാൻ അനുവദിച്ചു. മകന്റെ പിന്നാലെ ചെല്ലുകയും ചെയ്തു.

ചുറ്റും നടക്കുന്ന സംഭാഷണങ്ങളൊക്കെ അവർക്ക് കേൾക്കാമായിരുന്നു. തുടക്കത്തിൽ കരുതിയത് ഏതോ രക്തസാക്ഷിയുടെ വിലാപയാത്രയായിരിക്കുമെന്നാണ്. ആകാശമാകെ മേഘാവൃതമാണ്. മലയിലെ മിതശീതോഷ്ണ അന്തരീക്ഷം നാട്ടുകാരുടെ മനസ്സുകൾക്ക് അല്പം ആശ്വാസമാവുകയായിരുന്നു. പക്ഷേ, ചുറ്റുമുള്ള ലോകം വളരെ ഇടുങ്ങിയതാണല്ലോ എന്നാണ് അലിക്ക് അനുഭവപ്പെട്ടത്.

മൈതാനം നിറയെ പട്ടാളക്കാരെക്കൊണ്ടും ആയുധധാരികളായ ആളുകളെക്കൊണ്ടും നിറഞ്ഞിരിക്കുകയാണ്. ഒപ്പം ഒട്ടേറെ കുട്ടികളും സ്ത്രീകളും വൃദ്ധന്മാരുമൊക്കെയുണ്ട്. കൂട്ടത്തിലൊരാൾ ഒരു കടലാസിലുള്ള സംഗതി ഉറക്കെ വായിക്കുന്നതു കണ്ടു. ഗ്രാമത്തിലെ ഭൂവുടമകളുമായി ബന്ധപ്പെട്ട സർക്കാർ ഉത്തരവാണത്രെ അത്.

തങ്ങളുടെ കുടുംബത്തിനാണെങ്കിൽ, ഒരിഞ്ച് ഭൂമിപോലും സ്വന്തമായില്ല. പുകയിലകൃഷിയിലുണ്ടായ തിരിച്ചടികളെതുടർന്ന് ആകെയുണ്ടായിരുന്ന ജീവനോപാധി കൂലിത്തൊഴിലായിരുന്നു. പുകയില കൃഷി ചെയ്യുന്ന മലന്തട്ടുകളുടെ ഉടമകളായ ആളുകളുടെ മണ്ണിലായിരുന്നു തങ്ങൾ കൂലിപ്പണിക്ക് പോയിരുന്നത്. എന്നാൽ, ഇപ്പോൾ കേൾക്കുന്ന ഈ സർക്കാർ ഉത്തരവ് ആളുകൾക്കിടയിൽ വലിയ ഞെട്ടലാണുണ്ടാക്കിയിരിക്കുന്നത്. എന്നാൽ ഇത് തങ്ങളെ ബാധിക്കുന്നതായി അലിക്ക് തോന്നിയില്ല.

എന്നാൽ, അലറിക്കരയുന്ന അയൽക്കാരനായ വൃദ്ധനെ കണ്ടതും അലി ഭീതിയോടെ നോക്കി. അയാളെ ആരെങ്കിലും മർദ്ദിച്ചിരിക്കാൻ സാധ്യതയുണ്ടെന്ന് തോന്നി. അലിക്കാണെങ്കിൽ തന്റെ ഏറുമാടത്തിലേക്കു മടങ്ങിയെത്തിയാൽ മതിയായിരുന്നു. ഈ ബഹളമൊന്നും കാണാൻ വയ്യ. അയൽവാസിയായ വൃദ്ധൻ കരഞ്ഞുകൊണ്ട് വിലപിക്കുന്നത് മൊബൈൽഫോണിൽ റെക്കോർഡ് ചെയ്യുകയാണ് മറ്റൊരാൾ. വൃദ്ധന് പേടിച്ചുവിരണ്ടൊരു കുഞ്ഞിന്റെ ഭാവമായിരുന്നു. മൂന്ന് മക്കളുടെ മരണം കണ്ടവനാണ് താനെന്ന്, മൊബൈൽ ഫോണിന്റെ ക്യാമറയിലേക്കു നോക്കി വൃദ്ധൻ പറയുന്നതു കേൾക്കാം. രാജ്യത്തിനും പ്രസിഡന്റിനും വേണ്ടി ജീവൻ ബലിയർപ്പിച്ചവരാണ് തന്റെ മക്കൾ.

യുദ്ധമുന്നണിയിൽ ആൺമക്കളെയെല്ലാം നഷ്ടമായ ഈ വൃദ്ധന് പാറക്കെട്ടുകൾ നിറഞ്ഞൊരു ഭൂമി മാത്രമേ സ്വന്തമായുള്ളൂവെന്ന് അലിക്കറിയാം. ആ സ്ഥലം പല തട്ടുകളായി തിരിച്ച് പുകയില കൃഷിചെയ്യുകയായിരുന്നു. മക്കളുടെ മരണവും പുകയിലകൃഷിയിലുണ്ടായ തിരിച്ചടികളും കാരണം അയാളുടെ കൃഷിയൊക്കെ അവസാനിച്ചു. മൂത്ത സഹോദരനെ അടക്കംചെയ്ത ദിവസത്തിന്റെ ഓർമ്മകളെ അകറ്റിനിർത്താനായി അലി മുഖം തിരിച്ചുകളഞ്ഞു. കർഷകരുടെ ഭൂമി അന്യായവും അതിക്രമവും നിറഞ്ഞ രീതിയിൽ സർക്കാർ കൈയേറുവാൻ തീരുമാനിച്ചിരിക്കുകയാണെന്നു പറഞ്ഞ് അലറിക്കരയുകയാണ് വൃദ്ധൻ. പ്രസ്തുത ഭൂമിയിൽ നിലവിൽ കൃഷി നടക്കുന്നില്ല എന്നാണത്രെ ന്യായം പറയുന്നത്. ഇത് സർക്കാരല്ല, കൊള്ളസംഘമാണെന്നാണ് കേട്ടുനിന്ന മറ്റൊരാൾ പറഞ്ഞത്.

ആൾക്കൂട്ടത്തിനുള്ളിൽനിന്നും പുറത്തേക്ക് കടക്കാൻ തുനിയുന്നതിനിടയിലാണ് വാപ്പ കുപ്പായത്തിന്റെ കൈയിൽ പിടിച്ചുനിർത്തിയത്. ഇളയ സഹോദരൻ വരുന്നതുവരെ തങ്ങൾ ഇവിടെത്തന്നെ കാത്തുനിന്നേ തീരൂവത്രെ. അലിക്കാകട്ടെ, ആകെക്കൂടി വല്ലായ്മയും വേദനയുമാണ് അനുഭവപ്പെട്ടത്.

ആ വർഷം കൊടുംശൈത്യമായിരുന്നു. നാട്ടിൽ യുദ്ധം ആരംഭിച്ചിട്ട് മൂന്നുവർഷം പിന്നിട്ടിരിക്കുന്നു. താഴ്വരയിൽ കൂലിപ്പണി ലഭിക്കുന്ന അപൂർവഅവസരങ്ങളിൽ അലി വാപ്പയുടെ കൂടെ പോകാറുണ്ട്. കുടുംബത്തിലെ നിലവിലെ മൂത്ത പുത്രനെന്ന റോൾ അവന് തീരെ താത്പര്യമില്ലാത്ത വിഷയമാണ്. വൃദ്ധനു നേർക്ക് ആളുകൾ ആക്രോശിക്കുന്നത് കണ്ടതുകൊണ്ടു മാത്രമാണ് എല്ലാം അവഗണിച്ച് അവൻ ഓടിമറയാത്തത്. മൈതാനമാകെ നല്ല തിരക്കാണ്. മഖാമിൽനിന്നും വളരെ വിദൂരമല്ല അവിടം. പരിചയമില്ലാത്ത കുറേയാളുകൾ അവിടെ എത്തിയിട്ടുണ്ട്. അവരുടെ വാഹനങ്ങളുമുണ്ട് ഒപ്പം. ഇത്തരം ആൾക്കൂട്ടത്തെ കാണുമ്പോൾ ബഹളമുണ്ടാക്കാനായി ഹിമൈറൂനയുമില്ല. അവരുടെ ബഹളംകേട്ട് ഒന്നുകിൽ ആളുകൾ പിരിഞ്ഞുപോകും. അല്ലെങ്കിൽ അവർ ഹിമൈറൂനയെ പരിഹസിക്കും.

അലി പക്ഷേ, മിണ്ടാതെ നിന്നതേയുള്ളൂ. കർഷകരിൽ ചിലർ ഒരു സർക്കാർ ഉദ്യോഗസ്ഥനോട് കയർക്കുന്നത് കേൾക്കാം. മൈതാനത്ത് നിരയായി കിടക്കുന്ന വാഹനങ്ങൾ അയാളുടെ സംഘത്തിന്റേതാണ്. സ്വന്തം ഭൂമിയിൽ കൃഷിചെയ്യാൻ കഴിയാത്തവരാണ് ഇവിടത്തെ മിക്ക കർഷകരെന്നും അവരുടെ ഈ ഭൂമി സർക്കാർ കണ്ടുകെട്ടാൻ പോകുന്നുവെന്നുമാണ് ഉദ്യോഗസ്ഥൻ അറിയിക്കുന്നത്.

“പടച്ചവനേ... ഈ രാജ്യത്തിനുവേണ്ടി സ്വന്തം ജീവിതത്തെയും സന്താനങ്ങളെയും ബലികഴിപ്പിച്ച ഞങ്ങളുടെ മണ്ണ് അതേ രാജ്യം തന്നെ കൊള്ളയടിക്കുകയാണല്ലോ?”

കർഷകരിലൊരാൾ ബഹളം വയ്ക്കുന്നതു കേട്ടതും മറ്റൊരാൾ ആക്രോശിച്ചു:

“കൊള്ളക്കാരാണിവർ.”

ഇതൊക്കെ കേട്ടുനിൽക്കുകയായിരുന്ന ഉദ്യോഗസ്ഥന്റെ മുഖം വ്യക്തമായി കാണാൻ കഴിഞ്ഞിരുന്നില്ല. ഉയരം കുറഞ്ഞൊരു മനുഷ്യനായിരുന്നു അയാൾ. ചുറ്റും ആളുകൾ കൂടിനിൽക്കുകയാണ്. സംഘത്തിലേക്ക് ഏതാനും സ്ത്രീകളും കൂടിച്ചേർന്നു. ഇക്കൂട്ടത്തിൽ അധികംപേർക്കും അല്പമാത്രം ഭൂമിയേ ഉള്ളൂവെന്ന് അലിക്കറിയാം. അതിനാൽതന്നെ അവരുടെ ആരുടെയും ഭൂമിയിൽ താൻ കൂലിപ്പണി ചെയ്തിട്ടുമില്ല. എന്നല്ല, അവരിൽ ചിലരൊക്കെ തനിക്കും വാപ്പയ്ക്കും ഒപ്പം മറ്റ് സ്ഥലങ്ങളിൽ കൂലിപ്പണി ചെയ്യാനായി വന്നിട്ടുമുണ്ട്.

ഇതൊന്നും ശരിക്കും കേട്ടുനിൽക്കാനുള്ള മാനസികാവസ്ഥയിലായിരുന്നില്ല. എന്നിട്ടും വൃദ്ധനായ അയൽവാസിയുടെ അരികിലേക്കു ചെന്നു. വാപ്പയും പിന്നാലെ വന്നു. അഭിമാനത്തോടെ നെഞ്ചു വിരിച്ച് നിൽക്കുകയാണ് വാപ്പ. സഹോദരൻ വരുന്ന ബസ് ഇനിയും എത്തിച്ചേർന്നിട്ടില്ല.

‘‘പടച്ചവൻ നിങ്ങളോടൊക്കെ കണക്കു ചോദിക്കട്ടെ. ഞങ്ങളുടെ മക്കളെ കൊണ്ടുപോയതു കൂടാതെ ഇപ്പോൾ ഭൂമിയും കൈയേറുകയാണല്ലോ..?’’

സ്ത്രീകളിലൊരാൾ അലറിക്കരയുന്നതു കണ്ടതും ഭർത്താവായ മനുഷ്യൻ അവരെ കൈയിൽ പിടിച്ച് ആൾക്കൂട്ടത്തിനു പുറത്തേക്ക് വലിച്ചുകൊണ്ടുപോകാൻ നോക്കുന്നതു കണ്ടു. അവർ ദൂരേക്ക് മാറിയതും വൃദ്ധന്റെ വിലാപം വീണ്ടും ആരംഭിച്ചു:

‘‘പടച്ചവനേ... ഇവരെയൊക്കെ നീ തുറന്നുകാട്ടണേ.. കൊള്ളക്കാരേ....കള്ളന്മാരേ... പടച്ചവൻ നിങ്ങളെ തുറന്നുകാട്ടട്ടെ.’’

അപ്പോഴേക്കും ബസ് സ്ഥലത്തെത്തി. കാത്തിരുന്ന സഹോദരനെ കാണാനായി ആൾക്കൂട്ടത്തിൽനിന്നകന്ന് ബസ്സിനരികിലേക്ക് ഓടേണ്ടതാണ്. തങ്ങളുടെ അയൽവാസിയായ വൃദ്ധന് പിന്നീട് എന്താണ് സംഭവിക്കുന്നതെന്ന് അറിയാനായി തിരിഞ്ഞുനോക്കാൻ അലിക്ക് തോന്നിയില്ല. പുഞ്ചിരിച്ചുകൊണ്ട് നിൽക്കുന്ന സഹോദരനെ കാണാനായി അവനും പിതാവും മുന്നോട്ടുനീങ്ങി. ആനന്ദം കൊണ്ട് പറക്കുന്ന അവസ്ഥയിലായിരുന്നു ഇരുവരുടെയും മനസ്സ്. ഇളയ മകന്റെ കാര്യത്തിൽ വലിയ അഭിമാനമാണ് വാപ്പയ്ക്ക് ഇപ്പോൾ. അലിയുടെ സന്തോഷം പക്ഷേ തന്റെ ഏറുമാടത്തിലേക്ക് വേഗം തിരികെ എത്താമല്ലോ എന്ന കാര്യത്തിലായിരുന്നു. ഒപ്പം ഉമ്മ നഹ്ല യ്ക്കൊപ്പം വീടിനരികിലെ മലന്തട്ടിൽ ജോലി തുടരാം. എത്രയും വേഗം ശ്വാസംമുട്ടിക്കുന്ന ഈ വസ്ത്രങ്ങൾ ഊരി എറിയുകയും ചെയ്യാം.

മൈതാനത്തിലെ തിരക്കിൽനിന്ന് ഓടിയൊളിക്കുന്നതുതന്നെ അലിയെ സംബന്ധിച്ച് വലിയ കാര്യമാണ്. ചെവിയിൽ വന്നു പതിച്ചുകൊണ്ടിരിക്കുന്നതൊക്കെയും പാതാളക്കുഴിയിലേക്കു വലിച്ചെറിയുന്നവയാണ്. അലറിവിളിക്കുകയും കരയുകയും പരസ്പരം ഏറ്റുമുട്ടുകയും പരിഹസിക്കുകയുമൊക്കെ ചെയ്യുന്നവരെയും സർക്കാർ ഉദ്യോഗസ്ഥനെയുമൊക്കെ തനിക്ക് കാണുകയേ വേണ്ട. ഇതൊക്കെ മറ്റുള്ളവരെ മാത്രം ബാധിക്കുന്ന കാര്യങ്ങളാണ്. ഇതൊന്നും താനറിയേണ്ട കാര്യങ്ങളേയല്ല.

അലിയുടെ മനസ്സ് മഖാമിലെ വൃദ്ധനായ ശൈഖിനെ കാണാനായി തയ്യാറെടുത്തിരിക്കുകയാണ്. അദ്ദേഹത്തിന്റെ അനുഗ്രഹം സ്വന്തമാക്കണം. മതവിജ്ഞാനങ്ങൾ പഠിക്കണം. മഖാമിനുള്ളിലെ പെയിന്റിംഗിൽ കണ്ട വിശുദ്ധനെയും അദ്ദേഹത്തിന്റെ ജീവിതത്തെയും സംബന്ധിച്ച് ഓർത്തു. തന്റെ ഗ്രന്ഥങ്ങൾക്കും വൃക്ഷങ്ങൾക്കും പർണ്ണശാലയ്ക്കുമിടയിൽ അദ്ദേഹം എങ്ങനെയായിരിക്കും തനിച്ച് കഴിഞ്ഞിട്ടുണ്ടാവുക? സ്വന്തം തലച്ചോറിനുള്ളിലും മറ്റുള്ളവർക്ക് മനസ്സിലാകാത്ത അതിർത്തിക്കുള്ളിലും ജീവിക്കാനുള്ള കഴിവിലൂടെയാണ് അദ്ദേഹം തന്റെ സ്വപ്നങ്ങൾക്ക് പോഷണമേകിയത്.

വൃദ്ധനായ അയൽവാസിയുടെ ആകെയുള്ള അല്പമണ്ണിനെ കണ്ടുകെട്ടാനായി വാഹനങ്ങളുമായും കൂട്ടാളികളുമായും എത്തിയിരിക്കുന്ന ആ സർക്കാർ ഉദ്യോഗസ്ഥന്റെ മുഖത്ത് മുഷ്ടിചുരുട്ടി ഇടിച്ചാലോ എന്നാണ് തോന്നിയത്. ശേഷം അയൽക്കാരന്റെ കൈയിൽപിടിച്ച് ഈ തിരക്കിൽനിന്നകന്ന് വീട്ടിലേക്കു മടങ്ങാമെന്നു പറയണം. പക്ഷേ, അങ്ങനെ ചെയ്യാൻമാത്രം സാധിച്ചില്ല. മുതിർന്നൊരു പുരുഷന്റേതുപോലുള്ള വസ്ത്രത്തിനുള്ളിൽ ശ്വാസംമുട്ടി നിൽക്കുന്നതു കാരണം ചലിക്കാൻപോലും കഴിയുന്നില്ല. കടുംനീല നിറമുള്ളൊരു കോട്ടായിരുന്നു ധരിച്ചിരുന്നത്. ഇസ്തിരിയിട്ടതോടെ ബ്ലേഡിന്റെ അരികുകൾപോലെയായി അതിന്റെ മടക്കുകൾ. അതിനു കീഴിലൊരു കമ്പിളി ഉടുപ്പുമുണ്ട്. നഹ്‌ല സ്വന്തം കൈകൊണ്ട് തയ്ച്ചുനൽകിയതായിരുന്നു അത്.

അവയവങ്ങൾ മുന്നിൽ നൃത്തമാടുന്നതിനിടയിലും അന്നത്തെ വസ്ത്രങ്ങളെ സംബന്ധിച്ച വിവരങ്ങൾ വ്യക്തമായി ഓർമ്മയുണ്ട്. വാപ്പയുടെ ആനന്ദം നിറഞ്ഞ മുഖത്തോടൊപ്പം അന്നത്തെ ദിവസത്തെ ഓർമ്മകളാണ് തിരികെ തേടിയെത്തിയിരിക്കുന്നത്. പക്ഷേ, ആ ശപിക്കപ്പെട്ട വസ്ത്രത്തെ പിന്നെയും കാണുന്നതെന്തുകൊണ്ടായിരിക്കും? ഉത്തരം മാത്രം ലഭിച്ചില്ല. ശരിക്കുമിത് ഒരുതരം മരണമായിരിക്കുമോ അതോ ജീവിതത്തിലേക്കുള്ള തിരിച്ചുപോക്കോ? ഇപ്പോൾ മരിച്ചുപോകേണ്ടവനാണെങ്കിൽ പിന്നെ എന്തുകൊണ്ടായിരിക്കും മണ്ണും മക്കളുമൊക്കെ നഷ്ടമായ മനുഷ്യരുടെ ദീനരോദനം കാണേണ്ടിവരുന്നത്?

വാപ്പയുടെ മുഖം ഇപ്പോൾ കാണേണ്ടിവരുന്നത് എന്തുകൊണ്ടായിരിക്കും? അക്കാര്യമോർത്തപ്പോൾ മനസ്സ് ഇടിഞ്ഞുപോകുന്നതുപോലെ തോന്നി. ഇതെന്തായാലുമൊരു ദുശ്ശകുനമാണ്. ഉമ്മ നഹ്‌ലയുടെ മുഖം അപ്രത്യക്ഷമായി പകരം വാപ്പയുടെ മുഖമല്ലേ മുന്നിൽ തെളിയുന്നത്. അതെന്തായാലും അത്ര പ്രിയങ്കരമായ കാഴ്ചയല്ല.

മരത്തിനോട് കൂടുതൽ അടുത്തിരിക്കാൻ നോക്കി, കൈകൾ വിടർത്തി മരത്തിനെ കെട്ടിപ്പിടിക്കാൻ പറ്റുമോയെന്ന് ശ്രമിച്ചുനോക്കി. ദേഹത്തെ ഒന്ന് മറിച്ചിടാനായാൽ മരത്തെ പുണരുവാനും അതിനു മുകളിലേക്ക് അള്ളിപ്പിടിച്ച് കയറുവാനും സാധിച്ചേക്കും. പക്ഷേ അതല്പം ബുദ്ധിമുട്ടുതന്നെയായിരിക്കും.

ശരീരത്തിലെ അവയവങ്ങൾ ഇപ്പോഴും ചുറ്റും കറങ്ങുന്നതായാണ് തോന്നുന്നത്. എന്നാൽ അല്പാല്പമായി അകന്നുപോകുന്നുമുണ്ട്. ചന്ദ്രന്റെ പ്രഭയിൽ അവയെ വ്യക്തമായി കാണാം. പിന്നെ കണ്ടത് സ്വന്തം ഉടൽതന്നെ പാറിപ്പറക്കുന്നതായിരുന്നു. ശരീരം പതിയെ അവയവങ്ങളായി ചിതറാൻ തുടങ്ങി. പിന്നെ അവയുടെ പ്രദക്ഷിണം മരത്തിനു ചുറ്റുമായി.

മരണവും ഈ രൂപത്തിൽതന്നെയായിരിക്കുമോ? അതും ചിതറിയ അവയവങ്ങൾപോലെ രൂപം മാറുമായിരിക്കുമോ? ചിലപ്പോൾ സുതാര്യമായ അവയവങ്ങൾ? അതും മണ്ണും മരവുമായി ഇഴുകിച്ചേർന്ന അവസ്ഥയിൽ? പക്ഷേ, തന്റെ ശരീരത്തിന്റേതെന്ന പേരിൽ ഓർമ്മയിലുള്ള അവയവങ്ങൾ എന്തായാലും നേർത്തതല്ല! കൈകൾ നെഞ്ചോടുചേർത്ത് കണ്ണുകൾ മുറുകെയടച്ചു. എന്തോ ഒരു ഭീതി കാരണം ശ്വാസംമുട്ടിപ്പോകുന്നു.

ഒരു കൈ തന്നെപ്പിടിച്ച് എഴുന്നേൽപ്പിക്കുന്നതുപോലെ തോന്നി. സ്വന്തം കൈകൾതന്നെയാണോ അതെന്ന് ഉറപ്പില്ല. മുകളിലേക്കു നോക്കിയാൽ പാറിപ്പറക്കുന്ന ശിരസ്സിനെ കാണേണ്ടിവരുമോയെന്ന പേടിയുണ്ട്. ചന്ദ്രന്റെ വെളിച്ചം കൈവിരലുകളിൽ പതിക്കുന്നതു കണ്ടതും ഉടൽ ഉയർത്തി നേരെനിൽക്കാൻ ശ്രമിച്ചുനോക്കി. പക്ഷേ, ഒറ്റക്കാലിൽ ചാഞ്ചാടിനിൽക്കുവാൻ കഴിയുമായിരുന്നില്ല. തലയടിച്ചുവീണത് നേരെ മരത്തിന്റെ ഉടലിലേക്കായിരുന്നു. അതോടെ പിന്നെയും അവയവങ്ങൾ അപ്രത്യക്ഷമായി.

ചുറ്റും നോക്കിയപ്പോൾ അവയവങ്ങളുടെ കാര്യം താൻ സങ്കല്പിച്ചുകൂട്ടുന്നതാണെന്ന് തോന്നി. ചുരുണ്ടുകൂടാൻ ശ്രമിച്ചപ്പോൾ മുറിവേറ്റ കാൽപ്പാദത്തിലൊരു വീക്കമുള്ളതുപോലെ അനുഭവപ്പെട്ടു. അല്ലെങ്കിൽ എന്തോ കുത്തുന്നതുപോലെ. അതുമല്ലെങ്കിൽ എന്തോ.... വിണ്ടുകീറിയ മാംസം ഏതോ ചെറുപ്രാണികൾ കാർന്നുതിന്നുവാൻ തുടങ്ങിയിരിക്കും. അധികം സമയം പിന്നിടാതെ തന്നെ പുഴുക്കളും മറ്റും ചേർന്ന് എന്നെ ജീവനോടെ തിന്നേക്കും.

ചിലപ്പോൾ ഇതൊക്കെ എന്റെ പേടി മാത്രമായിരിക്കും. ഉടൽ തിരിച്ച് മരത്തിന് അഭിമുഖമായി കിടന്നു. അന്നേരമാണ് ആ ശബ്ദം

പിന്നെയും കേട്ടത്. മരത്തിന് അപ്പുറത്തുനിന്ന് ആരോ ശരീരം തിരിക്കുന്ന ശബ്ദം. ഇത് അവൻതന്നെയാണ്. മുഖവും പിന്നെ ശരീരം മുഴുവനും മരത്തിനോടു ചേർത്തുപിടിച്ചുകൊണ്ട് മുകളിലേക്ക് ഉറ്റുനോക്കാൻ ശ്രമിച്ചു. മരത്തിന്റെ ഉച്ചിക്ക് അനന്തമായ ഉയരമാണെന്ന് തോന്നിപ്പോയി. വല്ലാത്തൊരു ക്ഷീണം ഉടലിനെയാകെ പിടികൂടുകയാണ്. ചന്ദ്രനാകട്ടെ, മലമുകളിന്റെ അരികിലേക്ക് സ്പർശിക്കാനെത്തുന്ന കാര്യം പ്രത്യേകം ശ്രദ്ധിച്ചു. പക്ഷേ പ്രഭാതത്തിന്റെ ഗന്ധമൊന്നും അരികത്തെങ്ങും ഉള്ളതായി യാതൊരു ലക്ഷണവുമില്ല. ആ ഗന്ധം ഇപ്പോഴും വളരെയകലെത്തന്നെയായിരിക്കും എന്നാണ് മനസ്സ് പറഞ്ഞുകൊണ്ടേയിരുന്നത്.

പതിനാല്

പക്ഷേ എന്തായിരിക്കും ഇത്? ഏതെങ്കിലും മരത്തിന്റെ ചില്ല വല്ലതുമായിരിക്കുമോ?

അതൊരു അറ്റുപോയ കൈയായിരുന്നു. ചന്ദ്രന്റെ വെളിച്ചമേറ്റ് അത് തിളങ്ങുന്നുണ്ട്. രണ്ട് കൈ അകലെയാണത്. നന്നായി. എന്തായാലും കുറച്ച് അകന്നുമാറിയാണല്ലോ നിൽക്കുന്നത്. എന്നിട്ടും പിന്നിലേക്കൊന്നു മാറി. വൃത്താകൃതിയിലൊരു ചലനമായിരുന്നു അത്. ശേഷം എതിർവശത്തേക്കൊന്ന് മറിഞ്ഞു.

ബോധം തിരിച്ചുകിട്ടിയപ്പോൾ ഒരു കൈ തോളിൽ സ്പർശിക്കുന്നതാണ് കണ്ടത്. സൂക്ഷിച്ചുനോക്കിയപ്പോൾ അത് എന്റെതന്നെ കൈയാണെന്നു മനസ്സിലായി. ശരിക്കുള്ള രണ്ട് കൈകൾ കാണാമെന്നിരിക്കെ, തോളിൽ സ്പർശിക്കുന്ന ഈ മറ്റൊരു കൈ ഏതായിരിക്കും? ഇതെന്തായാലും സ്വപ്നമോ മതിഭ്രമമോ അല്ല. മൂന്നാമതൊരു കൈ മുളച്ചുവന്നതാണോ? നിലത്തേക്കു വഴുതിവീണപ്പോൾ മരത്തിന്റെ ചില്ലകളുടെയും മറ്റും അടിയിലായിപ്പോയി. ഇലകൾക്കിടയിലൂടെ കടന്നുവരാൻ പ്രയാസപ്പെടുന്ന ചന്ദ്രന്റെ വെളിച്ചത്തെയും കാണാം. ഇതെന്റെ കൈ തന്നെയാണോ? അതോ അല്ലയോ?

ഇടത്തേ കൈകൊണ്ട് വലത്തേ കൈയിൽ സ്പർശിച്ചുനോക്കി. തലയിലെ മുടിയിൽ പിടിച്ചുവലിക്കുകയും, മുഖത്തും മൂക്കിലുമൊക്കെ തൊട്ടുനോക്കുകയും ചെയ്തു. എന്നിട്ടും പോരാതെ വായ്ക്കകത്തേക്ക് വിരലുകൾ ഇട്ട് പല്ലുകളിലൂടെ ഓടിച്ചുനോക്കി. പല്ലുകൾ എല്ലാം അതുപോലെതന്നെയുണ്ടല്ലോ? ഒന്നും വെറും തോന്നലുകളല്ല. ശരിക്കുള്ള ശരീരഭാഗംതന്നെയാണിത്. മേലേ ചുണ്ടിലൊരു വലിയ മുറിവുള്ളതായി തൊട്ടപ്പോൾ മനസ്സിലായി. എന്തൊരു ഭീരുത്വമാണിത്. മനസ്സ് കുറ്റപ്പെടുത്തി. അത് വെറുമൊരു പോറൽ മാത്രമല്ലേ? ശരീരത്തിൽ സ്ഥിരമായുണ്ടാകാറുള്ള ചെറിയൊരു മുറിവ്. വീടിനരികിലെ തൂക്കാംകുന്നിലെ പാറക്കെട്ടുകൾക്കിടയിലൂടെ നീങ്ങുമ്പോൾ ഇതു

പോലുള്ള മുറിവുകൾ ഉണ്ടാകാറുണ്ട്. അതൊന്നും പക്ഷേ കാര്യ മാക്കാറേ ഇല്ലായിരുന്നു.

കാൽമുട്ടിനു താഴെയുള്ള ഭാഗത്തെ സ്പർശിക്കാനായി കുനി യാൻ ശ്രമിച്ചു. പക്ഷേ, വേദനയും രക്തത്തിന്റെ രൂക്ഷമായ ഗന്ധവും അതിനനുവദിച്ചില്ല. അറ്റുപോയ പാദത്തെ മണ്ണിൽ ഊന്നിയശേഷം ചുറ്റുംകിടന്ന ഇലകൾകൊണ്ട് മൂടി. വൈകാതെ ഞാൻ ഈ മരത്തി ലേക്ക് വലിഞ്ഞുകയറും. കാത്തിരുന്ന നിമിഷമായിരിക്കും അത്.

മുന്നിലേക്കു നീണ്ടുനിൽക്കുന്ന കൊമ്പിന്റെ ബലം പരിശോധി ക്കണം. കൈമുട്ട് നിലത്തൂന്നി ദേഹത്തെ മറിച്ചിട്ടു. വയർ നിലത്തൊ ട്ടിയ അവസ്ഥയിൽ കിടന്ന് പതിയെ ഇഴയാൻ തുടങ്ങി. നെഞ്ചിന്റെ മധ്യഭാഗത്ത് എന്തോ ഒന്ന് കുത്തുന്നതുപോലെ. ഇത്രയ്ക്ക് കട്ടി യുള്ള കുപ്പായം ധരിച്ചിട്ടും എങ്ങനെയായിരിക്കും ഒരു പ്രാണി നെഞ്ചിന്റെയവിടെവരെ എത്തിയതെന്ന് ആലോചിച്ചപ്പോൾ അതി ശയം തോന്നി. എന്നാൽ, സൈനിക യൂണിഫോമിന്റെയും ഉള്ളിലെ കുപ്പായത്തിന്റെയും കുടുക്കുകൾ നേരത്തേ അഴിച്ചിരുന്നല്ലോ എന്ന കാര്യം പിന്നീടാണ് ഓർത്തത്. വയറിന്റെ ഭാഗത്ത് മുറിവുകൾ വല്ല തുമുണ്ടോ എന്ന് തിരഞ്ഞപ്പോഴായിരുന്നു അത്.

പ്രഭാതത്തിന്റെ ഗന്ധമൊന്നും കിട്ടുന്നതേയില്ല. എന്തായാലും ശിഖരത്തിനരികിലേക്കെത്തുമ്പോൾ യൂണിഫോമിന്റെ കുടുക്കുകൾ വീണ്ടും ഇടണം. ഇനിയും പ്രാണികൾ കയറരുതല്ലോ? എന്നുവച്ച് തനിക്ക് അവയെ ഭയമാണെന്നല്ല. ദേഹത്തെ മുറിവിലേക്കെങ്ങാനും കയറുമോയെന്ന ആശങ്ക മാത്രമേയുള്ളൂ. ഈ നാശംപിടിച്ച കുത്ത ലുകൾ കൂടുന്നതേയുള്ളൂ. കടന്നൽക്കൂടിന്റെ മുകളിലേക്ക് വീണതു പോലൊരു അവസ്ഥയാണ് ശരിക്കും.

നിലത്ത് ഇഴയുന്നതിനിടയിൽ കൈകൾ നീട്ടി ആ അറ്റുപോയ കൈയുടെ വിരലുകളിൽ മുറുകെപ്പിടിച്ചു. ഒരു നിമിഷം തോന്നി, അതൊരു ചില്ലയായിരിക്കുമെന്ന്. മറന്നുപോയതായിരുന്നു. അത് ശരിക്കുമൊരു കൈ തന്നെയായിരുന്നു. ചില്ലയൊന്നുമല്ല. വെറുതേ തോന്നുന്ന വിഭ്രമചിന്തയുമല്ല. അതിൽനിന്നും വളർന്നുവന്ന വിരലു കൾ ആകാശത്തോളം നീളുകയാണ്. വേരുകളാകട്ടെ ഭൂമിയിൽ ഉറ ച്ചിരിക്കുന്നുണ്ടുതാനും. അറ്റുപോയൊരു കൈയിൽ മുറുകെപ്പിടി ച്ചിരിക്കുന്ന കൽപ്രതിമയാണോ ഞാനെന്ന് തോന്നിപ്പോയി. ആ പ്രതിമയ്ക്കു നേരേ ഒന്ന് ബലമായി ഊതിയാൽ അത് ധൂളികളായി പറക്കുമെന്ന് തോന്നി. പക്ഷേ, കഴിയുന്നില്ല. ശരീരത്തിലാകമാനം പ്രാണികളുടെ കുത്തേൽക്കുന്നതായാണ് ഇപ്പോൾ അനുഭവപ്പെടു ന്നത്.

ഒന്ന് കിതച്ചുപോയി. അതിന് തൊട്ടുമുമ്പ് തൊണ്ടയിൽനിന്ന് അമറുന്നതുപോലൊരു ശബ്ദം കേട്ടു. അന്നേരമാണ് ആ ദിവസം താൻ മരവിച്ച് നിന്നുപോയ കാര്യം പിന്നെയും ഓർമ്മയിലെത്തുന്നത്. നഷ്ടപ്പെട്ട ശ്വാസം തിരിച്ചുപിടിക്കുന്നതിനു മുമ്പ് ഇപ്പോഴും അതേ അമറുന്ന ശബ്ദം കേട്ടു.

ആ ദിവസം... നാരകത്തോട്ടങ്ങളിൽ കൂലിപ്പണിക്കു പോയി തിരികെ വരികയായിരുന്ന അലിയെയും വാപ്പയെയും ഒരു ചെക്പോസ്റ്റിൽ തടഞ്ഞുനിർത്തി. ചെക്പോസ്റ്റിലുള്ളവർ ആളുകളെ പരിശോധനയ്ക്കായി നിരത്തി നിർത്തിയിരിക്കുന്നതു കാണാം. ബസ്സിൽനിന്ന് സ്വമേധയാ പുറത്തിറങ്ങിയശേഷം എല്ലാവരും തിരിച്ചറിയൽ കാർഡ് കൈമാറി. അലിയാകട്ടെ, തീർത്തും ക്ഷീണിതനാണ്. പകൽ മുഴുവൻ നീണ്ട ജോലിയായിരുന്നു. എങ്ങനെയെങ്കിലും തന്റെ ഏറുമാടത്തിലെത്തണമെന്ന ആഗ്രഹം മാത്രമേയുള്ളൂ. മൺവെട്ടിയുടെ പിടി കാരണം വിണ്ടുകീറിയ കൈപ്പത്തികൾ നന്നായി വേദനിക്കുന്നുണ്ട്.

അന്നു രാവിലെ വാപ്പയുടെ കൂടെ അലി ജോലിക്കു പോകാനിറങ്ങിയപ്പോൾ നഹ്‌ല എതിർത്തതാണ്. അവൻ ഏറുമാടത്തിൽ തന്നെ കഴിയുന്നതാണ് നല്ലതെന്നാണ് നഹ്‌ല പറഞ്ഞത്; ഉമ്മയ്ക്ക് നടക്കാൻ പോകുന്ന കാര്യത്തെ സംബന്ധിച്ച് അറിയാമായിരുന്നതുപോലെ. ഭാവിയിൽ സംഭവിക്കാനിരിക്കുന്ന സർവകാര്യങ്ങളെ സംബന്ധിച്ചും ഉമ്മയ്ക്ക് എന്തോ ഒരു അറിവുണ്ടായിരുന്നുവെന്നാണ് അലിക്ക് തോന്നിയിട്ടുള്ളത്. അതുകൊണ്ടായിരിക്കും അന്നു രാവിലെ തനിക്കും വാപ്പയ്ക്കും ചുറ്റും ഉമ്മ കലിതുള്ളിച്ചാടിയത്. വസ്തുവകകളൊക്കെ ദേഷ്യത്തോടെ വലിച്ചെറിഞ്ഞു. കൂട്ടത്തിൽ ഭർത്താവിന്റെ വസ്ത്രങ്ങളുമുണ്ടായിരുന്നു.

പതിവായി ചെയ്യാറുള്ളതുപോലെ അന്നത്തെ ദിവസം അവർക്കായി പ്രഭാതഭക്ഷണവും തയ്യാറാക്കിയില്ല. ആകാശത്തിലേക്ക് ഉറ്റുനോക്കിക്കൊണ്ട് പതിവിലും ഉയർന്ന ശബ്ദത്തിൽ നഹ്‌ല പിറുപിറുത്തുകൊണ്ടിരുന്നത്, അലി മഖാമിലേക്കാണ് പോകേണ്ടത് എന്നായിരുന്നു. ശൈഖ് അവനെ അവിടെ കാത്തിരിക്കുകയാണത്രെ.

വീടുവിട്ടിറങ്ങാൻ തുനിയുന്ന ഭർത്താവിനും മകനും ചുറ്റും കറങ്ങിനടന്നു നഹ്‌ല. കല്ലുകൾ പെറുക്കിക്കൊണ്ടുവരുവാനായി അലി വീട്ടിൽതന്നെ നിന്നേ തീരൂവെന്ന് പിന്നീട് ആകാശത്തേക്കു നോക്കി മന്ത്രിച്ചു. പുതിയൊരു മലന്തട്ട് നിർമ്മിച്ച് തക്കാളികൃഷി ചെയ്യണമത്രെ. ഇതിനായി കുഴികളെടുക്കാനും, കല്ലുകൾക്കിടയിൽ ഉറപ്പിക്കാനായി മരക്കൊമ്പുകൾ വളയ്ക്കാനും, അതിനു മുകളിൽ

പ്ലാസ്റ്റിക് ഷീറ്റുകൾ കെട്ടാനുമൊക്കെ തനിക്ക് അലിയുടെ സഹായം കൂടിയേ തീരൂവെന്നൊക്കെ അസ്പഷ്ടമായി സംസാരിച്ചുകൊണ്ടേയിരുന്നു. അതേസമയം, ഭർത്താവിനും മകനും മുഖംകൊടുക്കാതെ പുറംതിരിഞ്ഞുനിന്ന് ആകാശത്തേക്കു നോക്കിയാണ് നഹ്‌ല ഇത്തരത്തിൽ പിറുപിറുത്തുകൊണ്ടിരുന്നത്.

എന്നാൽ, താനും അലിയും ജോലിക്കു പോയേ തീരൂ എന്ന ശാഠ്യത്തിലായിരുന്നു വാപ്പ. മകന്റെ സംരക്ഷണം പടച്ചവൻ നോക്കിക്കോളും. രണ്ടുപേരും ജോലിക്കു പോയാൽ ഇരട്ടി ശമ്പളം ലഭിക്കും. രണ്ട് ഷിഫ്റ്റിൽ ജോലിചെയ്യുകയേ വേണ്ടൂ. കഴിഞ്ഞ ഒരുമാസമായി ജോലിയൊന്നും കിട്ടിയിരുന്നില്ല. വാപ്പ അന്നു പറഞ്ഞ കാര്യങ്ങൾ അലിക്ക് പൂർണ്ണമായി ഓർമ്മയില്ല. കുറച്ച് പണം സ്വന്തമാക്കണമെന്ന് അവനും ആഗ്രഹമുണ്ടെന്നേയുള്ളൂ.

ഇളയ സഹോദരൻ യൂണിവേഴ്സിറ്റിയിൽ ഒന്നാംവർഷ വിദ്യാർഥിയാണ്. ഉമ്മയ്ക്ക് തന്റെ കാര്യത്തിലുള്ള ഭയം അല്പം കടന്നതാണ്. ചെക്പോസ്റ്റിൽ വരിനിന്നപ്പോഴും മനസ്സിൽ ഓടിയെത്തിയത് ഉമ്മയുടെ ഭയത്തിന്റെ കാര്യംതന്നെയായിരുന്നു. പിന്നീട് പട്ടാളക്കാർ തന്നെ പിടികൂടി കൊണ്ടുപോയപ്പോൾ ദേഹമാകെ മരവിച്ചുപോയതും ഓർമ്മയുണ്ട്. ആ നിമിഷം താൻ ശരിക്കുമൊരു ശിലയായി മാറുകയായിരുന്നു. ഏതാണ്ട് ഇപ്പോഴത്തേതുപോലൊരു അവസ്ഥയായിരുന്നു അന്നേരത്തും.

തങ്ങൾ സഞ്ചരിച്ച ബസ്സിനെ തടഞ്ഞുനിർത്തിയ ആദ്യത്തെ ചെക്പോസ്റ്റൊന്നുമായിരുന്നില്ല അത്. ഏതാനും മിനിറ്റുകൾക്കു മുമ്പുമാത്രമാണ് മറ്റൊരു ചെക്പോസ്റ്റിൽ തടഞ്ഞുനിർത്തിയത്! യുദ്ധം തുടങ്ങിയതോടെ നാട്ടിൽ പ്രത്യക്ഷപ്പെട്ട കൂലിപ്പട്ടാളങ്ങൾക്ക് ആളുകളെയും വാഹനങ്ങളെയും മാത്രമല്ല, ഭൂമിക്കു മുകളിലൂടെ സഞ്ചരിക്കുകയും ചലിക്കുകയും ചെയ്യുന്ന എന്തിനെയും തടഞ്ഞുനിർത്താനുള്ള അവകാശമുണ്ടിപ്പോൾ. അലിക്കും അവന്റെ വാപ്പയ്ക്കും പിന്നെ ഗ്രാമങ്ങളിലും പട്ടണങ്ങളിലുമൊക്കെ താമസിക്കുന്ന മിക്ക മനുഷ്യർക്കുമറിയില്ല, ഈ കൂലിപ്പട്ടാളത്തിനെയൊക്കെ നിയന്ത്രിക്കുന്നത് ആരാണെന്ന്.

ചെക്പോസ്റ്റിൽ തടഞ്ഞുനിർത്തപ്പെട്ട ഈ ബസ്സിൽ താഴ്‌വരയിലേക്കു കൂലിപ്പണിക്കു പോയ കുറേ മനുഷ്യരാണ് യാത്രചെയ്തിരുന്നത്. അവർക്കും താഴ്‌വരയിലെ മറ്റു മനുഷ്യർക്കും ഇത്തരം കൂലിപ്പട്ടാളത്തിനെ ഇപ്പോൾ പരിചയമായിരിക്കുകയാണ്. ശത്രുക്കളിൽ നിന്നും ഭീകരവാദികളിൽനിന്നും ജനങ്ങളെ സംരക്ഷിക്കുകയാണ് തങ്ങളുടെ ദൗത്യമെന്നാണ് ഈ കൂലിപ്പടയുമായി ബന്ധപ്പെട്ടവർ പ്രചരിപ്പിച്ചുകൊണ്ടിരിക്കുന്നത്. സഞ്ചാരത്തിനിടയിൽ

നിർത്താതെ വെടിയുതിർത്തുകൊണ്ടിരിക്കും ഇക്കൂട്ടർ. ആയുധങ്ങളുമേന്തി നടക്കുന്ന ഈ കൂലിപ്പട്ടാളം മനുഷ്യരെ അപ്രത്യക്ഷരാക്കാനും വിദഗ്ധരാണ്. ആഡംബരക്കാറിന്റെ ഉടമസ്ഥനായൊരു വ്യക്തിയുടെ തിരോധാനം ഇതിനുദാഹരണമാണ്. ഒരു ദിവസം അയാളുടെ മൃതദേഹം തെരുവിൽ വലിച്ചെറിയപ്പെട്ട നിലയിൽ ആളുകൾ കണ്ടു. എന്നാൽ അയാളുടെ ആഡംബരക്കാറും അതിനകം അപ്രത്യക്ഷമായിക്കഴിഞ്ഞിരുന്നു. ആ വാഹനം മോഷ്ടിക്കപ്പെട്ടിട്ടുണ്ടാകുമെന്ന് നാട്ടുകാർക്കെല്ലാം അറിയാമായിരുന്നു.

ഇതുപോലെ വിലപിടിച്ച എന്തെങ്കിലുമൊക്കെ വസ്തു ഇക്കൂട്ടരുടെ കണ്ണിൽപെട്ടാൽ അതിന്റെ ഉടമയെ തട്ടിക്കൊണ്ടുപോയി കൈവശമുള്ള സർവതും അപഹരിക്കും. പിന്നെ അയാളുടെ മോചനത്തിനായി ബന്ധുക്കളോട് പണം ആവശ്യപ്പെടും.

അലിക്കാകട്ടെ ഈ കൂലിപ്പട്ടാളങ്ങളുടെ ചെക്പോസ്റ്റുകളും, സർക്കാരിന്റെ രഹസ്യപ്പൊലീസും പട്ടാളവും പൊലീസുമൊക്കെ നേരിട്ടുനടത്തുന്ന ചെക്പോസ്റ്റുകളെയും വേർതിരിച്ചറിയാൻ നല്ല ബുദ്ധിമുട്ടുതന്നെയാണ്. അതുപോലെതന്നെ കൊള്ളയും കൊലയും നടത്തുകയും ചെക്പോസ്റ്റുകൾ സ്ഥാപിക്കുകവരെ ചെയ്യുന്ന സംഘങ്ങളെയും തിരിച്ചറിയുക വയ്യ. അവിടവിടെ പ്രത്യക്ഷപ്പെടുകയും പിന്നാലെ അപ്രത്യക്ഷമാവുകയും വീണ്ടും പ്രത്യക്ഷപ്പെടുകയും അപ്രത്യക്ഷമാവുകയുമൊക്കെ ചെയ്യുന്ന ഇത്തരം ചെക്പോസ്റ്റുകളെക്കൊണ്ട് വീർപ്പുമുട്ടുകയാണ് നാടാകെ. ഇവിടെയൊക്കെയും കാണുന്ന പൊതുവായ ഘടകം ആയുധങ്ങളേന്തിനിൽക്കുന്ന സംഘങ്ങളാണ്.

വാപ്പയ്ക്കൊപ്പം കൂലിപ്പണിക്ക് പോകുമ്പോഴൊക്കെ അലി ഇക്കൂട്ടരെ ശ്രദ്ധിക്കാറുള്ളതാണ്. എന്നാൽ ഇതുപോലൊരു ചെക്പോസ്റ്റിൽ കല്ലുപോലെ മരവിച്ച് നിൽക്കേണ്ടിവരുമെന്ന് ഒരിക്കൽപോലും കരുതിയിരുന്നില്ല. ബസ്സുകളിൽ കയറി പരിശോധിക്കുക, ഐഡി കാർഡുകൾ പരിശോധിക്കുക എന്നതിനപ്പുറം ഇതുപോലൊരു ഞെട്ടിക്കുന്ന അനുഭവം ഉണ്ടാകുമെന്ന് സങ്കല്പിച്ചിട്ടുകൂടിയില്ലായിരുന്നു. കഴിഞ്ഞ തവണയൊക്കെ വാപ്പയ്ക്കൊപ്പം ചെക്പോസ്റ്റുകളിലെത്തിയപ്പോൾ ഒരു സങ്കോചവും കൂടാതെയാണ് ഐഡി കാർഡുകൾ പരിശോധനയ്ക്കായി നൽകിയത്. അപ്പോഴൊക്കെയും തന്റെ മനസ്സിൽ ആകെയുണ്ടായിരുന്ന ചിന്ത, കുടുംബത്തിനായി പകൽ മുഴുവൻ ജോലി ചെയ്യുമ്പോൾ ലഭിക്കുന്ന കൂലിയുടെ കാര്യം മാത്രമായിരുന്നു.

ചെക്പോസ്റ്റിൽ കാവൽ നിൽക്കുന്നവരുടെ മുഖങ്ങളിലേക്ക് തുറിച്ചുനോക്കും. തങ്ങളെപ്പോലുള്ള മനുഷ്യർതന്നെയാണല്ലോ?

ചിലപ്പോൾ സമീപഗ്രാമങ്ങളിൽനിന്നു വന്ന ചെറുപ്പക്കാരായിരിക്കും. ആ നിമിഷങ്ങൾ ഇപ്പോഴും ഓർത്തിരിക്കാൻ കാരണം, അത്രയ്ക്ക് ശ്വാസംമുട്ടലിന്റെ അരികോളമെത്തിയതിനാലായിരുന്നു. തന്റെ മൂത്ത മകൻ രക്തസാക്ഷിയായെന്നും ഒപ്പമുള്ള ഈ രണ്ടാമത്തെ മകൻ വൈകാതെതന്നെ നിർബന്ധസൈനികസേവനത്തിന് ചേരുമെന്നും വാപ്പ ചെക്ക്പോസ്റ്റിൽ തടഞ്ഞുവച്ചവരോട് പറഞ്ഞു. ഇവൻ ഉറപ്പായും സൈന്യത്തിൽ ചേരും; പക്ഷേ, ഇപ്പോൾ തങ്ങൾക്ക് വീട്ടിലേക്കു മടങ്ങിയേ തീരൂ എന്ന് പറഞ്ഞുനോക്കി. മറ്റുള്ളവരൊക്കെ ഒന്നും പറഞ്ഞില്ലെങ്കിലും കൂട്ടത്തിലൊരാൾ ബഹളമുണ്ടാക്കി:

‘‘എടോ, ഞങ്ങളുടെയൊക്കെ മക്കളും യുദ്ധമുന്നണിയിൽതന്നെയാണ്. നിങ്ങൾ ഇവന്റെ കാര്യം ഓർത്ത് വേവലാതിപ്പെടേണ്ട. ഇവന്റെ സംരക്ഷണം സർവശക്തനായ ദൈവം നോക്കിക്കോളും.’’

വാപ്പ അലിയെ നോക്കി. അവനാകട്ടെ, ചെക്ക്പോസ്റ്റിലെ കൂലിപ്പടയെ ഉറ്റുനോക്കുകയായിരുന്നു. സ്വപ്നത്തിലാണോ എന്നു തോന്നിപ്പോയി. ഇവരുടെ മുന്നിൽനിന്നും താൻ എങ്ങോട്ടെങ്കിലും ഓടിപ്പോകുമോ? എത്താവുന്നതിലും അത്രയും ദൂരേക്ക്? മലമുകളിലേക്കു കയറി പൊന്തക്കാടിനുള്ളിൽ ഒളിക്കണോ? സഹോദരന് സംഭവിച്ചതുപോലെ ചിന്നിച്ചിതറിയ ശരീരഭാഗങ്ങളായി മാറുവാൻ എന്തായാലും വയ്യ.

സൈനിന് പകരം മരിക്കാനായി, തന്നെ പിടിച്ചുകൊണ്ടുപോകുവാൻ അനുവദിക്കുന്ന പ്രശ്നമില്ല.

ഓടിമറയുവാൻ തുനിയുന്ന സമയമാണ് അത് സംഭവിച്ചത്. ഒരു നിമിഷം അവരുടെ കൈവശമുള്ള ആയുധങ്ങളെക്കുറിച്ച് ആലോചിച്ചു. എന്നാൽ താനൊരു ഭീരുവല്ല! ബലികൊടുക്കാനായി കാളക്കുട്ടിയെപ്പോലെ തെളിച്ചുകൊണ്ടുപോകുവാൻ താൻ ഭീരുവൊന്നുമല്ല!

പക്ഷേ, എന്തോ ഒരു സംഗതി പിടിച്ചുനിർത്തിക്കളഞ്ഞു.

ചെക്ക്പോസ്റ്റിൽ നിൽക്കുന്നവരിൽ ഒരാളുടെ അരികിലേക്കു ചെന്ന വാപ്പ അയാളുടെ തോളിൽ പിടിക്കുന്നത് കണ്ടതും അലി അമ്പരന്നുപോയി. മകനു പകരം തന്നെ പിടിച്ചുകൊണ്ടുപോകുവാൻ യാചിക്കുകയാണ് അദ്ദേഹം. മുമ്പൊരിക്കലും കണ്ടിട്ടില്ലാത്ത തരത്തിലുള്ളൊരു വാപ്പയെ ആണ് അന്ന് കാണേണ്ടിവന്നത്. തൊണ്ട ഇടറുകയും വിറയ്ക്കുകയും ചെയ്യുന്നുണ്ട്. എന്നാൽ ശബ്ദത്തിന് എന്തോ ഒരു മുഴക്കംപോലെ. കുറച്ചുകൂടി ചെറുപ്പമായതുപോലെ.

ആളുകൾ വാപ്പയ്ക്കുനേരെ സൂക്ഷിച്ചുനോക്കുകയാണ്. കൂട്ടത്തിലൊരാൾ ദേഷ്യവും അറപ്പും നിറഞ്ഞ ഭാവത്തിൽ തുറിച്ചു

നോക്കി. മറ്റൊരു കൂലിപ്പട്ടാളക്കാരൻ അരികിലേക്കു വന്ന് തോളിൽ പിടിച്ച് തള്ളി. നിലത്തേക്കു വീണ വാപ്പ പിടഞ്ഞെഴുന്നേറ്റ് തന്നെ തള്ളിയിട്ട മനുഷ്യന്റെ മുന്നിൽ മുട്ടുകുത്തിനിന്നു. ചെക്പോസ്റ്റുകളിൽ കാവൽ നിൽക്കുന്നവർ വീടുകളിലേക്ക് അതിക്രമിച്ചുകടക്കുകയോ ആളുകളെ പട്ടാളത്തിൽ ചേരാനായി തട്ടിക്കൊണ്ടുപോവുകയോ ചെയ്യാറില്ലെന്ന് അലിക്ക് അറിയാമായിരുന്നു. കാരണം അവർക്ക് അതിന്റെ ആവശ്യമില്ല എന്നതുതന്നെയാണ്. വഴിയിൽ പതിയിരുന്ന് ആളുകളെ വേട്ടയാടലാണ് അവരുടെ പ്രധാന പണി. തങ്ങൾക്കിടയിൽ ജീവിക്കുകയോ തങ്ങളെ കൂട്ടക്കൊല നടത്തുകയോ പോരാടുകയോ ഒക്കെ ചെയ്യുന്ന ശത്രുക്കളെ സംബന്ധിച്ച് സർക്കാരിന്റെ ഔദ്യോഗിക ടെലിവിഷൻ സംപ്രേഷണം ചെയ്യുന്ന വീഡിയോകൾ കണ്ടുതന്നെ ഒട്ടനേകം ആളുകൾ സ്വയംപ്രതിരോധത്തിനെന്ന പേരിൽ പട്ടാളത്തിൽ ചേരാനായി സ്വയം സന്നദ്ധരായി മുന്നോട്ടുവരാറുണ്ട്.

എന്നാൽ തങ്ങളെ ചെക്പോസ്റ്റിൽ തടഞ്ഞുനിർത്തിയ ആ ദിവസം അലി ആഗ്രഹിച്ചത് യുദ്ധത്തിന്റെ കാര്യമൊക്കെ മറന്ന്, മഖാമിലേക്കു മടങ്ങി അവിടത്തെ കാര്യങ്ങളൊക്കെ ശ്രദ്ധിക്കണമെന്നും ശൈഖിന്റെ പക്കൽനിന്നും അറിവുകൾ സ്വന്തമാക്കണമെന്നും മാത്രമായിരുന്നു. ഈ വിഷയത്തിൽ അലി സർവസജ്ജനാണെന്ന് ശൈഖിനും ബോധ്യമായിരുന്നു. മഖാമിനുള്ളിലെ തന്റെ പ്രിയങ്കരനായ വിശുദ്ധന്റെ ചിത്രത്തിലേക്ക് സൂക്ഷിച്ചുനോക്കിക്കൊണ്ട് മണിക്കൂറുകളോളം നിശ്ശബ്ദനായി ഇരിക്കാറുള്ള അലിയെ അദ്ദേഹം പ്രത്യേകം ശ്രദ്ധിക്കാറുണ്ട്. അല്പം വിചിത്രസ്വഭാവമുണ്ടെങ്കിലും കാരുണ്യവും യുക്തിബോധവുമുള്ളൊരു ചെറുപ്പക്കാരനായാണ് ശൈഖ് അവനെ കണ്ടിട്ടുള്ളത്.

പക്വതയെത്തുന്നതോടുകൂടി അവന് മതതത്ത്വങ്ങൾ പകർന്നുകൊടുക്കണമെന്നാണ് ശൈഖ് തീരുമാനിച്ചിരിക്കുന്നത്. അതിനുള്ള നേരം ആഗതമായിരിക്കുകയാണ്. അലിയും ഇക്കാര്യത്തെക്കുറിച്ച് ആലോചിച്ചുകൊണ്ടിരിക്കുകയാണ്. ഹിമൈറൂനയുടെ വാസസ്ഥലത്തെക്കുറിച്ചും അവൻ ഓർത്തുപോയി. എങ്ങനെ വേണം ഹിമൈറൂനയുടെ സ്മരണ നിലനിർത്തേണ്ടത്? വൃദ്ധ താമസിച്ചിരുന്ന ഇടം വരുംദിനങ്ങളിൽ തന്റെ വാസസ്ഥലമാക്കി മാറ്റണം. അവിടം പുനർനിർമ്മിച്ച് വൃത്തിയാക്കണം.

ശൈഖ് കൊണ്ടുവരാറുള്ള ചില ഗ്രന്ഥങ്ങളൊക്കെ അലി വായിക്കാൻ തുടങ്ങിയിട്ടുണ്ട്. യുദ്ധവിമാനങ്ങളുടെ ഹുങ്കാരം കേട്ടുനിൽക്കാനോ ഉമ്മമാരുടെ വിലാപങ്ങൾക്കോ ഗ്രാമീണരുടെ വഴക്കുകൾക്കോ ചെവികൊടുക്കാനോ ഒന്നും അവന് താത്പര്യമില്ല. ആകെയുള്ള കൃഷിഭൂമി നഷ്ടപ്പെടാൻ പോകുന്ന വൃദ്ധനായ അയൽവാസിയോട്

സഹതാപം കാട്ടുവാനോ അയാൾക്കരികിൽ പോയിനിന്ന് നിലവിളിക്കുന്നതു തടയാനോ ഒന്നും അവനിപ്പോൾ ആഗ്രഹിക്കുന്നില്ല. ആ സംഭവത്തിനുശേഷമുള്ള കുറച്ച് ആഴ്ചകൾ കഴിഞ്ഞതോടുകൂടി അയൽക്കാരനും അല്പം അടങ്ങിയെന്നു തോന്നി.

മലന്തട്ടിലെ പ്ലാസ്റ്റിക് കൂടുകൾ തീർത്ത തിട്ടകളിൽ കൃഷിചെയ്ത വഴുതനകൾ പൂത്തത് കണ്ടതോടുകൂടി നഹ്‌ലയുടെ മുഖത്തൊരു പുഞ്ചിരി വിടർന്നു. അതു കണ്ടതോടുകൂടി അലിക്കും തൃപ്തിയായി. സഹോദരൻ യൂണിവേഴ്സിറ്റിയിൽ പഠിക്കാൻ ചേർന്നതിനു പിന്നാലെ, ചുവന്ന തലമുടിയുള്ള ഇളയ സഹോദരി തന്റെ മരത്തിന്റെ കീഴിൽ വന്നിരുന്ന് മണിക്കൂറുകളോളം വായിക്കാൻ തുടങ്ങിയതും അവന് വലിയ ആനന്ദം സമ്മാനിച്ചു. അവൾ വായിക്കുന്നത് കേട്ടിരിക്കയാണ് അലിയുടെ പുതിയ വിനോദം. പെട്ടെന്നാണ് അവൾ വളർന്ന് വലിയൊരു പെൺകുട്ടിയായതെന്ന് അവനു തോന്നി. ഇടയ്ക്കിടയ്ക്ക് അവൾക്ക് ഉറക്കെ വായിക്കണമെന്ന് തോന്നും. അത് കേട്ടിരിക്കാൻ അലിക്ക് ഇഷ്ടമാണ് താനും.

ചിലപ്പോഴൊക്കെ ഉറക്കെ വായിക്കാൻ അവൻ സഹോദരിയോട് ആവശ്യപ്പെടും. അങ്ങനെ വായിക്കാൻ തുടങ്ങിയാൽപിന്നെ ഇരുട്ടും വരെ നിർത്തുകയേ ഇല്ല. ആകാശത്തിലേക്ക് കണ്ണുകൾ നട്ട് വാക്കുകളെയും പ്രതീക്ഷിച്ച് അവളുടെ ശബ്ദം കേട്ടിരിക്കും അലി. ആ വേനൽക്കാലത്ത് അവനു തോന്നി, തന്റെ ലോകം സമ്പൂർണ്ണമായെന്ന്.

അതേ വേനൽക്കാലത്തുതന്നെയാണ് അവനെയും വാപ്പയെയും കൂലിപ്പട്ടാളക്കാർ ചെക്പോസ്റ്റിൽ തടഞ്ഞുനിർത്തിയത്. വാപ്പ അവരിലൊരാളുടെ കൈയിൽ ചുംബിക്കുക പോലും ചെയ്തു. മറ്റ് രണ്ടുപേർ ചേർന്ന് അലിയെ പിടിച്ചുവച്ചു. മറ്റൊരാൾ വാപ്പയുടെ നേർക്ക് തട്ടിക്കയറുകയും ഭീരുവെന്ന് വിളിച്ച് അധിക്ഷേപിക്കുകയും ചെയ്തു. മക്കളെ നാടിന്റെ സേവനത്തിനായി നൽകുന്നില്ലത്രെ. ചന്ദ്രനെപ്പോലുള്ള തന്റെ മൂത്ത മകനെ നാടിന് രക്തസാക്ഷിയായി നൽകിയല്ലോ എന്ന് വാപ്പ പ്രതികരിച്ചു. താനും കുടുംബവുമെല്ലാം പ്രസിഡന്റിനും രാഷ്ട്രത്തിനുമായി ജീവൻ ബലിയർപ്പിക്കാൻ തയ്യാറാണ്. പക്ഷേ, തന്റെ ഈ മകനെ അവർ വിട്ടുതന്നേ മതിയാകൂ.

അന്നേരമാണ് അലി സംസാരിക്കുന്നതേയില്ലല്ലോ എന്ന കാര്യം കൂട്ടത്തിലൊരാൾ ശ്രദ്ധിച്ചത്. ആരിൽനിന്നും ഒന്നും പ്രതീക്ഷിച്ചു നിൽക്കാത്ത തത്ത്വചിന്തകരുടെ ഭാവത്തിൽ അവൻ വഴങ്ങിക്കൊടുക്കുന്ന കാഴ്ചയാണ് പിന്നെ കണ്ടത്. തന്റെ മുന്നിൽ മുട്ടുകുത്തി നിൽക്കുന്ന വാപ്പയുടെ തോളിൽ പിടിച്ചുയർത്താൻ ശ്രമിക്കുന്നതിനിടെ കൂലിപ്പട്ടാളക്കാരിലൊരാൾ പറഞ്ഞു:

''തന്റെ മോനെ ഒരു അനുഗ്രഹമായി മാറ്റെടോ.''

അതുകേട്ടതും ആവേശത്തോടെ വാപ്പ പറഞ്ഞു:

''അതെ, ശരിയാണ്. പടച്ചവനാണേ എന്റെ മോനൊരു അനുഗ്രഹം തന്നെയാണ്. പക്ഷേ, ഇവനെക്കൊണ്ട് നിങ്ങൾക്ക് പ്രത്യേക ഉപയോഗമൊന്നുമുണ്ടാകില്ല. ദൈവത്തെയോർത്ത് ഞാൻ പറയുന്നത് കേൾക്കൂ. എന്റെ മോന് മാനസികവളർച്ചയില്ല. അങ്ങനെയുള്ളൊരാളെ നിങ്ങൾ എവിടേക്കാണ് പിടിച്ചുകൊണ്ടുപോകുന്നത്.''

വാപ്പ പിന്നെയും തന്റെ മുന്നിൽ നിൽക്കുന്നയാളുടെ കൈയിൽ ചുംബിച്ചുകൊണ്ട് കരയാൻ തുടങ്ങി. ഇതു കണ്ടതും അവർ പൊട്ടിച്ചിരിച്ചു. വാപ്പ യാചിക്കുന്നത് തുടരുന്നതിനിടയിൽ, തന്നെ തടഞ്ഞുവച്ചിരിക്കുന്നവരെയും പിടിച്ചുവലിച്ചുകൊണ്ട് അലി നടക്കാൻ തുടങ്ങി; ഒരു വാക്കുപോലും ഉരിയാടാതെ. തന്റെ മുന്നിൽ മുട്ടുകുത്തിനിൽക്കുന്ന അലിയുടെ വാപ്പയെ കണ്ടപ്പോൾ കൂലിപ്പട്ടാളക്കാരിലൊരാൾക്ക് സഹതാപം തോന്നി. തങ്ങൾക്ക് ലഭിച്ച ഉത്തരവ് നടപ്പിലാക്കുക മാത്രമാണ് ചെയ്യുന്നതെന്ന് അയാൾ പറഞ്ഞു. പക്ഷേ, അതൊന്നും തന്നെ വാപ്പയുടെ കരച്ചിലും യാചനയുമൊന്നും അവസാനിപ്പിച്ചതേയില്ല. അത് കണ്ടതും മുന്നോട്ട് നടക്കുന്നതിനിടയിൽ ഉറച്ച ശബ്ദത്തിൽ അലി പറഞ്ഞു:

''ഞാൻ ഇവർക്കൊപ്പം പോവുകയാണ്. വാപ്പ വേഗം ഗ്രാമത്തിലേക്ക് തിരിച്ചുപൊയ്ക്കോളൂ.''

അന്നേരം അവനെ കണ്ടപ്പോൾ പക്വമതിയായൊരു ചെറുപ്പക്കാരനെപ്പോലെ തോന്നി. ബസ്സിനകത്തു നിന്ന സ്ത്രീകളും കുട്ടികളും പുറത്ത് നിരയായി നിൽക്കുന്ന പുരുഷന്മാരുമൊക്കെ അലിക്കു നേരെ ഉറ്റുനോക്കുകയാണ്. രാഷ്ട്രത്തോടുള്ള കടപ്പാട് എന്തെന്നറിയാവുന്ന ആ ചെറുപ്പക്കാരന്റെ ഭാവംകണ്ട് ഏവരും അതിശയിച്ചുപോയി. അലി തലയുയർത്തി ചാരനിറമാർന്ന ആകാശത്തേക്ക് നോക്കി. എന്തോ ഒരു മനോവേദന അന്നേരം അവന്റെ മനസ്സിനെ പിടികൂടിയിരുന്നു. നേരത്തെ പറഞ്ഞ വാക്കുകളല്ലാതെ അലി ഒന്നും മിണ്ടിയതേയില്ല.

തങ്ങളെയും കൊണ്ടുവന്ന ബസ് പോയശേഷവും ഹൈവേയുടെ അരികിൽ കിടക്കുകയായിരുന്ന വാപ്പയുടെ നേരെപ്പോലും അവൻ തിരിഞ്ഞുനോക്കിയതേയില്ല. വാപ്പ എഴുന്നേറ്റ് ഗ്രാമത്തിലേക്ക് മടങ്ങിയെങ്കിൽ എന്നായിരുന്നു അവൻ കൊതിച്ചത്. തന്റെ ഇപ്പോഴത്തെ പ്രവൃത്തിയിൽ അവന് പൂർണ്ണവിശ്വാസമുണ്ടായിരുന്നു. ശവപ്പെട്ടിയിലേറി മാത്രം ചെറുപ്പക്കാർ തിരികെയെത്തുന്ന ഒരിടത്തേക്കാണ് താൻ പോകുന്നതെന്നത് അവനെ സംബന്ധിച്ച് അത്ര പ്രധാനമല്ല.

ശരിക്കും എവിടെയാണ് കഴിയുന്നതെന്നതിന് ഒരു പ്രസക്തിയുമില്ല. പോകുന്ന ദിശകൾ ഏതൊക്കെയാണെന്നുപോലും മറന്നിരിക്കുന്നു. തന്നെ വെറുതേവിടൂ എന്ന് മര്യാദയോടെ ആവശ്യപ്പെട്ടശേഷം അലി അവർക്കു മുന്നേ നടന്നു. ആരും നിർബന്ധിക്കാതെതന്നെ അവൻ അവരുടെ വാഹനത്തിനുള്ളിലേക്കു കയറി. പരിഹാസം നിറഞ്ഞൊരു നോട്ടമായിരുന്നു പട്ടാളക്കാരുടെ മുഖത്തുണ്ടായിരുന്നത്. ആവശ്യത്തിലുമധികം ശാന്തനാണ് അലി എന്നാണവർക്കു തോന്നിയത്. നാടകത്തിലെ നായകനെപ്പോലെ അവൻ മുന്നിൽ നടക്കുകയായിരുന്നു. വാപ്പ നിൽക്കുന്ന ഇടത്തിന് പുറംതിരിഞ്ഞ് നടന്നകലുന്ന അലിയെ കണ്ടതും സംഘത്തിലൊരാൾ പറഞ്ഞു:

“എടോ, എങ്ങോട്ടാണ് നീ ഈ പോകുന്നത്? വാഹനം അപ്പുറത്തല്ലേ ഉള്ളത്?”

അപ്പോഴാണ് അവൻ തിരിഞ്ഞുനോക്കിയത്. തന്നെ അപ്രത്യക്ഷനാക്കാൻ പോകുന്ന വാഹനത്തെയും വാപ്പയെയും കണ്ടു. ഇരുവരും പരസ്പരം നോക്കി. നടുനിവർത്തിനിന്ന് മകന്റെ നേർക്ക് കിതച്ചിലോടെ നോക്കുകയായിരുന്നു ആ മനുഷ്യൻ. കാലുകൾ വളഞ്ഞ് വിടർന്നുനിൽക്കുന്നു. ചാടാൻ തുനിയുകയാണെന്ന് തോന്നിക്കുംവിധത്തിൽ അർദ്ധവൃത്താകൃതിയിൽ കൈകൾ നീട്ടിപ്പിടിച്ചിട്ടുമുണ്ട്.

ഓരോരോ കാലടികൾ വയ്ക്കുംതോറും അലിയും പിതാവും തമ്മിലുള്ള അകലം കൂടിക്കൂടി വന്നു. ഒരു നിമിഷം അവൻ തിരിഞ്ഞ് വാപ്പയുടെ മുഖത്തേക്ക് ഉറ്റുനോക്കി. കൂലിപ്പട്ടാളക്കാരുടെ വാഹനത്തിനുള്ളിലേക്ക് അപ്രത്യക്ഷനാകുന്നതിനിടയിൽ അവൻ വാപ്പയുടെ കണ്ണുകളിൽ ഇതാദ്യമായിട്ടായിരിക്കും അത്തരമൊരു നോട്ടം കാണുന്നത്. അത് സ്നേഹത്തിന്റെ നോട്ടംതന്നെയാണെന്നാണ് അപ്പോൾ തോന്നിയത്.

പതിനഞ്ച്

കൈകൾ ഇപ്പോഴും വരണ്ടുണങ്ങിയ നിലയിലാണ്. ചുമക്കുന്നുണ്ടെന്ന് തോന്നുന്നു. തുപ്പുമ്പോൾ പുറത്തുവരുന്നത് രക്തമാണ്. എന്തോ ഒരു പ്രതിധ്വനി കേൾക്കാം. അതു കേട്ടതും ഒന്നു പിടഞ്ഞ ശേഷം ഉടലാകെ മറിഞ്ഞു. വിരലുകളെ വിട്ട് കൈകൾ കുതറിമാറുന്നു. ഇലകൾ നുറുങ്ങുന്ന ഒച്ച കേൾക്കാം. ഒപ്പംതന്നെ വൃക്ഷത്തിന്റെ പിറകിൽനിന്നുള്ള ശബ്ദവും കേട്ടു. ചിലപ്പോൾ.... കമഴ്ന്നു കിടന്നു നോക്കി. ഇപ്പോൾ മുഖം മരത്തിന്റെ ഉടലിനു നേർക്കാണ്. ചന്ദ്രൻ നേരെ മുകളിലാണിപ്പോൾ. കാണാനായി പ്രത്യേകിച്ചൊരു ചലനവും നടത്തേണ്ട കാര്യമില്ല.

സ്പോഞ്ചുപോലെ തോന്നുന്നു ചന്ദ്രനെ ഇപ്പോൾ കാണുമ്പോൾ. ചന്ദ്രന്റെ മുഖത്ത് നിറയെ ഞരമ്പുകൾ ഉള്ളതുപോലെ. ഓരോ തവണയും അവയുടെ രൂപം മാറുന്നു. ആ നിറവ്യത്യാസങ്ങളെക്കുറിച്ച് എനിക്ക് നന്നായറിയാം. ഇന്നവയുടെ നിറം നീലയും ചാരവുമാണെന്ന് തോന്നുന്നു. ആകാശം തീർത്തും തെളിഞ്ഞ നിലയിലാണ്. നക്ഷത്രങ്ങൾക്കും ഒരു മാറ്റവുമില്ല. ഏതാനും നിമിഷങ്ങൾക്കു മുമ്പ് തോന്നിയത് ചന്ദ്രനു ചുറ്റും നക്ഷത്രങ്ങൾ ചിതറുന്നതു പോലെയാണ്. ചന്ദ്രന്റെ ഉപരിതലമാകട്ടെ മാറിക്കൊണ്ടേയിരിക്കുന്നു. ചിലപ്പോൾ അരികിലേക്കു വരും; വളരെ അരികിലേക്ക്. മറ്റു ചിലപ്പോൾ നക്ഷത്രങ്ങളെപ്പോലെ അകലേക്കു നീങ്ങും. ഒരു പന്ത് കിടന്ന് ചാടുന്നതുപോലെയാണ് ചന്ദ്രൻ അരികത്തെത്തുന്നതും പിന്നീട് അകന്നുപോകുന്നതും.

എന്നാൽ ചന്ദ്രനിപ്പോൾ വലിപ്പമേറെയുണ്ടെന്ന് തോന്നുന്നു. അതിന്റെ ചുറ്റുമുള്ള വലയം അപ്രത്യക്ഷമാകുന്നു. അരികുകൾ ചിതറുന്നു. പിന്നെ തീരെ കാണാൻ കഴിയാത്ത വിധത്തിൽ വലിപ്പം കുറഞ്ഞുവന്നു. വിളറിയൊരു ദീപ്തി കണക്കെ പതിയെപ്പതിയെ പ്രഭ കെട്ടുതുടങ്ങി. പിന്നീടാണ് മനസ്സിലായത്, എന്റെ കണ്ണുകൾക്കാണ്

കുഴപ്പമെന്ന്. ചന്ദ്രൻ പഴയപടി തന്നെയുണ്ട്. കൺപോളകൾ കൂമ്പിപ്പോകുന്നു. ഇരുൾ പരക്കുകയാണ്. കണ്ണുകളൊന്ന് തുറന്നുപിടിക്കാനുള്ള ശക്തിപോലും ഇപ്പോഴെനിക്കില്ല.

സംശയത്തിൽ ആടിയുലയുകയാണ് മനസ്സ്. ജീവനോടെയുണ്ടോ എന്ന കാര്യത്തിൽ ഒരു ഉറപ്പുമില്ലാത്ത അവസ്ഥ. ചുറ്റിത്തിരിഞ്ഞു തിരിഞ്ഞ് ഇച്ഛരിച്ചയിടത്ത് എത്തിച്ചേർന്നതുപോലെ. പിന്നെ ആരംഭിച്ച ബിന്ദുവിൽനിന്നുതന്നെ വീണ്ടും യാത്ര ആരംഭിച്ചു. ആദ്യമായി ബോധം തിരികെ ലഭിച്ച നേരം. അന്നേരം സ്വന്തം പേരെന്താണെന്നുതന്നെ അറിയില്ലായിരുന്നു. ഓർമ്മയിലിപ്പോൾ ആരംഭിക്കുന്നതും അവസാനിക്കുന്നതുമായി ബിന്ദുക്കളൊക്കെയും ഒരുപോലെയായിരിക്കുന്നു. ഉയരുകയും പിന്നെ അഗാധഗർത്തത്തിലേക്ക് കൂപ്പുകുത്തുകയുമാണ് ഞാൻ. ശേഷം മലമുകളിലേക്ക് പറന്നുപറന്നുയരാൻ തുടങ്ങി. ഹൃദയത്തിൽ കുടുക്കിട്ടിരിക്കുന്നൊരു കാണാച്ചൂണ്ടയെയും വലിച്ചിഴച്ചുകൊണ്ടാണ് ആ പറക്കൽ. ഈ കാഴ്ചകളോടെയാണ് വീണ്ടും ബോധത്തിലേക്ക് ഉണർന്നത്.

ഇത്തരം കാഴ്ചകളിലേക്ക് തിരികെ എത്താനുള്ള കഴിവ് തനിക്കെങ്ങനെയായിരിക്കും ലഭിച്ചിട്ടുണ്ടാവുക? പൂർണ്ണമായും കാഴ്ചകളെന്നു പറഞ്ഞുകൂടാ. മിന്നായംപോലെ കടന്നുപോയ ചില ചിത്രങ്ങൾ. മുട്ടുവളച്ച് നിൽക്കുന്ന വാപ്പ, മകനെ കൂട്ടിക്കൊണ്ടുപോകുന്ന കൂലിപ്പട്ടാളക്കാർക്കുനേരെ നോക്കുന്നതാണ് അതിലൊരു കാഴ്ച. മനുഷ്യന്മാർ വിവിധ പേരുകളിൽ വിളിക്കുന്ന ദ്രാവകം ആ മനുഷ്യന്റെ കണ്ണുകളിൽ തുളുമ്പിനിൽക്കുന്നതു കാണാം. ചിലപ്പോൾ അത് കണ്ണുകളിലൂടെ ഒഴുകിയിറങ്ങും. ചിലപ്പോൾ നിറഞ്ഞുതുളുമ്പും. ചിലപ്പോൾ കൺകുഴിയിൽതന്നെ തടവിലാക്കപ്പെട്ടശേഷം ഹൃദയത്തിലേക്ക് ആഴ്ന്നിറങ്ങും. മനസ്സിനെയും തലച്ചോറിനെയും കാർന്നുതിന്നും.

അന്നത്തെ ദിവസം വാപ്പയുടെ കണ്ണുകളിൽ കണ്ണുനീർ തുളുമ്പുന്ന കാഴ്ചയാണ് കണ്ടത്. ജീവിതത്തിൽ അന്നോളം പരിചിതമല്ലാത്തൊരു ദയനീയനോട്ടം ആ കണ്ണുകളിൽ മിന്നിമറഞ്ഞു. ഉദരത്തിനുള്ളിൽനിന്നൊരു ആന്തൽ. എന്തോ ഒരു ശക്തി കൈവരുന്നതുപോലെ. കൺപോളകൾ തുറക്കാൻ ശ്രമിച്ചു. ഒരു പകൽ നീണ്ട നേരത്തെ അനുഭവങ്ങൾ പകർന്നുതരുന്നത് ഇതൊരു സമ്പൂർണ്ണ ജീവിതംതന്നെ ആണെന്നാണ്. ഇനി കടക്കാൻ പോകുന്നതൊരു മയക്കത്തിലേക്കാണെന്ന് മനസ്സിലാകുന്നു.

ജീവനോടെയുണ്ടെന്ന തോന്നലിനൊഴികെ മറ്റൊന്നിനുമുള്ള ശേഷി തനിക്കിപ്പോഴില്ല. വാപ്പയുടെ നോട്ടത്തെക്കുറിച്ചുള്ള ഓർമ്മയാണ് ജീവനോടെയുണ്ടെന്ന തിരിച്ചറിവ് തിരികെ നൽകിയത്.

എന്നാൽ, ആ ഛിദ്രമായ നിമിഷത്തെ മാത്രം ആശ്രയിച്ചുനിൽക്കുകയായിരുന്നു അസ്തിത്വത്തെ സംബന്ധിച്ച തിരിച്ചറിവ്. വിരലുകൾ ഉണ്ടെന്ന് തിരിച്ചറിയാനോ, ശരീരത്തിലെ ഏതെങ്കിലുമൊരു അവയവം ചലിപ്പിക്കാനുള്ള ശേഷിയോ പോലും നഷ്ടമായിരിക്കുന്നു.

ഇതാ വീണ്ടും ചന്ദ്രനെ കാണാമിപ്പോൾ. ചിലപ്പോൾ തനിക്കിതുതന്നെ ധാരാളമായിരിക്കും. കൂപ്പുകുത്തുന്നതായി കണ്ട ആഴമേറിയ ഗർത്തത്തിന്റെ ചിത്രം വീണ്ടും മനസ്സിൽ നിറയുന്നു. അതെന്റെ കുഴിമാടമായിരിക്കുമോ? ശരിക്കും ഞാൻ മരിച്ചുകഴിഞ്ഞിരിക്കുമോ? അല്പംമുമ്പ് കണ്ടതൊക്കെയും വെറും വിഭ്രമചിന്തകളായിരിക്കുമോ? സ്വപ്നവും മതിഭ്രമവും തമ്മിലും ഓർമ്മകളും വർത്തമാനവും തമ്മിലും വേർതിരിച്ചറിയാനേ സാധിക്കുന്നില്ല. മിന്നായംപോലെ കടന്നുപോയ വാപ്പയുടെ ചിത്രം ആശയക്കുഴപ്പം മാത്രമേ സമ്മാനിക്കുന്നുള്ളൂ.

പിന്നെ തോന്നി ചുറ്റുമുള്ളതിനെയൊക്കെ കാണാൻ സഹായിക്കുന്ന എന്തോ ഒരു സംഗതിയുണ്ടെന്ന്. വിഭ്രമകാഴ്ചകളാണെങ്കിൽ പോലും അവയെ കാണാൻ കൊതിയാകുന്നു. അറ്റുപോയ കൈയെ മുറുകെപ്പിടിച്ചിരിക്കുന്ന തന്നെത്തന്നെ കാണാം. പിന്നീട് അതിനെ പകൽ മുഴുവൻ കണ്ടുകൊണ്ടിരുന്ന ആ ശപിക്കപ്പെട്ട കുഴിയിലേക്കു വലിച്ചെറിഞ്ഞു. കുഴിക്കുള്ളിൽ കിടക്കുന്ന തന്നെ കണ്ട കാര്യംതന്നെ മറന്നുപോയി പിന്നീട്. അതോ സഹോദരന്റെ ഖബറായിരുന്നോ അത്? നഹ്ലയുടെ മുഖംപോലും അപ്രത്യക്ഷമായിരിക്കുന്നു. കണ്ടത് രണ്ട് കണ്ണുകളെ മാത്രമാണെന്ന് തോന്നുന്നു.

ഒരു ഇളംകാറ്റ് വീശി. പരിചയമുള്ളൊരു ഗന്ധമുണ്ടായിരുന്നു ആ കാറ്റിന്. പ്രഭാതത്തിന്റെ ഗന്ധം. നിഴൽ വീഴ്ത്തുന്ന ചന്ദ്രനെയും കാണാം. ഈ ഗന്ധത്തെ നന്നായറിയാമല്ലോ? കാറ്റിന്റെ സന്തതികളിലൊന്നാണെന്നാണ് താനിതിനെ വിളിക്കാറുണ്ടായിരുന്നത്. ചെറിയൊരു ഉന്മേഷം ലഭിച്ചപ്പോൾ ആഴത്തിൽ ശ്വാസം വലിച്ചുവിട്ടു. പിന്നെ പതിയെ കണ്ണുകൾ തുറന്നുപിടിക്കാൻ നോക്കി. കൂറ്റൻ കറുത്ത കമ്പിയിഴകൾപോലെയാണ് കൺപീലികളെ കാണുന്നത്.

പതിയെ കൺപോളകൾ അകന്നുമാറിയതും ചന്ദ്രന്റെ പ്രഭയാണ് കണ്ണിൽ നിറഞ്ഞത്. ആവശ്യത്തിലും അധികം വലിപ്പവും തെളിച്ചവുമുണ്ടായിരുന്നു അതിന്. പതിവായി കാണുന്ന ചന്ദ്രനെപ്പോലെ അല്ലെന്ന് തോന്നുന്നു. അതിന്റെ ചലനങ്ങളും യാത്രാപഥവുമൊക്കെ എനിക്കറിയാവുന്നതാണ്. രൂപഭേദങ്ങളും ചന്ദ്രായനങ്ങളുമൊക്കെ മനപ്പാഠമാണ്. മറ്റെല്ലാ മനുഷ്യരെക്കാളും തനിക്കാണ് ചന്ദ്രനോട് കൂടുതൽ അടുപ്പം എന്നാണ് തോന്നിയിട്ടുള്ളത്. നിർമ്മലമായ ചന്ദ്രൻ.

ഓക്കുമരത്തിന്റെ മുകളിൽ തൂക്കിയിട്ടതുപോലെ ചുറ്റുമുള്ളവയ്ക്ക് വെളിച്ചമേകുന്നു. ഇപ്പോൾ എനിക്കു വേണ്ടിത്തന്നെയാകും ചന്ദ്രൻ ഇവിടെ വന്ന് നിൽക്കുന്നത്. കുറച്ച് നിമിഷങ്ങൾ സ്വയം മറന്നു പോയി. പിന്നെ തോന്നി ചന്ദ്രൻ അരികിലേക്ക് എത്തിയെന്ന്.

എന്നാൽ, കരുതിയതുപോലെ അത്ര അരികിലായിരുന്നില്ല ചന്ദ്രൻ. മരമാണ് അരികിൽ. അതിന്റെ ഏറ്റവും ഉയരത്തിലുള്ള ചില്ലകൾക്കു മുകളിൽ തൂങ്ങുകയാണ് ചന്ദ്രൻ. മരത്തിനും ചന്ദ്രനും നേർക്കു നോക്കിക്കിടന്ന് മയങ്ങിപ്പോയിരുന്നു. മരത്തിനോടു ചേർന്ന് കമഴ്ന്നു കിടക്കുകയായിരുന്നു എന്നാണ് നേരത്തേ കരുതിയത്. എന്നാൽ ഏതാനും നിമിഷങ്ങൾക്കുമുമ്പ് ബോധ്യമായത്, ശരിക്കും മരത്തിനോടു ചേർന്ന് മലർന്നുതന്നെ കിടക്കുകയായിരുന്നു എന്നാണ്.

ചന്ദ്രനെ വ്യക്തമായി കാണാം. അരികത്തുതന്നെയുണ്ട്. പാതയിലേക്കു വെളിച്ചം വീശുന്നു. പഴയകാല ദിനങ്ങളിൽ ചന്ദ്രന്റെ തേരിലേറുവാൻ തനിക്ക് സാധിച്ചിരുന്നു. പിന്നെ അതിനെ വിവിധ രൂപങ്ങളിലേക്കു മാറ്റാനും കഴിയുമായിരുന്നു. ബാലചന്ദ്രന്റെ രൂപത്തിലാകുമ്പോൾ അതിനു മുകളിലേറി ശരീരം ചലിപ്പിക്കേണ്ടതെങ്ങനെയെന്ന് അറിയാമായിരുന്നു. രാത്രി ഏറുമാടത്തിൽ കഴിയുന്ന നേരം മരച്ചില്ലകൾ ചന്ദ്രന്റെ പ്രഭയെ തടഞ്ഞുനിർത്തും. പിന്നെ അവർ തമ്മിൽ നടക്കുന്നതൊരു ഒളിച്ചുകളിയായിരിക്കും. അന്നേരം ശരീരമൊന്ന് അനക്കി, കണ്ണുകൾ അടച്ചുപിടിച്ച്, ചാഞ്ചാടുന്ന മനസ്സുമായി ചന്ദ്രനോട് പറഞ്ഞു:

"നമുക്ക് പോയാലോ?"

ബാലചന്ദ്രന്റെ മുകളിലേറി ഞാനതിനോട് ആകാശത്തിലൂടെ കുതിച്ചുപായാൻ ആവശ്യപ്പെടും. എന്നാലത് ഇപ്പോൾ പൂർണ്ണചന്ദ്രനായിരിക്കുന്നു. അപ്പോൾപിന്നെ അതിനു മുകളിൽ കയറി ചാഞ്ചാടുവാൻ സാധിക്കില്ല. ഏറുമാടത്തിൽ നിന്ന് നോക്കുമ്പോൾ മലയുടെ മുകളിൽ നിൽക്കുന്നതായി തോന്നുന്ന ചന്ദ്രനോട് സംസാരിക്കുവാൻ പോലും തനിക്കാകുമെന്ന് തോന്നിയിട്ടുണ്ട്. പൂർണ്ണചന്ദ്രനാണെങ്കിൽ പോലും വേണമെങ്കിൽ അതിന്റെ മുകളിൽ കയറി ഊഞ്ഞാലാടുവാനോ അല്ലെങ്കിൽ ഏതെങ്കിലും വിദൂരനക്ഷത്രങ്ങളുടെ നേർക്ക് അതിനെ വലിച്ചെറിയുവാനോ സാധിക്കും.

പൂർണ്ണചന്ദ്രൻ, വീർത്തൊരു റബ്ബർപന്ത് പോലെയാണെന്നാണ് തോന്നിയിട്ടുള്ളത്. ബാലചന്ദ്രനാകുമ്പോൾ ഒട്ടിമെലിഞ്ഞതുപോലെയും. ചന്ദ്രനെ സംബന്ധിച്ച അഭിപ്രായങ്ങൾ പലതും വലിയ തെറ്റാണെന്ന് തോന്നിയിട്ടുണ്ട്. ചന്ദ്രന്റെ നിറം വെള്ളയാണെന്നു പറഞ്ഞാൽ തനിക്കു

യോജിക്കാനാവില്ല. പകരം നീലയാണ് നിറമെന്നാണ് തോന്നിയിട്ടുള്ളത്. ആകാശമാണ് അതിന് ഈ നീലനിറം സമ്മാനിക്കുന്നത്. അല്ലാതെ സ്കൂളിൽ പഠിച്ചിട്ടുള്ളതുപോലെ സൂര്യനല്ല നിറം നൽകുന്നത്. ചിലപ്പോഴൊക്കെ അകലങ്ങളിലെ ചന്ദ്രന്റെ ഉപരിതലത്തിലെ രേഖകൾപോലും വ്യക്തമായി കണ്ടിട്ടുണ്ട്. അന്നേരമൊക്കെയും എതിർദിശയിൽനിന്ന് തന്നെയാരോ നോക്കുന്നുണ്ടെന്ന് തോന്നും.

പലപ്പോഴും ഈ ചന്ദ്രനെന്നു പറയുന്നത് വെറും തോന്നലാണെന്ന് അനുഭവപ്പെട്ടിട്ടുണ്ട്. വലിയൊരു പ്രകാശവലയം, അത്രതന്നെ. നിറമോ രൂപമോ ഗന്ധമോ രുചിയോ ഇല്ലാത്ത ഒന്ന്. ചന്ദ്രനെ സംബന്ധിച്ച് പറഞ്ഞുകേട്ടവയോ ടിവിയിൽ കാണുകയോ കേൾക്കുകയോ ചെയ്തവയൊന്നും വിശ്വസിച്ചിട്ടില്ല. സഹോദരങ്ങൾക്കൊപ്പം ഇരുന്ന് ടിവി കാണാൻ നിർബന്ധിതനായ അപൂർവ അവസരങ്ങളിലെല്ലാം ആ ഉപകരണത്തോട് വെറുപ്പാണ് തോന്നിയിട്ടുള്ളത്. സഹോദരന്റെ കൈയിലൊരു മൊബൈൽ ഫോണുണ്ടായിരുന്നു. അതിനോടുപോലും തനിക്ക് അറപ്പായിരുന്നു.

ഏറുമാടത്തോടായിരുന്നു ഇഷ്ടം. മറ്റൊരു തരം ടിവിയായി അതിനെ കണ്ടു. കൂടുതൽ വിശാലമായ തിരശ്ശീലയായിരുന്നു തന്റെ ഏറുമാടത്തിന്. പ്രപഞ്ചത്തിലേക്ക് കണ്ണുതുറക്കുന്ന ഇടമായിരുന്നു അത്. ആകാശം കടലുമായി സംഗമിക്കുന്ന ആ കാഴ്ചയിലെ ഏറ്റവും വിദൂരമായൊരു ബിന്ദുവിനെ കാണണമെങ്കിൽപോലും വിരൽകൊണ്ടൊന്ന് ചൂണ്ടുകയേ വേണ്ടൂ. ഏറുമാടത്തിൽനിന്ന് നോക്കിയാൽ മുന്നിൽ തിളങ്ങുന്ന കടൽവരെ കാണാം.

രാത്രിയായാൽ കൂട്ടിന് ചന്ദ്രനുമെത്തും. തങ്ങളുടെ വീടിന്റെ അയൽവാസിയായിരുന്നു ശരിക്കും ചന്ദ്രൻ. സമുദ്രോപരിതലത്തിൽ വെളിച്ചംവിതറിയിരുന്ന ആ വിചിത്രമായ ഗ്രഹത്തിനു നേർക്ക് അലിനോക്കിയിരിക്കും. ദീർഘനേരം നോക്കുമ്പോൾ അതൊരു തിളങ്ങുന്ന കണ്ണാടിയാണെന്നു തോന്നും. വിദൂരങ്ങളിലിരുന്ന് ലോകത്തിന് വെളിച്ചമേകുന്ന ആ കണ്ണാടി ചക്രവാളസീമകളിലായിരിക്കും പ്രത്യക്ഷപ്പെടുക. ആ ചക്രവാളമായിരുന്നു തന്റെ മാത്രം സ്വന്തമായ ടെലിവിഷൻ. ചക്രവാളത്തിലെ ആ വിദൂരമായ ബിന്ദുവിലേക്ക് എന്നെങ്കിലുമൊരു ദിവസം എത്തിച്ചേരാൻ തനിക്ക് സാധിക്കുമെന്ന് മനസ്സ് പറയാൻ തുടങ്ങിയിരുന്നു. അതു പക്ഷേ, തന്റെ മാത്രം രഹസ്യമാണ്. എന്റെ രഹസ്യങ്ങളെക്കുറിച്ച് മറ്റാർക്കും മനസ്സിലാകുകയേ ഇല്ല. നഹ്‌ലയുമായും ഹിമൈറുനയുമായും പേരിനെന്തെങ്കിലും സംസാരിക്കുന്നതു മാത്രമായിരിക്കും ഇതിനൊരു അപവാദം. എന്റെ ചിന്തകളും രഹസ്യങ്ങളുമൊക്കെ എന്നും തലയോട്ടിയെന്ന് വിളിക്കുന്ന പേടകത്തിനുള്ളിൽതന്നെ സുരക്ഷിതമായിരുന്നു.

വശത്തേക്ക് ഒന്നു തിരിഞ്ഞുനോക്കിയപ്പോൾ രണ്ട് കാലുകൾ കണ്ണിൽപെട്ടു. അപരന്റേതായിരിക്കുമോ അവ? ആ കാലുകൾ കാണുമ്പോൾ പാദങ്ങൾ അറ്റുപോയിട്ടുണ്ടോ എന്ന കാര്യം വ്യക്തമായി മനസ്സിലാകുന്നില്ല. ഒരു കാലിന് കുഴപ്പമേതുമില്ല. മറ്റേത് മരത്തിന്റെ മറവിലാണ്. ചന്ദ്രന്റെ വെളിച്ചത്തിൽ അവയെ കാണാൻ പറ്റിയേക്കും.

ആഴത്തിൽ ശ്വാസം വലിച്ചുവിട്ടുകൊണ്ട് ഉടലൊന്ന് മറിച്ചിട്ടാലോ എന്ന് ആലോചിച്ചു. എതിർഭാഗത്തേക്ക് നോക്കരുത്. ഉടൽ തിരിച്ചതും നിലത്തേക്ക് വീണുപോയി. പറക്കുന്നതുപോലെയാണ് അന്നേരം തോന്നിയത്. ശരിക്കും അതൊരു വീഴ്ചയായിരുന്നു. വായിൽ നിറയെ മണ്ണു കയറി. ചില്ലകളുടെ അവശിഷ്ടങ്ങളും മറ്റും മുഖത്ത് പോറലേൽപ്പിച്ചു. ശക്തമായൊരു വീഴ്ചയായിരുന്നു അത്. ശരിക്കും കണക്കുകൂട്ടാൻ കഴിയാതെപോയി. സ്വന്തം ദേഹം വേണ്ട രീതിയിൽ ചലിപ്പിക്കാനുള്ള ശേഷി ഇല്ലാത്തവിധം ദുർബലനാണ് ഞാനിപ്പോൾ.

നിലത്തുകിടന്ന് കൈമുട്ടിലൂന്നി ഇഴയാൻ നോക്കി. മരത്തിനു പിറകിൽനിന്നും ഇലകൾ പൊടിയുന്നതടക്കമുള്ള വിചിത്രമായ ശബ്ദങ്ങൾ കേൾക്കാം. എന്നാൽ അതൊന്നും വകവച്ചതേയില്ല. ഏതെങ്കിലും വസ്തു അരികിലെങ്ങാനും എത്തിയാൽ അതിനെ കടിച്ചുകീറിയിരിക്കുമെന്നാണ് തീരുമാനം. പല്ലുകൾ ഇറുമ്മി. എനിക്കിപ്പോഴും അതിനൊക്കെയുള്ള ശേഷിയുണ്ട്. അല്ലെങ്കിൽപിന്നെ എന്തിനാണ് ഹൃദയത്തിനുള്ളിൽ ഇപ്പോൾ ഇങ്ങനെയൊരു ആന്തൽ തോന്നുന്നത്?

ചന്ദ്രന്റെ വെളിച്ചം ഇപ്പോൾ കാണാനില്ലല്ലോ എന്ന് അപ്പോഴാണ് ശ്രദ്ധിച്ചത്. ചന്ദ്രനെ കാണാനേയില്ല. ചുറ്റും പരക്കുന്ന നീലവെളിച്ചത്തിനർത്ഥം ചന്ദ്രനിപ്പോഴും മരത്തിനു മുകളിൽ ഉണ്ടാകുമെന്നാണെന്ന് അറിയാം. ചന്ദ്രൻ കുറച്ചുകൂടി മുന്നോട്ടുനീങ്ങുന്നതും കാത്തിരുന്നു. മരത്തിന്റെ ഉടലിനു നേരെ മുകളിലാണെങ്കിൽ ചില്ലകൾ മറച്ചുപിടിക്കും. ഇപ്പോൾ ചന്ദ്രനെ കാണാൻ പറ്റുന്നില്ലെങ്കിൽ അതിനർത്ഥം അതിപ്പോൾ മരത്തിനു നേരെ മുകളിലെന്നാണ്. മരത്തിന്റെ ചില്ലകളായിരിക്കും ചന്ദ്രനെ മറച്ചുപിടിക്കുന്നത്.

ഈ ചന്ദ്രൻ അതിന്റെ ധർമ്മം ഇതിനകംതന്നെ നിർവഹിച്ചിട്ടുണ്ടാകും. നാട്ടിലായിരുന്നപ്പോൾ രാത്രികാലങ്ങളിൽ ഏറുമാടത്തിലേക്കു വലിഞ്ഞുകയറുകയോ കാട്ടിലോ പൊന്തക്കാട്ടിലോ ഒക്കെ പുലരുംവരെ ചുറ്റിത്തിരിയുമ്പോഴുമൊക്കെ ചന്ദ്രൻ അതിന്റെ ധർമ്മം നിർവഹിച്ചുകണ്ടിട്ടേയുള്ളൂ.

അലി അല്പംകൂടി മുന്നോട്ടുനീങ്ങിയപ്പോൾ അപ്പുറത്തെ അപരനും ചലിച്ചു. ഒപ്പംതന്നെ ശബ്ദവും കേൾക്കാം. രാത്രിയായിരുന്നിട്ടും

ചുറ്റും പറക്കുന്ന പ്രാണികളുടെ ചലനങ്ങൾ കാണാം. ശബ്ദമുണ്ടാക്കുന്ന അവയുടെ കറുത്ത രൂപങ്ങൾ കണ്ടു. ഇലകൾക്കു മുകളിലൂടെ ഇഴയുന്ന അവയുടെ കുഞ്ഞുകാലുകൾ. വയറിൽ കടിക്കുമ്പോഴുള്ള വേദന. തനിക്കിപ്പോൾ ആശങ്കകളൊന്നുമില്ല. അതിനാൽതന്നെ മൂക്കിലെത്തുന്ന ചോരയുടെ ഗന്ധത്തെക്കുറിച്ചോ അറ്റുപോയ പാദത്തെയോ കൂടുതൽ വിവരങ്ങളറിയാത്ത മുറിവുകളെയോ സംബന്ധിച്ച് കൂടുതൽ ചിന്തിച്ചതുകൊണ്ട് പ്രയോജനമൊന്നുമില്ല. മറ്റു മുറിവുകൾ ചെറുതാണെന്നാണ് തോന്നുന്നത്.

ശരീരം പക്ഷേ വിറയ്ക്കുകയും വിയർക്കുകയും ചെയ്യുന്നുണ്ട്. ഉള്ള് പൊട്ടിത്തെറിക്കുമെന്ന് തോന്നിപ്പോകുന്നു. എന്തോ ഒന്ന് ഉള്ളിൽ തിളച്ചുമറിയുന്നുണ്ട്. പക്ഷേ, എന്തുകൊണ്ടായിരിക്കും തന്നെ ഇവിടെ നിന്ന് രക്ഷിച്ചുകൊണ്ടുപോകാനായി ആരും വരാത്തത്? പിന്നീട് ആ ചിന്തയെ മനസ്സിൽനിന്നും ആട്ടിയകറ്റി. കാരണം ആ നിരാശ മരത്തിലേക്കു വലിഞ്ഞുകയറുന്നതിൽനിന്നും പിന്തിരിപ്പിക്കുകയേ ഉള്ളൂ. ആ വിമാനം തങ്ങൾക്കു മുകളിൽ ചുറ്റിപ്പറക്കുന്നതു കണ്ടത് നല്ലയോർമ്മയുണ്ട്. ബോംബ് വർഷിച്ച ആ നിമിഷത്തിൽ താൻ ആ വിമാനത്തിനു നേർക്ക് ഉറ്റുനോക്കുകയായിരുന്നു.

പക്ഷേ.... എങ്കിലും എന്നെ രക്ഷിക്കാനായി ആരും വരാത്തത് എന്തുകൊണ്ടായിരിക്കും..?

അശുഭചിന്തകളെ വീണ്ടും തുരത്താൻ ശ്രമിച്ചു. നിർത്തിക്കോ ഈ ചിന്തകളെന്ന് മനസ്സിനോട് സ്വയം പറഞ്ഞു. അന്നേരം ചുണ്ടുകൾ വിറയ്ക്കുന്നുണ്ടായിരുന്നു. ദേഹം വിയർത്തു. വീണ്ടും സ്വന്തത്തെ ശകാരിച്ചു. ചെവിയിലെ പൊള്ളുന്ന വേദന സമ്മാനിക്കുന്ന സ്ഥലത്തെ ഒന്നു സ്പർശിച്ചുനോക്കാൻപോലും ഈ നിമിഷം മനസ്സു വരുന്നില്ല. അത് വെറുമൊരു പോറൽ മാത്രമായിരിക്കുമെന്ന് ആശ്വസിക്കാൻ ശ്രമിച്ചു. ചെറുതായൊന്ന് വിരലോടിച്ചശേഷം അതിനെ വെറുതെ വിട്ടു. ആ വേദനയെക്കുറിച്ച് കൂടുതൽ ചിന്തിക്കാൻ തുനിഞ്ഞാൽ, ആളുതെറ്റി വീണ ബോംബ് പൊട്ടിത്തെറിച്ചപ്പോൾ കാലിന്റെ പാദത്തിനൊപ്പം ചെവിയും ചിതറിപ്പോയെന്ന യാഥാർത്ഥ്യം അംഗീകരിക്കേണ്ടി വരും.

അക്കാര്യത്തെക്കുറിച്ചൊന്നും ചിന്തിക്കാൻ വയ്യ. ഒരു ആണായേ പറ്റൂ. വേദന കടിച്ചുപിടിക്കാൻ തനിക്കിപ്പോഴും പല്ലുകളുണ്ടല്ലോ?

അതുപോലെതന്നെ, അരികിലേക്കു വരുന്ന ഏവനേയും കടിച്ചു കീറിയിരിക്കും. കഴുതപ്പുലി ശവം കടിച്ചുതിന്നുന്നതുപോലെ ഞാനും ചെയ്യും!

ഇപ്പോൾ വേണ്ടത് മരത്തിനെ കെട്ടിപ്പിടിക്കുകയാണ്. അതിനായി കൂടുതൽ മുന്നോട്ട് പോകണം. അങ്ങനെ മുന്നോട്ടു നീങ്ങിയതും

തല മരത്തിൽ തട്ടി. ആശ്വാസത്തിനൊപ്പം വിചിത്രമായ എന്തൊക്കെയോ ശബ്ദങ്ങളും കേട്ടു. സർവശക്തിയും സംഭരിച്ച് മരത്തിന്റെ ഉടലിൽ പിടിച്ചു. അതിന്റെ പരുപരുത്ത തൊലിപ്പുറത്തുകൂടെ വിരലോടിച്ചു. ശേഷം കാൽമുട്ടിൽ എഴുന്നേൽക്കാൻ നോക്കി. പകുതി എഴുന്നേൽക്കാനായിരിക്കുന്നു. ഇനി വേണ്ടത് രണ്ടാമത്തെ കൈ നീട്ടുകയാണ്. മണ്ണും മരയിലകളും ചേർന്ന് രൂപംകൊണ്ടൊരു ഭീകരസത്വമായേ തന്നെ കണ്ടാൽ ഇപ്പോൾ തോന്നുകയുള്ളൂ. കൈകൾ കൂടുതൽ ഉയർത്തി.

എന്നിൽനിന്ന് മറ്റൊരു വ്യക്തി ജനിക്കുന്നതുപോലെ തോന്നുന്നു. പൂർണ്ണമായ ശരീരഭാഗങ്ങളുള്ള, ആരോഗ്യവാനായ മറ്റൊരു ശരീരം എന്നിൽനിന്നും പുറത്തേക്ക് വരുന്നതുപോലെ!

മരത്തിന്റെ ഏറ്റവും അടുത്ത ചില്ലയിൽ സ്പർശിക്കാൻ സാധിച്ചു. പ്രഭാതമാകാറായിട്ടും ചില്ലകളൊന്നും ചലിക്കുന്നതേയില്ലല്ലോ? മലമുകളിൽനിന്നും തണുപ്പുമായി എത്തുന്ന ഇളംതെന്നലുകളേറ്റ് മരച്ചില്ലകൾ കുലുങ്ങേണ്ടതായിരുന്നു. ഇലകൾ ചലിക്കേണ്ടതായിരുന്നു. പക്ഷേ, ചില്ലകൾ അനങ്ങിയില്ല. ചിലപ്പോൾ അവ അത്രയ്ക്ക് വലുതായതുകൊണ്ടായിരിക്കാം. പക്ഷേ, ഇലകളും ചലിക്കുന്നില്ലല്ലോ? അവയ്ക്കും ഭാരം കൂടുതലായിരിക്കുമോ? ഇതെന്തായാലും വിചിത്രമായ കാര്യംതന്നെയാണ്!

ആദ്യത്തെ ചില്ലയിൽ സർവശക്തിയുമെടുത്ത് മുറുകെപ്പിടിക്കുകയാണ് ഞാനെന്നു തോന്നിയതും ആ നിമിഷംതന്നെയാണ്. മറ്റ് ചില്ലകളെയും ഇപ്പോൾ കൺമുന്നിൽ കാണാം. അവയുടെ വേരുകളുടെ രൂപം മനസ്സിൽ തെളിയുന്നു. വൃക്ഷങ്ങളെയും അവയുടെ വേരുകളെയും സംബന്ധിച്ച് സ്കൂളിൽ പഠിക്കാനുണ്ടായിരുന്ന പാഠപുസ്തകത്തിൽ കണ്ടതുപോലെയുള്ള മരത്തിന്റെ സങ്കീർണ്ണമായ രൂപരേഖ മനസ്സിലും തെളിയുകയാണിപ്പോൾ.

ഈ വേരുകൾ എന്നെ മരച്ചില്ലകളിലേക്ക് എടുത്തുയർത്തുമെന്ന് മനസ്സ് പറയുന്നു. അവയുടെ ഒരു ഭാഗമായി മാറാനുള്ള ശേഷി എന്തായാലുമുണ്ട് തനിക്ക്. ഇങ്ങനെയൊക്കെ ചിന്തിക്കാൻപോലുമുള്ള ശേഷിയുണ്ടെന്ന് നേരത്തേയൊന്നും കരുതിയിരുന്നില്ല.

സാധാരണയായി ഞാൻ എന്തൊക്കെയാണോ ചെയ്യാറുണ്ടായിരുന്നത്, അതുതന്നെയേ ആവർത്തിക്കേണ്ടതുള്ളൂ. മരത്തിന്റെ വേരുകൾ കിടക്കപോലെ എന്നെ താങ്ങിനിർത്തും. അതിൽ പിടിച്ച് ഉയരുകയാണ് വേണ്ടത്. ശേഷം മരത്തിന്റെ ഉടലിൽ കൈകൾ കൊണ്ട് മുറുകെപ്പിടിക്കണം. പിന്നെ ചുവരിൽ അള്ളിപ്പിടിക്കുന്ന പല്ലിയെപ്പോലെ വലിഞ്ഞുകയറണം. പക്ഷേ, കഠിനമായ വേദനയാണ്

ദേഹമാകെ. കാൽപാദത്തിൽനിന്നാണത് ആരംഭിക്കുന്നത്. നേരേ ശിരസ്സിലേക്കാണത് പ്രവഹിക്കുന്നത്. ചെവിയിലായിരിക്കും പിന്നീട് വേദന പടർന്നുകയറുന്നത്.

മരത്തിന്റെ ഉടലിനോടു ചേർന്നുനിന്നു. പശചേർത്ത് മരത്തോട് എന്നെ ഒട്ടിച്ചുവെന്നേ കണ്ടാൽ തോന്നൂ. ശേഷം സുപരിചിതമായ, മറുവശത്തുനിന്നുള്ള ശബ്ദത്തിന് ചെവിയോർത്തു.

പിന്നെ ആ ശബ്ദത്തെ അവഗണിച്ചശേഷം ആദ്യത്തെ ചില്ലയുടെ അരികിലേക്കെത്തി. ശരീരം വിറച്ചില്ല. ആഴത്തിൽ ശ്വാസം വലിച്ചുവിട്ടശേഷം ഉടൽ നിവർത്തി കൈ ഉയർത്തി ആദ്യത്തെ ചില്ലയിൽ സ്പർശിച്ചു. ചന്ദ്രന്റെ പ്രകാശം അപ്പോഴും കാണാൻ പറ്റുന്നുണ്ടായിരുന്നില്ല. പക്ഷേ, അപ്പോഴും വലിയ ചില്ലകൾ എന്റെ വിരലുകൾക്ക് സങ്കല്പിക്കാവുന്നതിലും ദൂരെയായിരുന്നു.

മരത്തിന്റെ ഉടൽ എങ്ങനെയാണോ അതുപോലെ സ്വന്തം ഉടലും നിവർത്താൻ നോക്കി. പക്ഷേ, സാധിക്കുന്നില്ല. പരിചിതമായ രീതിയിൽ ദേഹം ചലിപ്പിക്കണം. ആദ്യം ദേഹത്തിന്റെ മുകൾഭാഗം മുന്നിലേക്കു തള്ളി. ദേഹം വളച്ചുപിടിച്ചശേഷം കാലുകൾ നിവർത്തി നോക്കി. കൈകളിലെയും തുടകളിലെയും പേശികൾ അയഞ്ഞു. പക്ഷേ, പിടിവിട്ട് താഴെ വീണുപോയി. വീഴ്ചയുടെ ആഘാതത്തിൽ ഉരുണ്ടുരുണ്ട് പലതവണ മറിഞ്ഞുവീണു. അതോടെ വീണ്ടും പഴയ സ്ഥലത്തുതന്നെ എത്തിപ്പെട്ടു; ചിതറിയ മണൽച്ചാക്കുകൾക്കരികിൽ. അവിടെ ചന്ദ്രന്റെ വെളിച്ചമുണ്ടായിരുന്നു. പക്ഷേ, മരമിപ്പോൾ വളരെ ദൂരെയാണെന്നു മാത്രം.

എന്തോ ഒരു രൂപം ഉരുണ്ടുപോയതായി തോന്നിച്ചത് ചന്ദ്രന്റെ വെളിച്ചമാണോ അതോ വെറും വിഭ്രമചിന്തകളാണോ എന്നറിയില്ല. പക്ഷേ, വ്യക്തമായും കണ്ടതാണ് ആ കാഴ്ച. എന്നാൽ, ഇപ്പോൾ കേൾക്കുന്ന ശബ്ദം എന്റെ ഉള്ളിൽനിന്നാണല്ലോ? അലർച്ചപോലെ ഒന്ന്. പ്രാണികളുടെ ശബ്ദങ്ങളോ ചില്ലകൾ ഒടിയുന്ന ഒച്ചയോ ഒന്നും കേൾക്കാനില്ല. കണ്ണുകൾ നിറയെ കാണുന്നത് ചന്ദ്രനെയാണ്.

കൈകൾ രണ്ടും ആകാശത്തേക്ക് ഉയർത്തി അലി എന്തോ അസ്പഷ്ടമായി പറഞ്ഞു. പിന്നെ അതൊരു ആക്രോശമായി. വളഞ്ഞ മുതുകുമായി എഴുന്നേറ്റുനിന്നു. ശേഷം കൈകൾ വിരിച്ച് മരത്തിനു നേർക്ക് കുതിച്ചു. ഏറ്റവും അടുത്തുള്ള ചില്ലയാണ് ലക്ഷ്യം. തന്റെ പരിക്കേറ്റ ശരീരത്തെ ആ നിമിഷം അവിടെയൊന്നും കാണാനുണ്ടായിരുന്നില്ല. ആകെ കാണാനാകുന്നത് നീലവെളിച്ചം മാത്രമാണ്; അതും വ്യക്തമായിട്ടുതന്നെ. മരച്ചില്ലകൾക്കും തിങ്ങിയ ഇലകൾക്കും ഇടയിലൂടെ അവ കടന്നുവരുന്നത് നീട്ടിപ്പിടിച്ച മെലിഞ്ഞ കരങ്ങൾ

പോലെയാണ്. ഏതോ സ്ത്രൈണരൂപങ്ങളുടേതുപോലുള്ള ആ കൈകൾ എന്റെ വിരൽത്തുമ്പുകളിൽ സ്പർശിക്കുന്നുണ്ട്.

തുളച്ചെത്തിയ നീലവെളിച്ചം ഇലകളുടെയും പൊടിയുടെയും ചലനങ്ങളെ പ്രകാശമയമാക്കുന്നു. ആ വെളിച്ചത്തിൽ, പരിക്കേറ്റ് പിളർന്നുപോയ ബൂട്ടിന്റെ പാദം കാണാം. രക്തം കിനിഞ്ഞിറങ്ങുന്ന വലിയ മുറിവായിരുന്നു അത്. ചന്ദ്രന് ഊതനിറമാർന്ന പ്രകാശമാണിപ്പോൾ. വ്യക്തമായി കാണാൻ കഴിയുന്നില്ല. മുറിവിൽനിന്നും പ്രവഹിക്കുന്ന രക്തത്തുള്ളികൾ. പിന്നാലെയവ ചന്ദ്രന്റെ കിരണങ്ങളായി മാറിയതുപോലെ.

എന്നാൽ, കല്ലുപോലെയായ തുറിച്ച കണ്ണുകളുമായി മരച്ചില്ലയ്ക്കു നേരെ ചാടുകയായിരുന്നു ഞാൻ. ശരിക്കു പറഞ്ഞാൽ പറക്കുക തന്നെയായിരുന്നു.

അതാ മരച്ചില്ല! അത് മുന്നിൽ നീണ്ടുയർന്ന് കിടക്കുകയാണ്!

ഞാൻ ചെയ്യുന്നതു പോലെതന്നെ ആവർത്തിക്കുന്ന അപ്പുറത്തുള്ള രൂപത്തെ തീരെ ശ്രദ്ധിക്കാതെ മുന്നോട്ട് കുതിച്ചു.

വിടർത്തിപ്പിടിച്ച കൈകളുമായി, ലക്ഷ്യത്തിലെത്താനായി, സർവശക്തിയുമെടുത്ത് മുന്നോട്ട് കുതിച്ചു.

അതേ! ചില്ലയിൽ പിടിമുറുക്കിയിരിക്കുകയാണ് ഞാനിപ്പോൾ.

അതോ പറക്കുകയാണോ?

www.ingramcontent.com/pod-product-compliance
Lightning Source LLC
LaVergne TN
LVHW090349051026
849518LV00006B/2080
* 9 7 8 8 1 1 9 4 8 6 2 2 9 *